Chính luận Trần Trung Đạo

CHÍNH LUẬN TRẦN TRUNG ĐẠO

Tập III

- Tuổi Trẻ Việt Nam Học Lịch Sử Để Làm Lịch Sử
- •• Bàn về "Hòa Giải Và Hòa Hợp Dân Tộc"

Nhà xuất bản Cổ Loa

CHÍNH LUẬN TRẦN TRUNG ĐẠO III
Tác giả: Trần Trung Đạo
Cổ Loa xuất bản lần thứ hai tại Hoa Kỳ, 2025
Biên tập: Khánh Kim, Nguyễn Phú Nhuận,
Đặng Hoàng Lân, Trần Trung Tín
Trình bày nội dung: Minh Quân
Bìa: Uyên Nguyên
Tranh trừu tượng: Jessica Thục Vy Trần
ISBN 979-8-3492-5991-3

Tặng vợ, Trần Thiếu Phụng,
để nhớ những ngày có nhau trong cuộc đời này.
Thương gởi đến ba con, Thảo, Hiếu, Vy và các cháu.

Tặng tuổi trẻ Việt Nam

Tuổi trẻ Việt Nam ngày nay không cần một ngọn hải đăng của bất cứ cường quốc nào để rọi sáng đêm tối trời dân tộc, nhưng ngay từ trong lòng họ đã bùng cháy lên ngọn đèn tự chủ được thắp sáng bằng tâm thức Việt Nam. Tuổi trẻ Việt Nam ngày nay không cần chờ đợi một minh quân ra đời hay một lãnh tụ xuất hiện để dẫn dắt họ trên đường cứu nước bởi vì chính họ sẽ là những minh quân của thời đại và con đường dẫn đến điểm hẹn lịch sử được soi sáng bằng trí tuệ Việt Nam.

CHÍNH LUẬN VIỆT NAM: MỘT THẾ KỶ TRĂN TRỞ VÀ KHÁT VỌNG

Có những ngọn đèn cháy lên rồi tắt lịm giữa dòng lịch sử. Có những tư tưởng bùng lên như pháo hoa trong một khoảnh khắc ngắn ngủi của thời đại. Nhưng cũng có những ngọn lửa âm ỉ cháy suốt nhiều thập kỷ, không bao giờ tàn, soi rọi con đường tư tưởng cho cả một thế hệ. *Chính Luận* của Trần Trung Đạo là một trong những ngọn lửa ấy.

Bộ sách *Chính Luận* Trần Trung Đạo là một tập hợp các bài chính luận về thời cuộc Việt Nam, đồng thời là một tiếng nói bền bỉ của một trí thức luôn trăn trở với vận mệnh dân tộc. Qua bốn tập sách, tác giả không chỉ phân tích các vấn đề chính trị, mà còn gieo vào lòng người đọc một ý thức sâu sắc về trách nhiệm, một khát vọng tự do và tình yêu đất nước không lay chuyển.

Mặc dù, trong lịch sử chính trị và tư tưởng của Việt Nam hiện đại, không thiếu những cây bút chính luận. Nhưng để tìm một trí thức luôn kiên trì, sắc bén và thẳng thắn với thời đại như Trần Trung Đạo thật không dễ dàng. Bấy giờ, *Chính Luận* không phải là một bản phân tích chính trị khô cứng hay những luận điểm giáo điều cũ kỹ, mà là một hành trình tri thức dày công nghiên cứu, đi từ lịch sử đến thực tại, từ Việt Nam ra thế giới, từ các cuộc cách mạng tư tưởng đến vận động cho một nền dân chủ chân chính.

Điểm đặc biệt của Chính Luận không nằm ở việc bóc tách các vấn đề thời cuộc một cách thuần túy lý luận, mà ở cách tác giả đặt nó trong mối tương quan với những bài học lịch sử, những xu hướng chính trị toàn cầu, và trên hết, với chính vận mệnh dân tộc Việt Nam. Mỗi trang sách là một lời kêu gọi suy tư, một cú đánh thức ý thức, một nhát búa phá vỡ những xiềng xích tư tưởng áp đặt lên tâm trí con người suốt nhiều thập kỷ.

Từ ngàn năm trước, Trung Quốc đã là kẻ bá quyền phương Bắc, không ngừng nhòm ngó Việt Nam, khi bằng vũ lực, khi bằng mưu kế, lúc bằng những bản hiệp ước mập mờ, lúc bằng những cái bắt tay giả tạo. Trần Trung Đạo, với tầm nhìn sắc bén và những nghiên cứu công phu, là một trong những người đầu tiên vạch rõ âm mưu bành trướng của Bắc Kinh không những trong hiện tại mà còn kéo dài xuyên suốt lịch sử. Anh vừa ghi lại những sự kiện, vừa mổ xẻ chiến lược địa chính trị của Trung Cộng, phơi bày những nước đi nguy hiểm mà Bắc Kinh đang áp đặt lên Đông Nam Á, đặc biệt là Việt Nam. Nhưng điều khiến người đọc day dứt hơn cả không dừng lại ở tham vọng của kẻ thù, mà là sự nhu nhược của chính những người nắm quyền trong nước. Từ công hàm 1958 đến Hội nghị Thành Đô, từ việc đàn áp những phong trào yêu nước đến chính sách ngoại giao lệ thuộc, một chuỗi các quyết định sai lầm đã đẩy đất nước vào vòng kiềm tỏa của Trung Cộng. Hiểm họa mất nước không còn là một dự báo mơ hồ của những kẻ bi quan, mà là một thực tại diễn ra ngay trước mắt, từng ngày, từng giờ.

Nhưng điều nguy hiểm hơn cả sự thao túng từ bên ngoài chính là sự tự diệt từ bên trong. Một trong những luận điểm quan trọng mà *Chính Luận* khắc sâu là chính sách tẩy não của chế độ Cộng Sản. Trong hệ thống ấy, con người không được phép suy nghĩ, mà chỉ được lặp lại những điều đã được định sẵn. Tác giả đã nghiên cứu kỹ lưỡng cách mà các chế độ toàn trị trên thế giới vận hành bộ máy tuyên truyền, kiểm soát tư tưởng và biến nhận thức con người thành một công cụ phục vụ quyền lực. Anh chỉ ra những phương thức tinh vi của bộ máy tuyên truyền Cộng Sản: từ kiểm soát truyền thông, biến báo chí thành công cụ tuyên giáo, bóp nghẹt tiếng nói độc lập, cho đến giáo dục nhồi sọ, nơi mà sự thật lịch sử bị bóp méo và thay thế bằng những huyễn tưởng đầy hoang đường. Nhưng đáng sợ nhất vẫn là sự thao túng nhận thức của cả một thế hệ, những thanh niên lớn lên trong một xã hội mà tư duy độc lập bị triệt tiêu, mà sự phản kháng được coi là phản động, và sự trung thành với chế độ trở thành điều kiện để sinh tồn.

Song, thay vì chỉ dừng lại ở sự phê phán, *Chính Luận* mở ra một hướng đi: làm sao để dân tộc Việt Nam có thể đoàn kết và tái thiết đất nước sau hàng chục năm chia rẽ? Trần Trung Đạo không cổ vũ cho sự hận thù, không kêu gọi đối đầu bằng những khẩu hiệu sáo rỗng. Anh đặt vấn đề ở một tầm mức cao hơn: muốn đi xa hơn những bi kịch của lịch sử, dân tộc phải bước qua bóng tối của chính mình. Hòa giải không phải là xóa nhòa quá khứ, mà là nhận diện nó một cách trung thực. Hòa hợp không phải là sự nhân nhượng giả tạo, mà là sự đồng lòng thực sự trong mục tiêu chung. Trong những trang viết của anh, người đọc không những thấy một tiếng nói phản biện, mà còn thấy một lời kêu gọi thức tỉnh về bản sắc dân tộc - Việt Nam không thể bị chia rẽ mãi bởi những nhãn mác ý thức hệ, không thể bị trói buộc mãi bởi những ám ảnh của quá khứ.

Nhưng để có được một tương lai hòa hợp, trước hết phải có dân chủ. Và dân chủ không bao giờ là một thứ có thể chờ đợi. Trần Trung Đạo không chỉ nhìn vào Việt Nam, mà anh nhìn ra thế giới, để tìm kiếm những bài học từ những quốc gia đã đi qua những cuộc chuyển mình vĩ đại. Từ cuộc cách mạng hoa hồng ở Gruzia, cách mạng cam ở Ukraine, đến những phong trào dân chủ ở Đông Âu và Nam Phi, anh phân tích những điều kiện cần có để một quốc gia thoát ra khỏi vòng kìm tỏa của chế độ toàn trị. Anh không tô hồng bất kỳ một cuộc cách mạng nào, không hứa hẹn một con đường dễ dàng, nhưng luôn nhấn mạnh một điều: nếu muốn thay đổi, trước tiên phải dám thay đổi. Nếu muốn tự do, phải dám đấu tranh. Nếu muốn không trở thành nạn nhân của lịch sử, phải trở thành người viết nên lịch sử.

Chính Luận không phải một bản tuyên ngôn chính trị, không phải một cuốn sách hô hào khẩu hiệu, càng không phải một tập hợp những lời kêu gọi vô vọng. Tác phẩm là một ngọn đèn được thắp lên giữa bóng tối, một dòng nước giữa sa mạc khô cằn, một lời nhắc nhở rằng tương lai không phải là thứ để phó mặc, mà là thứ để giành lấy. Những trang sách ấy không riêng dành cho những người đã từng thất vọng, mà cho cả những ai vẫn còn tin rằng Việt Nam có thể vươn mình ra khỏi vũng lầy của quá khứ, có thể thoát khỏi bóng đêm của độc tài, có thể tìm lại chính mình như một quốc gia có chủ quyền, một dân tộc có phẩm giá, một con người có tự do.

Sự thành công của *Chính Luận* không phải chỉ ở nội dung, mà còn ở giọng văn độc đáo của tác giả. Trần Trung Đạo không viết như một nhà bình luận lạnh lùng đứng ngoài cuộc, mà như một người con ưu tư với vận mệnh dân tộc, như một trí thức mang trong mình sứ mệnh khai sáng, như một người thầy kiên nhẫn truyền đạt lại những bài học sâu sắc cho thế hệ sau.

Văn phong của anh kết hợp giữa sắc bén chính trị, nghiêm túc khoa học, chiều sâu triết lý và hơi ấm của một người yêu nước đến tận cùng. Đó là sự kết hợp của một tư duy hàn lâm và một trái tim chưa bao giờ ngừng đập vì quê hương.

Điều đáng khâm phục nhất ở tác giả là sự bền bỉ trong tư tưởng và lòng thủy chung với sứ mệnh khai sáng trí thức Việt Nam. Anh không phải là một người viết chỉ để thỏa mãn cá nhân, mà viết như một cách thực hiện một lời nguyện thiêng liêng với dân tộc. Từ những bài tâm bút đầu tiên đến bốn tập *Chính Luận* đồ sộ, anh chưa bao giờ chùn bước hay thay đổi lập trường.

Trước một thời đại mà trong nước, nhiều trí thức buộc phải chọn cách im lặng, Trần Trung Đạo - từ bên ngoài - chọn cách lên tiếng thay cho họ. Trước một xã hội mà bao người đành chấp nhận sống trong bóng tối của kiểm duyệt và sợ hãi, Đạo cầm lên ngọn đuốc trí thức để soi rọi con đường đi tới tự do. Trước một đất nước mà niềm tin vào thay đổi dường như đã bị dập tắt bởi những vòng kim cô chính trị, anh vẫn tin rằng một tương lai dân chủ cho Việt Nam không phải là điều viển vông, mà là một khả thể đang chờ được đánh thức.

Chính Luận không giới hạn chỉ là một bộ sách, mà là tiếng nói thay cho những ai chưa thể cất lời, và là một hành trình khai sáng kéo dài vượt qua những biên giới hữu hình lẫn vô hình, một lời kêu gọi gửi đến tất cả những ai còn trăn trở với vận mệnh dân tộc. Đây không phải là tác phẩm dành cho những ai cam phận, mà dành cho những người dám suy tư, dám đặt câu hỏi, dám hành động, và dám thay đổi.

Bấy giờ, Trần Trung Đạo đã viết với tất cả lương tri, trách nhiệm và khát vọng của một người con xa quê nhưng không bao giờ thôi đau đáu về đất mẹ. Và giờ đây, trách nhiệm của thế hệ tiếp theo là không để ngọn lửa ấy bị vùi lấp trong quên lãng, không để ý thức ấy chỉ là tiếng vọng trong cõi hư không, mà phải để nó bùng lên, sáng rực, trở thành ánh sáng soi đường cho chính vận mệnh Việt Nam.

01.03.2025

Uyên Nguyên

CHÍNH LUẬN TRẦN TRUNG ĐẠO: THÔNG ĐIỆP GỬI QUÊ NHÀ VIỆT NAM*

Chính Luận là tập hợp các bài nghị luận tản mạn đa dạng về nhiều biến cố, dữ kiện, thông tin lịch sử, chính trị, và xã hội trên thế giới. Tác giả khéo léo dẫn giải để rút tỉa ra những bài học về tự do dân chủ và tương lai cho Việt Nam.

Rất tiếc tác giả hay nhà xuất bản đã không tổng kết những ý chính rút ra từ các bài nghị luận của từng phần để độc giả dễ hiểu và thu thập được ý chính của tác giả. Tuy nhiên độc giả sẽ phải công nhận Trần Trung Đạo là nhà văn nhậy cảm trước những biến cố lịch sử của nhân loại và luôn luôn quan tâm đến vận mệnh Việt Nam. Ông thu thập tài liệu từ nhiều nguồn rồi nghiền ngẫm tìm ra bài học hay câu trả lời liên quan đến tương lai Việt Nam. Độc giả cũng sẽ nhận ra ngay những quan tâm của ông về Việt Nam cũng chính là quan tâm của nhiều người trong chúng ta. Tôi thích ngay thông điệp ông gửi đi từ bài đầu tiên của tác phẩm: "*...trước khi thắng được ngoại xâm, một dân tộc phải biết vượt qua mọi bất đồng, biết hy sinh, biết đòan kết thành một mối, và nếu cần, phải biết chết cho các thế hệ tương lai của dân tộc được sống còn.*"

---

[1] Trích trong bài phát biểu của nhà thơ Trần Thu Miên tức GS. Trần Văn Thành, Đại học Boston College, trong chương trình giới thiệu Chính Luận Trần Trung Đạo tại Boston 16-11-2014.

Hay quá và nghe quen quá. Ông nói giùm chúng ta. Và điều ông nói phải làm chúng ta suy nghĩ. Ngoại xâm của chúng ta, của dân tộc Việt Nam, không phải chỉ là Tàu, nhưng chính là tà thuyết và bạo quyền Cộng Sản (CS). Vậy muốn thắng được ngoại xâm của tà thuyết CS ở Việt Nam chúng ta phải làm gì? Chúng ta đã làm được điều tác giả đưa ra chưa? Hay chúng ta vẫn mất quá nhiều sinh lực và thời gian để đánh phá lẫn nhau?

Những bài nghị luận của ông đều có sức lôi cuốn, nhưng tôi chú ý nhất là các bài viết trong phần ông bàn về Tẩy Não.

Tẩy não là một tiến trình thay đổi tư duy của cá nhân, tập đoàn, hay xã hội. Thật ra thì ở một độ mức nào ấy, tất cả chúng ta đều bị tẩy não vì quan niệm chính trị, đức tin tôn giáo, hay ý thức hệ. Sự khác biệt là chúng ta được tẩy não để làm những việc thiện để có can đảm sống tự do chết cho tự do hay đòi được sống tự do.

Tẩy não không chỉ xảy ra trong xã hội loài người nhưng cả thú vật và côn trùng nữa. Tạp chí *National Geographic*, tháng 11, 2014 có bài tường thuật của Carl Zimmer về sự tẩy não của côn trùng và súc vật. Thí dụ như loài dế vườn (house cricket) không sống dưới nước được, nhưng chả may ăn phải con mồi có trứng của một loài trùng nước, trứng trùng nước trưởng thành trong thân xác chú dế vườn; rồi đến lúc phải thoát ra khỏi xác dế để xuống nước, trùng đã điều khiển não bộ của dế để làm theo ý mình. Dù dế vườn vốn sợ nước, nay không còn sợ nữa, và tự động đi tìm vũng nước để lao đầu xuống. Con trùng nước đương nhiên chui ra khỏi xác dế để tiếp tục sinh trưởng còn chú dế chết tan thây trong nước hay làm mồi cho cá.

Tiến trình tẩy não của CS là một tiến trình nhằm thay đổi toàn diện tư duy của cá nhân, tập đoàn, hay xã hội. Con người và xã hội bị tẩy não theo các phương pháp tẩy não của CS không còn khả năng tư duy độc lập nhưng phải nghĩ và làm theo những giáo điều hay quy luật định sẵn. Như tác giả dẫn chứng, từ vựng Brainwashing là từ được nhà báo Edward Hunter đặt ra ở giữa thế kỷ 20, sau khi đảng CS Trung Hoa thống nhất Hoa Lục năm 1951 và thực hiện chiến dịch "Cải Cách Tư Tưởng" của người dân Trung Hoa. Ông Hunter là nhà báo của CIA và cũng từng làm chủ bút cho tập san (Tatics), tập san chuyên về chiến tranh tâm lý của Hoa Kỳ. Ông Hunter dịch chữ "Hsin Nao" từ tiếng Tàu sang Anh Văn là Brainwashing. Hsin Nao có nghĩa là "Scrub the brain" hay "cạo não bộ." Không biết ai là người đầu tiên đã dùng từ Tẩy Não trong tiếng Việt Nam.

Trong cuộc chiến Đại Hàn, chính phủ Hoa Kỳ và dân chúng Hoa Kỳ đã kinh ngạc vì trong số khoảng 5 ngàn lính Mỹ bị bắt làm tù binh chiến tranh đã ký tên vào những bản thú tội lên án tội ác chiến tranh của chính phủ Hoa Kỳ. Những người lính Mỹ bị tù đã thú tội vì bị hạch hỏi và tra tấn quá độ. Trong hoàn cảnh cực kỳ kinh hãi dưới sự tra tấn, ít ai có thể chống lại được sự áp chế của người tra tấn mình. Cũng may là chỉ trong thời gian ngắn sau khi được ra tù, đa số những cựu tù binh này đã vượt qua được kinh nghiệm tẩy não, và dĩ nhiên, là họ đã không trở thành những người CS.

Cộng Sản Việt Nam (CSVN) đã áp dụng những chính sách tẩy não mà CS Tàu đã áp dụng. Kết quả là người dân Việt Nam đã bị đầu độc bằng tuyên truyền dối trá không ngừng. Nghe riết những lời dối trá rồi tin và không còn khả năng phân biệt giữa thiện và ác, giữa dối trá và sự thật. Có ít nhất là hai loại người đã bị tẩy não tại Việt Nam. Những người tự nguyện được tẩy não để trở thành những đảng viên CS chuyên chính, và đa số còn lại là bị cưỡng ép tẩy não. Như ông Trần Trung Đạo đã đưa trường hợp Võ Nguyên Giáp để minh dẫn một hậu quả của tẩy não ở Việt Nam, đấy là sự sợ hãi liên lỉ. Chúng ta cũng đã nghe trường hợp ông Trần Đức Thảo, một trí thức chuyên gia về Hiện Tượng Luận và chủ thuyết CS, người được mặc những chiếc áo huyền thoại thiên tài triết học của Việt Nam. Ông Trần Đức Thảo sang tới Pháp rồi mà vẫn còn bị khiếp sợ, không dám nói và làm như ý mình.

Cũng theo lời trình bày của Trần Trung Đạo, muốn chữa được tâm bệnh sợ hãi vì đã bị tẩy não, người Việt Nam và nhất là giới trí thức Việt Nam phải tỉnh ngộ nhìn ra sự thật, và vượt qua được sự sợ hãi. Như vậy cộng đồng ly hương tị nạn chúng ta phải làm gì?

Thưa chúng ta phải nhất quán nói lên sự thật. Tìm đủ cách để chuyên trải, truyền đạt chính nghĩa tự do dân chủ về quê nhà Việt Nam. Muốn có một tiếng nói nhất quán trung thực, chúng ta phải vượt qua khỏi hàng rào nghi ngờ chống phá nhau. Chúng ta phải tỉnh ngộ để cùng gióng lên một tiếng nói chung. Tiếng nói đòi Tự Do Dân Chủ chủ cho quê nhà Việt Nam. Hãy nghe lời tác giả tâm tình: "*Ngọn nến trước khi tắt thường bật sáng, vì tương lai dân tộc, các ông các bà hãy sáng lên sự thật một lần trước ngày chết.*"

Cảm ơn Trần Trung Đạo đã miệt mài suy tư và quan tâm về vận mệnh và tương lai Việt Nam. Mời quí vị nhiệt tình đón nhận món quà tinh thần mà tác giả đã cống hiến cho chúng ta và cho Việt Nam.

Tiến sĩ Trần Văn Thành

TỰA

Sáng 2 tháng 7, 2004, tôi được ban tổ chức đại hội sinh viên Bắc Mỹ mời đến nói chuyện với các bạn trẻ đại diện của khoảng 50 tổ chức thanh niên sinh viên Hoa Kỳ và Canada về tham dự đại hội lần thứ nhất, được tổ chức tại đại học Emerson, thành phố Boston.

Trong buổi sáng tâm tình đó, tôi có dịp chia sẻ niềm vui khi biết các em đã trưởng thành. Sự trưởng thành của các em, không chỉ chứng tỏ một cách đơn giản bằng tiếng hô "Tôi Là Người Việt Nam" nhưng bằng việc theo dõi công việc các em đã và đang làm. Tôi sung sướng tự nhủ, những nhánh sông, những con nước trôi lạc loài trên biển ngày nào đang trên đường trở về nguồn cội.

Nếu chúng ta xuống khu người Ý để hỏi một thanh niên Mỹ gốc Ý anh là ai, chắc chắn sẽ anh sẽ trả lời rất gọn "Tôi là người Mỹ." Tương tự, nếu chúng ta qua khu người Đức để hỏi một phụ nữ Mỹ gốc Đức chị là ai, chị cũng sẽ trả lời "Tôi là người Mỹ." Nhưng một cô bé Việt Nam ở Atlanta đã trả lời với chúng tôi em là người Việt Nam. Em nói một cách chân thành.

Các em là người Việt Nam và hãnh diện là người Việt Nam, dù đa số các em có mặt đã sinh ra tại hải ngoại, và thậm chí có em chưa bao giờ đặt chân lên đất nước Việt Nam. Tôi xúc động khi biết nhiều em đã dành suốt mùa hè để học tiếng Việt. Nhiều em lo lắng không biết bao giờ mới có đủ khả năng tiếng Việt để đọc được Kiều. Nhiều em phân vân không biết các tác phẩm về chiến tranh Việt Nam do các tác giả ngoại quốc viết có phản ảnh trung thực và khách quan cuộc chiến Việt Nam hay không.

Nghe các em nói, tôi cảm thấy trách nhiệm đè nặng trên vai mình.

Qua nhiều lần tiếp xúc với các bạn trẻ, tôi hiểu được rằng, trong các thế hệ Việt Nam tỵ nạn, thế hệ của chúng tôi có nhiều may mắn nhất. Trong thời kỳ chiến tranh đẫm máu, chúng tôi còn ngồi trong trường trung học hay một, hai năm đầu đại học. Trong thời kỳ đói khổ sau 1975, chúng tôi đã vào tuổi hai mươi và có khả năng bươn chải qua ngày. Khi đặt chân sang nước ngoài, chúng tôi lại là thế hệ sở hữu những kinh nghiệm sống cần thiết để đương đầu với những khó khăn trong đời sống mới và có số vốn liếng Việt ngữ, tuy khiêm tốn nhưng cũng tạm đủ để tiếp tục học hỏi và duy trì văn hóa Việt.

Các em thì không.

Tuổi thơ của các em được ru, không phải bằng những câu ầu ơ ví dầu thân thương tha thiết nhưng là các chương trình truyền hình Mister Rogers' Neighborhood, bằng Sesame Street, Mickey Mouse. Thế nhưng các em đã ngồi lại với nhau, học hỏi lẫn nhau, tìm cách giúp đỡ cho nhau và cho quê hương của cha mẹ em đang cần được giúp.

Điều đó cho thấy, tình yêu nước Việt là một thôi thúc kỳ diệu, không đơn giản được xác định bằng tấm giấy khai sinh, bằng quốc tịch nhưng bằng máu huyết luân lưu suốt mấy nghìn năm, bằng đời sống và giáo dục gia đình, bằng truyền thống và tập tục văn hóa đã không ngừng được duy trì và phát triển tại hải ngoại. Đặc tính kế thừa và gắn bó với quê cha đất tổ đó rất khó tìm thấy trong cộng đồng của một sắc dân nào khác.

Một bằng chứng rất hùng hồn và dễ thương mà tôi chứng kiến cũng trong ngày đại hội là cách trả lời của một thí sinh trong giải Hoa Hậu Nhân Ái, một tiết mục giải trí bên cạnh chương trình đại hội. Chúng tôi đặt câu hỏi tại chỗ và hoàn toàn bất ngờ cho các thí sinh.

Câu hỏi thế này: "Nếu em chỉ có 24 giờ để sống trên đời, em sẽ làm gì trong 24 giờ đó?"

Và đây là nguyên văn câu trả lời của thí sinh trúng giải: "Nếu em chỉ có 24 giờ để sống, em sẽ dành 24 giờ đó cho ba mẹ em. Em sẽ thưa với ba mẹ em rằng em cám ơn ba mẹ đã sinh em ra, đã trải qua nhiều cực khổ từ những ngày mới đặt chân đến Mỹ để nuôi em nên người như ngày hôm nay. Em có một đứa em, nếu còn thời gian em sẽ dành cho nó, dặn dò nó chăm lo học hành, có hiếu với ba mẹ và thay em chăm sóc ba mẹ trong tuổi già."

Cô bé đứng trên khán đài cao, nhìn xuống ba mẹ em ở dưới, vừa trả lời vừa rưng rưng nước mắt, tưởng chừng 24 giờ tới đây em sẽ ra đi thật.

Em có thể đã có người yêu. Em có thể đã có hàng trăm nhu cầu, ham muốn khác của tuổi mười tám, hai mươi. Nhưng không, cuối cùng em chỉ muốn trở về với nơi em đã sinh ra. Ý thức về nguồn, qua câu trả lời không chuẩn bị trước nhưng rất tự nhiên, chân thành bằng tiếng Việt, đã cho thấy sức sống kỳ diệu của dân tộc Việt Nam. Sức mạnh của văn hóa dân tộc Việt Nam như một dòng sông dài, có lúc trôi êm ả và cũng có lúc phải vượt qua nhiều ghềnh đá cheo leo, nhưng chưa bao giờ gián đoạn.

Câu nói "Tôi là người Việt Nam" thoạt nghe qua rất đơn giản, ai cũng có thể nói được, người Việt Nam nào, dù trong nước hay đang sống ở ngoài nước, cũng có thể nói như thế. Nếu chúng ta hỏi một em du học sinh từ trong nước vừa ra đến hải ngoại, em sẽ trả lời một cách hãnh diện "Tôi là người Việt Nam" và tương tự nếu chúng ta hỏi một sinh viên Việt Nam lớn lên ở Mỹ, Canada, Đức, Pháp, Úc hay xứ nào khác, em cũng sẽ vui sướng trả lời "Em là người Việt Nam."

Tuy nhiên nếu chúng ta hỏi tiếp "Việt Nam của em là Việt Nam nào?" thái độ, phản ứng và cách trả lời của mỗi em sẽ khác.

Em sinh viên ở hải ngoại sẽ ngập ngừng, vì trước hết, em không thể tin được trên thế giới này có thể có hơn một nước Việt Nam.

Nước Việt Nam duy nhất mà em biết là một dân tộc tuy có lịch sử anh hùng, bất khuất, có tinh thần tự chủ cao độ, truyền thống giáo dục gia đình tốt đẹp nhưng hiện nay đã trở thành lạc hậu.

Việt Nam mà em biết là quốc gia có lợi tức đầu người thấp xa so với nhiều quốc gia kém phát triển khác ở Châu Phi, và với một nền kinh tế sống nhờ vào khu vực nông nghiệp và dịch vụ.

Việt Nam mà em biết là quốc gia có những người lãnh đạo đất nước già nua, độc tài, cực đoan, bảo thủ ngồi trên ghế quyền lực tròn nửa thế kỷ nhưng vẫn còn muốn duy trì quyền chuyên chế ngay cả trong lúc đang nằm trên giường bịnh chờ chết.

Việt Nam mà các em biết là một trong năm nước trên thế giới vẫn tiếp tục bám vào chủ nghĩa CS, một ý thức hệ một thời bành trướng nhờ vào chiến tranh, đấu tố, ám sát, hiện nay đã lùi xa vào quá khứ con người.

Việt Nam mà các em biết là quốc gia có hàng trăm ngàn phụ nữ chỉ vì chén cơm manh áo mà phải bán thân lưu lạc xứ người, bị đánh đập, xô đuổi, ném ra đường phố như những nô lệ tình dục thời Trung Cổ.

Việt Nam mà các em biết là quốc gia hai phần ba trong tuổi thanh niên nhưng đa số không có sức sống, không có hoài bão cho tương lai của đời mình và cho đất nước mình, sống trong chờ đợi một bình minh chưa đến và có thể sẽ không bao giờ đến trong đời họ.

Tóm lại, Việt Nam mà thế hệ trẻ ở hải ngoại biết là một dân tộc đáng yêu nhưng cũng là quốc gia đang cần một cuộc thay đổi toàn diện để hy vọng có thể hội nhập vào dòng tiến hóa của loài người.

Trái lại với một Việt Nam bi thảm đó, đối với đa số các em du học sinh từ trong nước mới sang hay đang ngồi trong trường đại học tại Việt Nam, Việt Nam mà các em được dạy là "xứ sở của anh hùng, độc lập, tự do, hạnh phúc, một đất nước, dưới sự lãnh đạo của đảng CSVN, đã liên tục đánh gục ba tên đế quốc đầu sỏ Pháp, Nhật và Mỹ. Cả thế giới nghiêng mình kính phục khi nghe nhắc đến hai chữ Việt Nam."

Nói chung, ý thức của các em là bản sao của một bài hát tuyên truyền được lặp đi lặp lại suốt mấy chục năm qua, nhiều đến nỗi đã trở thành tự nhiên như một đặc tính bẩm sinh.

Thật khó có thể tin được, giữa lúc cả nước chìm trong nạn đói của những năm sau 1975, trong đó hàng triệu người dân bị đày đi kinh tế mới, hàng triệu người không có ngay cả mỗi ngày chén cháo để ăn, nhưng trên các loa phóng thanh đầu làng cuối phố, người dân Việt Nam vẫn sáng chiều hai buổi nghe toàn là những thành quả vượt chỉ tiêu, những khẩu hiệu đầy hứa hẹn.

Khi nói đến tình trạng vong thân trí thức trong giới trẻ Việt Nam, tôi không có ý cho rằng tất cả thế hệ trẻ Việt Nam đều đánh mất quê hương trên chính quê hương mình, đều ngoảnh mặt làm ngơ trước sự chịu đựng của cha mẹ và bà con thân thuộc mình. Không. Trên kẽ đá hẹp giữa lòng núi, dù cheo leo nguy hiểm, dù gai góc bao nhiêu vẫn mọc lên những bông hoa rừng tuyệt mỹ.

Đất nước chúng ta cũng thế. Lịch sử đã chứng minh, thời đại nào người yêu nước cũng đông hơn kẻ phản dân hại nước. Trong cơn lũ độc tài áp bức kéo dài mấy chục năm qua, những búp măng non vẫn cố vươn mình lên. Nhiều khuôn mặt trẻ can đảm vẫn còn sáng suốt, bằng nhiều cách khác nhau, đang cố đánh thức thế hệ họ, đồng bào họ đang chìm trong cơn mê dài.

Thành phố nơi tôi ở là thành phố đại học nên tôi có cơ hội gặp khá nhiều sinh viên từ trong nước sang. Trong những lần gặp gỡ đó, có khi tôi cũng nghe vài em nói về một "Bác Hồ anh minh và vĩ đại", nghe các em đọc dăm bài thơ của Tố Hữu, Chế Lan Viên đầy sắc máu hận thù, và cũng có khi nghe các em nói lên niềm hãnh diện về nước Việt Nam, nơi đó, cái gì cũng vượt trên tầm thời đại. Bạn bè tôi, nhiều người cảm thấy khó chịu, đứng dậy đi ra, một số khác e ngại và từ đó tìm cách tránh xa, nhưng tôi thì không. Tôi ngồi lại.

Tôi ngồi lại và kiên nhẫn chờ đợi một cơ hội để nói với em những điều em chưa hề được nghe, cơ hội để mang các em về với thực tế đầy đau xót của đất nước, về với cái chung của anh em chúng tôi đang bị chìm khuất phía sau đám mây đen vong bản.

Tôi ở lại với các em vì tôi thật sự không tin những điều các em nói phát xuất từ trái tim trong sáng Việt Nam hay những bài thơ các em đọc phát xuất từ tâm hồn đầy ắp thi ca và nhân bản Việt Nam.

Ý thức của các em khi sinh ra giống như một tờ giấy trắng, đảng CS vẽ lên đó hình gì, sẽ hiện lên hình đó, chế độ độc tài sơn lên màu gì, sẽ hiện ra màu đó. Trách nhiệm lương tâm và đạo đức của những ai còn nghĩ đến tương lai dân tộc, không phải xé bỏ tờ giấy đó đi nhưng chỉ nên xóa đi màu đỏ của hận thù, xóa bỏ bức hình độc ác trong tâm thức của các em. Nếu làm được vậy, tấm giấy kia vẫn sẽ là tấm giấy Việt Nam. Thay vì đẩy các em về phía bóng tối, hãy giúp các em đi về phía ánh sáng của tình đồng bào, tình đất nước.

Tôi muốn nói với các em về một nước Việt Nam mà có thể các em chưa biết, một Việt Nam đang bị bỏ rơi tận đàng sau đuôi cuộc cách mạng khoa học kỹ thuật không ngừng của nhân loại. Thế giới mà các em đang đối diện không phải là thế giới mà các em đã học ở trong nước.

Sau 1975, những nhà lãnh đạo CSVN tự mãn với hào quang chiến thắng của họ đến nỗi trở nên cô lập với thế giới bên ngoài. Hậu quả của căn bịnh kiêu căng đầy hoang tưởng đó là một Việt Nam suy thoái về mọi phương diện.

Tôi muốn nói với các em về lòng yêu nước, một đức tính vô cùng cao quý và đáng ca ngợi của dân tộc Việt Nam. Chúng ta hãnh diện với truyền thống yêu nước và tinh thần tự chủ đã được may mắn kế thừa từ tổ tiên suốt bốn ngàn năm lịch sử. Nếu không nhờ tinh thần đó thì ngày nay Việt Nam không phải là nước Việt Nam mà là tỉnh Việt Nam, giống như tỉnh Quảng Đông, Quảng Tây hay đã chịu chung số phận của Mãn Châu, Nội Mông, Tây Tạng. Nhưng yêu nước là một tình yêu cần được soi sáng và hướng dẫn bằng trí tuệ chứ không phải là một thứ tình yêu cực đoan và mù quáng.

Hãy nhìn lại cuộc đấu tranh chống Thực Dân Pháp đầy gian khổ của dân tộc Việt Nam. Trong cuộc đấu tranh đó, không phải chỉ miền Bắc chống Pháp và miền Nam theo Pháp, không phải chỉ những người CS hô hào đánh Pháp và người Quốc Gia chạy theo chân Pháp. Không. Từ sông lạch miền Nam đến núi rừng Việt Bắc, nhân dân Việt Nam đã tùy theo điều kiện địa lý, hoàn cảnh chính trị của mỗi miền, và cả của mỗi người để đánh đuổi Thực Dân. Có vị chủ trương cứng rắn, có vị chủ xướng ôn hòa, có vị chủ trương võ lực, có vị chủ xướng Duy Tân. Nhưng nếu họ cùng có một tấm lòng vì nước, một đức tính trung thành và chung thủy với quê hương, nhân dân Việt Nam vẫn biết ơn họ và lịch sử Việt Nam sẽ ghi công họ.

Giới lãnh đạo CSVN thì khác, chưa đánh đuổi được ngoại xâm đã tàn sát không nương tay những người Việt Nam yêu nước mà họ nghĩ sẽ tranh quyền đoạt lợi với họ sau này. Và trong suốt nửa thế kỷ qua, giới lãnh đạo CS lại một lần nữa lợi dụng lòng yêu nước của nhân dân Việt Nam, đẩy hàng triệu thanh niên Việt Nam vào chỗ chết cho các mục tiêu bành trướng ý thức hệ CS, cho quyền lợi của đàn anh Trung Cộng, Liên-Xô dưới hình thức cuôc chiến tranh gọi là "Chống Mỹ cứu nước" vô cùng ngu xuẩn. Hôm nay, cơn lũ chiến tranh tuy đã qua đi nhưng trên cánh đồng Việt Nam vẫn còn phơi đầy thân xác anh em, máu xương của đồng bào ruột thịt.

Tôi muốn nói với các em về những kẻ trước đây đã từng ca ngợi chế độ CSVN như "ngọn hải đăng thời đại", những kẻ "mơ sáng mai thức dậy biến thành người Việt Nam" và họ là ai.

Họ là đảng CS Liên Xô thời chế độ này còn thoi thóp, họ là đảng CS Trung Hoa, họ là những nhà văn, nhà thơ chống chiến tranh và họ là lãnh tụ các phong trào phản chiến châu Âu.

Đảng CS Liên-Xô ca ngợi CSVN bởi vì chiến tranh Việt Nam đã giúp làm chậm lại cuộc chạy đua vũ khí với Mỹ mà chính họ đang dần dần kiệt quệ. Trung Cộng ca ngợi CSVN đơn giản vì nhân dân Việt Nam đã chết thay cho họ để bảo vệ biên giới phía Nam. Trong ly rượu sâm-banh của các tên lái buôn chiến tranh đế quốc chúc tụng nhau ở Nhân Dân Đại Sảnh Bắc Kinh, ở điện Kremlin có máu của đồng bào Việt Nam đổ xuống khắp ba miền. Trong tiếng cười rạng rỡ của các chủ tịch nhà nước, các tổng bí thư trong đêm liên hoan mừng chiến thắng, không phải chiến thắng của nhân dân Việt Nam nhưng vì các mục tiêu riêng của họ đã đạt được, có nước mắt của hàng triệu bà mẹ Việt Nam khóc cho những đứa con của mẹ đã gởi xác ở Trường Sơn, Khe Sanh, Bình Long, Trị Thiên, An Lộc.

Tôi muốn nói với các em, dân tộc chúng ta đã được gì sau cuộc chiến Việt Nam. Một thành quả của đảng CS mà các em nghe hàng triệu lần là thống nhất dân tộc. Vâng, thống nhất dân tộc là một nhu cầu cần thiết. Không một người Việt yêu nước nào không muốn dân tộc Việt Nam thống nhất, nhưng liệu cần thiết đến nỗi phải đổi bằng thân xác của hơn ba triệu người, hủy diệt mầm sống của bao nhiêu triệu người còn lại trong suốt nửa thế kỷ qua và hậu quả xã hội sẽ kéo dài không biết đến bao giờ. Tại sao Đông Đức không chọn con đường võ lực? Tại sao Bắc Hàn, sau cuộc thử lửa với Mỹ vào năm 1953, đã không tiếp tục chọn con đường võ lực?

Nếu Hồ Chí Minh và các nhà lãnh đạo CS thật sự là những người yêu nước, họ ít nhất phải học ở Erich Honecker và Kim Nhật Thành, dù độc ác bao nhiêu cũng biết sợ hậu quả không thể đo lường được khi phải đương đầu với Mỹ, một cường quốc mạnh nhất thế giới về khoa học kỹ thuật, kinh tế và quốc phòng.

Nếu Hồ Chí Minh và các nhà lãnh đạo CS miền Bắc thật sự là những người yêu nước, họ phải biết dừng lại ở hiệp định Geneve và chờ một cơ hội hòa bình, một giải pháp không đổ máu để thống nhất đất nước, thay vì thống nhất bằng xe tăng T54, bằng đại pháo, bằng trại tập trung, bằng nhà tù và sân bắn.

Và tôi cũng muốn nói với các em một điều hệ trọng hơn tất cả những điều đã nói, rằng, dù em sinh ra ở Huế, Hà Nội hay Sài Gòn, ở San Diego, Santa Ana, San Jose, Sydney, Victoria, Oslo, Berlin, Paris hay một nơi nào khác, em cũng nên hãnh diện để nói lớn rằng "Tôi là người Việt Nam."

Định mệnh lịch sử khắc nghiệt đã đẩy các em vào nhiều hoàn cảnh khác nhau, điều kiện trưởng thành khác nhau, nhưng tôi tin rằng, một ngày không xa, tất cả những người con yêu của mẹ Việt Nam sẽ gặp lại nhau tại một điểm hẹn huy hoàng của lịch sử, đó là ngày phục hưng dân tộc Việt Nam. Em đang ở đâu và đang làm gì, hãy nỗ lực cho ngày đẹp trời đó của dân tộc. Những buồn đau chia cắt sẽ qua đi và một nước Việt Nam mới, tự do, dân chủ, nhân bản, khai phóng sẽ ra đời.

• TUỔI TRẺ VIỆT NAM, HỌC LỊCH SỬ ĐỂ LÀM LỊCH SỬ

VIẾT TỪ XA

Khi còn hay qua làm việc ở Ấn, khi rảnh tôi thường xách máy hình đi quanh phố để ghi lại đời sống của người địa phương. Khi mỏi chân, tôi ghé mấy quán café góc đường tán gẫu với khách. Một lần, tôi đi vòng vòng như thế khá xa và đi lạc.

Trong trường hợp đó, tôi chỉ cần bước lên taxi hay gọi về văn phòng nhờ tài xế chạy đến đón là xong, nhưng tôi không làm.

Tôi ra một trò chơi với chính mình, thắng nếu cố gắng tìm cho ra đường về và thua nếu gọi taxi hay gọi về văn phòng. Tôi tìm mãi không ra khách sạn. Cuối cùng, đành đưa địa chỉ khách sạn cho một trong các bác lái xe ba bánh đang đậu một dãy dài. Bác đọc tên khách sạn và vui vẻ ra giá. Khi vừa tính bước lên xe, tôi nhìn lên hàng chữ trên bờ tường, thì ra đó là bờ tường khách sạn. Tôi chỉ tên khách sạn rồi chúng tôi nhìn nhau cười. Tôi đem chuyện này kể với một đồng nghiệp, anh chàng cũng cười và giải thích, bác tài sẽ đưa tôi đi một vòng ngắn và thả tôi xuống ở một cổng khác cũng vào khách sạn. Một trong vô số cách để sống còn trong một đất nước hơn tỷ dân và đầy hố cách ngăn về xã hội.

Tôi tìm ra đường về khách sạn ở Ấn Độ. Nhưng sáng hôm đó nếu thả tôi xuống Đà Nẵng và tự tìm đường về trong một trò chơi tương tự, tôi có thể đã thua. Tôi xa Đà Nẵng 38 năm và chưa về lại. Đà Nẵng trong tôi vẫn là một Đà Nẵng có những hàng cây sao, những chiếc ghế vuông, những tách trà nóng, những quán café Thạch Thảo, Thanh Hải, Ngọc Lan, những bãi biển Mỹ Khê, Thanh Bình, cây guitar cũ và hàng phượng đỏ trong sân trường.

Nhưng ngoại trừ những khi phải điền giấy tờ, tôi luôn nghĩ mình là người Việt Nam. Tôi không bao giờ là một nhà chính trị nhưng tôi biết mình là một người mang dòng máu Việt và quan tâm đến nước Việt.

Maximilien Robespierre có lần phát biểu sau Cách Mạng Pháp 1789 "Yêu nước là tình yêu khắc nghiệt", ông muốn nói tình yêu nước phải vượt lên trên mọi thứ tình yêu. Tôi thì khác, yêu nước, thật ra từ một lý do đơn giản, chỉ vì tôi yêu chính mình. Đời tôi gắn liền với sinh mệnh của đất nước trong một thời chiến tranh loạn lạc. Tôi cô đơn, dân tộc tôi cũng rất cô đơn. Tôi nghèo nàn, dân tộc tôi cũng rất nghèo nàn. Tôi đứng lên khi bị đời xô ngã, dân tộc tôi cũng nhiều lần đứng lên sau mỗi lần bị xô ngã. Và vì thế, tôi vẫn luôn tìm cách đóng góp để thay đổi đất nước trong điều kiện, hoàn cảnh của mình.

Trong thời gian viết, tôi nhận khá nhiều tin nhắn và thắc mắc về mọi vấn đề. Vừa rồi, có ý kiến của một cháu và cháu muốn tôi trả lời:

"...cháu nghĩ rằng chú nên nghĩ đến việc viết ra những nội dung nhẹ nhàng hơn, có tính sâu lắng và giúp người dân nhìn nhận ra những thực tế XH, nguyên nhân sâu xa của nó là, dễ hiểu thì giống như những bài của TS Alan Phan đã làm. Và cháu cùng những bạn trẻ khác cũng có nguyện vọng làm việc này, tuy nhiên có một thực tế rằng những đứa trẻ như tụi cháu hiện có giới hạn lớn về năng lực, do trường kỳ bị bào mòn tư duy trong lối giáo dục nhồi sọ của trường XHCN, và những người lớn tuổi mà có khả năng viết đủ tốt để đưa ra bản chất vấn đề như chú, có lẽ đa phần là chịu ảnh hưởng của giáo dục thời trước, hiện nay đã sinh sống ở hải ngoại."

Đó là câu hỏi và quan tâm chính đáng.

Nhưng lý do tôi không viết sát với những gì đang xảy ra và dùng các câu chuyện đó tác động vào nhận thức của người dân như một số tác giả khác trong đó có TS Alan Phan vì hai lý do:

(1) Tôi xa nhà quá lâu để có thể viết sát với những sinh hoạt hằng ngày như các anh chị em cầm bút đang sống trong nước.

(2) Những tệ nạn đang xảy ra chỉ là hiện tượng của cùng một bản chất, đó là cơ chế CS. Hiện tượng thay đổi liên tục theo những biến động bên ngoài xã hội nhưng bản chất của cơ chế thì không.

Lấy tình trạng tham nhũng để chứng minh vì tham nhũng là một hiện tượng rõ nét nhất về quan hệ bản chất và hiện tượng.

Tháng 8, 1985, một nghiên cứu mật của CIA, thời đó được xếp vào hạng tối mật, về các chiến dịch chống tham nhũng tại Liên Xô cho biết các chính sách chống tham nhũng quyết liệt của Andropov và Chernenko nhưng chết nhanh như các tác giả của chúng thực tế chỉ nhằm để nâng cao uy thế của chế độ và giới hạn của những kẻ không cùng phe phái. Điều đó đã xảy ra dưới giai đoạn đầu củng cố vàtập trung quyền lực của Tập Cận Bình, cũng như đang xảy ra tại Việt Nam.

Tham nhũng nếu làm sạch được thì CS Ba Lan đã không bị xói mòn trong đầu thập niên 1980 và CS Liên Xô đã không bị lung lay tận gốc vào giữa thập niên 1980, cuối cùng dẫn tới sụp đổ trong thời Gorbachev. Tham nhũng không thể tận diệt dưới chế độ CS bởi vì tham nhũng có tính đảng và sự tồn tại của tệ trạng xã hội này gắn liền với sự tồn tại của đảng CS.

Các vấn nạn lớn khác trong xã hội CS, từ ích kỷ, hẹp hòi, lọc lừa, dối trá cho tới thức ăn độc hại chúng ta đọc hàng ngày cũng vậy, đều có tính bản chất CS và tồn tại cùng bản chất CS.

Lấy tình trạng làm từ thiện tại Trung Cộng để chứng minh bản chất hẹp hòi, ích kỷ do chế độ CS gây ra.

Theo nghiên cứu của Giáo sư Yanzhong Huang, đại học Seton Hall, trong một bài viết trên Forbes 30 tháng 5, 2014, dù khoác lác là nước giàu có thứ hai trên thế giới và sẽ đuổi kịp Mỹ trong thời gian ngắn, Trung Cộng là nước ích kỷ, hẹp hòi nhất thế giới từ đảng tới dân.

Toàn Trung Cộng chỉ có 2,961 cơ sở từ thiện, tức chỉ bằng 3 phần trăm so với Mỹ. Cơ chế CS tạo điều kiện và đẻ ra một tầng lớp giàu có nhưng thành phần đông đảo này theo thống kê năm 2012 chỉ tặng cho từ thiện 890 triệu Mỹ Kim. Một tỷ phú Trung Cộng đã từ chối đóng góp cho từ thiện 8,100 Mỹ kim một năm nhưng đã thua bạc số tiền tương tự chỉ trong một đêm.

Theo Giáo sư Oliver Rui, Director of CEIBS Center for Wealth Management, Trung Cộng có 355 tỷ phú nhưng bị cơ quan Chỉ Số Tinh Thần Thiện Nguyện Toàn Cầu (The CAF World Giving Index) năm 2015 xếp vào hạng 144 trong số 145 nước có tinh thần thiện nguyện.

Chung quy vẫn là cơ chế chính trị.

Phê bình các hiện tượng xã hội thối nát, ích kỷ, hẹp hòi là cần thiết nhưng nếu chỉ tập trung vào việc phê bình hiện tượng hay dừng lại ở việc phê bình hiện tượng sẽ rơi vào bẫy của chế độ.

Dân trí Việt Nam còn thấp nên hệ thống tuyên truyền CS, qua nhiều giai đoạn lịch sử, đã dùng hiện tượng để giải thích và chi phối tình cảm yêu, thương, ghét, thù của người dân và họ đã thành công. Thực tế này cũng đã và đang xảy ra tại các nước đang phát triển, nơi đa số cử tri không nhìn xa khỏi căn nhà, bếp lửa và bữa cơm chiều. Nâng cao lý luận và nhận thức chính trị của người dân, nhất là trong thành phần đang dấn thân cho tương lai dân chủ của đất nước là một bức thiết.

Như câu hát "đường tuy xa nhưng tình bao la" trong bài *Dây Thân Ái*, tôi viết từ xa, sống từ xa nhưng tâm hồn tôi không xa lắm và biết đâu còn gần hơn một số người đang sống giữa quê hương.

TUỔI TRẺ VIỆT NAM, HỌC LỊCH SỬ ĐỂ LÀM LỊCH SỬ

Tôi còn nhớ rất rõ hình ảnh Sài Gòn những ngày cuối tháng Giêng ba mươi ba năm trước. Sau những trận hải chiến dữ dội chung quanh quần đảo Hoàng Sa để chống lại các lực lượng hải quân Trung Cộng đông hơn và mạnh hơn gấp nhiều lần, chiều 20 tháng 1 năm 1974, các đơn vị hải quân Việt Nam Cộng hoà đã buộc phải triệt thoái khỏi quần đảo Hoàng Sa, nơi tổ tiên chúng ta đã bao đời gìn giữ. Trong vùng biển mẹ thân yêu, từ đó đã nhuộm thêm máu của những người con ruột thịt. Các anh Ngụy Văn Thà, Nguyễn Thành Trí, Vũ Văn Bang, Ngô Chí Thành và nhiều thanh niên Việt Nam khác đã theo dấu chân của bao nhiêu anh hùng dân tộc mà đền nợ nước. Hoàng Sa rơi vào tay Trung Cộng.

Sài Gòn ngày tháng đó buồn như một đám ma. Những cụm mai vàng chào đón xuân sang không làm phai đi màu đen tang chế đang phủ trùm lên cả miền Nam. Những cuộc biểu tình rầm rộ từ Huế, Đà Nẵng, Sài Gòn, Cần Thơ không làm vơi đi nỗi buồn nhược tiểu trong lòng những người đang ưu tư cho vận nước. Những bản hùng ca xen lẫn với những tiếng kèn truy điệu của các chương trình phát thanh quân đội đã làm người dân rơi nước mắt xót thương cho số phận hẩm hiu của tổ quốc mình. Hạm đội thứ bảy hùng hậu của Mỹ khóa súng an toàn nhìn hải quân Trung Cộng đổ bộ Hoàng Sa, hai phái đoàn Việt Nam Dân chủ Cộng hoà và Chính phủ Cách mạng Lâm thời miền Nam Việt Nam từ chối lời kêu gọi của phái đoàn Việt Nam Cộng hoà tố cáo Trung Cộng xâm lăng. Đồng minh dửng dưng, đồng bào ngoảnh mặt. Có nỗi xót xa nào lớn hơn nỗi xót xa của số phận một tiền đồn và có vết thương tâm linh nào sâu hơn, đau hơn vết thương của một người mẹ bị bỏ rơi bởi chính những đứa con yêu quý của mình.

Chiều năm đó ngồi trong thư viện tôi có làm một bài thơ và viết một đoản văn. Tôi không còn nhớ bài thơ nhưng đoản văn tôi còn nhớ rất rõ, và sau này khi làm website xuQuang tôi có ghi lại trong phần tưởng niệm Hoàng Sa: "*Mỗi người Việt Nam phải ghi khắc trong tim mình: Hoàng Sa là đảo Việt Nam, là biển Việt Nam, là đất Việt Nam. Đất nước Việt Nam có khi thịnh khi suy, lịch sử Việt Nam có khi hưng khi phế, thế hệ hôm nay không giữ được Hoàng Sa nhưng không phải vì thế mà Hoàng Sa trở thành đất của Trung cộng bá quyền hay của bất cứ một quốc gia nào khác. Dân tộc Việt Nam, các thế hệ Việt Nam mai sau phải nhớ rằng: Bất cứ khi nào các điều kiện kinh tế, chính trị và quân sự cho phép, một trong những việc đầu tiên là phải lấy lại Hoàng Sa.*"

Ba mươi ba năm sau. Cũng những ngày cuối năm, ngồi xem hình ảnh các cuộc biểu tình ở Hà Nội, đọc bản tin được viết vội vàng trên đường phố Sài Gòn, đọc danh sách của những người ký tên, trong đó đa số là tuổi trẻ, để phản đối Trung Cộng vi phạm lãnh thổ Việt Nam trên Internet, tôi vui mừng và cảm động. Trung Cộng không phải vì các cuộc biểu tình của các em mà trao trả lại Hoàng Sa, Trường Sa cho Việt Nam, nhưng chắc chắn sẽ ảnh hưởng đến việc thực thi chính sách bá quyền của họ trên biển Đông. Để duy trì mức phát triển kinh tế hiện nay và chạy đua với các cường quốc kinh tế, Trung Cộng đang cần sự ổn định chính trị và kinh tế hơn bất cứ quốc gia nào khác trong vùng.

Nhìn các em tôi lại nhớ đến chính mình. Đường phố Sài Gòn, nơi các em đang đứng hôm nay cũng là nơi tôi đã đứng đọc từng tên của những người đã ở lại trong lòng biển cả. Khẩu hiệu "Hoàng Sa là của Việt Nam" cũng là khẩu hiệu mà sinh viên chúng tôi đã hô ba mươi ba năm trước. Chúng ta có thể còn vài điểm khác nhau nhưng có chung một tổ quốc. Đó là điều hệ trọng. Lòng yêu nước đã thúc giục các em vượt qua bức tường sợ hãi, bất chấp sự ngăn cản của Đảng, của nhà nước, của ban lãnh đạo trường để cùng xuống đường nói tiếng của một người Việt Nam khi tổ quốc lâm nguy. Lịch sử bao giờ cũng mang tính thời đại, và trang sử Việt Nam hôm nay đang được viết bởi các em, những người Việt Nam đang đứng trước toà đại sứ Trung Cộng ở Hà Nội, trước lãnh sự quán Trung Cộng ở Sài Gòn. Và cũng qua những biến cố lịch sử này, các em sẽ có cơ hội thấy những sự thật đắng cay, những bài học bẽ bàng mà từ trước đến nay đã bị che lấp bởi hệ thống tuyên truyền lừa dối của Đảng. Các em đang học lịch sử và đang làm lịch sử.

Trong các cuộc xung đột về lãnh thổ, bằng chứng và di tích lịch sử thì bên nào cũng có thể có nhưng văn kiện pháp lý được cả hai bên xung đột công nhận thì thường rất hiếm hoi. Tôi nhớ có đọc đâu đó một câu chuyện bên lề các cuộc đàm phán giữa Trung Cộng và Liên Xô về chủ quyền của các đảo Trân Bảo, Ẩn Long và Hắc Hạt Tử trong khu vực sông Ussuri. Theo câu chuyện này, mỗi lần có một cuộc họp giữa hai nước, phái đoàn Trung Cộng thường chở theo cả một toa xe lửa chứa đầy tài liệu và đồ vật để chứng minh chủ quyền Trung Cộng trên các đảo này. Trung Cộng là một nước đông dân, diện tích rộng, có nền văn minh phát triển rất sớm, có chiều dài lịch sử mấy ngàn năm, do đó, việc tổ tiên họ đã từng đến, từng đi đánh cá, từng đặt chân, từng mô tả trong văn chương thơ phú về các hòn đảo đó thì cũng không có gì là đáng ngạc nhiên. Những tài liệu phía Trung Cộng đưa ra hay vật dụng họ góp nhặt được dù bao nhiêu cũng không thuyết phục được Liên Xô về chủ quyền của Trung Cộng trên lãnh thổ đang bị tranh chấp.

Sau hơn 20 năm đánh rồi đàm, một hiệp ước biên giới Nga - Hoa đã được ký kết lần đầu vào tháng 10 năm 1995 và lần nữa vào tháng 10 năm 2004. Theo nội dung hiệp ước, phần thắng nghiêng về phía Trung Cộng nhiều hơn. Trung Cộng được kiểm soát cả hai đảo Trân Bảo, Ẩn Long và một nửa Hắc Hạt Tử. Giả thiết hiệp ước này được ký kết vào năm 1969, với nội dung tương tự, có lẽ nhân dân Trung Cộng đã được nghỉ một tuần lễ để ăn mừng chiến thắng và ngày ký đã trở thành ngày lễ lớn của quốc gia. Nhưng hiệp ước ký kết vào tháng 10 năm 2004 trôi qua gần như trong âm thầm. Cả Trung Cộng và Nga đều biết, ngay từ trong căn bản, lý do chính của xung đột không phải là lãnh thổ mà là sự tranh chấp quyền lực, uy thế của hai nước CS đàn anh trong phong trào CS quốc tế. Về phía Nga, sau khi Liên Xô sụp đổ, họ cần sự ổn định để phục hồi nền kinh tế gần như bị phá sản, và do đó sự xung đột chủ quyền trên các đảo vốn không chứng tỏ một tiềm năng kinh tế nào đã không còn lý do để kéo dài thêm.

Việc xung đột lãnh thổ với Việt Nam thì khác. Để chứng minh chủ quyền của Trung Cộng trên Hoàng Sa và Trường Sa,

www.ingramcontent.com/pod-product-compliance
Lightning Source LLC
LaVergne TN
LVHW060313051026
849517LV00004B/1090
9798349259913

chính quyền Trung Cộng không cần phải chở một toa xe lửa tài liệu hay bằng chứng nào cả. Những lời tuyên bố của phát ngôn viên chính phủ Trung Cộng dù nói vòng vo từ chuyện đời xưa đến đời nay cho có lệ, cuối cùng cũng chỉ rút trong túi ra một văn kiện dài vỏn vẹn 121 chữ tính cả phần chào hỏi nhưng lại đầy thuyết phục, đó là công hàm của Thủ tướng chính phủ Việt Nam Dân chủ Cộng hòa Phạm Văn Đồng. Nội dung chính của công hàm: "*Thưa đồng chí Tổng lý. Chúng tôi xin trân trọng báo tin để đồng chí Tổng lý rõ: Chính phủ nước Việt Nam Dân chủ Cộng hoà ghi nhận và tán thành bản tuyên bố ngày 4-9-1958 của Chính phủ nước cộng hoà nhân dân Trung Hoa quyết định về hải phận của Trung Quốc. Chính phủ nước Việt Nam Dân chủ Cộng hoà tôn trọng quyết định ấy và sẽ chỉ thị cho các cơ quan Nhà nước có trách nhiệm triệt để tôn trọng hải phận 12 hải lý của Trung Quốc trong mọi quan hệ với nước Cộng hoà nhân dân Trung Hoa trên mặt bể. Chúng tôi xin gửi đồng chí Tổng lý lời chào trân trọng*".

Khi đọc bản tuyên bố này lần đầu cách đây khá lâu thú thật tôi không tin đó là văn bản thật mà là tài liệu giả mạo do Trung Cộng viết hay chỉ là sản phẩm tuyên truyền của một tổ chức chống cộng nào đó dựng lên để bêu xấu Đảng. Hai tiếng Hoàng Sa và Trường Sa thân thương quen thuộc từ bao đời là một phần của ngôn ngữ Việt Nam như hai quần đảo vẫn được xem là phần da thịt, máu xương bất khả phân ly của thân thể Việt Nam.

Các chính phủ Trung Cộng, Philippines, Malaysia có quyền không công nhận Hoàng Sa và Trường Sa là của Việt Nam hay hoàn toàn của Việt Nam. Nhân dân Trung Cộng, Philippines, Malaysia, Đài Loan, Brunei cũng có thể cho rằng Trường Sa là đất của họ. Tình cảm đất nước là một tình cảm thiêng liêng

nhưng cũng ít nhiều bảo thủ mà dân tộc nào cũng có. Tình cảm đó cũng cần được xem xét và tôn trọng. Các quốc gia tranh chấp phải giới thiệu các bằng chứng lịch sử, các văn kiện pháp lý trong một hội nghị quốc tế đa phương để thương thảo và tìm một giải pháp phù hợp với công pháp quốc tế cũng như quyền lợi của các nước trong vùng tranh chấp. Những hòn đảo không người ở, những triền đá nhọn nhô lên giữa đại dương mênh mông từ mấy ngàn năm, trong thời đại dầu hoả bỗng trở thành quan trọng, việc xung đột vì thế là điều khó tránh; tuy nhiên, sự kiện một ông thủ tướng Việt Nam nhân danh nước Việt Nam để công nhận hai quần đảo Hoàng Sa và Trường Sa là của Trung Cộng mà không cần phải đưa ra trước quốc hội để biểu quyết, không cần tranh luận, hội họp, không cần phải bắn nhau một viên đạn nào, quả là một việc không thể nào tin được và đương nhiên cũng không thể nào chấp nhận được.

Văn bản do ông Phạm Văn Đồng ký là một vết nhơ trong lịch sử dân tộc và tên tuổi ông Phạm Văn Đồng cũng sẽ dơ như chữ ký của ông. Tuy nhiên, thật bất công nếu chỉ đổ tội lên một mình ông Phạm Văn Đồng. Trong cương vị Thủ tướng, ông phải là người ký công hàm gởi cho Chu Ân Lai, Thủ tướng Cộng hoà Nhân dân Trung Hoa, nhưng ông Phạm Văn Đồng không phải là người tự quyết định mà chỉ thừa hành quyết định chung của Bộ Chính trị Trung ương Đảng. Vào thời điểm tháng 9 năm 1958, những người sau đây phải chịu trách nhiệm cho việc triều cống hai quần đảo Hoàng Sa và Trường Sa cho Trung Cộng, và danh sách của họ được sắp xếp theo thứ tự trong Bộ Chính trị Đại hội lần II năm 1951 cũng như được bổ túc trong những năm sau đó: Hồ Chí Minh, Trường Chinh, Lê Duẩn, Võ Nguyên Giáp, Phạm Văn Đồng, Nguyễn Chí Thanh,

Lê Đức Thọ, Phạm Hùng, Nguyễn Duy Trinh, Lê Thanh Nghị, Hoàng Văn Hoan.

Tại sao họ đã làm như thế?

Họ bị áp lực của Trung Cộng?

Không. Không có một tối hậu thư nào của nhà cầm quyền Trung Cộng buộc Việt Nam phải thừa nhận Hoàng Sa và Trường Sa thuộc về Trung Cộng, nếu không họ sẽ dùng võ lực để tiến chiếm hai quần đảo, vượt biên giới Lạng Sơn hay đổ bộ lên Hải Phòng. Cho dù có tối hậu thư đi nữa thì cũng không phải lần đầu Việt Nam nhận tối hậu thư của quân xâm lược. Trước đây, các vua Lý, vua Trần đã nhận và mới đây Hoàng Diệu, Nguyễn Tri Phương đã nhận, và các anh hùng dân tộc đã chọn chiến đấu tới cùng và đã chết trên nắm đất của tổ tiên thay vì dâng thành cho giặc.

Trên thế giới chưa có một cuộc phân định biên giới nào giữa hai quốc gia mà không phải trải qua những hội nghị, những cuộc thảo luận, đo đạc cần thiết về các giới hạn trên biển cả cũng như lằn ranh trên đất liền. Trong các nguồn tài nguyên thiên nhiên, đất là quan trọng nhất. Câu "tấc đất tấc vàng" không chỉ đúng cho trường hợp một nước đất hẹp người đông như Việt Nam mà đúng cho bất cứ quốc gia nào trên thế giới.

Hãy lấy trường hợp Bắc Hàn làm ví dụ. Nếu theo dõi các hội nghị về biên giới giữa Trung Cộng và Bắc Hàn chúng ta có thể nghĩ rằng Trung Cộng muốn gì chắc là được nấy, muốn vẽ biên giới đâu thì vẽ. Không. Bắc Hàn tự cô lập khỏi thế giới giới văn minh, trong nhiều năm đã lệ thuộc vào Trung Cộng không những chính trị, ngoại giao mà cả từng chén cơm manh áo, nhưng họ nhất định không nhượng cho Trung Cộng một tấc

đất nào qua các hội nghị về đường biên giới dài 1416 kilomét giữa hai nước. Mặc dù cai trị đất nước bằng một lý thuyết ngu dân hoang tưởng, bằng một chính sách độc tài sắt máu bị phần lớn nhân loại rẻ khinh, xa lánh, cha con Kim Nhật Thành ít ra có một điểm đáng khen mà giới lãnh đạo Đảng CSVN không có, đó là quyết tâm giữ đất của tổ tiên họ để lại.

Nhiệt tình cao độ của giới lãnh đạo Đảng CSVN chắc đã làm không chỉ Mao mà cả Trung ương Đảng CS Trung Quốc phải ngạc nhiên hết sức. Tôi tin bộ chính trị Đảng CS Trung Quốc hẳn đã tốn rất nhiều thời gian, tổ chức nhiều phiên họp tìm hiểu, phân tích, đánh giá nội dung công hàm của ông Phạm Văn Đồng để xem phía Việt Nam có ẩn ý gì trong 121 chữ đó không, chẳng lẽ Việt Nam tự nguyện dâng hai quần đảo một cách dễ dàng như thế.

Không, không có ẩn ý, âm mưu nào cả ngoài việc chứng tỏ lòng trung thành tuyệt đối của Đảng CSVN với Mao Trạch Đông và Đảng CS Trung Quốc.

Cấp lãnh đạo Trung ương Đảng thời đó còn lo ngại đàn anh Trung Cộng không tin vào lòng dạ chí thành của mình nên đã cho đăng toàn bộ nội dung công hàm trên báo *Nhân dân* ngày 22 tháng 9 năm 1958 để toàn Đảng, toàn dân và toàn thế giới biết hai quần đảo Hoàng Sa và Trường Sa từ nay không còn là của Việt Nam nữa. Không giống như hiệp ước biên giới Việt Trung vào các năm 1999 và năm 2000 được ký kết lén lút đến mức ngay cả những ông bà đại biểu quốc hội khi đưa tay phê chuẩn cũng không biết nội dung hiệp ước nói gì, chính phủ Việt Nam Dân chủ Cộng hòa, qua công hàm 1958, chẳng những "ghi nhận", "tán thành" mà còn chỉ thị cho các cấp "triệt để tôn trọng" hải phận 12 hải lý kể từ đất liền của lục địa Trung

Hoa, có đính kèm luôn bản đồ về đường ranh giới lãnh hải, bao gồm cả Hoàng Sa lẫn Trường Sa.

Tại sao họ đã làm như thế?

Họ không rành lịch sử Việt Nam?

Chẳng lẽ họ chưa thấm thía câu "Đồng trụ chiết, Giao chỉ diệt" và không cảm thông cho sự chịu đựng vô bờ bến của tổ tiên suốt một ngàn năm qua bốn lần Bắc thuộc, phải xuống biển tìm ngọc trai, lên non tìm sừng tê, ngà voi, bạc vàng châu báu hay sao?

Tôi không nghĩ vậy, vì ít nhất trong số 11 ủy viên Bộ Chính trị thời đó cũng có một người đã từng dạy sử. Họ làm thế chỉ vì niềm tin tuyệt đối vào chủ nghĩa CS. Niềm tin mù quáng vào một xã hội đại đồng đã làm giới lãnh đạo Đảng CSVN nghĩ rằng Mao Trạch Đông, Lưu Thiếu Kỳ, Chu Ân Lai và những người CS Trung Quốc mà họ đang thần phục là những bậc thánh hiền chứ không phải là giống dân đã hàng ngàn năm đày đọa tổ tiên Việt Nam.

Nguyên Bộ trưởng Ngoại giao Việt Nam Nguyễn Mạnh Cầm đã thú nhận sự lệ thuộc vào Trung Cộng hay đúng hơn là quan hệ chủ tớ này trong một cuộc họp báo tại Hà Nội ngày 2 tháng 12 năm 1992 và được Thông tấn xã Việt Nam loan ngày 3 tháng 12 năm 1992: "*Tình hữu nghị Việt - Trung đang thắm thiết và hai nước hoàn toàn tin cậy lẫn nhau. Việt Nam xem Trung Quốc là một nguồn hỗ trợ to lớn và giá trị. Trong tinh thần đấy thì do tình thế cấp bách, quan điểm của lãnh đạo ta (tức ủng hộ Trung Quốc công bố chủ quyền của họ trên các quần đảo Hoàng Sa và Trường Sa) là cần thiết vì nó phục vụ cho cuộc chiến bảo vệ tổ quốc.*"

Cuộc chiến bảo vệ tổ quốc mà ông Nguyễn Mạnh Cầm nhắc trong buổi họp báo nêu trên, tương tự như khi ông Phạm Văn Đồng trả lời báo *Far Eastern Economic Review* tháng 3, 1979 hay hầu hết các lãnh đạo Đảng khác đã nhiều lần viện dẫn là "cuộc chiến chống Mỹ cứu nước", thế nhưng, năm 1958, ngoại trừ một số ít nhân viên thuộc Nhóm Cố vấn Quân sự (Military Assistance Advisory Group), làm gì có quân Mỹ để mà chống?

Tại sao họ đã làm như thế?

Khi đem hai quần đảo vô cùng quan trọng của đất nước về chiến lược quân sự cũng như về tiềm năng kinh tế dâng hiến cho Trung Cộng để gọi là " bảo vệ tổ quốc" thì tổ quốc mà các giới lãnh đạo Đảng cần phải bảo vệ là tổ quốc nào?

Như giải thích trong hầu hết tài liệu học tập, giáo trình trung, đại học tại Việt Nam, người CS không có tổ quốc theo nghĩa thông thường mà chúng ta thường hiểu. Khái niệm tổ quốc đối với giới lãnh đạo Đảng CSVN không chỉ đơn thuần là dải giang sơn từ ải Nam Quan đến mũi Cà Mau mà bao nhiêu thế hệ tiền nhân đã dày công gìn giữ, không phải chỉ gồm 40 triệu người ngày đó hay 80 triệu người ngày nay có cùng huyết thống, cùng một ngôn ngữ, cùng một lịch sử, mà phải là tổ quốc xã hội chủ nghĩa, một đất nước bị thống trị trong bàn tay sắt của Đảng CS. Mục đích của Đảng như đã đề ra trong Đại hội Đảng lần thứ II tại Tuyên Quang bao gồm giai đoạn từ 1951 đến 1960: "Giải phóng hoàn toàn miền Bắc, tạo tiền đề vững chắc để tiếp tục cuộc cách mạng dân tộc dân chủ nhân dân ở miền Nam." Năm 1958, một nửa nước chưa trở thành chủ nghĩa xã hội và do đó mục đích của Đảng chưa hoàn thành. Để thôn tính miền Nam và hoàn thành mục đích CS hóa cả nước, họ cần súng đạn của Liên Xô và Trung Cộng. Hoàng Sa và Trường Sa là giá mà giới

lãnh đạo Đảng phải ứng trước để đổi lấy nhiều vạn trái mìn, mấy trăm ngàn khẩu AK, mấy ngàn chiếc tăng đủ loại để đem về cày xéo lên các thành phố miền Nam, đốt cháy thôn làng miền Nam và tàn sát nhiều triệu dân miền Nam vô tội.

Tuổi trẻ phải làm gì?

Đứng trước sự phân hóa, chia rẽ do hậu quả của mấy trăm năm phong kiến, đế quốc thực dân và CS, chọn lựa duy nhất của thế hệ trẻ Việt Nam ngày nay là đoàn kết và vượt qua mọi thử thách để đoàn kết thành một khối đúng như khẩu hiệu "Ta là một" mà các em đang phát động trong nước.

Lịch sử như một dòng sông. Dòng sông Việt Nam vẫn chảy dù phải băng qua bao nhiêu ghềnh đá cheo leo. Tương tự, các thế hệ Việt Nam lớn lên và vẫn phải tiếp tục nhận lãnh trách nhiệm lịch sử của thế hệ mình.

Tuổi trẻ Việt Nam ngày nay không cần một ngọn hải đăng của bất cứ cường quốc nào để rọi sáng đêm tối trời dân tộc, nhưng ngay từ trong lòng họ đã bùng cháy lên ngọn đèn tự chủ được thắp sáng bằng tâm thức Việt Nam. Tuổi trẻ Việt Nam ngày nay không cần chờ đợi một minh quân ra đời hay một lãnh tụ xuất hiện để dẫn dắt họ trên đường cứu nước bởi vì chính họ sẽ là những minh quân của thời đại và con đường dẫn đến điểm hẹn lịch sử được soi sáng bằng trí tuệ Việt Nam.

Tuổi trẻ Việt Nam ngày nay không cần vay mượn một chủ nghĩa, một ý thức hệ, một lý thuyết ngoại lai nào làm kim chỉ nam để giải phóng dân tộc, bởi vì chính họ đã được trang bị bằng các đặc tính dân tộc, nhân bản và khai phóng kết tinh và kế thừa từ hơn bốn ngàn năm lịch sử.

Lãnh đạo Đảng đã, đang và chắc sẽ làm tất cả những gì họ có thể làm để ngăn cản các cuộc biểu tình dù ôn hoà và bất bạo động của tuổi trẻ Việt Nam. Tuần trước họ ra chỉ thị cấm biểu tình, tuần này họ chụp mũ các em chống phá trật tự xã hội, tuần sau họ sẽ đem xe chữa lửa đến đàn áp và tuần sau nữa có thể trục xuất khỏi trường, bắt giam, kết án, tù đày. Tuy nhiên, lịch sử đã nhiều lần chứng minh, khi một chế độ chỉ còn trông cậy vào các phương tiện bạo lực trấn áp để tồn tại, chỉ còn biết sử dụng bộ máy công an kềm kẹp để duy trì quyền cai trị, ngày tàn của chế độ đó chỉ là vấn đề thời gian. Hành động tuyệt vọng của Nicolae Ceausescu khi ra lệnh công an bắn vào cuộc biểu tình của nhân dân Romania sáng ngày 17 tháng 12 năm 1989 chỉ để dẫn đến bản án tử hình dành cho vợ chồng ông ta một tuần sau đó. Lãnh tụ CS Slobodan Milosevic một thời là tổng thống Serbia đầy quyền lực nắm trọn quyền sinh sát trong tay, cuối cùng cũng phải chết trong tù. Erich Honecker hung thần Đông Đức, Idi Amin đao thủ phủ của Uganda hay Mobuto bạo chúa của Uganda đều đã gởi tấm thân tàn trên đất khách, để lại tiếng xấu muôn đời. Nếu giới lãnh đạo Đảng CSVN còn nghĩ đến tương lai của chính họ và còn biết lo cho tương lai của đất nước, họ phải chọn đứng về phía dân tộc.

Con đường duy nhất để đạt đến một tương lai tự do, dân chủ, nhân bản và thịnh vượng là con đường dân tộc và cũng chỉ có một Việt Nam tự do, dân chủ, nhân bản và thịnh vượng các thế hệ Việt Nam mai sau mới có cơ may giành lại được Hoàng Sa và Trường Sa.

NHỮNG THỬ THÁCH CỦA TUỔI TRẺ VIỆT NAM

(Thuyết trình tại Hội Thảo "Hướng Đi Nào Cho Dân Tộc Việt Nam?" do Trung Tâm Dân Chủ cho Việt Nam tại Montréal tổ chức ngày 22 tháng 6 năm 2002)

Trong suốt quá trình 27 năm dài đấu tranh vì tự do dân chủ của dân tộc Việt Nam, phần lớn các lực lượng, các tổ chức, đoàn thể và các nhà hoạt động nhân quyền dân chủ hải ngoại, dù không phân định một cách chính thức hay công bố một cách công khai, đều chia sẻ nhau một quan niệm chung, rằng các lực lượng đấu tranh tại hải ngoại chỉ có thể và chỉ nên đóng vai trò xúc tác, vai trò một lực lượng yểm trợ từ xa. Trong lúc đó, các lực lượng trong nước mới thật sự là lực lượng chủ động, chính yếu, giữ vai trò tiên phong trong công cuộc giải thể chế độ CS và xây dựng một nước Việt Nam độc lập, dân chủ, thịnh vượng, có đầy đủ chủ quyền và toàn vẹn lãnh thổ.

Quan niệm trong nước đóng vai trò chủ động hay nói một cách khác, thái độ "chờ đợi và nhường nhịn" này phát xuất từ hai lý do chính: Thứ nhất, tôn trọng quyền tự quyết của người dân trong nước và thứ hai, các lực lượng, đảng phái, tổ chức, đoàn thể đấu tranh đặt cơ sở từ nước ngoài chưa đủ mạnh.

Dù với quan điểm nào và lý do gì, hai mươi bảy năm sau, số phận Việt Nam vẫn còn đang chới với giữa lòng vực thẳm. Chưa bao giờ trong lịch sử, dân tộc chúng ta lại phải cùng lúc đương đầu với hai kẻ thù nguy hiểm: một tập đoàn nội thù tham nhũng, thối nát và phản quốc đang cầm quyền và một cường quốc ngoại xâm đang chiếm đóng những phần lãnh thổ thiêng liêng của tổ quốc.

Về mặt xã hội, sau 27 năm, theo thông báo chính thức của cơ quan UNICEF, đất nước Việt Nam thời đại mà đảng CSVN gọi là "thời đại Hồ Chí Minh" có 120,000.00 gái bán dâm. Gần một nửa trong số đó là những cô gái vị thành niên, với hàng ngàn em dưới 15 tuổi. Những người con gái bất hạnh đó xuất phát từ các gia đình nghèo khó, phải đấu tranh để tồn tại trong một xã hội không dành cho họ một chỗ đứng, một cơ hội sinh tồn nào khác. Cơ quan y tế Liên Hiệp Quốc lo ngại không bao lâu nữa Việt Nam sẽ trở thành một Bangkok thứ hai. Theo tài liệu nghiên cứu của Giáo Sư Donna M. Hughes, thuộc trường Đại Học Rhode Island và là nhà biện hộ quốc tế chống nô lệ tình dục trẻ em, hầu hết 55,000.00 gái điếm đang hành nghề tại Phnom Penh đã đến từ Việt Nam và một phần ba trong số đó dưới 18 tuổi.

Và khách hàng mua dâm là ai? Theo bản phân tích của hãng tin Đức Deutsche Press-Agenture và cũng theo Giáo Sư Donna M. Hughes, hai phần ba khách mua dâm là cán bộ đảng viên và công nhân viên nhà nước từ hạng trung đến cao cấp. Họ là những kẻ, ban ngày làm giàu trên máu xương của đồng bào, và ban đêm đi tìm lạc thú trên da thịt rã đau, trong nước mắt tủi hờn của những người phụ nữ Việt Nam chân yếu tay mềm, và

tàn nhẫn hơn nữa, trên thân xác của đứa trẻ thơ bằng tuổi con cháu họ.

Trong lãnh vực quân sự quốc phòng, nhà cầm quyền CSVN hoàn toàn không có khả năng bảo vệ đất nước. So với cuộc chạy đua vũ trang để hiện đại hóa quốc phòng sôi nổi hiện nay tại các quốc gia Á Châu, Việt Nam về mặt tỉ lệ, coi như đã trở về với thời tầm vông vót nhọn xa xưa. Các cao điểm Lạng Sơn, Đồng Đăng không phải chỉ lọt vào tay Trung Cộng theo hiệp định biên giới ngày 25 tháng 12 năm 2000 mà đã mất từ 1984. Một tài liệu quân sự do trung tâm Internet Quốc Phòng Trung Quốc (Chinadefence.com - The premier Web resources on the Chinese military) công bố vào đầu năm 2002, ghi lại lời kể của một sĩ quan chỉ huy trung đoàn Pháo Binh Trung Cộng, về những trận đánh mà họ gọi là cuộc chiến Việt Trung lần thứ 2 vào năm 1984, trong đó, Việt Nam đã chịu đựng những thất bại nặng nề và nhục nhã. Cao điểm Lão Sơn đã rơi vào tay Trung Cộng vào ngày 1 tháng 7 năm 1984.

Về mặt kinh tế, người dân Việt Nam chưa bao giờ phải sống trên một đất nước nghèo nàn về kinh tế so với các nước lân cận trong vùng như hiện nay. Nhật Bản chỉ cần vỏn vẹn 7 năm sau thế chiến thứ 2 để phục hồi toàn bộ chủ quyền, và 15 năm sau được xem như một cường quốc kinh tế thế giới. Đại Hàn chỉ cần 8 năm sau khi chiến tranh Quốc Cộng chấm dứt vào 1953 để bắt đầu kế hoạch phát triển kinh tế diệu kỳ mở đường cho việc trở thành một con rồng Châu Á. Singapore chỉ cần 10 năm sau khi tách rời khỏi Liên Bang Mã Lai vào 1965 để trở thành cảng trung chuyển và trung tâm tài chánh lớn của Á Châu ngày nay với lợi tức bình quân đầu người năm 2000 là 27,700.00 Mỹ kim. Xin đừng đổ thừa vì họ đã phát triển nhờ Đô-la Mỹ. Đồng

Đô-la không phải là chiếc đũa thần để có thể biến Nhật Bản, Đại Hàn, Singapore trở nên những cường quốc nếu những nhà lãnh đạo Nhật Bản, Đại Hàn, Singapore không đủ khôn ngoan, không biết nỗ lực, không biết vươn lên, không biết vận dụng lấy cơ hội, không biết nhìn xa vì tương lai của con cháu họ.

Trách nhiệm cứu nước, nhất là với một đất nước có đến 65 phần trăm dân số dưới 30 tuổi, sẽ thuộc về ai? Không cần phải suy nghĩ, chắc chắn chúng ta đều đồng ý là tuổi trẻ. Đơn giản bởi vì tuổi trẻ là tương lai và là biểu tượng cho sức mạnh của dân tộc. Khi nói về tuổi trẻ, chúng ta thường nói đến tuổi của khai phóng và sáng tạo. Tuy nhiên, sau 27 năm, tinh thần Trần Quốc Toản, Đinh Bộ Lĩnh trong tuổi trẻ tại Việt Nam đã không hay đã chưa xuất hiện. Một Lê Chí Quang bất khuất, một Phạm Hồng Sơn anh hùng, một Nguyễn Vũ Bình can đảm là những ngọn đuốc sáng, là những thanh niên Việt Nam xứng đáng cho chúng ta nghiêng mình kính trọng. Tuy nhiên, một vài ngọn đuốc không đủ soi sáng một khu rừng già gần ba mươi năm chìm trong tăm tối, một vài tiếng nói không thể át đi được tiếng gầm của bầy thú dữ.

Thế còn bao nhiêu triệu thanh niên Việt Nam khác đã và đang đi về đâu?

Để đi tìm tuổi trẻ trong nước, chúng tôi xin trích dẫn 2 quan điểm, từ một người cầm bút và từ một thanh niên. Nhà văn Dương Thu Hương nhận định như sau đây về tuổi trẻ trong nước "tuổi trẻ không còn lý tưởng, họ đang lao vào cuộc sống thác loạn và xem đó như là cách trả thù cho những thế hệ cha ông đã lừa gạt họ." Tuổi trẻ mà nhà văn Dương Thu Hương muốn nói đây là tuổi trẻ miền Bắc, thế hệ đã bị đảng nhử bằng

chiếc bánh vẽ độc lập, tự do, hòa bình, thống nhất để rồi bị đẩy vào vũng lầy chiến tranh, nghèo đói, tham nhũng, thối nát.

Đối với tuổi trẻ sinh ra và lớn lên ở miền Nam, nhà báo quen thuộc về các vấn đề Việt Nam, ông Andrew Lam của tờ San Jose Mercury trích lời của một thanh niên tên là Tuấn tuyên bố với ông ta, trong thời gian ông đến Việt Nam làm phóng sự "Chúng tôi bị lừa gạt. Trước đây, tôi biết chủ nghĩa CS là sai khi tôi phải học thuộc lòng lý thuyết Mác nhưng không biết tại sao mình phải học. Khi Việt Nam mở cửa, tôi có được dịp xem ti-vi, đọc báo và qua đó tôi ý thức rằng những quốc gia khác giàu có biết bao nhiêu, phim ảnh của họ làm đẹp biết bao nhiêu, con người họ cũng đẹp đẽ biết bao nhiêu. Nhìn lại Việt Nam, tôi cảm thấy buồn. Đừng nói chi là Mỹ, ngay cả Thái Lan, Đại Hàn, Mã Lai cũng hơn Việt Nam quá xa. Việt Nam không có gì để nói, để khoe khoang và giới thiệu. Việt Nam chỉ là một quốc gia bị lãng quên trong nghèo đói."

Từ hai nhận xét trên, chúng ta thấy rằng tuổi trẻ Việt Nam, dù nam hay bắc, đều bất mãn chế độ. Tuy nhiên, dù bất mãn, tuổi trẻ Việt Nam trong nước, từ Bắc đến Nam, đã có những thái độ và phản ứng tiêu cực trước những áp bức chính trị và những bất công xã hội. Thay vì đứng lên đạp đổ chính quyền CS, thay vì biểu tình xuống đường chống đối, họ đã sống trong lãng quên bằng những cuộc đua xe gắn máy bạt mạng, bằng cuộc sống buông thả, sa đọa, trụy lạc. Cho đến nay, sau 27 năm, ngoài trừ vài phong trào nhỏ, tuổi trẻ trong nước đã không hay ít nhất chưa cho chúng ta thấy họ sẽ là lực lượng chủ động trong nỗ lực đưa dân tộc Việt Nam thoát ra khỏi xích xiềng CS, đưa dân tộc Việt Nam ra khỏi nghèo nàn lạc hậu.

Nhiều lý do đã làm tiêu tan năng lực tuổi trẻ Việt Nam trong nước, tuy nhiên, lý do hàng đầu vẫn là chính sách giáo dục rập khuôn theo phương pháp Thực Dân đã từng dùng để ru ngủ các thế hệ trẻ Việt Nam trong thời Pháp thuộc. CS ngày nay, tương tự, đã cổ võ các đam mê cá nhân ích kỷ, trụy lạc, sa đọa, những tư tưởng vong thân, xa dần lịch sử văn hóa dân tộc. Nhiều thanh niên nam nữ Việt Nam ngày nay thuộc lòng tên tuổi của từng cầu thủ bóng đá tận các quốc gia Senegal, Tunisia xa lạ nhưng hoàn toàn không có một phản ứng gì khi nghe thứ trưởng Ngoại Giao Lê Công Phụng tuyên bố công khai trên báo chí ngày 28 tháng 1 năm 2002: "Chúng ta công nhận ải Nam Quan là của Trung Quốc."

Chính sách "trồng người" của đảng quả thật đã tác hại vô cùng trầm trọng đến sức đề kháng của tuổi trẻ Việt Nam. Chính sách giáo dục CS là một loại vi trùng tư tưởng cực độc có khả năng lấn át cả ý thức dân tộc và truyền thống yêu nước đã được hun đúc từ trên bốn ngàn năm trong mỗi con người Việt Nam. Hòa Thượng Thích Quảng Độ đã vạch ra: "*Đạo lý phải là sự phát triển tự do của những nền tín ngưỡng lâu đời dung hòa với nếp sống văn minh hiện đại. Giáo dục không thể chìm đắm như hiện nay trong mục tiêu duy ngã vụ lợi và chủ nghĩa kim tiền, biểu thị cho ý thức hệ chà đạp nhân phẩm.*"

Lịch sử 70 năm của đảng CSVN là một chuỗi những lợi dụng một cách bất nhân lòng yêu nước truyền thống của nhân dân Việt Nam, đặc biệt là của các thế hệ trẻ Việt Nam. Giới lãnh đạo đảng CSVN đã lợi dụng xương máu của hàng vạn đồng bào để biến mơ ước tươi đẹp của những người đã chết thành cơn ác mộng hãi hùng phủ trùm lên cả dân tộc. Họ đã biến dải non sông đầy tình đồng bào ruột thịt thành một thế

chế chính trị lấy độc tài thay cho hiến pháp, lấy hận thù thay cho tình nghĩa đồng bào, lấy đấu tranh tiêu diệt lẫn nhau làm thước đo của mức độ phát triển xã hội. Những người lãnh đạo CSVN đối xử với đồng bào họ còn tệ hơn các dân tộc văn minh đối xử với thú vật.

Nếu định nghĩa giáo dục là những gì còn lại sau khi quên hết, thì cái còn lại trong các em là những bài học tuyên truyền rẻ tiền và láo khoét đến độ buồn cười. Nhà thơ Việt Phương, nguyên bí thư riêng của Thủ Tướng CS Phạm Văn Đồng một ngày đã bừng tỉnh mắt trong bài thơ *Cuộc Đời Như Vợ Của Ta Ơi*:

"..Ta cứ nghĩ là đồng chí rồi không còn ai xấu nữa

Trong hàng ngũ ta chỉ dành cho chỗ yêu thương

Đã chọn con đường đi

Chẳng ai dừng ở giữa

Mạc Tư Khoa còn hơn cả thiên đường

Ta nhất quyết đồng hồ Liên Xô tốt hơn đồng hồ Thụy Sĩ

Hình như đây là ý chí, niềm tin, tự hào

Mường tượng rằng trăng Trung Quốc tròn hơn trăng nước Mỹ

Sự ngây thơ đẹp tuyệt vời nhưng ngờ nghệch làm sao..."

Các thế hệ trẻ tại hải ngoại về đâu?

Nếu chỉ dùng Hoa Kỳ làm ví dụ, theo công bố của tổng cục thống kê công bố năm 2000, dân số người Việt định cư tại Hoa Kỳ là 1,156,000 người. Trong số đó 60 phần trăm dân số dưới 30 tuổi. Theo quan niệm Việt Nam, thế hệ dưới 30 tuổi được

xem là thế hệ trẻ. Và cũng dựa theo thống kê này, chúng tôi phân chia tuổi trẻ hải ngoại thành 2 thế hệ, căn cứ vào tuổi tác và môi trường mà họ đã trưởng thành.

Thế hệ thứ nhất gồm những em đã được sinh ra và lớn lên ngay trong giai đoạn cực kỳ khó khăn của lịch sử dân tộc. Các em là những người đã chào đời khi tiếng xích T54 của đoàn quân CS đang nghiền nát đường phố Sài Gòn, là những người ra đời trên những chiến hạm đang lênh đênh trên biển cả, ra đời trong các trại tị nạn, ra đời khi cha mẹ đang trong những ngày tháng đầu tiên bơ vơ lạc lõng nơi xứ lạ quê người. Những em đó, những người thuộc vào thế hệ mà chúng tôi tạm gọi là thế hệ 75. Theo mọi tiêu chuẩn xã hội, các em đã vào tuổi trưởng thành.

Một thế hệ khác gồm những em ra đời khoảng năm bảy năm trước ngày quê hương rơi vào tay CS. Các em đã có một thời gian khá dài sống trong nước, đã có cơ hội chứng kiến những đổi thay đau đớn của sinh mệnh dân tộc. Các em đã từng là những đứa bé một thời lang thang trên hè phố Sài Gòn Đà Nẵng, đã từng chịu đựng đói khát trên vùng Kinh Tế Mới, từng đứng khóc tiễn cha, tiễn mẹ lên đường đi vào những trại tập trung xa xôi. Thế hệ của các em cũng là thế hệ của những thuyền nhân tí hon đã thả trôi tương lai của mình theo sóng nước biển Đông, sống lây lất trong các trại tị nạn khắp vùng Đông Nam Á. Một số không ít các em sinh ra và lớn lên từ miền Bắc, đã may mắn được theo cha mẹ hay thân nhân vượt biển qua ngã Hongkong hay vượt biên giới qua đường Trung Quốc để sang nước ngoài.

Dù sinh ra và lớn lên ở đâu. Trong tận cùng của nỗi đau đất nước vẫn tiềm ẩn một niềm hy vọng vào sự trường tồn của

lịch sử. Các thế hệ cha chú sẽ ra đi theo định luật Sinh Trụ Dị Diệt của kiếp người, nhưng các thế hệ Việt Nam khác sẽ lớn lên và trách nhiệm lịch sử lại được tiếp tục kế thừa. Môt em bé Việt Nam dù sinh ra trên nước Mỹ, Canada, Úc, Đức, Pháp hay bất cứ một nơi nào khác vẫn mang trọn vẹn một tâm hồn Việt Nam.

Một bằng chứng hùng hồn cho chúng ta thấy, sau 27 năm lưu lạc trên xứ người, các thế hệ trẻ Việt Nam đã trưởng thành về mọi mặt, từ chính trị đến xã hội, từ khoa học kỹ thuật đến khoa học nhân văn. Ngày nay, hàng trăm tổ chức trẻ sinh hoạt mạnh mẽ, hữu hiệu và tạo nhiều ảnh hưởng quan trọng vào đời sống kinh tế chính trị của các quốc gia mà họ định cư hay sinh trưởng. Trong mỗi tỉnh, mỗi tiểu bang, mỗi thành phố đều có hàng chục nhóm trẻ hăng say hoạt động trong mọi lãnh vực. Vai trò của các bạn trẻ trong sinh hoạt cộng đồng không còn là vai trò của những bình hoa, chậu kiểng như những năm trước, trái lại đã đóng vai lãnh đạo thật sự trong phạm vi tiểu bang và cả cấp liên bang. Nói chung, môi trường tự do, dân chủ và các phương tiện giáo dục hiện đại đã giúp cho tuổi trẻ Việt Nam hải ngoại có cơ hội đâm chồi nẩy lộc và có những ưu điểm nổi bật vượt qua những người trẻ cùng thế hệ hiện còn trong nước.

Tuổi trẻ Việt Nam hải ngoại hiểu dân chủ và đấu tranh vì dân chủ trong một phạm trù rộng lớn và có tính cách thời đại hơn so với các thế hệ khác. Dân chủ, với tuổi trẻ hải ngoại, là một xu hướng tất yếu của phát triển văn hóa, văn minh không phải chỉ riêng cho dân tộc Việt Nam mà còn của loài người.

Tuổi trẻ hải ngoại học và sử dụng các phương tiện kỹ thuật hiện đại, các phương pháp quản trị và tổ chức hiện đại cần thiết cho một xã hội Việt Nam mới trong tương lai.

Tuy nhiên, nói như thế không có nghĩa tuổi trẻ hải ngoại không đối diện với những thách thức và những khó khăn riêng.

Trước hết, tuổi trẻ hải ngoại cần liên kết trong chính họ. Trước khi có hàng trăm tổ chức trẻ đang hoạt động như ngày nay, đã có nhiều trăm tổ chức trẻ khác đã phải chết non. Lý do tan rã của nhiều nhóm trẻ phát xuất từ việc thiếu nhân sự, thiếu phương tiện, lạc mất hướng đi, bị phân hóa bởi các hiện tượng tiêu cực trong cộng đồng, không có đối tượng hoạt động, không xác định được mục tiêu lâu dài, cảm thấy cô đơn, lạc lõng và thiếu tự tin trong việc chọn lựa một hướng đi đích thực. Để vượt qua những chướng ngại đó, để duy trì và phát triển các sinh hoạt trẻ, các tổ chức trẻ, các nhóm trẻ hiện nay phải tìm mọi cách để liên kết với nhau, phải vượt lên trên được những tình trạng tiêu cực trong sinh hoạt cộng đồng, đưa sinh hoạt ra khỏi địa phương mình cư ngụ, bổ túc cũng như san sẻ các kiến thức, kỹ thuật, phương tiện và ngay cả mục đích với các tổ chức trẻ khác.

Sự liên kết trong các nhóm trẻ không nhất thiết phải, không cần và cũng không nên, thống nhất cả về mặt tổ chức, lãnh đạo nhưng quan trọng hơn là liên kết bằng cách cùng cộng tác nhau trong các đề án đem lại lợi ích chung cho cộng đồng, cho an sinh xã hội, cho công cuộc đấu tranh vì tự do dân chủ của đất mẹ Việt Nam. Các đề án giáo dục, nhân quyền, xã hội, văn hóa Việt Nam... là những đề án lớn, những môi trường học tập quan trọng nhưng hoàn toàn khả thi đối với các tổ chức trẻ.

Không nên nghĩ chỉ có đấu tranh chính trị mới thực sự đóng góp vào tiến trình vận động dân chủ tại Việt Nam, trái lại, văn hóa, xã hội, giáo dục cũng là những môi trường quan trọng cho các ý thức dân sinh, dân trí, dân chủ được đâm chồi nẩy lộc.

Tương tự, không nên cho rằng chỉ có các đề án quy mô mới tạo nên hiệu quả lâu dài, trái lại, một đề án tạo hiệu quả rộng lớn và lâu dài nếu đề án đó đáp ứng không chỉ các nhu cầu trước mắt mà còn có thể ứng dụng được cho cả tương lai. Một thí dụ, mạng lưới Internet mà chúng ta thường gọi là Viet Net, nơi đã có hàng trăm ngàn người Việt Nam trong và ngoài nước đang sử dụng ngày nay, thật ra cũng bắt đầu từ một đề án của vài bạn trẻ trong một số trường đại học tại Boston, UCI, Florida, MIT vào tháng 8 năm 1988.

Tuổi trẻ hải ngoại nên tận dụng các phương tiện của Internet và các ưu thế kỹ thuật. Sự xuất hiện của Trang Mạng Toàn Cầu (World Wide Web) được đánh giá như một cuộc cách mạng trong lãnh vực thông tin. Cộng đồng người Việt trên Liên Mạng đã tỏ ra rất bén nhạy trước kỹ thuật mới này.

Nhà cầm quyền CS đã và đang tìm mọi cách để ngăn chặn. Tuy nhiên qua cuộc phỏng vấn Thứ Trưởng Ngoại Giao CS Lê Công Phụng ngày 28 tháng 1 năm 2002, cũng như thông cáo ngày 10 tháng 6 mới đây của ban bí thư Trung Ương Đảng CSVN về việc gia tăng kiểm soát Internet, cho chúng ta thấy sự thất bại của đảng trong việc ngăn chặn các tin tức trung thực, đặc biệt là tin tức về vấn đề biên giới Việt Trung mà đảng đang cố tình bưng bít. CSVN cũng không đủ khả năng để chặn đứng các tin tức liên hệ đến Việt Nam được các tổ chức người Việt hải ngoại, nhất là các nhóm trẻ có trình độ kỹ thuật cao đã và đang tìm cách chuyển về trong nước.

Ngoài ra, tuổi trẻ hải ngoại phải nhận lãnh trách nhiệm đánh thức tuổi trẻ trong nước. Một điều thoạt nghe có vẻ mỉa mai và quá đáng nhưng đó là một sự thật không thể chối cãi. Đa số tuổi trẻ trong nước ngày nay đã trở thành một thế hệ lưu

vong, mất quê hương trên chính quê hương mình. Những khái niệm lý tưởng, ước mơ, hoài bão mà các thế hệ cha anh được dạy từ khi biết ôm cặp đến trường, đã không còn trong ngôn ngữ hằng ngày của tuổi trẻ tại Việt Nam ngày nay. Tuổi trẻ hải ngoại, vì thế, phải nhận lãnh trách nhiệm khơi dậy ý thức dân tộc, truyền thống yêu nước trong tâm thức tuổi trẻ trong nước, đang bị ý thức hệ vô thần vong bản CS trấn áp. Đánh thức niềm tự hào Việt Nam là nhiệm vụ lớn của tuổi trẻ Việt Nam hải ngoại. Tình dân tộc, nghĩa đồng bào là mẫu số chung và một Việt Nam dân chủ, nhân bản và thịnh vượng sẽ là mục tiêu duy nhất mà các thế hệ trẻ trong và ngoài nước cần hướng tới.

Nhìn lại chặng đường 27 năm qua, đừng nói gì là tuổi trẻ, với nhiều cha mẹ chú bác, cuộc sống sau 30 tháng 4 năm 1975 chẳng khác gì sống trong nỗi chết, sống không chọn lựa, sống chỉ vì phải sống cho hết một kiếp người, sống trong trạng thái tâm hồn hoang vu trống rỗng, không biết phải làm gì như nhà thơ Cao Tần viết trong một bài thơ vào tháng 3 năm 1977:

Sàn gác trọ những tâm hồn bão nổi

Những hào hùng uất hận gối lên nhau

Kẻ thức tỉnh ngu ngơ nhìn nắng mới:

"Ta làm gì cho hết nửa đời sau?"...

Trong lúc những nỗi chán chường và tuyệt vọng là trạng thái tâm hồn không tránh khỏi của mỗi người Việt tị nạn CS, thực tế không phải diễn ra như thế. Dòng sông cuộc đời vẫn chảy, mùa đông buốt giá qua khi mùa Xuân đến. Các thế hệ Việt Nam vẫn lớn lên, vẫn tiếp tục nhận lãnh trách nhiệm lịch sử từ tay các thế hệ cha anh. Tương lai Việt Nam có được vinh

quang hay phải tiếp tục chịu đựng lầm than tủi nhục cũng là do hành động của các thế hệ trẻ. Đứng trước giai đoạn đầy bóng tối của đất nước hiện nay, nhiệm vụ của các thế hệ trẻ đã trở thành một thử thách lớn lao. Để đi hết con đường khó khăn trước mắt mỗi người phải tự thắp sáng niềm tin dân tộc trong lòng mình.

VIỆT NAM,
CON THUYỀN KHÔNG BẾN

Chuyến viếng thăm Việt Nam bốn ngày của hàng không mẫu hạm USS Carl Vinson và đoàn hộ tống hùng hậu đã gây nên nhiều tranh luận. Bỏ qua bên các tâm trạng xin quẻ, dâng sớ thượng nguyên, không ít ý kiến rất tích cực, thật sự thiết tha với tương lai đất nước.

Nhiều người mong USS Carl Vinson sẽ tạo nên lớp sóng phản hồi trong cuộc tranh chấp gần như thụ động, một chiều cha nói con nghe giữa Trung Cộng và CSVN. Sự hiện diện của USS Carl Vinson thể hiện chính sách cứng rắn của chính phủ Mỹ trên Biển Đông bất chấp đường lưỡi bò, lưỡi trâu do Trung Cộng vẽ. Tranh chấp chủ quyền Biển Đông có khả năng cao hơn dẫn đến quốc tế hóa, và chỉ quốc tế hóa mới đem lại công bằng cho các nước nhỏ.

Do đó, yếu tố quốc tế rất cần thiết. Trong giai đoạn toàn cầu hóa hiện nay khi sự phát triển của một quốc gia tùy thuộc rất nhiều vào sự phát triển của các quốc gia khác, yếu tố quốc tế chưa bao giờ quan trọng và hữu hiệu hơn.

Lịch sử nhân loại thời hiện đại cho thấy, yếu tố quốc tế thậm chí còn đóng vai trò quyết định trong hướng đi của dân

tộc như trường hợp Ai Cập sau chiến tranh 1967, Thổ Nhĩ Kỳ sau thế chiến thứ hai và Nam Hàn sau thời Lý Thừa Vãn.

Anwar Sadat của Ai Cập là một lãnh tụ can đảm. Không ai từng chống Mỹ quyết liệt hơn cố tổng thống Anwar Sadat và là một anh hùng của toàn thế giới Á Rập. Tuy nhiên để mưu cầu một nền hòa bình và hạnh phúc cho nhân dân Ai Cập, năm 1976, ông đã bỏ đồng minh Liên Sô để bước sang phía thế giới tự do cho dù ông biết trước sự chọn lựa đó có thể trả giá bằng nhiều rủi ro như ông tiên đoán trong diễn văn đọc trước Quốc hội Israel ngày 20 tháng 11 năm 1967.

Mustafa Kemal là cha đẻ của nền cộng hòa Thổ Nhĩ Kỳ hiện đại sau khi đế quốc Ottoman tan rã. Những cải tổ tận gốc về văn hóa, giáo dục của vị tướng tài ba này đã đưa Thổ từ một nước Hồi Giáo với 99 phần trăm dân theo đạo Hồi sống khép kín tôn giáo thành một quốc gia hiện đại. Nhưng quan trọng nhất là tầm nhìn xa. Ông rất quan tâm đến việc tạo một thế đối lực với Liên Sô luôn nuôi tham vọng độc chiếm Eo Biển ĐịaTrung Hải, mạch máu của Thổ Nhĩ Kỳ. Ông qua đời năm 1938, và người chiến hữu tin cẩn của ông là Mustafa İsmet İnönü tiếp tục hành trình để đưa Thổ Nhĩ Kỳ vào quỹ đạo của dân chủ Tây Phương. Cuối cùng Thổ đã trở thành một thành viên của Minh Ước Bắc Đại Tây Dương dù quốc gia này cách bờ phía Đông của Đại Tây Dương tới hai ngàn dặm. Stalin đành ngậm đắng nuốt cay.

Gần Việt Nam có Nam Hàn. Nhiều người biết vào năm 1950 nền cộng hòa non trẻ này sống sót là nhờ quân đội Mỹ lúc đó còn mạnh ở Thái Bình Dương đổ bộ để tái chiếm Nam Hàn và xác định lần nữa việc chia đôi đất nước tại vĩ tuyến 38. Tuy nhiên, ít người để ý, quốc gia dân chủ này suýt trở thành CS lần

nữa không phải do Bắc Hàn tấn công mà do chủ trương khuynh tả trong thời gian đảng Dân Chủ Nam Hàn do Chang Myon làm thủ tướng. Xung đột ý thức hệ tại Nam Hàn đã diễn ra kịch liệt do các thành phần tả khuynh chủ động. Phản ứng lại, dân chúng yêu tự do tổ chức các cuộc biểu tình chống tả khuynh tại nhiều nơi. Ngày 16 tháng 5, 1961, tướng Park Chung Hee (Phác Chính Hy) và quân đội đảo chánh, thiết lập một chính phủ cứng rắn và xác định một hướng đi mới: Phát triển kinh tế trước, thống nhất đất nước sau. Chính sách đó đã tạo không gian cho Nam Hàn cất cánh, từ lợi tức đầu người năm 1960 chỉ vỏn vẹn 76 dollars lên đến 35 ngàn đô la năm 2016.

Tuy nhiên, ba ví dụ trên cho thấy, yếu tố quốc tế có một điều kiện tiền đề: hoặc lãnh đạo sáng suốt, can đảm, thấy rõ nhu cầu của đất nước trong hướng đi dân chủ và cường thịnh thời đại, hoặc tinh thần người dân của quốc gia đó đủ mạnh để gây áp lực dẫn đến sự thay đổi quốc gia.

Việt Nam, cả đảng lẫn chống đảng đều không thỏa mãn được điều kiện tiền đề đó.

Về phía đảng CS.

Đảng CSVN là một đảng (1) bán nước, (2) không có tính chính danh, (3) bám lấy quyền lực và (4) ngu dốt trong điều hành đất nước.

Bốn đặc điểm này của chế độ CS không cần phải phân tích dài dòng, ngoại trừ những người phải chịu khuyết tật về thể xác hay tâm hồn mới không thấy và không biết.

Sự kiện một nước Việt Nam có trên ba ngàn cây số bờ biển và từ bao đời sống nhờ vào biển nay chỉ còn đủ rộng để đi câu

là kết quả của sự thần phục Trung Cộng của bao thế hệ cầm quyền CS.

Trước đây, ý thức hệ CS làm mù lương tri Việt Nam của giới cầm quyền CS, ngày nay ý thức hệ CS đã chết nhưng họ vẫn tiếp tục dùng các phương pháp CS dã man do Lenin, Stalin, Mao nghĩ ra để tuyên truyền tẩy não và trấn áp người dân nhằm củng cố chiếc ghế quyền lực.

Tạm gác qua một bên chuyện đúng sai trong chiến tranh trước 1975, thử hỏi sau 43 năm đưa đất nước vào ngõ cụt của lạc hậu về kinh tế, chậm tiến về giáo dục, băng hoại về đạo đức, ung thối trong tận cùng của xã hội, họ có xứng đáng để tiếp tục cha truyền con nối cai trị trên đầu trên cổ của hơn 90 triệu người Việt hay không? Ai bầu họ ra? Ai cho phép họ sống trên xa hoa, phung phí giữa sự lầm than của đại đa số người dân Việt?

Chuyện các lãnh chúa CS ngu dốt cũng cũng không phải là chụp mũ hay bôi nhọ. Nhìn cảnh một Phan Văn Khải rút trong túi ra một tờ giấy viết sẵn để đọc cho TT G.W. Bush nghe một người Việt dù chống Cộng cũng không khỏi mắc cỡ giùm. Nội dung tờ giấy đó không phải là văn bản cần ký kết, cũng chẳng chứa đựng một thuật ngữ kinh tê' chính trị gì dễ bị hiểu sai mà chỉ đôi lời thăm hỏi xã giao. Rồi mấy lớp cai trị khác theo sau cũng ngu ngơ không kém. Nếu không có thành phân phên giậu, thành phần xăng nhớt thì bộ máy CS đã ngừng chạy từ lâu rồi.

Về phía chống đảng CS.

Phía những người chống đảng cũng chưa có một hướng đi chung.

Những người chống CS cả trong và ngoài nước đều muốn lật đổ chế độ CS và xây dựng một Việt Nam dân chủ và cường thịnh. Nhưng nếu câu hỏi tiếp là làm thế nào để "lật đổ chế độ CS và xây dựng một Việt Nam dân chủ và cường thịnh" thì người viết nghĩ rằng không phải mọi người đều trả lời giống nhau.

Phải chăng câu hỏi quá khó để trả lời? Không.

Các quốc gia cựu CS, rộng như Ba Lan, hẹp như Estonia, xa xôi như Ethiopia, chậm tiến như Mông Cổ đã trở thành những nước dân chủ dù mức độ còn khác nhau bởi vì họ trả lời giống nhau câu hỏi thứ hai.

Những lãnh đạo phong trào dân chủ tại các nước này thấy rõ mục đích cần phải đạt trong từng giai đoạn của tiến trình dân chủ hóa và chỉ tập trung vào từng mục đích mà thôi.

Họ không phải là những chính trị gia chuyên nghiệp, nhà cách mạng nổi tiếng mà là những giáo sư, văn nghệ sĩ, công nhân, nông dân, sinh viên rất bình thường. Chỉ khác, họ không tham lam, không lãng phí thời gian và công sức vào những chuyện chỉ có thể giải quyết sau khi giải thể chế độ CS.

Việt Nam có hầu hết các yếu tố để dẫn đến một cuộc cách mạng, tuy nhiên vẫn còn thiếu lực lượng của những người nhận thức đúng hướng đi để chèo chống con thuyền qua cơn bão tố CS.

Xây dựng và phát triển tập hợp những người Việt vượt qua được mọi tiêu cực để tập trung vào việc tháo gỡ bộ máy cai trị của đảng CS trở thành nhu cầu bức thiết trong giai đoạn hiện nay. Và mãi cho tới khi lực lượng dân chủ đó ra đời, Việt Nam vẫn còn là một con thuyền không bến.

KHI NHỮNG NGỌN GIÓ LÀM NÊN BÃO TỐ

Việt Nam không phải là Miến Điện, không phải là Ai Cập, không phải là Libya, không phải là Tunisia và không phải là Venezuela. Việt Nam là CSVN và mũi khoan của bộ máy độc tài toàn trị này đã khoan rất sâu vào lịch sử dân tộc, đục thủng nhận thức của nhiều thế hệ người Việt và gây tác động quyết định vào chọn lựa cuối cùng của những người Việt có khả năng làm thay đổi xã hội.

Đó không phải chụp mũ chung chung mà là thực tế. Đừng hỏi ai xa lạ. Thử hỏi những nhân vật có tiếng tăm, có khuynh hướng chống Trung Cộng và đang đóng vai trò phản biện như tiến sĩ Lê Đăng Doanh, chuyên gia kinh tế Phạm Chi Lan, giáo sư Tương Lai rằng họ thật sự muốn một cuộc cách mạng toàn diện xảy ra tại Việt Nam như đã xảy ra tại Nga và các nước Đông Âu trong giai đoạn 1990 không. Người viết tin rằng họ sẽ trả lời là không.

Bởi vì, dù có phản biện trong chừng mực nào đó về các chính sách kinh tế, xã hội họ đều phản biện với mục đích vun xới để đảng CS sống lâu chứ không nhằm thay đổi.

Bà Phạm Chi Lan ca ngợi việc tổng bí thư đảng Nguyễn Phú Trọng kiêm chủ tịch nước là một chủ trương đúng. Theo bà "nhất thể hóa" "giúp nhiều cho chính phủ đỡ khó khăn hơn trong các hoạt động. Trên thực tế hiện nay thì nhiều khi các hoạt động theo quyết định của bên Đảng, bên chính quyền thì có những cái song trùng và bộ máy trở lên lớn hơn rất nhiều... Nếu các cơ quan được đơn giản hóa như vậy thì nhiệm vụ giữa 3 nhánh quyền lực cũng có thể được xác định lại rõ hơn. Hiện nay thì cả 3 nhánh quyền đều chịu sự lãnh đạo của một đảng, nhiều khi không phân định được rõ trách nhiệm giữa lập pháp, hành pháp, tư pháp."

Còn hơn bà Phạm Chi Lan nữa, 15 năm trước Tiến sĩ Lê Đăng Doanh đã ca ngợi "nhất thể hóa" theo quan điểm Lenin: "Nhất thể hóa nó có cái lợi, tức là người đứng đầu có một danh nghĩa của toàn dân. Như trên tôi nói, trong giao lưu quốc tế, tự nhiên sinh ra một cái ông dân không bầu lên mà đi ra với mọi người thì ngoại giao vất vả lắm chứ không phải đơn giản đâu. Nhưng làm thế rồi thì phải có một bộ máy giám sát. Tôi thấy mô hình Uỷ ban Kiểm tra Trung ương như thời Lênin, do đại hội bầu ra, có quyền giám sát, được quyền thông tin, được quyền có một bản sao, được quyền phân tích, góp ý kiến, có một cơ chế để giám sát rất rõ ràng."

Chẳng lẽ cả hai vị đều không hiểu một kiến thức chính trị công quyền căn bản nhất mà mọi sinh viên học lớp chính trị học 101 nào cũng hiểu, rằng dù nhất thể, lưỡng thể hay tam thể hóa thì dưới chế độ CS không bao giờ có sự "phân định được rõ trách nhiệm giữa lập pháp, hành pháp, tư pháp" như bà Phạm Chi Lan phát biểu. Tương tự, không thể có "một cơ chế để giám

sát rất rõ ràng"như ông Lê Đăng Doanh đồng ý với chính sách của Lenin trước 1924.

Mục đích tối hậu của đảng CSVN trong "nhất thể hóa" là hòa tan đảng và nhà nước thành một để người dân không còn thấy sự khác biệt giữa đảng cai trị và nhà nước lãnh đạo, giữa đảng CSVN và tổ quốc Việt Nam, giữa pháp trị và pháp quyền.

Những nhân vật như Ts Lê Đăng Doanh, bà Phạm Chi Lan là những tiếng nói có trọng lượng, có ảnh hưởng trong các lãnh vực chuyên môn cũng như lý luận tại Việt Nam nhưng tại sao đầu thế kỷ 21 rồi mà họ vẫn tiếp tục cổ võ cho chế độ độc tài mà gần cả thế giới đã xem như một khối u phải được cắt bỏ và đã được cắt bỏ tại nhiều nơi trong tiến trình phát triển của văn minh nhân loại?

Họ vun xới đảng CS có thể vì tư lợi, vì danh vọng, vì bị nhồi sọ và có thể vì cả ba lý do vừa nêu nhưng không thể vì thiếu kiến thức.

Chắc chắn những vị đó biết các nguyên tắc tam quyền phân lập, kiểm soát và thăng bằng (check and balance) giữa các ngành và minh bạch chính quyền (công khai, trách nhiệm, trung thực) là vô cùng cần thiết để một xã hội phát triển theo hướng văn minh và hiện đại.

Chắc chắn các vị đó biết lý do Nam Hàn phát triển quá xa so với Bắc Hàn, Tây Đức phát triển quá xa so với Đông Đức, Tây Âu phát triển quá xa so với Đông Âu. Nguồn thúc đẩy chính là từ cơ chế và do đó để thay đổi hướng đi của một đất nước, không có chọn lựa nào khác hơn là phải thay đổi cơ chế như Đông Đức, các nước Đông Âu, các nước Baltics đã làm.

So sánh giữa những thành phần học cao, hiểu rộng, có ý thức phân biệt, có lý luận đúng sai, đi nhiều nơi trên thế giới đang tiếp tay với chế độ độc tài và những bà cụ già buôn gánh bán bưng, những bác nông dân đầu tắt mặt tối, những cô gái trẻ cởi truồng đi bão sau những trận banh, ai đáng trách và ai đáng thương?

So sánh giữa những người nô lệ phải sống đời nô lệ vì họ không có chọn lựa nào khác và những người tự nguyện làm nô lệ để đem sự hiểu biết của mình giúp cho chủ nô đày đọa đồng bào, ai đáng cảm thông và ai đáng khinh khi?

Cuộc cách mạng nào cũng cần phải có một thành phần tiên phong xuất phát. Họ không nhất thiết phải học cao hiểu rộng nhưng là những người hiểu được nguyện vọng sâu xa của dân chúng, thấy được hướng đi của thời đại và dứt khoát đồng thuận với các nguyên tắc tiền đề (thôi thúc bởi lòng yêu nước, không trông chờ bàn tay ngoại quốc, có thái độ chính trị dứt khoát, có mục đích cụ thể trong mỗi thời kỳ). Xây dựng thành phần này là nhu cầu bức thiết nhất trong tiến trình cách mạng dân chủ tại Việt Nam.

Thay vì ngồi chờ các ông bà phản biện có giấy phép kia đứng lên làm cách mạng, hãy tập trung vào việc xây dựng lực lượng cách mạng bằng học hỏi, trau dồi kiến thức, chịu đựng và hy sinh.

Chỉ có thành phần tiên phong và dứt khoát mới là lực lượng có khả năng tác động trực tiếp vào sự thay đổi của xã hội, tạo điều kiện vật chất và tinh thần để mọi tầng lớp dân chúng phát huy tiềm năng và chủ động được cuộc sống của họ, độc lập, và khi cần, đương đầu trực tiếp với chế độ.

Việt Nam không phải là Miến Điện, không phải là Ai Cập, không phải là Libya, không phải là Tunisia và lại càng không phải là Venezuela. Việt Nam là CSVN, một cơ chế độc tài được chỉ đạo bằng một đội ngũ tuyên truyền tinh vi, thâm độc với 90 năm kinh nghiệm và một nhà tù trải trộng 331.699 km^2.

Cuộc đấu tranh vì tự do dân chủ cho đất nước Việt Nam, vì thế, khó khăn hơn nhiều, phức tạp hơn nhiều.

Nhưng nhân dân Việt Nam và nhân dân Venezuela cũng chia sẻ chung một khát vọng được sống trong tự do, dân chủ. Đó là khát vọng của con người dù đang sống ở Đông hay Tây Bán Cầu. Hình ảnh những thanh niên nam nữ Venezuela đang xuống đường ở thủ đô Caracas và hình ảnh những thanh niên nam nữ Việt Nam xuống đường chống Trung Cộng vào 10 tháng 6, 2018 đều gây xúc động.

So với những ngày tăm tối của những năm sau 1975, ánh sáng của cuộc cách mạng tin học còn giới hạn nhưng đang giúp cho các thế hệ trẻ Việt Nam có cơ hội trực tiếp hay gián tiếp thu nhận các tư tưởng dân chủ để qua đó nhận thức được hướng đi đích thực của dân tộc trong thời đại. Lực lượng cách mạng còn khá ít ỏi, một số bị tù đày, một số tản mác khắp nơi nhưng đã có và họ đã lên đường.

Một nhắc nhở lịch sử dành cho đảng CS và "thành phần phên giậu".

Tháng Ba, 1990, để cứu Liên Xô, Mikhail Gorbachev đã đưa chức vụ đảng hòa tan vào chủ tịch nước thành "nhất thể" trong đó ông ta là lãnh tụ đảng đầu tiên trong lịch sử Liên Xô kiêm nhiệm hai chức vụ đảng và nhà nước. Nhưng dù cố gắng, nỗ lực cứu đảng của Mikhail Gorbachev quá trễ tràng và Liên

Xô cáo chung chỉ hơn một năm sau đó. CSVN đang bước lên vết xe đổ của Liên Xô.

Không hẳn ngọn gió nào cũng làm nên bão tố nhưng chỉ vì bức tường CS rêu phong, rệu rã nhiều năm nên những ngọn gió dù không quá lớn cũng có thể làm nên bão tố, xô ngã bức tường chuyên chính CSVN.

Năm mới trao cho nhau niềm tin vì niềm tin là sức mạnh.

NỖI ĐAU CHƯA THẤM

Danh từ Bức Tường Than Khóc (Wailing Wall), di tích lịch sử của đền thờ đạo Do Thái ở phía Tây của thành phố Jerusalem, không phải ra đời sau thảm họa Holocaust hay từ ngày tái lập quốc gia Do Thái năm 1948 mà đã có từ hơn ngàn năm trước. Trong thời gian bị đế quốc Roma chiếm đóng, người Do Thái phải hối lộ cho binh lính Roma để được đến cầu nguyện dưới chân bức tường. Trong hai ngàn năm lưu dân, người Do Thái phải vượt qua bao nhiêu gian khổ để được đặt chân và cầu nguyện trên thánh địa của dân tộc họ. Nước mắt của người dân Do Thái nhỏ xuống bờ tường suốt bao nhiêu thế kỷ, đã thấm sâu, không chỉ vào bức tường mà cả trong thịt trong xương và trở thành một sắc thái văn hóa riêng của dân tộc Do Thái. Họ ôm nỗi đau đi khắp góc bể chân trời. Người Do Thái đối diện với nỗi đau như đối diện với chính mình và sống với nỗi đau như một phần quan trọng trong đời sống tinh thần của họ. Nỗi đau lớn dần và trưởng thành theo thời gian, cuối cùng đã giúp họ trở về với vùng Đất Hứa.

Hẳn nhiên không thể so sánh nỗi đau và sự chịu đựng giữa dân tộc Do Thái và dân tộc Việt Nam; đúng ra, chẳng thể so sánh nỗi đau nào với nỗi đau nào. Nhưng trong quan điểm chủ quan của tôi, nỗi đau của dân tộc Việt Nam cũng sâu sắc, trầm

trọng và vô cùng đau nhức. Trên mỗi bước chân chúng ta đi trên những nẻo đường Việt Nam, từ Ải Nam Quan cho đến Mũi Cà Mau, như vẫn còn nghe vọng lại tiếng kêu thương của bao nhiêu người đã ngã xuống. Màu đất đỏ miền Đông không những chỉ là màu đất mà còn được nhuộm bằng mồ hôi và máu của những người phu đồn điền đã tưới lên mỗi gốc cao su ở Đồng Nai, Tây Ninh, Bình Dương, Sông Bé.

Tháng Chạp năm 1944, trong lúc bầy ngựa chiến của phát-xít Nhật vẫn đầy đủ lúa thóc để ăn, những nhà hàng sang trọng dành cho những kẻ đặc quyền trong xã hội vẫn mở cửa, gần hai triệu người Việt, đa số từ miền Bắc, đã chết đói trong nạn đói năm Ất Dậu. Dân số Việt Nam trong năm 1945 chưa đến 20 triệu người nhưng chỉ trong vòng 6 tháng, từ tháng Chạp năm 1944 đến tháng Năm 1945, 10 phần trăm dân Việt đã chết đói. Nếu tính theo tỉ lệ của số tử vong trên tổng số dân, nạn đói Ất Dậu phải là một trong những nạn đói lớn nhất trong lịch sử loài người, không thua gì nạn đói Bengal 1943. Nhiều làng chết nhanh đến nỗi không kịp chôn, nhiều người chết không có một tấm ván làm hòm, chết không có một manh chiếu quấn quanh người. Tôi nghe bà con kể lại, một người cha phải đào một chiếc hố sâu và ném xuống đáy hố một đoạn mía thối để cho hai đứa con nhỏ nhảy xuống giành nhau, ông lấp hố, rồi treo cổ chết trên miệng hố. Dù có thật hay không, câu chuyện đã phản ánh một khía cạnh đau thương của cuộc sống và nói lên ý nghĩa của sự chịu đựng của người Việt Nam.

Hãy tạm gác qua một bên những chính nghĩa, phi nghĩa, bản chất, thực chất, ủy nhiệm, ý thức hệ, xâm lăng, tự vệ, hay lý do nào khác của 21 năm chiến tranh từ 1954 đến 1975, số lượng súng, bom, đạn, xe tăng, hóa chất mà ba nước Liên Xô, Trung

Cộng và Mỹ đã ném, đã rải, đã cày xéo lên trên một mảnh đất có diện tích 332 ngàn cây số vuông, chỉ bằng với diện tích tiểu bang New Mexico của Mỹ, đã quá lớn so với bất cứ một cuộc chiến tranh nào trong lịch sử nhân loại. Theo tài liệu của Viện Lịch sử Quân sự Hà Nội, đáp ứng lời yêu cầu của ông Hồ Chí Minh trong cuộc thăm viếng Liên Xô, Trung Cộng và Mông Cổ từ ngày 22 tháng 6 đến 22 tháng 7 năm 1955, các quốc gia đó đã bắt đầu gởi súng đạn ồ ạt đến miền Bắc Việt Nam. Tổng số viện trợ quân sự Liên Xô, Trung Cộng và các nước xã hội chủ nghĩa khác giúp cho Hà Nội là 2 triệu 362 ngàn 581 tấn, trong đó bao gồm một danh sách dài của các loại vũ khí, từ 3 triệu 600 ngàn khẩu súng cá nhân cho đến 458 máy bay chiến đấu và hàng vạn đại pháo, tên lửa nhiều loại. Về phía Mỹ, trong cao điểm năm 1969, tại miền Nam đã có hơn nửa triệu quân với tất cả quân trang, quân dụng và vũ khí cần thiết. Trong suốt thời gian tham chiến, người Mỹ đã chi dụng 623 tỷ Mỹ Kim theo thời giá hiện nay cho cuộc chiến Việt Nam. Chiến tranh Việt Nam là chiến tranh dài nhất mà Mỹ đã tham dự trong lịch sử của họ và Mỹ đã ném xuống Việt Nam hơn 7 triệu tấn bom, gấp 3 lần rưỡi tổng số bom Mỹ đã ném xuống khắp thế giới suốt thế chiến thứ hai.

Tôi sinh ra và lớn lên ở Quảng Nam, nơi đã từng diễn ra những trận đánh vô cùng ác liệt. Phần lớn các ông anh họ của tôi, ra đi theo bên này hay bên kia, đều không trở lại. Những ngày còn bé, tôi thường đứng xem những chuyến trực thăng tải thương hạ cánh trong sân trường cấp một của tôi. Trong số những người chết trên đường đến bệnh xá, có người bên này và cũng có cả người ở phía bên kia. Họ có thể khác nhau khi còn sống vì khẩu súng họ mang, chiếc áo họ mặc, chiếc mũ họ đội,

nhưng lại rất giống nhau khi đã chết, vẫn mái tóc đen, vẫn màu da vàng sạm nắng, và ở một nơi nào đó trên đất nước mình, những người mẹ Việt Nam vẫn ngày đêm mong ngày họ trở về trong căn nhà tranh, bên ngọn đèn dầu hiu hắt. Cánh cửa nhà mẹ cũng như cánh cửa tâm hồn mẹ vẫn mở, vẫn đợi chờ và đợi chờ.

Không có trái bom nào rơi trúng mái nhà mẹ

Không có viên đạn nào bắn thủng mái nhà mẹ

Chỉ có đứa con trai đi xa

Chỉ có sự chờ đợi nặng nề giọt xuống.

Đã xuyên thủng mái nhà thành những lỗ to nhỏ khác nhau.

Nắng mưa lọt vào sau

Xuyên

Xói

Những sợi nắng, những sợi mưa nếu có thể nói, cũng chỉ dài bằng một phần sự mong đợi

Và những hạt nắng, những hạt mưa nếu đem xếp lại, có thể cao hơn một trái núi.

Mười năm, cũng chỉ là thoáng qua,

Vì tuổi mẹ sáu bảy lần hơn,

Mẹ vẫn nói đời mình như nắng trận mưa cơn...

(*"Ngày hòa bình đầu tiên"*, Phùng Khắc Bắc)

Cách quê tôi không xa, có một bà mẹ, cụ Nguyễn Thị Thứ, được phong danh hiệu "Bà Mẹ anh hùng" vì có đến 9 người con trai là liệt sĩ. Ngôn ngữ Việt Nam dù phong phú bao nhiêu

cũng chẳng thể nào tả được nỗi đau trong lòng cụ khi nửa đêm thức dậy nhìn lên bàn thờ dựng 9 tấm ảnh của những đứa con trai mà cụ đã từng mang nặng đẻ đau. Tại ai? Tây? Mỹ? Quân đội miền Nam? Đảng CS? Hay tại những đứa con (chắc chắn trong đó có một số người bất hiếu) của cụ? Nhưng dù tại ai thì họ cũng đã ra đi và chỉ có nỗi đau là ở lại. Mỗi khi đọc tin về cụ tôi lại nghĩ đến nỗi đau, không phải chỉ vì cụ có 9 người con chết, mà đau hơn khi mỗi ngày, mỗi tháng trong phần đời còn lại, như một "bà mẹ anh hùng" cụ phải hãnh diện, phải tiếp tục cười tươi trên sự bất hạnh và bạc phước của chính mình.

Ngày 4 tháng 4 năm 1995, theo hãng tin AP, chính phủ Việt Nam công bố con số tử vong và thương tích do hậu quả của cuộc chiến 21 năm là 5 triệu người, gồm hai triệu dân miền Bắc, hai triệu dân miền Nam và một triệu một trăm ngàn binh sĩ. Bản tin cũng giải thích lý do con số được công bố cao hơn những lần công bố khác trong thời chiến bởi vì nhà nước Việt Nam không muốn làm nao núng tinh thần dân chúng. Con số 5 triệu chỉ là con số ước lượng chủ quan và có thể hơi quá cao. Nhưng dù chỉ đúng một nửa thôi, cũng đã quá lớn so với một nước nhỏ về dân số và hẹp về diện tích như Việt Nam. Nếu so sánh với mức độ dân số Việt Nam trung bình khoảng 40 triệu người trong thời kỳ 1954 - 1975 và chấp nhận lời công bố ngày 4 tháng 4 năm 1995, 13 phần trăm dân số đã chết trong cuộc chiến. Tỉ lệ đó tương đương với 28 triệu dân Mỹ, 27 triệu dân Liên Xô và 107 triệu dân Trung Cộng vào thời điểm 1975.

Sau 1975, số lượng người Việt đã bỏ xác trên biển Đông, trong tay hải tặc suốt 22 năm từ 1975 đến 1997 khi các trại tị nạn chính thức đóng cửa, lần nữa, cũng chẳng thể nào thống kê được. Những trại tị nạn Camp Pendleton, Leamsing, Palawan,

Pulau Bidong, Sungai Besi, Bataan, White Head, Panat Nikhom, Galang... sau những chuyến hải hành vô định trên biển Đông trùng trùng gió bão trong đói khát, lo âu. Bà mẹ quỳ lạy những tên hải tặc để xin tha cho đứa con gái chỉ mười lăm tuổi ốm o bệnh hoạn của bà. Nước mắt và những lời van xin của mẹ không lay động tâm hồn của những con người không còn một chút lương tri. Tiếng niệm Phật, lời cầu kinh không ai nghe. Không có Chúa và không có Phật, ở đó, trên bãi san hô của đảo Koh Kra, phía nam vịnh Thái Lan, chỉ có những thân thể trần truồng, máu me nhầy nhụa, chỉ có tiếng rên của những con chim nhỏ Việt Nam bất hạnh và giọng cười man rợ của bầy ác điểu Thái Lan. Chúng ta có thể từng nghe kể lại những chuyến vượt biển hãi hùng, những cái chết thương tâm, tuy nhiên những cảnh hãi hùng và thương tâm nhiều lần hơn như thế sẽ không bao giờ nghe được, đơn giản vì chẳng còn ai để kể. Nỗi đau Việt Nam quả thật vô cùng to lớn. Vài năm sau ngày định cư ở Mỹ, tôi quen một người Việt. Anh lớn hơn tôi khoảng mười tuổi, rất nhiệt tình và hăng say tranh đấu. Thỉnh thoảng trên đường đi học về tôi ghé thăm anh. Qua Mỹ từ 1975, anh có đời sống ổn định và luôn muốn làm một điều gì đó cho quê hương. Một lần, khi tôi ghé thăm, anh trao tôi một tập tài liệu của một tổ chức đấu tranh chủ trương lật đổ chế độ CSVN bằng con đường võ lực và dặn tôi về đọc kỹ trước khi trả lời anh. Tuần sau, không nghe trả lời, anh điện thoại mời tham gia tổ chức. Tôi từ chối. Sau nhiều lần bị vặn hỏi lý do, tôi đành phải nói thật với anh, tuy ngắn gọn, phũ phàng nhưng diễn tả đầy đủ nhất suy nghĩ của tôi: "Thưa thiệt anh, với tôi, chiến tranh Việt Nam đã chấm dứt rồi." Tôi nghe phía bên kia đầu dây tiếng gác máy nặng nề. Tôi biết anh cảm thấy bị xúc phạm

khi nghe câu trả lời tắt ngang như thế, nhưng biết nói sao hơn, và dù muốn giải thích, tôi cũng chẳng biết nên bắt đầu từ đâu cho phải.

Tôi muốn nói với anh, cũng như anh, tôi mong đất nước mình được thật sự dân chủ, tự do, no ấm, và cũng như anh, tôi mơ một ngày trở về không phải rụt rè bước qua cổng hải quan, không phải đối diện với những cặp mắt soi mói, không phải nghe lương tâm mình cắn rứt khi nghĩ đến những người còn đang ở trong tù, những người đang chờ thanh lọc ở trại tị nạn, những đứa em đang bán mình ở Thái, ở Miên. Tuy nhiên, thành thật để nói, cuộc chiến như các chú bác, anh chị đã tham dự trước 1975, cuộc chiến bằng súng đạn và đồng Đô-la của Mỹ, đã chấm dứt rồi.

Chiến tranh Việt Nam là mối ám ảnh hãi hùng trong ý thức của những nhà lãnh đạo cũng như người dân nước Mỹ, không phải chỉ trong vài thập niên vừa qua mà cả trong nhiều năm tới. Việt Nam có thể vẫn là điểm quan trọng trong chính sách đối ngoại và là mối quan tâm cho quyền lợi của Mỹ trong vùng Thái Bình Dương, nhưng sẽ không bao giờ quan trọng đến mức họ phải mang Hạm đội Thứ Bảy đến để bảo vệ hải phận Việt Nam hay chuẩn chi nhiều tỷ Mỹ kim để thay đổi chế độ độc tài đảng trị tại Việt Nam hiện nay. Đừng quên Hạm đội Bảy cũng có mặt dày đặc trong vùng biển Đông trong lúc hải quân Trung Cộng an nhiên tiến chiếm quần đảo Hoàng Sa. Lý tưởng tự do dân chủ không phải là món quà nhân đạo mà bao giờ cũng gắn liền với quyền lợi của đất nước họ. Lịch sử bang giao quốc tế đã nhiều lần chứng minh, các chính quyền Mỹ có khuynh hướng thích bảo trợ, bao che, nuôi dưỡng những kẻ cầm quyền độc tài nhưng biết nghe lời hơn là các nhà lãnh đạo yêu nước nhưng

khó bảo. Trường hợp Pinochet của Chile, Noriega của Panama, Somoza của Nicaragua, Marcos của Phi Luật Tân là những thí dụ điển hình. Tiếng kêu trầm thống của nhân dân Tây Tạng từ nửa thế kỷ qua, lời kêu gọi từ trong tù của bà Aung San Suu Kyi vẫn vang vọng mỗi ngày trên đài truyền hình, nhưng ngoại trừ đôi lời an ủi và dăm ba lần tiếp xúc không chính thức, không một áp lực quốc tế nào cứng rắn đủ để buộc Trung Cộng ngồi vào bàn đàm phán hay buộc tập đoàn quân phiệt Miến Điện phải trả quyền quyết định đất nước lại cho nhân dân Miến. Tại sao? Đơn giản bởi vì hai quốc gia vừa nêu đều nghèo khó, không giữ vị trí quân sự có tính cách chiến lược và cũng không có một giọt dầu để thu hút các đại công ty tư bản.

Tôi muốn nói với anh, nhân dân Việt Nam đang đối diện với một cuộc chiến tranh mới, một thách thức mới, khó khăn và tế nhị hơn nhiều so với cuộc chiến bằng súng đạn trước đây. Cuộc chiến ngày nay không giới hạn bởi lằn ranh, vĩ tuyến, hiệp định; kẻ thù của nhân dân Việt Nam không phải ở bên này hay bên kia sông Bến Hải, mà ở bất cứ nơi nào và nhiều khi còn ở ngay trong chính bản thân mình. Cuộc chiến mới là chiến tranh giữa trí tuệ và tăm tối, giữa lòng bao dung dân tộc và tính bảo thủ hẹp hòi, giữa tình thương và thù hận, giữa khai phóng và lạc hậu, giữa nghèo nàn và thịnh vượng, giữa dân chủ và độc tài, giữa các giá trị truyền thống dân tộc nhân bản và ý thức hệ ngoại lai vong bản nô dịch.

Tôi hình dung một con người Việt Nam trong thời đại mới, ngoài đầu mình, tay chân và các bộ phận cần thiết khác, còn có thêm hai cái cánh. Nói rõ hơn, Con Người Việt Nam Mới là những người biết bay. Để làm gì? Xin thưa, để bay qua các vực thẳm của hoài nghi, thù hận, chia rẽ trong lòng dân tộc, cũng

như bay qua những ao tù nước đọng của tính ganh tị, tự ái và mặc cảm cá nhân.

Mỗi chúng ta tuy có hoàn cảnh sống khác nhau, quá khứ khác nhau, tôn giáo khác nhau và có thể mang trên thân thể những thương tích khác nhau nhưng đất nước chỉ có một tương lai. Không ai có quyền bắt đất nước phải đau giống cái đau của cá nhân mình hay bắt cả dân tộc phải chịu đựng, phải hy sinh từ đời này sang đời khác cho quyền lợi của đảng phái mình. Sinh mệnh của dân tộc Việt Nam không nằm trong tay thiểu số người, dù họ là ai, mà phải do chính nhân dân Việt Nam quyết định.

Không giống như trường hợp Tiệp Khắc, Đông Đức, Ba Lan, Bulgaria, Albania... nơi đó các đảng CS thực chất chỉ là những dây chùm gởi sống nhờ vào sức mạnh của đồng Rúp, xe tăng và hỏa tiễn Liên Xô, khi cây đại thụ Liên Xô thối ruột thì cả chùm cũng khô héo theo. Đảng CSVN thì khác, họ bám sâu vào cây đại thụ Việt Nam, sinh sôi nẩy nở bằng nhựa nguyên và nhựa luyện Việt Nam. Quá trình hình thành và phát triển của Đảng CSVN là một quá trình đầy ngộ nhận lịch sử và họ tồn tại đến ngày nay, một phần cũng nhờ vào những ngộ nhận đó. Với không ít tuổi trẻ lớn lên trong nền giáo dục một chiều và phản khoa học hiện nay, sự có mặt của Đảng CS trong đời sống chính trị và sinh hoạt xã hội Việt Nam tự nhiên chẳng khác gì bốn mùa xuân hạ thu đông. Nói như Mác, tự do là sự thừa nhận các quy luật tất yếu, và sự tồn tại của Đảng CSVN cũng được giải thích như là tất yếu. Tư duy lạc hậu đó cũng tồn tại trong một số không ít những người được gọi là trí thức. Muốn tháo gỡ ra, muốn tách hệ ý thức lạc hậu đó ra mà không phải làm ung thối đi nguồn nhựa sống hay làm ngã cây cổ thụ dân tộc không phải là một chuyện dễ dàng.

Chúng ta thường hỏi nhau, tại sao sau 30 năm Việt Nam vẫn chưa có một Aung San Suu Kyi, chưa tạo được một phong trào đối kháng có tổ chức, có hệ thống, có cơ sở hoạt động vững vàng? Việt Nam chưa có một Aung San Suu Kyi không phải vì Việt Nam thiếu những nhà dân chủ can đảm, thiếu những phụ nữ đảm lược, sẵn sàng ở tù, sẵn sàng hy sinh, mà bởi vì các nhà dân chủ Việt Nam chưa bao giờ có được cơ hội hoạt động công khai hay bán công khai như bà Aung San Suu Kyi. Đảng đối lập Liên minh Dân tộc Dân chủ (National League for Democracy) của bà Aung San Suu Kyi có cơ sở hạ tầng vững chắc và đã thắng 396 trong tổng số 485 ghế Quốc hội trong cuộc bầu cử dân chủ công khai được quốc tế công nhận năm 1990 trước khi bị đám quân phiệt đàn áp. Tuy nhiên, một lý do khác quan trọng hơn, tập đoàn lãnh đạo Miến Điện hiện nay dù sao cũng chỉ là một tập đoàn quân phiệt tay ngang, võ biền, chứ không phải là một chế độ độc tài toàn trị được tổ chức tinh vi, nắm trong tay không những quân đội, công an, nhà tù, sân bắn mà còn có khả năng kiểm soát từng ngôi chùa, nhà thờ, thánh thất, từng hộ khẩu, từng cân đường, cân gạo của mỗi người dân như Đảng CSVN. Đừng quên, giới lãnh đạo Việt Nam là những người "khôn nhà dại chợ", đối với Trung Cộng thì rụt rè, khép nép, thể hiện qua cách giải quyết vụ ngư dân Thanh Hóa vừa qua, nhưng trấn áp dân mình thì rất giỏi.

Khó khăn hẳn nhiên là khó khăn đó nhưng không có nghĩa chúng ta sẽ phó thác sinh mạng dân tộc cho thiểu số ăn trên ngồi trốc và nắm giữ quyền lực theo kiểu cha truyền con nối. Lịch sử dân tộc đã chứng minh rằng thời đại nào cũng có người yêu nước và người yêu nước bao giờ cũng đông hơn kẻ bán nước.

Độc giả sẽ hỏi người yêu nước như thế tìm đâu ra? Trước đây tôi đã có viết và xin nhắc lại, theo quan điểm chủ quan của riêng tôi, họ có thể ở trong nước hay tại hải ngoại; có thể đang đấu tranh trực diện với chế độ hay vận động trong âm thầm, kín đáo; có thể đã từng chịu đựng hàng chục năm trong nhà tù CS và cũng có thể là những đảng viên CS đã nhận ra con đường sai trái mà họ vừa đi qua; có thể là những giáo sư đại học đang giảng dạy tại các đại học quốc gia, đại học bách khoa, đại học tổng hợp Hà Nội, Huế, Sài gòn và cũng có thể là những trí thức Việt Nam mang quốc tịch Anh, Mỹ, Pháp đang sẵn lòng cứu giúp quê cha đất tổ; có thể là những nông dân lam lũ trên cánh đồng khô cháy ở Nghệ An, Hà Tĩnh và cũng có thể là những công nhân đang đổ mồ hôi trong nhà máy dệt ở khu công nghiệp Biên Hòa; có thể những thanh niên, sinh viên mang thao thức đi vào xã hội Việt Nam đầy bất công sai trái và cũng có thể là những sinh viên gốc Việt sinh ra ở hải ngoại đang mơ ước làm một điều gì tốt đẹp cho quê hương. Tâm thức Việt Nam của họ được kết tinh được bằng lòng yêu nước chân thành, đức tính kiên nhẫn, không sống ngoài mà sống trên những hiện tượng tiêu cực đang tồn tại và biết đau nỗi đau chung của dân tộc mình.

Phục hưng Việt Nam là một cuộc vận động cách mạng tư duy chứ không đơn giản là một cuộc đấu tranh chính trị đoản kỳ. Mặc dù khi các nhân tố cách mạng chín muồi và cần thiết, những người yêu nước có thể phải kết hợp thành một đảng chính trị tranh đấu trực diện và công khai thách thức quyền lãnh đạo đất nước; nhưng nếu chưa chín muồi, họ sẽ hoạt động một cách thích hợp với hoàn cảnh cá nhân của họ.

Cuộc tranh đấu ngày nay không bắt đầu từ những trận đánh lớn ngoài mặt trận như trong thời chiến mà bắt đầu từ công việc

mỗi chúng ta đang làm; không bắt đầu từ cấp cao xuống cấp thấp, từ trung ương đến địa phương mà bắt đầu từ những việc làm nhỏ, trong phạm vi nhỏ của mỗi người, mỗi gia đình, thôn xóm, trường học, quận huyện, thành phố và tiến dần đến phạm vi toàn xã hội. Mỗi người Việt Nam yêu nước, trong hay ngoài nước, tùy theo hoàn cảnh và điều kiện thuận lợi của mình, chủ động tạo nên một mặt trận riêng nhưng nhằm theo đuổi mục tiêu chung là cô lập, bào mòn, tẩy chay và cuối cùng loại bỏ cơ chế chính trị độc tài, độc đảng, mở đường cho công cuộc phục hưng toàn diện Việt Nam. Con đường đó có thể dài hơn con đường từ thủ đô Washington đến Kabul hay Baghdad, nhưng sẽ là con đường của niềm tin và hy vọng, của giấc mơ Việt Nam đang trở thành hiện thực, và của mùa xuân dân tộc đang đơm hoa trong mỗi trái tim người.

Vũ khí của cuộc chiến mới này không phải là B52 hay SAM 2, không phải bằng AK47 hay M16, mà đứng dậy từ nỗi đau chung của dân tộc Việt Nam. Và nếu chúng ta chưa thắng được độc tài, áp bức, không phải vì độc tài áp bức quá mạnh mà cũng có thể trong mỗi chúng ta, nỗi đau Việt Nam vẫn chưa đủ thấm.

TUỔI TRẺ PHẢI NÓI

(Góp ý với các bạn trẻ trong nước về việc "góp ý" hay không "góp ý" với Dự thảo Báo cáo Chính trị Đại hội X của Đảng CSVN")

Trong thời gian qua, nhiều bài góp ý với Dự thảo Báo cáo Chính trị Đại hội Đảng CSVN lần thứ 10, từ nhiều người, nhiều thành phần xã hội, nhiều thế hệ được phổ biến công khai trên báo chí. Những góp ý tuy khác nhau về mức độ phân tích nhưng đều tập trung vào những sai lầm của Đảng CSVN.

Một số quan điểm cho rằng những góp ý như thế là đúng, là những bước đầu cần thiết cho một tiến trình dân chủ, người dân có cơ hội được công khai phát biểu và đang tận dụng cơ hội đó. Tuy nhiên, cũng có một số quan điểm cho rằng góp ý với giới lãnh đạo Đảng CSVN chẳng khác gì "đem đàn gảy tai trâu", ngày nào Đảng CS còn độc quyền lãnh đạo đất nước thì ngày đó chuyện góp ý chỉ là trò đùa, người Việt có thói quen nói cho đã cái miệng nhưng thường dừng lại ở chỗ nói cho đã mà thôi...

Trước đây tôi cũng nghĩ như quan điểm thứ hai. Đọc các báo cáo chính trị trong các đại hội từ 1960 đến 2001, tôi có cảm tưởng các ông già đó chỉ thay ngày đổi tháng còn nội dung thì

xào nấu cho khác nhau chứ căn bản vẫn giống nhau. Những người soạn đề cương, một phần không dám viết khác, một phần dù sinh trước hay sinh sau cũng đều bái chung một thầy, đọc chung một sách và dùng chung một cuốn tự điển nên không lạ gì ngôn ngữ trong các văn kiện Đảng gần như giống hệt nhau. Nghe các lãnh đạo Đảng trả lời phỏng vấn giống như nghe một đĩa hát cũ. Nếu bài phỏng vấn không ghi ngày tháng, thật khó biết các ông đó được phỏng vấn khi nào. Trong các báo cáo chính trị thì Đảng CSVN luôn luôn sáng suốt, đường lối luôn luôn đúng đắn và nếu phải nhắc đến sai lầm thì sai lầm đó bao giờ cũng phát xuất từ những lý do hết sức khách quan, chẳng trách người dân trong nước thường mỉa mai "Mất mùa là tại thiên tai, được mùa là bởi thiên tài Đảng ta".

Tuy nhiên, sau một thời gian khá dài tìm hiểu tiến trình hình thành của giới trí thức trẻ, đặc biệt các em du học sinh tại Mỹ, tôi lại nghĩ "góp ý" là một điều cần thiết. Hai quan điểm trên chưa hẳn mâu thuẫn nhau. Phát biểu là dấu hiệu đầu tiên của sự tự tin, nói lên tinh thần độc lập và không sợ hãi. Biết là "đàn gảy tai trâu" nhưng vẫn cứ nói. Vấn đề không phải là Đảng có nghe hay không, điều quan trọng là nói.

Trong một bài viết trước đây, tôi cho rằng hai căn bịnh trầm kha còn tồn tại trong thế hệ trẻ là nói trễ và nói dối. Hai căn bịnh đó là hậu quả của một chính sách giáo dục ngu dân, tiêu diệt các mầm mống sáng tạo, lão hóa các nhận thức của tuổi trẻ, đã và đang tồn tại trong xã hội Việt Nam. Do đó nói vẫn là quan tâm hàng đầu, còn nói gì, nói sai hay nói đúng tính sau. Nhiều khi nói không đúng hay không đúng lắm lại là một điều hay vì có cơ hội cho những tiếng nói đúng, hợp tình hợp lý hơn được gióng lên. Tiến trình dân chủ của một quốc gia, dù là Cộng hòa

Liberia vừa ra khỏi nội chiến hay dân chủ hàng đầu như Mỹ cũng bắt đầu trong một cách đơn giản như thế. Những người Mỹ soạn thảo hiến pháp 1787 không phải là cái gì cũng "nhất trí" như Quốc hội Việt Nam mà cãi nhau cả nhiều tháng, cũng có người ra về nửa chừng, có người không ký, thậm chí trong số 55 đại biểu họp ngày đầu chỉ có 39 người đặt bút ký. Dù sao, như Benjamin Franklin lưu ý, đó là nền tảng để xây dựng căn nhà dân chủ tốt đẹp hơn.

Thành phần trí thức Việt Nam trẻ, không chỉ học trong nước mà ngay cả thành phần sinh viên du học nước ngoài, những năm trước đây đã không đóng đúng vai trò của tuổi trẻ trước những vấn đề bức thiết của đất nước. Bịnh nói trễ quả là trầm trọng. Mười năm trước trong thành phần đối kháng không có những Lê Chí Quang, Phạm Hồng Sơn, Nguyễn Vũ Bình, Đỗ Nam Hải và trong hàng ngũ trí thức trẻ không có những người thẳng thắn như Phạm Duy Nghĩa, Vũ Minh Khương.

Tôi tiếp xúc nhiều với tuổi trẻ, khá đông là du học sinh, vì tôi luôn đặt nặng vai trò của thế hệ trẻ Việt Nam đối với tương lai đất nước dù họ sinh ra ở nơi nào trên đất nước hay nơi nào ở hải ngoại. Các thế hệ cha chú phần lớn đều mang theo những vết thương hằn sâu trên thân thể cũng như trong tâm thức, và do đó không có một góc nhìn rộng đủ để thấy được những nhu cầu khách quan của đất nước.

Trong những đợt du học đầu, phần lớn nếu không muốn nói hầu hết sinh viên đến từ miền Bắc, có lý lịch tốt, con của các gia đình cán bộ trung hay cao cấp. Trong những năm sau, điều kiện du học dễ dàng và rộng rãi hơn, lý lịch cũng không cần phải quá hồng như những đợt đầu, trình độ học vấn được đặt

nặng đúng mức và sinh viên cũng đến từ nhiều nơi chứ không chỉ riêng miền Bắc.

Như những con chim được thoát ra khỏi lồng sắt, dù lớn lên ở miền Bắc hay miền Nam, một khi được sống trong môi trường tự do, tiếp cận hàng ngày với các sinh hoạt dân chủ, các em hiểu được tự do, dân chủ là một quyền thiêng liêng, không thể thiếu trong đời sống con người. Niềm khao khát tự do dân chủ cho đất nước trong lòng các em cũng qua đó mà dấy lên.

Tôi đã có dịp ngồi nghe nhiều em du học sinh từ miền Bắc kết án giới lãnh đạo Đảng CSVN hùng hồn như một ông biện lý kết án những tên trộm bị bắt quả tang, không những đúng sách vở mà còn bằng những ví dụ, bằng chứng rất rõ ràng, cụ thể mà các sinh viên gốc Việt cùng thế hệ lớn lên ở nước ngoài không thể biết được. Những câu chuyện các em kể về đời sống của người dân miền Bắc còn thê thảm hơn nhiều so với những chuyện chúng ta đọc hàng ngày trên báo. Những cảnh mẹ tố con, vợ tố chồng trong cải cách ruộng đất mà các em nghe cha mẹ kể còn chi tiết và rùng rợn hơn những lời kể trong sách của Hoàng Văn Chí, Nguyễn Minh Cần. Khi phê bình tình trạng con ông cháu cha trong chế độ CS, các em không chỉ nói lên tệ trạng đáng khinh đó mà còn có thể kể vanh vách từng tên một, con ông Phạm Hùng làm gì, con ông Lê Đức Anh học hành ra sao, ở đâu, làm gì...

Tôi cũng biết một em du học sinh mà việc đầu tiên sau khi dọn xong chỗ ở trong cư xá là đặt trên kệ sách của mình một bức hình "Bác Hồ - một tình yêu bao la" nghiêm trang, có nụ cười nhân hậu, nhưng chỉ một thời gian sau bức hình ông Hồ đã không còn trên giá sách nữa. Kệ sách của em toàn là sách khoa học, sách kinh tế bằng tiếng Anh và "Bác Hồ - một tình yêu bao

la" đã được đưa đi "tìm đường cứu nước" trong một nơi kín đáo nào đó. Tôi khám phá nơi em những trăn trở lớn về tương lai đất nước. Là một sinh viên kinh tế, em biết Việt Nam không có tương lai nào cả. Những gì em được dạy ở Việt Nam chỉ là những lời hứa rỗng. Tổng sản lượng một năm mồ hôi nước mắt của cả nước góp lại không bằng vài tuần làm thêm của với các quốc gia kỹ nghệ. Người dân Việt cần 30 năm để tiến từ chế độ ăn độn sang được gạo trắng nhưng vẫn được Đảng ca ngợi như một bước phát triển thần kỳ. Trong 30 năm đó bao nhiêu mồ hôi nước mắt đã đổ xuống, bao nhiêu tài nguyên nhân lực đã bị lãng phí và trong 30 năm đó nhân loại đã bỏ Việt Nam biết bao xa. Khẩu hiệu "Phát triển kinh tế theo định hướng xã hội chủ nghĩa" em đang nghe, giống như khẩu hiệu "Tiến nhanh tiến mạnh tiến vững chắc lên chủ nghĩa xã hội" cha mẹ em đã nghe và cũng không khác mấy so với "Thắng giặc Mỹ ta xây dựng bằng mười lần hôm nay" mà các thế hệ Việt Nam trong chiến tranh đã nghe. Tất cả chỉ là những chiếc bánh vẽ. Nền kinh tế Việt Nam chỉ là một lối đi vòng, cuối cùng sẽ dẫn vào ngõ cụt.

Qua trao đổi với em, tôi biết trong lòng em, sự kính trọng dành cho ông Hồ vẫn còn nhưng ít ra không đến nỗi mù quáng, không mang màu sắc sùng bái tà ma một cách cuồng tín như nhiều người Việt Nam không có điều kiện sống trong môi trường tự do dân chủ như em. Với tôi, em đã bước một bước nhận thức khoa học rất dài. Đổi mới tư duy không phải là việc của một sáng một chiều mà là một quá trình liên tục và cần có thời gian. Hãy để em va chạm với thực tế, qua đó, em sẽ học được những điều mới lạ. Sự thật và giả dối như ánh sáng và bóng tối. Một khi ánh sáng hiện rõ ra, bóng tối và sương mù sẽ tự động tan đi. Mỗi ngày em sẽ hiểu rõ hơn và thấy được nhiều

điều khác hơn về những con người mà một thời em được dạy như là những "mặt trời chân lý". Tôi tin, một khi thấy được sự thật bằng chính mắt mình, nhận thức sự thật được bằng chính tư duy của mình, em sẽ dứt khoát bỏ đi và không bao giờ bị mê hoặc lần nữa.

Thế nhưng, những thao thức ước mơ kia chỉ sống dậy trong giảng đường đại học Mỹ. Những khát khao cháy bỏng kia cũng chỉ cháy ở xứ người. Khi từ giã vùng ánh sáng của tự do văn minh để trở về với vũng tối của độc tài lạc hậu, suy nghĩ của các em cũng theo đó mà bị nhiễm đục. Trong nước, các em không còn là một sinh viên có suy nghĩ độc lập mà là một bộ phận của chiếc máy xay khổng lồ. Việt Nam không có khái niệm tự trị đại học. Các em phải đối diện với những nhu cầu mới của cá nhân và gia đình. Các em cũng đối diện với những áp lực, đe dọa từ phía nhà cầm quyền. Các em rất dễ dàng bị cuốn hút vào chiếc vòng công danh và quyền lực. Các em cảm thấy yếu đuối, nhỏ nhoi và già nhanh hơn so với tuổi tác của mình. Những trăn trở, ước mơ chưa chết và đôi khi cũng thức dậy trong đêm khuya, nhưng để được nói lên, được biến thành những hành động cụ thể vẫn còn là một quãng đường dài hút mắt.

Nhắc lại những chuyện trên không có nghĩa là tôi quá bi quan về tuổi trẻ. Nói đến những thực tế ảm đạm đó không có nghĩa là tôi đánh giá thấp vai trò của tuổi trẻ hay phủ nhận các đóng góp của tuổi trẻ. Tôi tin ở tuổi trẻ như tin vào lịch sử. Các thế hệ trẻ dù muốn hay không cũng phải nhận lãnh trách nhiệm của mình. Sức đẩy để đất nước đi lên là từ bàn tay tuổi trẻ. Tương lai Việt Nam có được vinh quang hay phải tiếp tục chịu đựng lầm than tủi nhục cũng là từ hành động của các thế hệ trẻ. Dù có oán trách các thế hệ cha chú bao nhiêu đi nữa thì

trách nhiệm vá lại mảnh dư đồ rách nát hôm nay vẫn là trách nhiệm của tuổi trẻ. Nếu tuổi trẻ không nói rồi ai sẽ nói thay cho? Nếu tuổi trẻ không làm thì rồi ai sẽ làm thế cho đây?

Đã đến lúc tuổi trẻ phải nói.

Khi bàn về quyền nói, quyền góp ý, tôi không thể quên những bài góp ý nổi tiếng của Tiến sĩ Phan Đình Diệu. Cung cách và thái độ của tiến sĩ Phan Đình Diệu là một bài học giá trị về sự cần thiết để góp ý.

Cách đây 13 năm, tôi đọc được bài góp ý của tiến sĩ Phan Đình Diệu tại một hội nghị của ủy ban trung ương Mặt trận Tổ quốc Việt Nam. Trong bài, ông bàn về những phương thức để đưa Việt Nam thành một nước giàu mạnh như ông khẳng định "xu thế phát triển trong hòa bình, ổn định để đi tới dân giàu nước mạnh, xã hội văn minh đã có thể coi như một xu thế mới không có gì cưỡng nổi." Và tiến sĩ Phan Đình Diệu kết luận: "*Một mặt, chúng ta thừa nhận nền kinh tế thị trường với những chủ thể kinh tế tự do, bình đẳng của nó, nhưng mặt khác, chúng ta vẫn duy trì một hệ thống tổ chức xã hội theo mô hình chủ nghĩa xã hội nhà nước. Đây là một mâu thuẫn khó dung hòa được. Cần nhìn nhận một sự thật là không thể phát triển kinh tế thị trường với lý thuyết về chủ nghĩa CS. Chủ nghĩa CS đâu có thừa nhận kinh tế thị trường? Cũng xin phép nói rằng một Đảng theo chủ nghĩa CS, nếu thực sự kiên định với chủ nghĩa CS, thì không thể lãnh đạo sự phát triển kinh tế thị trường là cái mâu thuẫn như nước và lửa với học thuyết xây dựng xã hội CS.*"

Hẳn nhiên giới lãnh đạo Đảng CS không đếm xỉa gì đến những lời gan ruột của tiến sĩ Phan Đình Diệu mặc dù trong tất cả văn kiện quan trọng của Đảng đều có nhắc đến "vận dụng

một cách sáng tạo", "cách mạng tư duy", "chủ động nắm bắt thời cơ", "đẩy mạnh kinh tế thị trường"...

Suốt 30 năm cầm quyền, giới lãnh đạo Đảng CSVN cũng không học được gì từ những cái hay cái đúng của thế giới hay sửa sai được gì từ những sai lầm của chính họ.

Lịch sử thế giới đã để lại nhiều bài học về giá trị của lòng yêu nước, những tấm gương lãnh đạo quốc gia biết nhìn xa thấy rộng, nắm bắt thời cơ. Đừng nói chi Minh Trị Thiên Hoàng của Nhật hay Rama IV của Thái cách nay đã vài thế kỷ, chỉ riêng Konrad Adenauer của Đức sau thế chiến thứ hai cũng đã chứng minh thế nào là sự quan trọng của vận dụng sáng tạo, nắm bắt thời cơ lịch sử và có một tầm nhìn rất xa vào tương lai đất nước. Bài học Konrad Adenauer vô cùng giá trị mà thế hệ trẻ Việt Nam nên biết.

Trong kế hoạch viện trợ kinh tế Châu Âu, được gọi là Kế hoạch Marshall, Mỹ đã viện trợ 13 tỷ đô-la năm 1947, tương đương với khoảng 130 tỷ theo thời giá hiện nay, để tái thiết châu Âu. Người Mỹ bỏ tiền ra không phải chỉ vì lòng thương xót của chính phủ Mỹ dành cho một châu Âu điêu tàn đổ nát mà chính là để ngăn chặn làn sóng đỏ khỏi lan tràn sang phía Tây, tạo điều kiện cho các cơ hội đầu tư của tư bản Mỹ, mở rộng thị trường tiêu thụ sản phẩm được sản xuất với tốc độ nhanh của thời chiến nhưng đang đối diện với nguy cơ thất nghiệp trầm trọng trong thời bình. Trong lãnh vực ngoại giao, Kế hoạch Marshall đã giúp cho sự có mặt của Mỹ tại Châu Âu chẳng những là điều hợp lý mà còn hợp tình.

Konrad Adenauer hẳn nhiên biết rất rõ những dụng ý của Kế hoạch Marshall, nhưng thay vì từ chối hay sử dụng một cách

lãng phí đồng tiền viện trợ, chính phủ ông đã dùng nhiều tỷ đô-la để tái thiết hàng ngàn thành phố, phục hồi kỹ nghệ, và không lâu, nước Đức đã trở thành quốc gia kỹ nghệ tiên tiến cạnh tranh ngang ngửa với sản phẩm của Mỹ. Konrad Adenauer, nhà lãnh đạo vĩ đại của nước Đức thời hiện đại, không những lo tái thiết đất nước mà còn thể hiện quan tâm thật sự đến tinh thần đoàn kết, hòa giải và hòa hợp các thành phần dân tộc Đức. Sau khi Adenauer qua đời một cuộc trưng cầu ý kiến tại Đức để xem thành tựu nào của Adenauer có ý nghĩa nhất; khác với dự đoán của các nhà phân tích, đa số dân Đức biết ơn Adenauer không phải vì ông đã đưa nước Đức lên hàng cường quốc mà vì ông đã đưa được người tù binh cuối cùng của chế độ Quốc Xã, một chế độ đã từng bỏ tù ông, từ Liên Xô về đoàn tụ với gia đình.

Tôi nghĩ trong tương lai, nếu có một thống kê nào yêu cầu người dân chọn một điều sai lầm nhất của giới lãnh đạo Đảng CS, tuy khó chọn, nhưng có lẽ chữ ký của ông Phạm Văn Đồng trong lá thư thừa nhận chủ quyền Trung Cộng trên hai quần đảo Hoàng Sa và Trường Sa, các chiến dịch cải cách ruộng đất ở miền Bắc và việc bỏ tù nhiều trăm ngàn sĩ quan viên chức Việt Nam Cộng Hòa ở miền Nam sau 1975 sẽ là những câu trả lời được nhiều phiếu nhất. Đó là bằng chứng của chủ trương "kiên quyết bảo vệ vùng trời vùng biển của tổ quốc" và "phát huy tinh thần hòa hợp hòa giải dân tộc" mà giới lãnh đạo Đảng CSVN đã hoàn thành triệt để trong 50 năm qua.

Sự kiện Việt Nam đã cần đến 30 năm để có một ông thủ tướng chính phủ chính thức viếng thăm Hoa Kỳ chỉ để lần nữa chứng minh chính sách đối ngoại lạc hậu, hẹp hòi, vô cùng thiển cận mà Đảng CSVN theo đuổi. Ảo giác chiến thắng đã làm họ nghĩ rằng chính phủ Mỹ phải cử đại sứ nhất bộ nhất bái

đến Hà Nội xin bồi thường chiến tranh, nhân mạng và tài sản cho Việt Nam mà quên một điều, đối với các cường quốc khái niệm thắng hay bại, bạn hay thù, chỉ là một sự thay đổi hay điều chỉnh một vài điểm trong chiến lược toàn cầu của họ mà thôi. Từ 1975, giới lãnh đạo Đảng CSVN đã bỏ lỡ nhiều cơ hội để hội nhập vào thế giới như một quốc gia bình đẳng trước cộng đồng nhân loại như đã được ghi lại trong hồi ký Hồi ức và Suy nghĩ của cựu thứ trưởng ngoại giao Trần Quang Cơ và nhiều tài liệu nước ngoài khác.

Trong quan điểm của cá nhân, tôi thực sự nghĩ chính phủ Mỹ có trách nhiệm đóng góp vào việc tái thiết Việt Nam sau cuộc chiến, có trách nhiệm đạo đức với 7 triệu tấn bom họ đã rải xuống ba miền đất nước Việt Nam, có trách nhiệm đạo đức với hàng ngàn tấn hóa chất họ đã rải xuống thôn làng đồng ruộng Việt Nam, có trách nhiệm đạo đức với nhiều triệu người Việt đã chết trong cuộc chiến. Nhưng trách nhiệm đó không thể giải quyết bằng chủ trương "ai thắng ai" như Lê Duẩn huênh hoang sau 30 tháng 4 năm 1975 mà phải bằng những cuộc thương thảo bình đẳng và có lợi cho cả hai bên.

Chính sách của Đảng trong 30 năm qua chứng tỏ quá rõ ràng giới lãnh đạo Đảng không quan tâm đến quyền lợi lâu dài của dân tộc. Mục đích của họ là duy trì cho bằng được vai trò đè đầu cưỡi cổ nhân dân Việt Nam. Tất cả "đổi mới", "hội nhập" cũng chỉ nhằm phục vụ cho mục đích đó mà thôi. Họ lừa bịp và khinh thường nhân dân đến nỗi, trong khi hàng vạn người bị giết một cách thảm thương oan uổng trong cải cách ruộng đất, thì trong Báo cáo Chính trị trong Đại hội III năm 1960, Lê Duẩn đã xem đó như một thành quả vĩ đại, một thắng lợi lịch sử: "Đảng ta đã vận động cuộc cải cách ruộng đất ở miền Bắc

nước ta, xoá bỏ vĩnh viễn chế độ chiếm hữu phong kiến đối với ruộng đất, thực hiện triệt để khẩu hiệu "người cày có ruộng". Việc hoàn thành hai nhiệm vụ cơ bản của cuộc cách mạng dân chủ nhân dân trên miền Bắc nước ta là một thắng lợi lịch sử của nhân dân Việt-nam. Nó mở đường cho cách mạng Việt-nam bước sang một giai đoạn mới."

Trở lại với chuyện "góp ý" của Tiến sĩ Phan Đình Diệu. Câu ca dao "Gần bùn mà chẳng hôi tanh mùi bùn" có lẽ thích hợp nhất để dành ca ngợi nhân cách của hai trí thức lớn của thời đại chúng ta: Nguyễn Mạnh Tường và Phan Đình Diệu. Giống như Luật sư Nguyễn Mạnh Tường, người đã công khai tố cáo những sai lầm của cải cách ruộng đất trước Mặt trận Tổ quốc Hà Nội tháng 10 năm 1956, Tiến sĩ Phan Đình Diệu phát biểu trong tư cách của một ủy viên trung ương Mặt trận Tổ quốc Việt Nam tháng 3 năm 1993 về con đường không lối thoát của xã hội Việt Nam sau chiến tranh. Hơn ai hết, Tiến sĩ Phan Đình Diệu biết cái chức ủy viên trong một hội mang danh nghĩa Tổ quốc nhưng lại do một ủy viên Bộ Chính trị của Đảng CS làm chủ tịch cũng chỉ là hữu danh vô thực, nhưng ông đã khôn khéo vận dụng cái không có một chút thực quyền đó thành một diễn đàn có thực quyền để công kích Đảng một cách công khai mà Đảng không làm gì được. Ngôn ngữ trong các bài góp ý khác của ông trong những năm gần đây cũng thế, trí thức, từ tốn, nhẹ nhàng, khéo léo, tuy nhiều đoạn phải đọc giữa hai hàng chữ, nhưng luôn chuyên chở thao thức của một trí thức yêu nước.

Trí thức phải nói. Những bậc trí thức như Nguyễn Mạnh Tường, Phan Đình Diệu đã nói, rồi những trí thức trẻ phải nói.

Vâng, nhưng nói gì?

Trong một dịp tâm tình với các bạn sinh viên tại một đại học ở Mỹ, một sinh viên du học đã hỏi tôi, giả thiết chúng ta đồng ý với nhau rằng đất nước cần phải có tự do dân chủ, các quyền của người dân phải được tôn trọng, xã hội Việt Nam phải trong sạch, tương lai Việt Nam phải giàu mạnh, đạo đức phải được phục hồi và đất nước phải hội nhập vào dòng phát triển của văn minh nhân loại, thì việc phải làm của em khi về nước sẽ là gì?

Tôi chia sẻ với em. Nếu chúng ta đồng ý với mục đích đó rồi em làm gì cũng được. Em có thể đứng hẳn về phía người dân trực diện với Đảng CS để đấu tranh cho quyền lợi của nhân dân, có thể đứng ngoài như một chuyên gia độc lập, làm chủ một công ty tư nhân, thậm chí em cũng có thể tham gia vào bộ máy lãnh đạo Đảng và Nhà nước, trở nên một Đảng viên, một bí thư tỉnh ủy, thành ủy, ủy viên trung ương Đảng, nói chung, làm tốt nhất trong hoàn cảnh của em và với những phương tiện em có. Làm tốt nhất mà tôi muốn nói với em là mỗi công việc em làm, mỗi chữ ký em ký, mỗi tiếng nói em cất lên, mỗi chỉ thị em ban ra, bằng cách này hay cách khác phải gởi gắm được, chuyên chở được, phải thúc đẩy cho được mục đích cuối cùng tự do, dân chủ, nhân bản và cường thịnh mà em theo đuổi cho đất nước mình. Nói cũng tương tự như làm. Không nhất thiết phải nói đến những vấn đề đao to búa lớn nhưng bằng việc nói lên những bất công cụ thể, trước mắt và ảnh hưởng trực tiếp đến đời sống người dân. Cuộc vận động phục hưng Việt Nam là một cuộc vận động toàn diện chứ không giới hạn trong một vài lãnh vực.

Thật vậy. Chế độ độc tài hiện nay mâu thuẫn với quyền lợi đất nước về mọi mặt nên phê bình mặt nào cũng đúng cả. Từ những cuộc biểu tình của công nhân các khu Công nghiệp

Điện Bàn Quảng Nam, Khu Công nghiệp Biên Hoà II, Khu Công nghiệp Tân Bình, Khu Chế xuất Vĩnh Lộc, Công ty Giày Gia Định, tệ nạn buôn bán phụ nữ, bán thân nuôi miệng, bán máu nuôi con, làm dâu xứ lạ, cho đến ý thức hệ Marx-Lenin, độc tài kiểu Stalin, đàn áp tôn giáo... đều là sản phẩm của chế độ CSVN.

Tôi không bao giờ nghĩ con đường phục hưng dân tộc là độc đạo mà có thể từ nhiều ngả khác nhau. Mỗi người Việt Nam sinh ra và lớn lên trong những hoàn cảnh gia đình, thời đại không giống nhau, mang trên lưng một quá khứ khác nhau và do đó tình yêu nước cũng thuận theo điều kiện mà thể hiện. Tiến sĩ Phan Đình Diệu phê bình Đảng từ một diễn đàn hợp pháp và được nhiều người nghe, điều đó không có nghĩa là những tiếng nói phản kháng khác là bất hợp pháp và không ai nghe. Nói cũng không có nghĩa là thỏa hiệp với tầng lớp lãnh đạo Đảng. Nếu ngày mai, mỗi gia đình Việt Nam, mỗi người Việt Nam đều gởi cho Đảng CS một bản góp ý với nội dung "Tôi không chấp nhận sự lãnh đạo của Đảng CSVN" thì tiếng nói đó có ý nghĩa biết bao nhiêu.

Dĩ nhiên giới lãnh đạo Đảng không muốn người dân có quyền nói một cách tự do như thế, nhưng muốn hay không không còn là quyết định của giới lãnh đạo Đảng nữa. Vào năm 2006, Đảng CS vẫn còn là một Đảng độc tài toàn trị nhưng cũng chưa bao giờ trong suốt 76 năm lịch sử, Đảng ở vào thế bị động và bị cô lập hơn bây giờ. Trong chiến tranh chống thực dân, Đảng có nhiều lý do để vận động quần chúng, trong chiến tranh Việt Nam Đảng có nhiều phương tiện để bưng tai bịt mắt nhân dân, nhưng trong cuộc tranh chiến tranh chống độc tài, nghèo nàn, lạc hậu hiện nay thì không. Quyền lợi của Đảng và

quyền lợi của dân tộc về căn bản vốn mâu thuẫn và ngày nay mức độ mâu thuẫn đã dẫn đến điểm đối kháng. Nói theo kiểu quy luật lượng chất thì nước đã sôi, lửa đã cháy. Những cuộc đình công, từ tự phát đang tiến dần đến tổ chức, đang diễn ra trên khắp nước là hồi chuông báo tử cho một chế độ mà mỗi khi há miệng là nhân danh quyền lợi của giai cấp công nhân. Ngày nay người dân Việt Nam đã thấy rằng, kẻ thù của nghèo nàn lạc hậu, vật cản của phát triển kinh tế, con kỳ đà của hội nhập vào trào lưu dân chủ văn minh nhân loại không gì khác hơn là Đảng độc tài CS. Nếu có cơ hội để nói mà không lo sợ bị tù đày, tôi tin mọi người dân Việt Nam đều nói.

Nhiệm vụ của tuổi trẻ Việt Nam hiện nay là mang lịch sử trả về cho những người thực sự đã làm nên lịch sử.

XIN ĐỪNG BẮN SAU LƯNG

Chiếc cầu dùng để nối hai bờ, thường là sông, nhưng cùng lúc nói lên sự xa cách giữa hai bờ đang cần được nối.

Trong thơ và nhạc, chiếc cầu nói lên những cách ngăn tình cảm nhưng nhiều khi cũng là một nơi hò hẹn của hai người.

Nhà thơ Hoài Khanh viết một bài thơ trong đó có hai câu thơ mà giới sinh viên miền Nam trước 1975 ai cũng ngâm nga khi nhớ về một ánh mắt, một nụ cười, một bàn tay ấm: "*Ta ngồi lại bên cầu thương dĩ vãng, nghe giữa hồn cây cỏ mọc hoang vu.*" Tương tự, nhạc sĩ Phạm Duy khi sáng tác *Hẹn Hò* cũng than trách "*Số kiếp hay sao, không cho bắc cầu, thì xin sông nước sẽ cho gần nhau...*"

Trong ý nghĩa tích cực, hoài nghi là cần thiết. Hoài nghi thường được áp dụng trong các lãnh vực khoa học, chính trị học, luật pháp,v.v... như "Lợi ích của sự nghi ngờ" (Benefit of doubt) hay "Không tìm thấy một nghi ngờ hợp lý nào trước khi phán quyết một tội trạng" (Beyond a Reasonable Doubt), nhưng trong bài này chỉ bàn về ý nghĩa tiêu cực của sự nghi ngờ.

Khác với trong thơ và nhạc, phong trào dân chủ Việt Nam nhiều năm nay đang bước trên chiếc cầu có cái tên thật buồn và thật dài: cầu hoài nghi.

Đối với một số anh chị em từng chịu đựng lao tù, đày ải nhiều năm trong nước và khi ra nước ngoài họ bước trên chiếc cầu hoài nghi mang cả nghĩa đen lẫn nghĩa bóng: xa cách và xa lạ. Người cựu tù không chỉ xa cách quê hương, thân thuộc mà khi vừa đặt chân lên xứ người họ còn cảm thấy xa lạ với cả những người yêu mến mình trước đó không lâu.

Người đấu tranh đang sống trong nước cũng vậy. Họ không chỉ đấu tranh chống độc tài đảng trị bằng khả năng giới hạn và điều kiện chật hẹp của mình mà còn phải sống, phải thở không khí hoài nghi chung quanh những người cùng chiến tuyến. Viết với một văn phong nhẹ nhàng họ sẽ bị kết án "thỏa hiệp" hay "đội lốt dân chủ" và viết với một văn phong quyết liệt họ sẽ bị kết án "viết thế mà không bị tù mới thật đáng nghi ngờ."

Chiếc cầu hoài nghi từ đâu mà có?

Muốn biết chuyện CSVN, chắc phải đọc chuyện CSTQ trước.

Xây cầu hoài nghi là một trong những nhiệm vụ chính của bộ máy tuyên truyền CS vốn đã có từ thời Lenin.

Các lãnh đạo Trung Cộng từ Mao đến Tập đã từng bước hiện đại hóa việc xây cầu phù hợp với các tiến bộ kỹ thuật. Tập Cận Bình, gốc là một cán bộ tuyên truyền, chi một ngân sách lớn để lèo lái cộng đồng Hoa Kiều qua trung gian của đội quân dư luận viên có mặt tại Mỹ.

Như người viết đã phân tích trong bài "Đảng 50 Xu tại Trung Cộng", hai trong số các nhiệm vụ chính của một dư luận viên Trung Cộng không phải tranh luận hơn thua mà (1) hướng dẫn dư luận phù hợp với chủ trương của đảng vào đúng thời điểm và (2) đáp ứng nhanh về một tin đồn để lèo lái nhận

thức của người đọc, người nghe vào ý định của đảng trước khi người đọc hay người nghe có quan điểm riêng.

Theo tiến trình hình thành của cộng đồng người Hoa tại Mỹ, sau 1949 các cộng đồng người Mỹ gốc Hoa đều ủng hộ chính phủ Đài Loan. Tuy nhiên, dần dần bị đồng tiền mua chuộc và tuyên truyền lôi kéo, họ dần dần chuyển hướng sang ủng hộ Trung Cộng.

Về vật chất, trong một phóng sự điều tra của Bethany Allen-Ebrahimian đăng trên Foreign Affairs ngày 7 tháng 3, 2018, các sinh viên Trung Quốc tham dự các buổi đón tiếp Tập Cận Bình trong chuyến viếng thăm Mỹ của ông ta năm 2015 được trả tiền.

Về lý luận, các tòa đại sứ Trung Cộng tại Mỹ theo dõi chặt chẽ sinh viên gốc Hoa cũng như người Mỹ gốc Hoa không chỉ trong sinh hoạt đời sống mà cả nhận thức chính trị qua các dư luận viên làm việc dưới nhiều dạng tại Mỹ.

CSVN thì sao?

Dù quan hệ về mặt nhà nước và bang giao quốc tế giữa CSVN và CSTQ có khi ấm khi lạnh nhưng về mặt đảng thì không.

Dưới đây là nguyên văn báo cáo của Đoàn Hưng, thành viên thuộc phái đoàn Ban Tuyên Giáo Trung Ương CSVN sau chuyến viếng thăm và làm việc với Ban Tuyên truyền Trung ương Đảng CS Trung Quốc ngày 17 tháng 12, 2018 và được đăng trên tạp chí Tuyên Giáo:

“Tại các cuộc trao đổi và làm việc, hai bên đã chia sẻ nhận thức chung, trao đổi kinh nghiệm trong công tác nghiên cứu

lý luận, học tập nghị quyết, công tác quản lý Đảng; tăng cường bảo vệ nền tảng tư tưởng, ý thức hệ của Đảng; phòng chống diễn biến hòa bình, cách mạng màu; kinh nghiệm thống nhất định hướng công tác báo chí truyền thông, phát triển các loại hình báo chí truyền thông mới, tăng cường tuyên truyền, thông tin, dư luận tích cực trên Internet, mạng xã hội."

Hai cái miệng CSVN và CSTQ có lúc chửi nhau nhưng mạch máu đảng (quản lý), trái tim đảng (tổ chức), bộ não đảng (tư tưởng) vẫn giống nhau như những năm đầu thập niên 1930 khi Mao còn ở Diên An và đảng CSVN vừa thành lập.

Chưa có tài liệu chính thức nào về việc CSVN vận dụng người Việt hải ngoại, trả lương cho họ bằng cách nào hay số lượng dư luận viên của đảng đang hoạt động tại hải ngoại đông bao nhiêu. Tuy nhiên, chính sách tuyên truyền của CSVN vốn là cái khuôn thu nhỏ của bộ máy tuyên truyền Trung Cộng nên chắc chắn cách tổ chức không khác gì nhiều.

Nhưng không phải ai tung tin tiêu cực cũng là dư luận viên của đảng. Bịnh hoài nghi là bịnh của con người. Y học có một ngành riêng cho bịnh hoài nghi gọi là Obsessive-compulsive disorder (OCD).

Đừng nghĩ mình không bị bịnh. Người Việt ra đi hay ở lại đều vẫn còn mang trên lưng cả cuộc chiến với bao đau thương và ngộ nhận nên bịnh hoài nghi là một căn bịnh rất phổ biến của người Việt thời hậu chiến.

Bộ máy tuyên truyền CS chỉ xát muối vào vết thương tình cảm, đào sâu tính nghi kỵ sẵn có trong bịnh nhân. Căn bịnh hiểm nghèo sẽ trầm trọng thêm và nhanh chóng lây sang người khác, lây sang thế hệ khác.

Rất khó chữa trị tận gốc căn bịnh hoài nghi. Ngay cả chữa được thì thời gian chữa hết còn tùy thuộc vào trình độ văn hóa và nhận thức chính trị của mỗi bịnh nhân.

Tuy nhiên, trong giới hạn của phong trào dân chủ, có hai cách chung, đơn giản và căn bản mà ai cũng có thể làm được là (1) đừng vội tin vào các tin đồn (2) mà hãy tự tìm hiểu, học hỏi, phân tích, so sánh giữa các nguồn tin để từ đó rút ra một quan điểm độc lập cho mình.

Dù bao nhiêu điều tiêu cực đang diễn ra và trong cơn bão độc tài áp bức kéo dài mấy chục năm qua, những ngọn lau vẫn cố vươn mình lên.

Năm 2019 là một trong những năm phong trào dân chủ Việt Nam bị đàn áp khốc liệt nhất.

Theo bản tin của trang mạng "Người Bảo vệ Nhân quyền" (vietnamhumanrightsdefenders.net) chỉ "tuần thứ 48 từ ngày 25/11 đến 01/12/2019, Việt Nam kết án 9 người hoạt động với tổng mức án 48 năm tù". Hiện nay có ít nhất 240 người bị kết án nặng nề và một số khác chưa có thông tin.

CSVN tàn bạo hơn bao giờ hết nhưng không phải vì thế mà cuộc đấu tranh dừng lại. Nhiều khuôn mặt trẻ bằng nhiều cách, đang cố đánh thức thế hệ họ, đồng bào họ đang chìm trong cơn mê dài. Những bản án dài hạn không làm họ chồn chân. Bởi vì, không có nỗi đau nào lớn hơn nỗi đau của dân tộc và không có bản án nào dài hơn sự chịu đựng của trên 90 triệu người dân suốt 44 năm qua.

Khát vọng tự do là khát vọng của con người.

Thật vậy. Một số lớn trong bốn triệu người dân Miến Điện tham gia cuộc biểu tình chống chế độ độc tài Ne Win ngày 8

tháng 8, 1988 chắc không biết và dù có biết cũng không quan tâm ông tổng thống Mỹ là ai, tên gì và thuộc đảng nào. Những ngày đầu đẫm máu chưa có sự tham gia của bà Aung San Suu Kyi khoảng mười ngàn người biểu tình bị giết. Nhưng họ không chết trong cô đơn. Họ chết vì dân tộc Miến Điện và vì tương lai của Miến Điện. Họ chết để những cành Padauk vàng, quốc hoa của Miến, mãi mãi đẹp tươi trong mỗi độ xuân về.

Những người Việt bị bắt hay bị kết án trong hai tháng cuối năm 2019 này cũng thế.

Những Phạm Chí Dũng, Phạm Văn Điệp, Nguyễn Chí Vững, Trần Thanh Giang, hai anh em ruột Huỳnh Minh Tâm và Huỳnh Thị Tố Nga, Đoàn Viết Hoan, Võ Thường Trung, Ngô Xuân Thành, Nguyễn Đình Khuê hẳn không quá quan tâm đến những gì đang xảy ra trên thế giới. Họ là người Việt Nam và lo cho thân phận Việt Nam.

Ngoài Phạm Chí Dũng, có lẽ không bao nhiêu người Việt biết nhiều về chín người còn lại.

Vì thế, nếu không tiếp tay, không yểm trợ được những người bị bắt, bị tù thì cũng không nên vô tình phụ với bộ máy tuyên truyền của đảng CS để đánh gục những người tranh đấu khi họ vừa quỵ xuống.

Một ngọn lửa, một cục than, một bó củi nhỏ đều cần thiết. Cách mạng dân chủ cho Việt Nam chỉ diễn ra ở Sài Gòn, Hà Nội, Huế của Việt Nam chứ không diễn ra ở một nơi nào khác bên ngoài Việt Nam.

Khi trả lời một câu hỏi trong buổi giới thiệu Chính Luận ở Nam California đầu năm 2015, người viết có thưa:

"Cách mạng Việt Nam chỉ xảy ra tại Việt Nam chứ không phải xảy ra tại Little Sài Gòn này. Và nếu chúng ta làm được những gì để tạo chất xúc tác cho cuộc cách mạng dân chủ xảy ra tại Sài Gòn hãy cố gắng hết sức mà làm. Còn những người đang đấu tranh chống lại đảng CS là ai, chắc chúng ta không biết. Bây giờ nếu hỏi một anh đang đấu tranh trong nước, anh ta là ai, cha mẹ anh ta là ai, lý lịch của anh ta như thế nào, cuộc đời của anh ta ra sao, và nếu chúng ta cứ ngồi đó mà hỏi thì dòng nước vẫn trôi và đảng CS sẽ tiếp tục cai trị. Cách duy nhất chúng ta có thể làm được là yểm trợ cho các phong trào có khả năng bào mòn chế độ CS, có khả năng đập đổ chế độ CS. Họ thật hay giả, lịch sử sẽ trả lời. Không ai thoát khỏi ánh sáng mặt trời. Hành trình cứu nước là một hành trình hết sức gian nan thử thách, và thử thách đầu tiên là thử thách nơi bản thân mình. Ngày nào chúng ta không tin tưởng nơi bản thân mình ngày đó khó có thể tin tưởng nơi người khác."

Viên đạn của kẻ thù bắn ngay trước ngực không đau bằng viên đạn của đồng bào bắn từ phía sau lưng. Xin đừng bắn sau lưng.

CUỘC ĐẤU TRANH NÀY

Một câu hỏi mà người viết thường được hỏi và cũng thường được nghe tranh luận là "Việt Nam có nhiều trăm tù nhân lương tâm bị CS bỏ tù với những bản án khắc nghiệt nhưng tại sao nỗ lực của người Việt, trong cũng như ngoài nước, chỉ tập trung vận động cho một vài người?"

Câu hỏi đúng về mặt tình cảm nhưng có lẽ nên phân tích sâu thêm về lý luận. Cuộc đấu tranh nào cũng thế, có những người tranh đấu, có phong trào tranh đấu nhưng trên hết phải có biểu tượng của cuộc đấu tranh.

Việt Nam có một phong trào dân chủ chưa?

Định nghĩa một cách tổng quát, phong trào là tập hợp của những người cùng chia sẻ một niềm tin, một ước muốn, một mục tiêu nhất định nối kết nhau bằng tình cảm và sự tin cậy. Đặc điểm để hình thành một phong trào xã hội là các thành viên tham gia sở hữu những nhận thức căn bản về những bất công xã hội họ đang chứng kiến, có khả năng hành động tập thể, có không gian thông tin, có cơ hội bày tỏ quan điểm.

Bốn mươi ba năm trước, Việt Nam chìm sâu trong bóng tối của chủ nghĩa CS. Không có không gian và thời gian như dừng lại. Nhưng ngày nay điều kiện thế giới và cuộc cách mạng

tin học đã ít nhiều làm thay đổi nhận thức nhiều người Việt. Tuy chưa đủ lớn mạnh như tại các nước độc tài CS trước 1991 hay độc tài không CS như Miến Điện, Ai Cập nhưng qua định nghĩa rộng đó, Việt Nam đã có phong trào dân chủ.

Biểu tượng của phong trào thường là một hay một số người có những hoạt động nổi bật, gây được tiếng vang quốc tế, được nhiều người biết đến và thu phục được cảm tình của các thành viên trong phong trào.

Nelson Mandela không phải là người sáng lập nên tổ chức Nghị Hội Toàn Quốc Nam Phi (African National Congress) và chỉ là một trong tám người bị kết án chung thân trong phiên xử ngày 12 tháng 6 năm 1964. Chuyến bay đêm ra nhà tù trên đảo Robben Island có bảy tù nhân chứ không phải một mình Nelson Mandela. Tuy nhiên, thế giới gần như không biết gì nhiều về Walter Sisulu, Govan Mbeki và năm người khác mà chỉ biết Nelson Mandela. Lý do, Nelson Mandela là biểu tượng đấu tranh của phong trào chống kỳ thị chủng tộc tại Nam Phi.

Tương tự, thế giới nỗ lực vận động cho bà Aung San Suu Kyi và gần như bỏ qua số phận của nhiều ngàn tù chính trị bị giam giữ tại nhà tù Insein Prison ở Rangoon suốt từ năm 1962 khi tướng Ne Win đảo chánh chính phủ dân chủ và thiết lập bộ máy độc tài quân phiệt.

Trong 15 năm, ngoại trừ một thời gian ngắn bị giam trong một căn nhà nhỏ nằm trong khu vực nhà tù Insein, bà Aung San Suu Kyi sống trong một biệt thự, có khu vườn rộng, không phải lao động khổ sai, không đói khát, an nhàn đọc sách. Lý do thế giới tập trung ủng hộ bà vì bà là biểu tượng cho cuộc đấu tranh chống độc tài quân phiệt Miến Điện.

Nelson Mandela và Aung San Suu Kyi là tù nhân, nhưng quan trọng hơn là tù nhân biểu tượng của cuộc đấu tranh. Ủng hộ Nelson Mandela và Aung San Suu Kyi là một cách ủng hộ cho phong trào dân chủ tại Nam Phi và Miến Điện.

Phong trào dân chủ Việt Nam thiếu những biểu tượng đấu tranh có nhiều tiện nghi, tầm mức và lâu dài như Nelson Mandela hay Aung San Suu Kyi. Nhưng nếu chưa có chẳng lẽ ngồi chờ một lãnh tụ anh minh xuất hiện dẫn dắt phong trào hay sao. Không. Thay vào đó, trong mỗi giai đoạn, phong trào dân chủ có một hay hai biểu tượng tính theo thời gian họ có những hoạt động nổi bật và bị CSVN kết án.

Báo chí và dư luận thế giới, cả người Việt ở hải ngoại, khó có thể biết hết và dành những quan tâm đúng mức cho một danh sách dài những tù nhân lương tâm đang bị CS bỏ tù tại Việt Nam, do đó, biểu tượng đấu tranh là cần thiết. Vai trò của một biểu tượng không chỉ đúng cho trường hợp Việt Nam mà là một nguyên tắc cách mạng đã chứng minh tại hầu hết các cuộc cách mạng dân chủ trên thế giới.

Những người được xem là biểu tượng của một giai đoạn đấu tranh dân chủ tại Việt Nam trước hết là vì lòng can đảm. Họ được vinh danh, ca ngợi cũng chỉ vì họ đã dâng hiến tuổi thanh xuân cho tương lai tự do dân chủ của đất nước. Mọi ca ngợi hay vinh danh dành cho họ đều chỉ giới hạn trong không gian và thời gian họ hoạt động và bị tù. Nếu họ được tự do, cám ơn họ đã đi một chặng đường cùng với phong trào dân chủ nói riêng và đất nước nói chung, sau đó nên để họ bình yên với chọn lựa của mình.

Phần đông trong số họ chẳng phải là Nelson Mandela, Aung San Suu Kyi, Václav Havel hay Andrei Sakharov. Họ

đứng lên chỉ vì bất bình trước một xã hội bất công và chấp nhận tù đày. Đừng kỳ vọng quá nhiều vào họ và cũng đừng đặt họ vào những vị trí mà họ chưa thể đứng vững để rồi thất vọng, chán chường, trách móc và quay sang hằn học.

Ngay từ thời Lenin, ba phương pháp chính trị học đã được các chế độ CS dùng để vô hiệu hóa một đối tượng: cô lập hóa, trung lập hóa và thỏa hiệp. Trong tuyển tập Mao Trạch Đông, họ Mao từng nói nhiệm vụ của đảng CS không chỉ thắng kẻ thù nhưng quan trọng hơn là phân hóa kẻ thù. "Phân hóa kẻ thù" trong trường hợp đang bàn là làm cho mọi người chung quanh ghét bỏ, khinh bỉ và xa lánh một đối tượng.

Gắn cái nhãn "dân chủ cuội" hay "đấu tranh để được ra nước ngoài" là cách dễ nhất để cô lập một đối tượng. Với suy nghĩ nặng cảm tính của nhiều người Việt, không cần phải lập lại ba lần như trong chuyện "Tăng Sâm giết người" mà chỉ chụp mũ một lần cũng đủ làm mọi người xa lánh đối tượng mà chế độ CS cần cô lập. Rất buồn, cho tới nay đảng CSVN chứng tỏ rất thành công với chiến thuật rất căn bản, quen thuộc nhưng hữu hiệu này.

Đừng tự nguyện thực thi chính sách phân hóa kẻ thù giùm cho đảng CS. Đừng để lòng yêu nước bị CS khai thác như CS đã từng làm khi đẩy nhiều triệu tuổi trẻ miền Bắc vào lò lửa chiến tranh và dụ dỗ nhiều tuổi trẻ miền Nam trở thành những tay sai cho đảng lũng đoạn xã hội miền Nam trước năm 1975.

Còn những kẻ cơ hội thì sao? Vâng, những kẻ cơ hội bao giờ cũng có, ở đâu cũng có, lãnh vực nào cũng có. Trong phong trào dân chủ Việt Nam còn non trẻ, phân tán, lỏng lẻo và phải đương đầu với khó khăn từ mọi phía cũng vậy, khó có thể tránh khỏi những người núp dưới chiếc dù lý tưởng tự do dân chủ để

kiếm sống hay trục lợi bằng việc lợi dụng hoàn cảnh khó khăn của người khác. Tuy nhiên, không nên từ vài kẻ cơ hội để suy ra hay đánh mất niềm tin vào cả một phong trào.

Trong danh sách người viết kể ở phần trên, có ai biết Lê Chí Quang, người một thời đã đánh thức bao nhiêu triệu người với bài viết "Hãy cảnh giác với Bắc Triều" bây giờ đang ở đâu, làm gì và còn có mặt hay không trên hành trình tranh đấu hôm nay?

Chắc không nhiều người còn nhớ. Nhưng điều đó không quan trọng. Trên chặng đường tranh đấu gian nan, có những người đứng chờ ở mỗi sân ga để bước lên cùng đi với đất nước. Cũng ngay tại sân ga đó lại có người bước xuống theo chọn lựa riêng của mình. Họ mệt mỏi, họ chán nản, họ hết năng lực, họ thỏa hiệp hay có thể vì bất cứ lý do nào. Dù chọn lựa của họ là gì đi nữa vẫn cám ơn những cống hiến của họ và có họ hay không con tàu vẫn tiếp tục băng trên đường lịch sử mang theo những hành khách mới.

Hành khách mới hôm nay là Lê Đình Lượng 20 năm tù, Đào Quang Thực 14 năm tù, Hoàng Đức Bình 14 năm tù, Nguyễn Trung Trực 12 năm tù, Nguyễn Đình Thành 7 năm tù, Lưu Văn Vịnh 15 năm tù, Nguyễn Quốc Hoàn 13 năm tù, Từ Công Nghĩa 10 năm tù, Nguyễn Văn Đức Độ 11 năm tù, Phan Trung 8 năm tù.

Ngoài ra, một danh sách trên 200 tù nhân khác trong đó có những tên tuổi quen thuộc như Trần Anh Kim 14 năm tù, Nguyễn Trung Tôn 12 năm tù, Trương Minh Đức 12 năm tù, Nguyễn Bắc Truyển 9 năm tù, Phạm Văn Trội 7 năm tù.

Tất cả hiện đang sống trong địa ngục trần gian ở Việt Nam. Hãy làm quen và cùng đi với họ trong cuộc đấu tranh này.

"HÃY TÔN TRỌNG LỊCH SỬ" NHƯNG LỊCH SỬ NÀO?

Tôi chưa đọc *Bên Thắng Cuộc* đầy đủ để viết về tác phẩm này. Sách do một người em gởi từ California vẫn chưa đến. Có thể khi đọc xong cả hai cuốn, sẽ nhận xét *Bên Thắng Cuộc* với tư cách một người miền Nam đã sống những năm khắc nghiệt ở Sài Gòn, "sinh viên chế độ cũ", đi kinh tế mới, vượt biển và trăn trở cùng đất nước. Bài viết này chỉ bàn đến luận điểm mà các báo lề đảng dùng khi viết về tác phẩm *Bên Thắng Cuộc*.

Hầu hết báo lề đảng đều đòi hỏi "Hãy tôn trọng lịch sử", vâng, nhưng lịch sử nào?

Một trong những đề án lớn của các quốc gia thuộc khối CS Liên Xô cũ không chỉ phục hồi kinh tế, ổn định xã hội sau gần 80 năm sống trong chế độ toàn trị kinh hoàng nhưng là viết lại lịch sử. Các nhà sử học Nga dành nhiều năm để đánh giá các sự kiện diễn ra từ thời Vladimir Lenin đến Mikhail Gorbachev và cho đến nay vẫn còn đang đánh giá. Nhiều chi tiết như các điều khoản bí mật trong hiệp ước Molotov-Ribbentrop, việc chiếm đóng các quốc gia vùng Baltic, sự giúp đỡ của đồng minh trong thế chiến thứ hai... đã bị xóa trong sử CS. Một số sự kiện có nhắc đến nhưng lại cố tình viết sai thủ phạm như vụ tàn sát 22

ngàn sĩ quan Ba Lan tại Katyn vào tháng 3 năm 1940 được viết là Đức Quốc Xã chứ không phải do mật vụ Sô Viết hành hình. Không chỉ sử Nga mà cả lịch sử thế giới, sự sụp đổ của đế quốc La Mã, các hình thái kinh tế cũng được giải thích theo quan điểm CS.

Các nhà sử học Việt Nam trong tương lai cũng sẽ nhức đầu như thế. Lịch sử không có một dòng chảy chính thống và trong suốt qua các thời kỳ đất nước. Lịch sử Việt Nam từ năm 1954 ở miền Bắc và từ năm 1975 trên phạm vi cả nước là lịch sử của kẻ thắng trận, được giải thích theo quan điểm của kẻ thắng trận và để phục vụ cho mục đích của kẻ thắng trận. Lịch sử Việt Nam mà sinh viên học sinh đang học là lịch sử được phát ra từ cái loa, biểu tượng cho bộ máy tuyên truyền của chế độ, giống như cái loa mà Huy Đức có thể đã ám chỉ trong bìa sách *Bên Thắng Cuộc*.

Rất nhiều tranh luận về lý do tồn tại của chế độ CS tại Việt Nam. Trong cái nhìn của riêng tôi, chế độ CS tại Việt Nam chưa sụp đổ, không phải nhờ đổi mới kinh tế, ổn định xã hội nhưng chính là nhờ tác dụng của cái "loa lịch sử" đó. Đảng CS ít nhiều đã thành công trong việc che giấu được tội ác và khoác cho mình chiếc áo chính danh, chính nghĩa hay ít nhất không một thành phần dân tộc nào chính danh, chính nghĩa hơn đảng CS.

Đảng CS tại năm quốc gia sót lại từ phong trào CS quốc tế, đặc biệt Trung Cộng và Việt Nam đã pha chế chủ nghĩa Dân tộc vào chủ nghĩa CS thành một loại hợp chất gây mê man nhãn hiệu Dân tộc Xã hội chủ nghĩa. Đảng CS lý luận rằng họ ra đời để đáp ứng một nhu cầu lịch sử và, như một tác giả viết trong báo *Pháp Luật*, "những người CS chỉ nối tiếp sứ mệnh mà lịch sử giao phó". Lịch sử nào giao phó?

Chủ trương nhuộm đỏ Việt Nam của đảng CS rõ như ban ngày khi đẩy hàng triệu thanh niên miền Bắc mang súng đạn Nga Tàu vào cưỡng chiếm miền Nam. Pháp rút sớm hay rút muộn, Mỹ đến hay không đến cũng chẳng ảnh hưởng gì đến mục tiêu thiết lập một nhà nước CS trên toàn lãnh thổ Việt Nam dứt khoát từ ngày thành lập đảng CS vào năm 1930. "Độc lập dân tộc", "Thống nhất đất nước" chỉ là những chiêu bài. Nếu không dùng khẩu hiệu "Chống Mỹ cứu nước" bộ máy tuyên truyền tinh vi của đảng cũng thừa khả năng để nặn ra hàng trăm chiêu bài, khẩu hiệu hấp dẫn khác để kích thích và vận dụng lòng yêu nước. Bộ máy tuyên truyền của đảng nhồi nhét vào nhận thức của các thế hệ Việt Nam, nhất là thế hệ sinh ra và lớn lên sau cuộc chiến, rằng cuộc chiến tranh gọi là "Chống Mỹ cứu nước" trước 1975 là cuộc chiến chính nghĩa, "đánh Mỹ" là bước kế tục của chiến tranh chống Thực Dân Pháp. Đó là lý luận của kẻ cướp. Đảng CS không chỉ cướp đất nước mà cướp cả niềm tin và khát vọng của những người đã chết.

Như tôi đã viết trước đây, miền Nam có đàn áp chính trị nhưng cũng có đấu tranh chính trị, có ông quan tham nhũng nhưng cũng có nhiều phong trào chống tham nhũng hoạt động công khai, có ông tướng lạm quyền nhưng cũng có ông tướng trong sạch, có nghị gà nghị gật nhưng cũng có những chính khách, dân biểu, nghị sĩ đối lập chân chính. Xây dựng một xã hội dân chủ vừa bước ra khỏi phong kiến và thực dân là một tiến trình vinh quang nhưng cũng đầy trắc trở. Dân chủ ở miền Nam như một chiếc cây non lớn lên trong mưa chiều nắng sớm. Nhưng dù có khó khăn, tham nhũng thối nát bao nhiêu đi nữa, đó cũng là vấn đề riêng của Việt Nam Cộng Hòa không dính dáng gì đến đảng CS ở miền Bắc. Những ông như Trịnh Đình Thảo, Lâm Văn Tết có đủ không gian và phương tiện để đấu

tranh một cách hợp pháp tại miền Nam cho một xã hội tốt đẹp hơn như hàng trăm chính khách quốc gia khác. Dĩ nhiên, họ có thể thất bại, bị tù đày và ngay cả bị giết nhưng vẫn là những người quốc gia chân chính. Tuy nhiên, khi tham gia Mặt Trận Dân Tộc Giải Phóng Miền Nam Việt Nam, chấp nhận làm công cụ cho đảng CS, họ đã tự chặt chiếc cầu biên giới giữa họ và nhân dân miền Nam.

Tác giả viết trong *Sài Gòn Giải Phóng* nhắc đến "10 cô gái Đồng Lộc" mà không biết rằng nếu có thể hiện hồn về, công việc đầu tiên của các cô chết trong hố bom Đồng Lộc là đi tìm lãnh đạo đảng CS để thanh toán cả vốn lẫn lời vì cái chết oan uổng của các cô chỉ để đổi lấy một đất nước nghèo nạn, lạc hậu, một chế độ độc tài, tham nhũng, phản văn minh tiến bộ như ngày nay.

Tác giả trên báo *Sài Gòn Giải Phóng* cũng nhắc đến đến "nhà tù Côn Đảo", "nghĩa trang Hàng Dương" làm tôi nhớ đến nơi này. Tôi cũng đã từng đến đó, không phải vì phải ở tù mà chỉ vì muốn biết một di tích lịch sử của dân tộc. Đảng xem nhà tù Côn Đảo như một "trường đại học CS", tài sản riêng của đảng CS nhưng đừng quên nhà tù Côn Đảo do thực dân Pháp lập ra năm 1862 tức 68 năm trước khi đảng CS ra đời. Năm 1945, đảng CS ước lượng có khoảng 5 ngàn đảng viên. Cho dù thực dân Pháp bắt và đày nguyên cả đảng ra Côn Đảo cũng không thể so với số tù nhân thuộc các phong trào yêu nước khác. Với tôi, cuộc chiến chống thực dân Pháp là cuộc chiến chính nghĩa. Trong suốt gần một thế kỷ trong bóng tối thực dân, hàng vạn đồng bào thuộc nhiều thế hệ Việt Nam đã bị bắt, tra tấn và đã hy sinh trên Côn Đảo. Những đồng bào đã hy sinh trong cuộc chiến chống Thực Dân và bỏ xác trên đảo đều xứng đáng được tôn vinh.

Nếu họ đã từng là đảng viên CS thì sao? Không sao cả. Như tôi đã có dịp viết trong tiểu luận *Từ buổi chiều trên nghĩa trang Hàng Dương*, việc tham gia vào đảng CS của một số người Việt Nam, chủ yếu là để được tổ chức hóa nhằm mục đích hợp đồng chiến đấu, đạt đến chiến thắng dễ dàng hơn chứ không phải vì tin vào chủ nghĩa CS. Ngày đó, vì điều kiện giao thông khó khăn, núi non cách trở, sự phát triển của các đảng phái chống thực dân ít nhiều bị giới hạn bởi các đặc tính địa phương, bà con giòng họ, hoàn cảnh trưởng thành. Nếu họ sinh ra ở Quảng Nam họ sẽ gia nhập Việt Nam Quốc dân Đảng, sinh ra ở Quảng Trị họ sẽ gia nhập Đại Việt, sinh ra ở Cần Thơ, Vĩnh Long, An Giang họ sẽ gia nhập Dân xã Đảng. Đó là trọng điểm của các đảng phái chống Pháp trong những thập niên đầu của thế kỷ 20. Những người Việt yêu nước thời đó chọn lựa đảng phái như chọn một chiếc phao để đưa dân tộc sang bờ độc lập. Những nông dân hiền hòa chất phác, những công nhân đầu tắt mặt tối làm sao biết được con đường họ đi không dẫn đến độc lập, tự do, hạnh phúc mà dẫn đến nghèo nàn, lạc hậu, độc tài và làm sao biết được chiếc phao họ bám cũng là chiếc bẫy buộc chặt chẳng những cuộc đời họ mà còn gây hệ lụy cho cả dân tộc đến ngày nay. Đảng CS như một tổ chức thì khác. Mục đích của đảng CS không chỉ nhuộm đỏ miền Nam, nhuộm đỏ Việt Nam mà còn nhuộm đỏ cả dòng lịch sử.

Tác giả viết trên báo *Pháp Luật* so sánh việc chính quyền miền Nam tra tấn các đảng viên CS và tù "cải tạo" sau 1975 khi kết án tác giả Bên Thắng Cuộc đã "Nhấn mạnh "chế độ hà khắc" của các trại cải tạo nhưng cuốn sách lại không nhắc đến những trại tù và cách ứng xử của chế độ Sài Gòn cũ đối với những người yêu nước".

Những kẻ ném lựu đạn vào nhà hàng, ám sát, đặt mìn trên quốc lộ 1, quốc lộ 4, đặt bom trong sân vận động, đốt chợ, đốt làng, giết người vô tội không phải tù chính trị hay tù binh chiến tranh mà chỉ là những tên khủng bố. Chúng là những kẻ yêu đảng chứ không phải là "những người yêu nước". Tội ác giết phụ nữ trẻ em của chúng phải được xét xử theo đúng luật pháp. Điều đó đã và đang được áp dụng tại mọi quốc gia trên thế giới không riêng gì VNCH.

So sánh tù CS ở Côn Đảo và tù "cải tạo" là một cách so sánh vụng về và không cân xứng. Tổng số tù tại Côn Đảo khác nhau tùy theo bên nào tổng kết, 5 ngàn theo con số của VNCH công bố và 17 ngàn theo con số của Hà Nội. Dù chọn con số 17 ngàn của đảng thổi phồng vẫn không thể so với hơn 200 ngàn công nhân viên chức và sĩ quan quân đội VNCH bị giam giữ trong 150 trại tù, đa số tận rừng sâu nước độc kéo dài từ 1975 đến 1992 mà chính Thủ tướng CS Phạm Văn Đồng thừa nhận. Các tổ chức quốc tế ước lượng cho đến 1982 số viên chức và sĩ quan VNCH bị giam giữ vẫn còn lên đến 300 ngàn người. Theo tổng kết của báo chí Mỹ, khoảng 165 ngàn người đã chết trong các trại tù CS. Ngoài ra, hàng triệu thân nhân, gia đình, con cái họ bị đày ra các vùng kinh tế mới, bị bạc đãi như nô lệ thời CS chỉ vì lý lịch VNCH.

Một điều quan trọng mà người dân miền Nam sẽ không bao giờ quên, không giống tù Côn Đảo xảy ra trong thời chiến, tội ác "tù cải tạo" vô cùng phi nhân đã được đảng thực thi sau khi đất nước đã hòa bình, sau khi Lê Duẩn ngọt ngào tuyên bố "chiến thắng này thuộc về nhân dân Việt Nam" và sau khi Trần Văn Trà, Chủ tịch Ủy ban Quân quản Sài Gòn Gia Định vuốt ve các viên chức VNCH còn trong Dinh Độc Lập "Nhân

dân Việt Nam chính là người chiến thắng và chỉ đế quốc Mỹ mới thật sự là kẻ bại trận mà thôi".

Phân tích như vậy để thấy lý luận trong bài viết trên báo Pháp Luật cho rằng cuộc chiến chấm dứt sáng 30-4-1975 "không phải là chiến thắng của một "bên thắng cuộc" hạn hẹp mà là chiến thắng của mọi người Việt Nam, trong đó cả những người từng ở phía bên kia" đúng là sản phẩm của chính sách tẩy não. Miền Nam sau 30-4-1975 là một nhà tù và nhân dân miền Nam là tù nhân dưới nhiều hình thức khác nhau.

Từ 1983, để tồn tại, đảng CS phải tự diễn biến hòa bình bằng cách mở thêm một vài ô cửa sổ cho gió vào nhưng thực chất đất nước vẫn còn bị bao bọc bằng bức tường dày bưng bít thông tin và một chế độ trấn áp không thua tiêu chuẩn một nhà tù khắt khe quốc tế nào. Lý thuyết Mác Lê có thể chỉ còn trong đầu môi chót lưỡi, trong các diễn văn, trong các bài ai điếu của các lãnh đạo đảng nhưng các phương tiện chuyên chính, toàn trị CS vẫn không khác gì nhiều so với thời triệt để cách mạng trước đây. Một nhạc sĩ trẻ Việt Khang chỉ viết hai bài hát chống Tàu bị kết án bốn năm tù. Một cô gái Đỗ Thị Minh Hạnh mới ngoài hai mươi tuổi, đấu tranh cho quyền lợi công nhân phù hợp với luật pháp của đảng CS quy định bị kết án bảy năm tù, một thanh niên trẻ Lê Sơn chỉ đưa tin tức các cuộc biểu tình chống Trung Cộng và chống khai thác Bauxite tại Tây Nguyên bị kết mười ba năm tù. Và hàng trăm, hàng ngàn người khác đã sống và đã chết, nhiều trường hợp rất âm thầm, trong nhà tù CS chỉ vì dám nói lên khát vọng dân chủ tự do.

Tác giả trên báo *Sài Gòn Giải Phóng* viết "Có thể lúc này lúc khác, Đảng có sai lầm. Cuộc sống khó khăn, đôi khi tôi cũng mất lòng tin vào đường lối của Nhà nước". Hãy chỉ dùm tôi,

không phải một năm, một tháng mà chỉ một ngày thôi đảng CS đã "lúc này lúc khác". Bản chất của chế độ chưa hề thay đổi dù chỉ một giờ.

Lãnh đạo đảng có 38 năm để chọn một hướng đi phù hợp với trào lưu tiến hóa của nhân loại, có hàng trăm cơ hội để sửa sai nhưng họ không làm. Tất cả chính sách của đảng chỉ nhằm một mục đích duy nhất là củng cố quyền cai trị mặc cho dân tộc bị bỏ lại phía sau một đoạn đường quá xa so với đà tiến của nhân loại sau cách mạng tin học và toàn cầu hóa kinh tế cuối thập niên 1980. Tội ác của đảng với "tù cải tạo", "kinh tế mới", "đổi tiền", "đánh tư sản", có viết hàng tủ sách cũng không hết. Nỗi đau và sự chịu đựng vô bờ bến của nhân dân miền Nam nói riêng và cả nước nói chung, không thể nào diễn tả cạn dòng. Hàng ngàn câu chuyện thật đau lòng đã xảy ra trên con đường máu nhuộm Việt Nam sau 1975 và chỉ được phơi bày khi bức tường chuyên chính CS bị đạp đổ.

Có hai cách để đạp đổ bức tường chuyên chính. Thứ nhất, đi mượn một cái búa lớn của các cường quốc đem về đập phá bức tường và thứ hai xoi mòn bằng những bàn tay nhỏ Việt Nam kiên nhẫn. Sau 38 năm, những người đi tìm búa hoặc chết trên đường hoặc trở về không. Còn lại hôm nay là những bàn tay Việt Nam nhỏ nhoi. Bàn tay Đỗ Thị Minh Hạnh, Nguyễn Hoàng Quốc Hùng, Đoàn Huy Chương, Nguyễn Văn Hải, Tạ Phong Tần, Trần Huỳnh Duy Thức, Lê Công Định, Lê Quốc Quân, Đặng Xuân Diệu, Hồ Đức Hòa, Lê Văn Sơn và hàng ngàn người Việt Nam yêu nước khác. Dù đang ngồi trong bốn bức tường đen, họ mới chính là những người đang viết sử v à thấy đâu là sự thật.

KHI BÀI HÁT TRỞ VỀ

Nếu phải xếp hạng những bài hát được sinh ra và lớn lên cùng với thăng trầm của đất nước, với thao thức của thanh niên, sinh viên, học sinh, với tâm trạng của những người lính trẻ trong cuộc chiến tranh tự vệ đầy gian khổ ở miền Nam trước đây, tôi tin, *Việt Nam quê hương ngạo nghễ* của nhạc sĩ du ca Nguyễn Đức Quang sẽ là một trong những bài ca được xếp hàng đầu.

Không giống như một số hành khúc quen thuộc trong giới trẻ trước 1975 như *Dậy mà đi* của Nguyễn Xuân Tân (Tôn Thất Lập), *Tổ quốc ơi ta đã nghe* của La Hữu Vang thiết tha, mạnh mẽ nhưng chỉ giới hạn trong các phong trào sinh viên tranh đấu và ngay khi ra đời đã bị đảng sử dụng cho mục đích tuyên truyền trong các trường đại học, các đô thị miền Nam, hay *Việt Nam Việt Nam* của Phạm Duy chan chứa tình dân tộc, kêu gọi người người thương mến nhau nhưng thiếu đi cái hùng khí, sôi nổi của tuổi trẻ, *Việt Nam quê hương ngạo nghễ* của Nguyễn Đức Quang không dừng lại ở nỗi đau của đất nước mà còn nói lên cả những bi thương, công phẫn, thách đố của tuổi trẻ Việt Nam trước những tàn phá của chiến tranh và tham vọng của con người.

Trong vườn hoa âm nhạc Việt Nam, *Việt Nam quê hương ngạo nghễ* nổi bật lên như một biểu tượng cho khát vọng của một dân tộc đã vượt qua bao nhiêu gian nan khốn khó để tồn tại và vươn lên cùng các dân tộc khác trên mặt đất nầy.

Ta như nước dâng dâng tràn có bao giờ tàn

Đường dài ngút ngàn chỉ một trận cười vang vang

Lê sau bàn chân gông xiềng một thời xa xăm

Đôi mắt ta rực sáng theo nhịp xích kêu loang xoang.

Lời nhạc của *Việt Nam quê hương ngạo nghễ* tương đối khó nhớ nhưng nhờ cách sử dụng ngôn ngữ trẻ trung, mạnh mẽ, tượng thanh, tượng hình như "tiếng cười ngạo nghễ", "xích kêu loang xoang", "trên bàn chông hát cười đùa vang vang" hay "Da chân mồ hôi nhễ nhại cuộn vòng gân tươi" đã làm cho *Việt Nam quê hương ngạo nghễ* trở thành độc đáo, không giống như những bài ca yêu nước khác với những ý tưởng quen thuộc và lời ca phần lớn là lập lại nhau.

Việt Nam quê hương ngạo nghễ đẹp tự nhiên như một đoá lan rừng, không mang màu sắc chính trị, không nhằm cổ võ hay biện minh cho một chủ nghĩa nào, không cơ quan nhà nước nào chỉ đạo thanh niên sinh viên học sinh phải hát và bài hát cũng chẳng nhằm phục vụ lợi ích riêng của chính quyền, tôn giáo hay đảng phái chính trị nào. Trước 1975, từ thành phố đến thôn quê, từ các trường trung học tỉnh lẻ đến đại học lớn như Huế, Sài Gòn, từ các phong trào Hướng đạo, Du ca đến các tổ chức trẻ của các tôn giáo như Thanh niên Công giáo, Gia đình Phật tử, từ các quân trường Đà Lạt, Thủ Đức, Quang Trung, Nha Trang đến các tổ chức, đoàn thể xã hội từ thiện đều hát *Việt Nam quê hương ngạo nghễ.*

Sau 1975, bài hát theo chân hàng trăm ngàn sĩ quan và viên chức miền Nam đi vào tù. Nhiều hồi ký, bút ký kể lại *Việt Nam quê hương ngạo nghễ* đã được hát lên, kín đáo hoặc cả công khai, ở nhiều trại tù khắp ba miền đất nước. Trong tận cùng của đói khát, khổ nhục, đớn đau, *Việt Nam quê hương ngạo nghễ* đã hoá thành những hạt cơm trắng, hạt nếp thơm nuôi sống tinh thần những người lính miền Nam sa cơ thất thế.

Những năm sau đó, bài hát, như tác giả của nó và hàng triệu người Việt khác lên đường ra biển tìm tự do. *Việt Nam quê hương ngạo nghễ* lại được hát lên giữa Thái bình dương giông bão, hát lên ở các trại tỵ nạn Palawan, Paula Bidong, Panat Nikhom trong nỗi nhớ nhà, hát lên ở Sungai Besi, White Head trong những ngày chống cưỡng bách hồi hương, hát lên ở San Jose, Santa Ana, Boston, Paris, Oslo, Sydney trong những cuộc biểu tình cho tự do dân chủ Việt Nam, hát lên ở các trại hè, trại họp bạn Hướng đạo, các tổng hội sinh viên Việt Nam tại hải ngoại.

Nhạc sĩ Nguyễn Đức Quang, trong buổi phỏng vấn dành cho chương trình *Tiếng Nói Trẻ* đã kể lại câu chuyện ra đời của Việt Nam quê hương ngạo nghễ trong âm nhạc Việt Nam: "… *Thế bài Việt Nam quê hương ngạo nghễ cũng vậy, nó không phải là một bài ca tôi nghĩ là quá lớn, nhưng lúc bấy giờ khi tôi kết thúc tập Trường Ca vào năm 1965, cuối 1965 hay đầu 1966 gì đó, khoảng thời gian đó, 10 bài trường ca, những bài như Nỗi buồn nhược tiểu, Tiếng rống đàn bò, Lìa nhau, Thảm kịch khó nói v.v. những bài nói về đất nước của mình rất là khổ sở, tôi nghĩ nên kết nó bằng một bài hát có tiếng gọi hùng tráng và tha thiết hơn. Thành ra tôi viết bài Việt Nam quê hương ngạo nghễ một cách rất là dễ dàng. Tất cả những ý đó tôi đem vào hết trong bài hát đó để nó vượt qua cái khốn khó, vượt qua cái quê hương nhỏ bé, nhược tiểu mà trở thành một nước to lớn,*

và lòng người cực kỳ dũng mãnh. Viết xong bài đó tôi nghĩ chỉ kết thúc tập Trường Ca mà thôi, không ngờ về sau càng ngày đi các nơi càng thấy nhiều người ưa thích bài đó, có lẽ đáp được ước vọng của nhiều người, tôi nghĩ tiếng gọi đáp ứng đúng được tiếng của nhiều người, không riêng gì giới trẻ đâu, cả người lớn tuổi ở các hội đoàn về sau này, rồi đi vào trong quân đội, đi rất nhiều nơi. Thành ra, tôi cho đó là một bài hát tự nó trưởng thành nhưng khi viết tôi chỉ đúc kết cho tập Trường Ca lúc đó mà thôi."

Thật đơn giản và tự nhiên như thế. Không một ông Bộ trưởng Bộ Chiêu hồi nào đặt hàng hay một ông Tổng ủy trưởng Dân vận nào chỉ thị anh phải viết. Anh viết không phải để thi đua sáng tác hay mong mang về giải thưởng, huân chương. Trong tâm hồn của một nghệ sĩ chân chính, tình yêu nước bao giờ cũng là sự thôi thúc tự nguyện. Anh viết *Việt Nam quê hương ngạo nghễ* để kết thúc tập trường ca của riêng anh nhưng cũng nối tiếp tập trường ca lớn hơn của đất nước. Sau ba mươi năm, nhiều nhạc sĩ, ca sĩ đã trở về qua nhiều ngả, trong nhiều tư cách khác nhau, một số tình ca sáng tác trước 1975 đã được nghe lại trong nước, nhưng đây là lần đầu tiên một bài hát đã về lại quê hương qua ngả của trái tim, trở về trong vòng tay nồng ấm của tuổi trẻ Việt Nam.

Bất ngờ và cảm động, một buổi sáng tuần trước, khi đi dạo một vòng qua các blog Việt ngữ, tôi bắt gặp không chỉ những mẩu tin nóng viết vội vàng trên đường phố, những đoạn phim biểu tình vừa mới đưa lên YouTube, những tấm hình ghi lại cảnh xô xát giữa đồng bào, sinh viên với công an, nhưng còn được nghe lại bài hát quen thuộc *Việt Nam quê hương ngạo nghễ*. Tôi cảm nhận qua lần gặp gỡ đó một niềm vui chung khi có một bản nhạc mà các em sinh viên Việt Nam ở California,

Washington DC, Oslo, Paris, Hà Nội, Sài Gòn cùng hăng say hát trong những cuộc biểu tình chống Trung Quốc bành trướng bá quyền mà không cảm thấy ngần ngại, nghi ngờ, xa cách.

Ta khua xích kêu vang dậy trước mặt mọi người

Nụ cười muôn đời là một nụ cười không tươi

Nụ cười xa vời nụ cười của lòng hờn sôi

Bước tiến ta tràn tới tung xiềng vào mặt nhân gian.

Trong số một trăm em đang hát trong nước hôm nay có thể hơn chín mươi em chưa hề nghe đến tên Nguyễn Đức Quang lần nào, và nếu có nghe, có đọc qua bộ máy tuyên truyền của đảng, cũng chỉ là một "nhạc sĩ ngụy đã theo chân đế quốc". Biết hay không biết, nghe hay không nghe không phải là điều quan trọng. Điều quan trọng là bài hát đã đáp ứng được ước vọng về tương lai và tình yêu tổ quốc của tuổi trẻ. Tổ quốc, vâng, không có gì lớn hơn tổ quốc. Văn hoá không phải chỉ là đời sống của một dân tộc mà còn là những gì giữ lại được sau những tàn phá, lãng quên.

Việt Nam quê hương ngạo nghễ sau 30 tháng Tư 1975 hẳn đã nằm trong danh sách các tác phẩm "văn hoá đồi trụy" mà đảng tìm mọi cách để xóa bỏ, tận diệt. Thế nhưng, như giọt nước rỉ ra từ kẽ đá và như bông hoa mọc giữa rừng gai, bài hát đã sống sót, đã ra đi và đã trở về. Để tồn tại, một bài thơ, một bản nhạc cũng phải trải qua những gạn lọc, những cuộc bỏ phiếu công bằng không chỉ của người nghe, người đọc dưới một chế độ chính trị nào đó mà còn của cả lịch sử lâu dài. Bài hát phát xuất từ tình yêu nước trong sáng như *Việt Nam quê hương ngạo nghễ* sẽ ở lại rất lâu trong lòng tuổi trẻ Việt Nam hôm nay và nhiều thế hệ mai sau.

Là một người thích tham gia các sinh hoạt văn nghệ cộng đồng, bài hát mang tôi về thời trẻ tuổi của mình.

Tôi còn nhớ, mùa hè 1973, khi còn là sinh viên năm thứ nhất, *Việt Nam quê hương ngạo nghễ* cũng là nhạc sinh hoạt chính của trại hè sinh viên toàn quốc quy tụ đại diện sinh viên các trường đại học và cả sinh viên du học về nghỉ hè, do Bộ Giáo dục và Thanh niên tổ chức lần đầu và có lẽ cũng là lần cuối tại trường Thiếu Sinh Quân, Vũng Tàu. Đêm trước ngày chia tay, chúng tôi không ai ngủ được. Ngày mai sẽ mỗi người mỗi ngả, chị về Huế, anh về Đà Lạt, em về Cần Thơ và đa số chúng tôi sẽ trở lại Sài Gòn. Cùng một thế hệ chiến tranh như nhau, khi chia tay biết bao giờ còn gặp lại. Những ngày tháng đó, cuộc chiến vẫn còn trong cao điểm. Mỹ đã rút quân nên máu chảy trên ruộng đồng Việt Nam chỉ còn là máu Việt Nam. Thảm cảnh của "mùa hè đỏ lửa" chưa qua hết. Trên khắp miền Nam, đâu đâu cũng có đánh nhau, đâu đâu cũng có người chạy giặc. Mơ ước của tuổi trẻ chúng tôi là được thấy một ngày đất nước hoà bình, một ngày quê hương không còn nghe tiếng súng. Đêm cuối trại hè, chúng tôi ngồi quây quần thành một vòng tròn rộng quanh cột cờ trường Thiếu Sinh Quân và hát nhạc cộng đồng như để vơi đi những vương vấn, lo âu đang trĩu nặng trong lòng. Bài hát được hát nhiều nhất trong đêm đó là *Việt Nam quê hương ngạo nghễ*, và khi điệp khúc cất lên cũng là khi chúng tôi hát trong nước mắt:

Máu ta từ thành Văn Lang dồn lại

Xương da thịt này cha ông miệt mài

Từng ngày qua

Cười ngạo nghễ đi trong đau nhức không nguôi.

Chúng ta thành một đoàn người hiên ngang

Trên bàn chông hát cười đùa vang vang

Còn Việt Nam

Triệu con tim này còn triệu khối kiêu hùng.

Những giọt nước mắt của tuổi sinh viên nhỏ xuống xót thương cho dân tộc mình. Tại sao có chiến tranh và tại sao chiến tranh đã xảy ra trên đất nước chúng tôi mà không phải tại một quốc gia nào khác? Mấy tháng sau, tháng Giêng năm 1974, bài hát *Việt Nam quê hương ngạo nghễ* đã được hát vang trên đường phố Huế, Đà Nẵng, Sài Gòn, Cần Thơ sau khi Hoàng Sa rơi vào tay Trung Quốc. Những bản tin đánh đi từ Đà Nẵng, danh sách những người hy sinh được đọc trên các đài phát thanh làm rơi nước mắt.

Và hôm nay, ba mươi ba năm sau, trong cái lạnh mùa đông trên xứ người, những lời nhạc *Việt Nam quê hương ngạo nghễ* từ YouTube phát ra như xoáy vào tim. Tôi lại nghĩ đến các anh, những người đã hy sinh ở Hoàng Sa tháng Giêng năm 1974, ở Trường Sa tháng Ba năm 1988. Các anh khác nhau ở chiếc áo nhưng cùng một mái tóc đen, một màu máu đỏ, một giống da vàng, cùng ăn hạt gạo thơm, hạt muối mặn, cùng lớn lên bằng giòng sữa mẹ Việt Nam, và cùng chết dưới bàn tay hải quân Trung Quốc xâm lăng. Việt Nam, sau ba mươi ba năm "độc lập, tự do" vẫn chưa thoát ra khỏi số phận nhược tiểu bị xâm lược, vẫn chưa tháo được cái vòng kim cô Trung Quốc trên đầu. Việt Nam có một lãnh hải dài trên ba ngàn cây số nhưng thực tế không còn có biển. Cả hành lang Đông hải rộng bao la từ Hải Nam đến Hoàng Sa và xuống tận Trường Sa đã bị Trung Quốc chiếm. Nếu vẽ một đường cung dọc theo lãnh hải đó, ngư

dân Việt Nam chỉ còn có thể đi câu cá ven bờ chứ không thể đánh cá như ngư dân Trung Quốc, Nhật Bản, Thái Lan hay các quốc gia khác trong vùng Biển Đông. Phía sau tấm bảng in đậm "mười sáu chữ vàng" hữu nghị thắm thiết giữa hai đảng CSVN và Trung Quốc là thân xác của ngư dân Việt Nam trôi bềnh bồng dọc các hải đảo của tổ tiên mình để lại.

Trong suốt dòng lịch sử, hoạ xâm lăng từ phương Bắc vẫn là mối đe doạ thường xuyên. Khác với các thời đại trước đây, cái bất hạnh của Việt Nam ngày nay không phải chỉ là mất đất nhưng mất đất mà không đòi lại được ngay. Cuộc kháng Nguyên lần thứ nhất trong hàng vương tước nhà Trần chỉ có mỗi Trần Nhật Hiệu chủ trương "Nhập Tống" và lần thứ hai chỉ có Trần Ích Tắc và đám hầu tước Trần Kiện, Trần Văn Lộng, Trần Tú Viên chủ trương "Hàng Nguyên" nhưng ngày nay, về mặt lập trường quan điểm, Việt Nam có đến 14 Trần Ích Tắc và 160 Trần Kiện. Trận đụng độ giữa Việt Nam và Trung Quốc diễn ra tại Trường Sa năm 1988 theo tác giả Daniel J. Dzurek trong biên khảo *Xung Đột Trường Sa: Ai có mặt trước?* (The Spratly Islands Dispute: Who's on First?) chỉ kéo dài vỏn vẹn 28 phút và Việt Nam chịu đựng hầu hết thương vong. Với một giới lãnh đạo tham quyền cố vị và sự chênh lệch quá xa về kỹ thuật chiến tranh như thế, cuộc đấu tranh giành lại hai quần đảo sẽ vô cùng khó khăn.

Dù sao, tuổi trẻ Việt Nam, khác với các thế hệ Tân Trào, Pác Bó trước đây, thế hệ Hoàng Sa, Trường Sa ngày nay có nhiều cơ hội tiếp xúc, học hỏi và so sánh giữa chế độ các em đang sống với các tư tưởng tự do dân chủ, khoa học kỹ thuật tiên tiến, nhờ đó, hy vọng các em sẽ có những chọn lựa đúng cho mình và cho đất nước phù hợp với dòng chảy của văn minh nhân loại.

Trong cuộc chiến Việt Nam dài mấy mươi năm đảng đã sản xuất ra không biết bao nhiêu bài hát, bài thơ kích động lòng yêu nước nhưng tại sao các em không đọc, không hát nữa? Như một độc giả trong nước đã trả lời, đơn giản chỉ vì chúng nhạt nhẽo. Ý thức sâu sắc đó đã được thể hiện không chỉ trong khẩu hiệu các em hô mà ngay cả trong những bài hát các em hát. Sau những Như có Bác Hồ trong ngày vui đại thắng, *Dậy mà đi*, *Nối vòng tay lớn* của những ngày đầu phong trào, các bạn trẻ trong nước đã đi tìm những nhạc phẩm nói lên lòng yêu nước trong sáng, tích cực, không bị ô nhiễm, chưa từng bị lợi dụng và họ đã tìm được Việt Nam quê hương ngạo nghễ.

Ta như giống dân đi tràn trên lò lửa hồng

Mặt lạnh như đồng cùng nhìn về một xa xăm

Da chan mồ hôi nhễ nhại cuộn vòng gân tươi

Ôm vết thương rỉ máu ta cười dưới ánh mặt trời.

Mỗi khi nhắc đến những khó khăn đất nước, chúng ta thường nghe đến những "bất hạnh", "nỗi đau", "tính tự ti mặc cảm", vâng đó là một thực tế hôm nay, thế nhưng dân tộc Việt Nam "vốn xưng nền văn hiến đã lâu, nước non bờ cõi đã chia, phong tục Bắc Nam cũng khác" như Nguyễn Trãi khẳng định, không phải chỉ biết đau, biết tự ti mặc cảm mà thôi nhưng từ những nỗi đau đã biết lớn lên bằng tự hào và kiêu hãnh làm người Việt Nam. Chỗ dựa tinh thần của tuổi trẻ Việt Nam hôm nay không có gì khác hơn là lịch sử. Không thể làm nên lịch sử mà không cần học lịch sử. Lịch sử sẽ là vũ khí, là hành trang trong hành trình tranh đấu cho một nước Việt Nam mới, cũng như để xây dựng một Việt Nam tươi đẹp sau nầy.

Ta khuyên cháu con ta còn tiếp tục làm người

Làm người huy hoàng phải chọn làm người dân Nam

Làm người ngang tàng điểm mặt mày của trần gian

Hỡi những ai gục xuống ngoi dậy hùng cường đi lên.

Việt Nam quê hương ngạo nghễ như giọt nước mắt bi tráng của tuổi trẻ Việt Nam ngày nào nhỏ xuống trên quê hương chiến tranh khốn khổ, đã bốc thành hơi, tụ thành mây và sau bao năm vần vũ khắp góc bể chân trời đã trở về quê hương qua ánh mắt của em, qua nụ cười của chị, qua tiếng hát của anh, hồn nhiên và trong sáng.

Từ "*vết thương rỉ máu*" của một dân tộc đã từng bị nhiều đế quốc thay phiên bóc lột, lợi dụng và hôm nay còn đang chịu đựng trong áp bức của độc tài đảng trị, *Việt Nam quê hương ngạo nghễ* cất lên như một lời khuyên, hãy sống và hãy vững tin vào lịch sử. Sẽ có một ngày, sẽ có một ngày.

VIỆT NAM LÀ VIỆT NAM NÀO?

Có ít nhất hai hay ba nước Việt Nam đang tồn tại trong nhận thức hay quan điểm tùy thuộc bạn là ai.

Thứ nhất, một "Cộng hòa Xã hội Chủ Nghĩa Việt Nam", gọi đúng là CSVN.

Nước Việt Nam này tồn tại trong nhận thức của những người đang cai trị Việt Nam hay chấp nhận sự cai trị của đảng CSVN. Đảng quan tâm đến việc duy trì quyền lực hơn là những nhu cầu hay hướng đi lâu dài của đất nước. Tương tự, những kẻ chấp nhận sự cai trị của đảng CS quan tâm đến quyền lợi bản thân và gia đình họ hơn nhu cầu và hướng đi của đất nước. "Thành phần phên giậu" này ngụy biện "hòa bình", "ổn định" để phát triển nhưng thật sự chỉ là những kẻ bán chất xám cho đảng, cong lưng làm nô lệ cho đảng bất chấp sự chịu đựng triền miên của đất nước. Nhưng coi chừng, với vốn liếng kiến thức học được tại các trường đại học Đức, Pháp, Mỹ, những kẻ cơ hội này sẽ lớn tiếng rao giảng về dân chủ, tự do ngay sau khi cuộc cách mạng dân chủ thành công.

Thứ hai, một Việt Nam số phận an bài.

Nước Việt Nam này tồn tại trong nhận thức của đa số người Việt chấp nhận cuộc sống như số phận an bài. Một số nhỏ đã

từng mơ ước vươn lên nhưng ước mơ đã mỏi mòn theo thời gian và họ đang quen dần với cuộc sống. Một số lớn hơn mất hẳn ý chí đấu tranh để sinh tồn của con người và hoàn toàn trông cậy vào một lực siêu nhiên nào đó. Không ngạc nhiên khi hàng ngàn người chen lấn nhau, đạp lên nhau trước các chùa trong rằm tháng Giêng vừa qua để dâng sao giải hạn mà không biết những sao La Hầu, Thái Bạch, Kế Đô đang sống trong các biệt thự nguy nga dựng bằng máu, mồ hôi và nước mắt của hơn chín chục triệu người Việt.

Ngoài những Việt Nam trong nhận thức của người Việt, một Việt Nam khác đang được hình thành trong quan điểm của các nhà kiến trúc chính trị Mỹ, đó là một Việt Nam trái độn (buffer state) mà Mỹ đang cố gây ảnh hưởng.

Việt Nam này đóng vai trò tương tự như Romania trong giai đoạn chiến tranh lạnh giữa Mỹ và Liên Xô trước 1991.

Nhắc lại, vào thập niên 1970, quan hệ giữa Mỹ và Romania cải thiện nhiều sau khi Nicolae Ceausescu phê bình Liên Xô xâm lăng Tiệp Khắc và sau đó là Afghanistan cũng như không cho phép Liên Xô diễn tập quân sự trên lãnh thổ Romania. Romania cũng là quốc gia duy nhất duy trì ngoại giao với Do Thái, đồng minh chiến lược của Mỹ ở Trung Đông. Đổi lại, Mỹ chấp nhận Romania được hưởng Tối huệ quốc (most-favored-nation status), xuất cảng máy bay và bán vũ khí cho chế độ Nicolae Ceausescu.

Mặc dù hai tổ chức Amnesty International và Helsinki Watch công bố những vi phạm nhân quyền trầm trọng tại Romania, Nicolae Ceausescu vẫn được các chính phủ Mỹ từ Richard Nixon, Gerald Ford đến Jimmy Carter tiếp đón một

cách trang trọng qua ba lần viếng thăm Mỹ vào những năm 1970, 1973 và 1978.

Hình ảnh của Nicolae Ceausescu trên chính trường quốc tế được bộ máy tuyên truyền CS Romania đánh bóng không thể nào bóng hơn và tính chính danh của đảng CS chưa bao giờ được đề cao hơn. Trong lúc các nước CS khác như Hungary hay Ba Lan có điều kiện nhân quyền khá hơn so với Romania thì lại bị Mỹ cấm vận hay bỏ rơi như trường hợp chuyến viếng thăm của Ngoại trưởng Ba Lan vào tháng 5, 1973 bị hủy bỏ để ưu tiên cho chuyến viếng thăm của Nicolae Ceausescu.

Bộ máy tuyên truyền CSVN cũng đang đánh bóng chế độ như Romania CS đã làm.

Cuộc Chiến Tranh Lạnh tại Châu Âu đã tàn và cuộc Chiến tranh Lạnh khác ở Á Châu vừa mới bắt đầu. Mục đích chính của Mỹ là siết chặt vòng vây Trung Cộng. Chính sách ngăn chặn mới (new containment) của Mỹ lần này mang nội dung kinh tế và quân sự để phân biệt với chính sách ngăn chặn thời Chiến Tranh Lạnh mang nội dung chống CS Quốc Tế bành trướng sang Tây Âu.

Bức điện tín của George F. Kennan được đem ra nghiên cứu lại. Mỹ cần một vùng độn có vị trí nguy hiểm đối với Trung Cộng và nhìn chung Đông Nam Á không nơi nào khác hơn là Việt Nam.

CSVN hiện nay khác với Romania trước đây vài điểm như không có tranh chấp biên giới, xung đột lãnh hải nhưng các quan hệ về ý thức hệ, cơ chế chính trị và vị trí chiến lược quân sự thì không khác.

Những chuyến viếng thăm Việt Nam của TT Donald Trump (2018), Bộ trưởng Ngoại Giao Michael R. Pompeo (2018), Bộ trưởng Quốc Phòng James Mattis (1/2018, 10/2018) và cả của hàng không mẫu hạm USS Carl Vinson (2018) cho thấy tầm quan trọng của Việt Nam về địa lý chính trị trong chính sách và chiến lược của Mỹ tại Á Châu.

Quan hệ mậu dịch giữa Việt Nam và Mỹ từ 451 triệu Mỹ kim vào năm 1995 lên tới 54 tỷ Mỹ kim vào năm 2017. Đó là một tiến trình giao thương phát triển khá nhanh. Tuy nhiên, giao thương kinh tế chưa phải là quan tâm lớn nhất của Mỹ. Đúng như giáo sư Alexander Vuving, một chuyên gia về Việt Nam thuộc trung tâm *Daniel K. Inouye Asia-Pacific Center for Security Studies* phát biểu, Mỹ quan tâm nhiều đến Việt Nam vì "Việt Nam giữ chìa khóa đối với sự cân bằng sức mạnh trong khu vực."

Khi bàn đến chính sách đối ngoại của Mỹ vấn đề nhân quyền thường được nhắc đến. Vâng. Nhân quyền là một phần nguyên tắc trong chính sách đối ngoại của Mỹ nhưng luôn được áp dụng một cách tương hợp với quyền lợi của Mỹ và chưa bao giờ vượt lên trên quyền lợi của nước Mỹ.

Sau đây là một ví dụ về tương hợp giữa nhân quyền và chính sách đối ngoại của Mỹ.

Dưới chính quyền Jimmy Carter (1977-1981) với Zbigniew Brzezinski làm cố vấn an ninh quốc gia, Mỹ chuyển trục đương đầu từ Á Châu sang Trung Đông, Đông Âu và Liên Xô. Vấn đề nhân quyền tại các quốc gia CS Đông Âu được đặt nặng sau nhiều năm gần như không nghe nhắc đến. Zbigniew Brzezinski là người gốc Ba Lan. Chủ trương của Zbigniew Brzezinski thúc

đẩy nhân quyền đã giúp xây dựng nền móng cho Phong Trào Đoàn Kết (Solidarity) tại quê hương của ông cũng như Tiệp Khắc trong Hiến Chương 77 nhưng cùng lúc đã thả lỏng Á Châu cho Trung Cộng tự do thao túng.

Phân tích về chính sách đối ngoại của các cường quốc để vận dụng chứ không phải để đổ thừa, bênh vực, biện minh hay trách cứ.

Chính trị là chính trị. TT Jimmy Carter giới thiệu Nicolae Ceausescu là "một lãnh tụ vĩ đại" trong buổi tiếp đón y ngày 12 tháng 4, 1978. Tuy nhiên, chỉ hai tháng sau khi cách mạng dân chủ Romania thành công vào cuối năm 1989, ngoại trưởng Mỹ James Baker đã có mặt tại Bucharest và tức khắc viện trợ nhân đạo 80 triệu Mỹ Kim để tái thiết Romania. Nước Mỹ xây dựng trên nền tảng dân chủ nên luôn sẵn sàng chào đón các quốc gia hội nhập vào thế giới tự do dân chủ.

Tuy nhiên, có một Việt Nam khác mà có lẽ cả CSVN và chính phủ Mỹ không đánh giá đúng mức, đó là Việt Nam khát vọng tự do dân chủ.

Nước Việt Nam này tồn tại trong nhận thức của những người Việt trong và ngoài nước đang miệt mài tranh đấu cho tự do dân chủ dưới nhiều hình thức.

Ngoại trừ thỉnh thoảng CS phải trả tự do cho một vài nhà tranh đấu có tên tuổi, tình trạng nhân quyền tại Việt Nam ngày càng tệ hại. Năm 2017, theo tổng kết của tổ chức Phóng Viên Không Biên Giới, CSVN bị xếp vào hạng 175 trong số 179 quốc gia được quan sát, chỉ đứng trên Trung Cộng, Syria, Turkmenistan, Eritrea và Bắc Hàn.

Dù nhiều năm dài chịu đựng, từng lớp này sang lớp khác, những người Việt ôm khát vọng tự do dân chủ vẫn không ngừng tranh đấu bất chấp đàn áp và khủng bố của chế độ CS. Chính họ chứ không ai khác mới là những người quyết định vận mệnh Việt Nam.

VIÊN THUỐC ĐỘC "THỐNG NHẤT ĐẤT NƯỚC" VẪN CÒN RẤT ĐỘC

Một lần đứng giữa khu Manhattan, New York, toàn là nhà lầu và cao ốc, người viết chợt nghĩ nếu một đoàn du khách nào đó muốn thấy rõ thành phố New York mà không bị cản trở gì chỉ còn cách mua vé đi lên tận sân thượng của One World Trade Center, tòa nhà cao nhất ở New York, để nhìn xuống.

Tòa nhà nhận thức về chính trị và lịch sử Việt Nam cũng cao như tòa nhà One World Trade Center, New York, nhưng khác ở chỗ có một số người dù lên tới sân thượng, tức đọc nhiều sách vở, vẫn có thể không nhận thức đúng.

Lý do, các anh chị đó nhìn lịch sử đất nước dựa trên những quy định được hệ thống tuyên truyền CS áp đặt từ khi bắt đầu tập nói. Mọi câu trả lời, mọi lý luận, mọi giải thích về chiến tranh và lịch sử dù được anh hay chị cho là rất khách quan đi nữa cũng đều dựa trên quy định áp đặt đó.

Một trong những quy định đảng áp đặt trong nhận thức làm nền tảng cho mọi suy nghĩ của một số anh chị là quy định "thống nhất đất nước."

Tuyệt đại đa số người Việt đều mơ ước quê hương Việt Nam được thống nhất. Đồng bào miền Bắc muốn thống nhất

đất nước. Đồng bào miền Nam muốn thống nhất đất nước. Đảng CS chẳng những muốn mà còn sẵn sàng "đốt cháy cả dãy Trường Sơn để thống nhất đất nước" nữa. Tuy nhiên, mục đích và mức độ cấp thiết khác nhau ở mỗi thành phần.

Đồng bào miền Bắc rất thiết tha với "thống nhất đất nước".

Đúng, nhưng nếu ai ở miền Bắc và đã từng tha thiết thì xin hãy ngồi xuống lắng lòng suy nghĩ lại cái tha thiết đó có thật sự phát xuất từ trái tim Việt Nam trong sáng, chân thành từ khi cha sinh mẹ đẻ hay do đảng áp đặt vào tâm hồn.

Đọc các nhật ký của Đặng Thùy Trâm, Nguyễn Văn Thạc, những người chưa hề biết miền Nam trước đó, để thấy thương cho một thế hệ bị các khẩu hiệu "xích xiềng Mỹ Ngụy", "lê máy chém", "miền Nam đói khát"... hành hạ cho đến chết.

Tình yêu nước không tự nguyện đó thực chất là sản phẩm tuyên truyền. Viên thuốc độc "giải phóng miền Nam, thống nhất đất nước" mà hầu hết đồng bào miền Bắc bị đảng buộc phải uống từ ít nhất 48 năm trước, nay vẫn còn tác hại.

Đồng bào miền Nam tha thiết với thống nhất đất nước. Làm người Việt ai mà chẳng mơ non sông liền một dải nhưng họ không bị đánh bùa mê như đồng bào miền Bắc.

Trong bối cảnh chính trị phân cực trong thời kỳ Chiến Tranh Lạnh, chính phủ và nhân dân miền Nam tỉnh táo đặt ra những ưu tiên của đất nước theo mỗi thời kỳ. Ưu tiên trên hết là ổn định xã hội, sau đó tái thiết đất nước, xây dựng căn nhà dân chủ và thúc đẩy sự thịnh vượng kinh tế.

Hãy nhìn các chỉ số phát triển của VNCH trong năm năm sau khi đình chiến 1954 để thấy miền Nam tiến nhanh thế nào

so với Đại Hàn, Thái Lan, Mã Lai. Những thành tựu đó nếu đạt được sẽ là nền tảng vững chắc cho một cơ hội thống nhất có thể đến sau này.

Con đường dân chủ mà chính phủ và nhân dân miền Nam trải qua có nhiều ổ gà, nhiều chướng ngại, nhiều khó khăn nhưng dù gì đi nữa cũng là chuyện của Việt Nam Cộng Hòa không liên quan gì đến Việt Nam Dân Chủ Cộng Hòa.

Đảng CS muốn thống nhất đất nước. Hơn cả hai thành phần dân tộc Bắc và Nam, CSVN rất muốn thống nhất đất nước vì CS hóa Việt Nam là điều đầu tiên ghi trong nghị quyết của đại hội đảng CS Đông Dương do Trần Phú chủ trì năm 1930 và được Hội nghị Ban Chấp hành Trung ương phê chuẩn vào tháng 4 cùng năm: "Vai trò lãnh đạo của Đảng CS trong cuộc cách mạng; hai giai đoạn cách mạng từ cách mạng tư sản dân quyền chống đế quốc và phong kiến nhằm thực hiện mục tiêu độc lập dân tộc và người cày có ruộng và sau đó chuyển sang làm cách mạng xã hội chủ nghĩa."

Kể từ tháng 4, 1930 đến nay, mục đích "cách mạng xã hội chủ nghĩa", tức CS hóa Việt Nam, không hề thay đổi.

Không cần phải một nhà nghiên cứu hay người học nhiều hiểu rộng mà bất cứ ai sống dưới chế độ CSVN từ sau 1975 với trại tập trung, kinh tế mới, đánh tư sản, nhà tù mọc lên khắp ba miền để giam những tiếng nói bất đồng đều thấy ra điều đó.

Thực tế chứng minh rất rõ rằng "thống nhất đất nước" đối với đảng CSVN chỉ là tiền đề để từ đó CS hóa Việt Nam dựa trên chủ nghĩa Mác Lê tàn bạo.

Hôm nay, mục đích CS "làm theo năng lực hưởng theo nhu cầu" không còn nhưng hầu hết các phương pháp và nội dung

vẫn không thay đổi. Tuyên truyền tẩy não còn đó, bạo lực cách mạng còn đó, độc tài đảng trị còn đó. Như người viết có lần đã viết, đối với các đảng phái quốc gia, đảng chính trị chỉ là chiếc thuyền đưa dân tộc đến tự do nhưng với đảng CS chiếc thuyền lại chính là dân tộc.

Khác với việc nhìn New York từ One World Trade Center, nhận thức phải được soi rọi từ bên trong.

Nhìn được từ bên trong là một điều rất khó, đòi hỏi anh hay chị phải vượt qua cho được tình cảm riêng tư, từ chối chính mình trong một thời binh lửa. Rất khó. Nhiều đồng đội của anh hay chị đã chết dưới ngọn cờ CS và có thể máu của chính anh hay chị đã từng đổ xuống dưới ngọn cờ CS. Muốn quên đi một quá khứ đầy gian nan chịu đựng như thế không phải là chuyện dễ dàng.

Vâng, nhưng muốn hướng tới tương lai, phải vượt qua quá khứ.

Không thể đấu tranh cho dân chủ dựa trên các quy định do đảng cài vào nhận thức như tiếng đầu đời. Vượt qua không có nghĩa quên đi. Không ai có thể buộc anh hay chị quên kỷ niệm, hãy ôm ấp kỷ niệm nhưng đừng sống với nó nữa, sống vì tương lai.

Quảng trường Anh Hùng ở thủ đô Budapest của Hungary chứa mười ngàn người là cùng và cuộc biểu tình đầu tiên ở Tiệp ngày 16 tháng 11, 1989 cũng chỉ khoảng mười ngàn người. Nhưng họ là những người dứt khoát với quá khứ CS.

Như lịch sử chứng minh, cách mạng dân chủ luôn được viết từ những người dứt khoát chứ không phải những người do dự

SỐ PHẬN MỘT LOÀI CHIM

Cách đây không lâu, anh chủ nhiệm của một tờ báo địa phương đến thăm và nghe các con tôi nói chúng thích nuôi thú vật kiểng (pet). Lần sau anh trở lại với một chiếc lồng và hai con chim nhỏ để tặng các cháu. Anh dặn kỹ: "Chim này chỉ nuôi trong nhà, đem ra ngoài gió chúng sẽ chết." Tôi thật không tin. Chim là phải bay nhảy chứ làm gì ngay cả gió cũng sợ. Tôi đến một tiệm bán chim hỏi lại. Bà chủ tiệm cũng đồng ý với anh chủ nhiệm: "Đây là loại chim được sản xuất theo lối công nghiệp chứ không phải chim sinh nở tự nhiên. Nếu đem ra ngoài trời, chúng sẽ chết vì không thích hợp với môi trường."

Tôi đành giữ kỹ chim trong nhà. Vài hôm sau, một người bạn cùng quê của tôi tới thăm. Anh nghiêm chỉnh khiển trách: "Mày là Phật tử mà bỏ tù sinh vật. Người ta chẳng ví cảnh tù đày như cá chậu chim lồng đó sao. Phải thả chúng bay đi." Tôi thật khó xử, vừa cảm thấy việc "bỏ tù sinh vật" là không nên làm nhưng thả bay đi chúng sẽ chết. Tôi phân trần với anh: "Đây là chim công nghiệp, đem ra ngoài chúng sẽ chết, và thả bay đi chúng càng chết nhanh hơn." Anh bạn Quảng Nam đáp: "Nếu chúng chết thì chúng sẽ trọn nghiệp vì biết đâu kiếp sau chúng sẽ là những con chim tự do."

Tôi chưa hẳn đồng ý với cách cãi của anh ta nhưng phải công nhận việc tôn trọng tự do của mọi sinh vật là đúng, nên viết thư về Việt Nam hỏi ý một vị Đại Đức ở Hội An. Thầy trả lời theo lối "vạn sự do tâm": "Chim công nghiệp vẫn là chim. Nếu môi trường xấu làm cho chúng xấu đi thì môi trường tốt sẽ làm cho chúng tốt trở lại. Hãy tập cho chúng quen dần, từng bước và khi chúng hoàn toàn quen thuộc với môi trường bên ngoài thì phóng sinh chúng đi."

Tôi cho đó là giải pháp hợp lý. Rất tiếc tôi lại quá bận để tập cho chim quen với thiên nhiên, bèn tặng chúng cho người em và dặn chú ấy tập cho chúng quen dần với đời sống bên ngoài, định bụng khi chúng hoàn toàn làm quen sẽ bàn với chú em làm lễ phóng sinh.

Tháng sau tôi trở lại nhà người em nhưng không thấy chim. Chưa kịp hỏi, chú em trả lời: "Chẳng giấu gì anh, ngày nào em cũng đem chim ra vườn tập. Chúng tiến bộ lắm. Chúng rất thích cảnh thiên nhiên. Vừa thấy cảnh cây lá sum sê là chúng kêu ríu rít lên ngay. Tuần trước, trong lúc em để chúng trên sân sau, chạy vào nhà trả lời điện thoại, khi trở ra thì chỉ còn mấy cái lông rơi rớt bên cạnh chiếc lồng vỡ nát và con mèo của hàng xóm đang nhảy sang bên kia hàng rào."

Tôi an ủi chú em theo lý luận của anh bạn Quảng Nam: "Hai con chim đó đã trọn nghiệp trong kiếp này, hy vọng đời sống sau, chúng sẽ làm chim của núi rừng tự do thay vì làm kiếp chim công nghiệp."

Mỗi khi nhớ đến câu chuyện hai con chim, tôi lại ngậm ngùi nghĩ đến số phận của các em bé Bắc Hàn. Cuộc đời của các em không khác gì những con chim công nghiệp kia. Ngay khi các

em ra đời, các cơ chế chính trị và xã hội đã được chuẩn bị sẵn để các em sống, suy nghĩ và hành động một cách thích nghi.

Tương tự như môi trường dành cho loại chim công nghiệp, cơ chế chính trị Bắc Hàn được xây dựng và tồn tại bằng niềm tin tuyệt đối nơi lãnh tụ của họ. Trong cơ chế đó sự nhầm lẫn, hoài nghi dù hợp lý đều không được cho phép tồn tại.

Trong buổi phỏng vấn dành cho tuần báo Time, người cận vệ của Kim Chính Nhật đào thoát nhắc lại câu chuyện của một người lái xe vô tình chạy lạc vào khu vực dinh thự của Kim Chính Nhật. Sau khi thẩm vấn anh tài xế, đám cận vệ của Kim Chính Nhật đều đồng ý rằng anh ta thật sự đi lạc. Tuy nhiên cách giải quyết họ chọn trong trường hợp đó là bắn chết anh ta ngay tại chỗ. Gia đình anh tài xế được thông báo rằng anh đã "đền nợ nước" và thưởng công cho gia đình một cái tủ lạnh.

Nhiều câu chuyện, đối với người sống bên ngoài bán đảo Bắc Hàn, có thể là chuyện hoang đường đến độ buồn cười, nhưng với người dân Bắc Hàn lại là chân lý, đúng như một nhà thơ Việt Nam có lần đã định nghĩa: "Chân lý là đường đảng đã vạch ra và sự thật là gì đảng đã dạy ta."

Giờ sinh của Kim Chính Nhật, con trai Kim Nhật Thành và là đương kim lãnh tụ Bắc Hàn, được mô tả trong giáo trình tiểu học: "Lãnh Tụ Kính Yêu sinh ra trong một căn cứ quân sự bí mật bên rặng núi thánh Paektu-san (Bạch Đầu Sơn), lúc Người ra đời một có hai cầu vồng rực rỡ và một ngôi sao sáng hiện ra trên nền trời" (Người dân Bắc Hàn gọi Kim cha là Lãnh Tụ Vĩ Đại hay Lãnh Tụ Vĩnh Cửu và Kim con là Lãnh Tụ Kính Yêu).

Thật ra làm gì có căn cứ quân sự nào, chẳng trên núi thánh nào và lại càng không có chuyện thần thoại như hai vòng cầu

vồng ngũ sắc hiện ra trong giờ Kim Chính Nhật giáng trần. Theo sử liệu của Sô-Viết cũ, anh chàng Kim Chính Nhật sinh ra trong một đồn lính nhỏ hẻo lánh ở Siberia vì cha anh ta, Kim Nhật Thành, làm lính cho Stalin sau khi trốn khỏi Mãn Châu.

Một mẩu chuyện khác về Kim Chính Nhật: "Mặc dù trước kia chưa bao giờ chơi gôn (golf), khi cầm cây gôn lần đầu Lãnh Tụ Kính Yêu đã đánh trúng ngay 5 lỗ một lần." Và nữa, "Một lần nọ, Lãnh Tụ Kính Yêu đến kiểm tra súng của một đơn vi quân đội và trước mặt binh sĩ Người đã rút súng bắn trúng ngay mắt trái của mười con bò rừng." Kim Chính Nhật không phải là người thường, trong ý thức của người dân Bắc Hàn, anh chàng là hiện thân của một thiên thần.

Chàng ta tuy chưa bao giờ đi lính một ngày nhưng được gọi trong sách là "Tướng Trời". Tại Bắc Hàn, ngay cả chiếc khăn để lau tấm ảnh của hai cha con họ Kim cũng không được phép dùng để lau các đồ vật khác trong nhà. Giống như những con chim công nghiệp, các em bé Bắc Hàn cũng líu lo mỗi sáng, nhưng nếu ai lắng tai nghe, bài hát các em hát trong giờ vào lớp luôn bắt đầu bằng câu: "Hoa nở nhờ có không khí và các em cười nhờ ơn của Kim Lãnh Tụ Vĩ Đại."

Học sinh Bắc Hàn được dạy phải "yêu tổ quốc và yêu đồng bào" nhưng tổ quốc của em được mô tả trong sách vở không phải là một quốc gia nghèo đói, cô lập với thế giới bên ngoài mà một thiên đường trên trái đất dưới sự lãnh đạo anh minh của Kim Lãnh Tụ.

Trong các ví dụ được dùng ở trường học, từ văn chương đến toán học, cuộc đời và sự nghiệp của hai cha con họ Kim luôn được dùng để ví những điều tốt đẹp và "đế quốc Mỹ xâm

lược" luôn được dùng để ám chỉ những điều xấu xa tội lỗi nhất trên đời.

Sinh viên học sinh Bắc Hàn rất kiêu căng khi nói về lịch sử và dân tộc Triều Tiên vì một lý do đơn giản, ngoài những câu chuyện tuyên truyền được dạy ở trường, họ không biết gì về lịch sử loài người và cũng không biết đúng về lịch sử của tổ tiên họ. Và với một môi trường như thế, nhiều thế hệ người dân Bắc Hàn, hơn nửa thế kỷ qua đã tiếp tục sinh ra, lớn lên trong số phận một loài chim công nghiệp.

Mặc dù những mẩu chuyện trên có thể gợi lại trong ký ức của những người Việt lớn tuổi những hình ảnh, những tiếng thì thầm nghe rất quen quen, tuổi thơ Việt Nam ngày nay dù sao cũng may mắn hơn những người cùng tuổi với họ ở Bắc Hàn.

Trong lúc nhiều nơi vẫn còn khó khăn, thiếu thốn, đa số tuổi thơ Việt Nam đang có một đời sống tinh thần dễ chịu hơn tuổi thơ Bắc Hàn. Bài học của thiếu nhi Việt Nam học hôm nay không đến nỗi hoang đường như của thiếu nhi Bắc Hàn và bài hát của các em bé Việt Nam hát không trơ trẽn khó nghe như những câu mà thiếu nhi Bắc Hàn dùng để ca tụng cha con họ Kim. Ánh sáng bên ngoài đã theo những khe hở của "chính sách đổi mới" rọi vào căn nhà Việt Nam mang theo kiến thức mới lạ từ những phương trời khác. Qua những khe hở đó, chúng ta cũng được nghe nhiều tiếng nói chân thành vọng ra từ trong nước tương tự như chúng ta đang nghe những ưu tư trăn trở của những người Việt đang sống ở ngoài nước dù họ đã một thời lớn lên bên này hay bên kia sông Bến Hải.

Như vậy có gì giống nhau trong hoàn cảnh của hai em thiếu nhi Bắc Hàn và Việt Nam không?

Có chứ. Hai cơ chế chính trị ảnh hưởng đến đời sống của các em bé Bắc Hàn và Việt Nam về căn bản vẫn giống nhau. Hai con nước đều bắt nguồn từ thượng lưu sông Volga trong những thập niên năm đầu của thế kỷ 20 và vẫn còn đang chảy xiết.

Cả hai cơ chế chính trị đều nhằm ngặn chặn mọi suy nghĩ độc lập và hủy diệt mọi khả năng phản kháng của con người. Quyền căn bản đầu tiên trong nghiên cứu khoa học là quyền đặt vấn đề, thế nhưng quyền đó không đươc tôn trọng trong hai xã hội Bắc Hàn và Việt Nam.

Hiện nay, nhiều quốc gia và hàng trăm tổ chức thiện nguyện, tôn giáo, nhân đạo khắp thế giới đang tìm mọi cách để cứu giúp thiếu nhi Bắc Hàn, nhưng đồng thời, mọi người cũng đồng ý rằng, tất cả những gì họ đang làm chỉ là những biện pháp vá víu trong lúc chờ đợi một sự thay đổi toàn diện và căn bản.

Đúng vậy, sinh mệnh của một quốc gia không thể thay đổi bằng vài bao bột mì, hướng đi của một đất nước không thể được lót bằng dăm ba lon sữa và hạnh phúc của một dân tộc không bao giờ đến bằng sự vuốt ve an ủi từ những bàn tay thương xót bên ngoài.

Số phận của một dân tộc phải được quyết định bằng mồ hôi nước mắt, bằng những tấm lòng tận tụy với tương lai dân tộc, bằng đức tính kiên nhẫn làm việc vì đất nước của chính người dân nước đó. Và dù diễn ra dưới bất cứ hình thức nào, nhẹ nhàng hay cứng rắn, xói mòn hay cường tập, thay đổi cơ chế chính trị vẫn là mục tiêu quyết định của mọi cuộc cách mạng xã hội.

BÀN RỘNG VỀ QUAN ĐIỂM "PHÒ NGA" TẠI VIỆT NAM

Lý trí, trong một cách dễ hiểu, là khả năng của ý thức để thu nhận, hiểu, phân tích và phán đoán một sự kiện của mỗi người. Những người có phán đoán giống nhau tạo làm nên một thành phần xã hội. Cuộc chiến tranh xâm lược của Nga vào Cộng Hòa Ukraine tạo ra ít nhất hai thành phần, ủng hộ Nga và ủng hộ Ukraine, trong xã hội Việt Nam.

Tại cấp chính phủ, sự ủng hộ dành cho Ukraine chiếm phần đông trên thế giới. Tại diễn đàn LHQ, quyết nghị LHQ ủng hộ Ukraine "đòi Nga rút ngay lập tức, hoàn toàn và vô điều kiện tất cả các lực lượng quân sự của mình khỏi lãnh thổ Ukraine trong các biên giới được quốc tế công nhận" ngày 2 tháng 3, 2022 do 96 quốc gia bảo trợ, có 141 nước ủng hộ Ukraine, 5 nước ủng hộ Nga, và 35 nước vắng mặt. Nếu không tính Nga và vệ tinh Belarus, chỉ có 3 nước ủng hộ, đó là Bắc Hàn ở Á Châu, một Bắc Hàn ở Phi Châu là Eritrea và một bệnh nhân đang thở bằng bình dưỡng khí Nga tên là Bashar al-Assad ở Syria.

CSVN VẮNG MẶT

CSVN vắng mặt và điều này không khó hiểu. CSVN vắng mặt theo TC. Về mặt cơ chế chính trị, hệ thống lý luận, nền

tảng tư tưởng và một phần lớn nền kinh tế, CSVN đã bị "Phần Lan Hóa" bởi Trung Cộng qua "Mật ước Thành Đô" 4 tháng 9, 1990 và được chính thức hóa sau khi quan hệ giữa hai nước CS được tái lập ngày 7 tháng 11 năm 1991. Khi cơ chế chính trị Liên Xô lung lay tận gốc, giới lãnh đạo CSVN phải đích thân sang TC cầu cứu mặc dù trước đó không lâu TC đã chiếm Gạc Ma và tàn sát 64 binh sĩ CSVN.

"Phần Lan hóa" là gì? "Phần Lan hóa" (Finlandization) "để trở nên Phần Lan", là một khái niệm chính trị để chỉ ảnh hưởng của một cường quốc trên các chính sách đối nội, đối ngoại và quốc phòng của một quốc gia láng giềng nhỏ, bị cô lập, không phải là thành viên của một liên minh quân sự và không nhận được sự bảo vệ của các cường quốc. Khái niệm này bắt nguồn từ chính sách của chính phủ Phần Lan chấp nhận không đi ngược lại các chính sách của Liên Xô trong thời kỳ Chiến tranh Lạnh từ năm 1947 đến năm 1990 nhằm mục đích duy trì chủ quyền đất nước. (Trần Trung Đạo, Hiểm Họa Trung Cộng và Bài Học Phần Lan Hóa, Chính Luận 2, Bánh Mì Ai Cập Cá Việt Nam Khát Vọng Con Người, Cổ Loa 2017)

Từ khi bị "Phần Lan Hóa" khuôn mặt Biển Đông dần dần thay đổi. Các căn cứ quân sự nổi của TC như Johnson Reef South (Đá Gạc Ma), Subi Reef (Đá Xu Bi), Gaven Reef (Đá Ga Ven), Hughes Reef (Đá Tư Nghĩa), Fiery Cross Reef (Đá Chữ Thập), Cuarteron Reef (Đá Châu Viên) và Mischief Reef (Đá Vành Khăn) được TC xây trước những "quan ngại sâu sắc" quen thuộc được lặp đi lặp lại của các lãnh đạo đảng CSVN.

ĐA SỐ NGƯỜI DÂN VIỆT NAM ỦNG HỘ UKRAINE

Mặc dù không có thống kê khách quan, nhìn chung qua các mạng xã hội, đa số người Việt ủng hộ Ukraine. Ngoài tình nhân

loại có máu cùng đỏ và nước mắt cùng mặn, sự ủng hộ Ukraine còn biểu hiện của niềm cảm thông của những con người cùng hoàn cảnh.

Phân tích trên lãnh vực địa lý chính trị, vị trí của Ukraine đối với Nga không khác mấy so với vị trí của Việt Nam đối với Trung Cộng. Đại Nga là Đại Hán, Hắc hải là Biển Đông, Kharkiv là Hà Giang, Belarus là Cambodia (căn cứ TC tại Sihanoukville), Aleksandr Lukashenko (Tổng thống Belarus từ 1994 đến nay) là Hun Sen (Thủ tướng Cambodia từ 1985 đến nay). Điểm khác quan trọng nhất và có tính quyết định là Ukraine có một Volodymyr Zelenskyy anh hùng trong khi Việt Nam lại có một Tô Định thời đại toàn cầu hóa.

THÀNH PHẦN "PHÒ NGA"

Thành phần "phò Nga" phát xuất từ 3 nguyên nhân chính (1) mê muội, (2) quá khứ Liên Xô, (3) tin tưởng vào một Putin kiêu ngạo

"Phò Nga" Do Mê Muội

Người viết đã bàn về lý do thứ nhất này nhiều lần. Mê muội là hậu quả của chính sách tẩy não. Dưới chế độ CS lịch sử một dân tộc không được viết bằng sử liệu mà bằng sử quan. Sử quan tại Việt Nam là sử quan của đảng CS và lịch sử được giải thích phù hợp với đường lối, chính sách của đảng CS trong từng thời kỳ chứ không phải là những sự kiện đã diễn ra trong quá khứ thăng trầm, vinh quang và thống khổ của dân tộc.

Bộ máy tuyên truyền CS chi phối không chỉ trong các sinh hoạt nhân văn, xã hội mà cả khoa học tự nhiên. Tuổi trẻ miền Bắc không lớn lên trong tinh thần của những anh hùng Trần Quốc Toản, Trần Bình Trọng mà bằng những vi trùng

Pêlêvôi (Người mẹ cầm súng), Marétxép (Anh hùng phi công Marétxép)... Thật đáng buồn cho đất nước sau gần nửa thế kỷ vẫn còn một số không ít người sống trong mê muội. (Trần Trung Đạo, Bàn Về Tẩy Não, Chính Luận 1, Cổ Loa 2014).

Bài viết này không bàn rộng về thành phần mê muội. Sản phẩm của bộ máy tuyên truyền này vẫn sẽ tiếp tục hoành hành và cần nhiều thế hệ mới hy vọng dứt. Nếu bệnh nhân dưới 30 tuổi căn bệnh mê muội hy vọng còn chạy chữa được nhưng trên tuổi đó thì khó và trên 50 tuổi thì khó khăn hơn nhiều. Không có thuốc trụ sinh chống mưng mủ do vi trùng mê muội gây ra. Bệnh nhân sẽ bị vật lộn trong đau nhức với những đúng và sai, khôn và dại trong đời sống cho đến khi, nếu may mắn, tự thay đổi được theo thời gian, và nếu không may mắn, sẽ qua đời không biết mình mê muội.

May thay, xã hội thay đổi không phải từ thành phần mê muội mà từ thành phần có khả năng thay đổi, những người mà nhà kinh tế Vilfredo Pareto gọi là thành phần 20%. Người viết sẽ trở lại với đề tài này để cùng nhau tìm hiểu 20% đó là ai.

Quan điểm "phò Nga" của những người phát xuất từ sự thiếu hiểu biết căn bản về lịch sử nên cần được phân tích bởi vì họ thường là những người có ít nhiều ảnh hưởng trong xã hội.

"Phò Nga" Do Quá Khứ Liên Xô

Một số khá đông người Việt trong nước xem hồng quân Liên Xô như thiên binh, thiên tướng. "Đại nguyên soái Stalin" và Hồng Quân Liên Xô đã giải phóng Châu Âu. Bộ phim tuyên truyền nhiều tập nói về "cuộc chiến tranh vệ quốc vĩ đại 1941-1945" vẫn còn in sâu trong tâm trí của nhiều người.

Những người này không biết rằng hai ngày trước khi Hitler mở chiến dịch Barbarossa, 22 tháng 6, 1941, để tấn công Nga, Stalin còn là đồng minh thân cận của Hitler theo tinh thần của hiệp ước Molotov-Ribbentrop quy định hai nước sẽ không xâm lăng nhau trong vòng mười năm.

Việc hai quốc gia cam kết không xâm lăng nhau là vấn đề xảy ra nhiều lần trong lịch sử bang giao quốc tế. Đó là vấn đề của hai nước và không cần phải tranh luận. Nhưng hiệp ước Molotov-Ribbentrop, ký ngày 23 tháng 8, 1939, còn có một nghị định thư bí mật trong đó Hitler và Stalin chia nhau lãnh thổ của các quốc gia Ba Lan, Phần Lan, Lithuania, Latvia, Estonia và Romania.

Hai tuần sau khi Hitler tấn công Ba Lan từ hướng Tây, ngày 17 tháng 9, 1939, Stalin cũng tấn công Ba Lan từ hướng Đông. Dĩ nhiên Ba Lan không thể chống cùng lúc cả Đức lẫn Liên Xô. Quân đội Ba Lan bảo vệ biên giới chỉ với quân số 20,000 chống lại đạo quân Liên Xô 600,000. Khi Đức và Liên Xô bắt tay nhau, Ba Lan tan rã, gần nửa triệu quân bị bắt làm tù binh.

Từ ngày 5 tháng 3 đến tháng 5, 1940 có khoảng 22 ngàn sĩ quan Ba Lan bị tổ chức mật vụ Liên Xô giết tại rừng Katyn. Quyết định giết có sự đồng ý của Stalin và các ủy viên Bộ Chính trị Kliment Voroshilov, Vyacheslav Molotov, Anastas Mikoyan, Mikhail Kalinin và Lazar Kaganovich. (Republic of Poland Government, Decision to commence investigation into Katyn Massacre, 12, 1, 2004)

"Hậu quả thảm khốc của Hiệp ước Hitler-Stalin không chỉ giới hạn ở Ba Lan. Nguồn cung cấp nguyên liệu thô quy mô lớn từ Liên Xô cho bộ máy quân sự Đức, chẳng hạn như dầu và sắt.

Đổi lại, Đức, dựa trên một thỏa thuận kinh tế đạt được với Liên Xô vào tháng Hai, đã gửi nhà máy và thiết bị công nghiệp sang phía đông. Với việc quân Đức tiến vào Paris và sự sụp đổ của nước Pháp vào tháng 6 năm 1940, sự bành trướng của Đức Quốc xã ở Tây Âu sẽ không thể thực hiện được nếu không có Hiệp ước Hitler-Stalin." (Claudia Weber, The Changing Reading of the Hitler–Stalin Alliance, Wilson Center, August 23, 2019)

Với những sử liệu này, Stalin là tội phạm chiến tranh tại một mức độ trầm trọng tương đương như tội ác của Hitler (Đức), Mussolini (Ý) và Tojo (Nhật Bản). Hai đồ tể Hitler và Stalin đều giấu súng trong tay áo nhưng Stalin suy bụng ta ra bụng người nên nghĩ Hitler tập trung đánh gục Anh trước. Không phải một nguồn mà rất nhiều nguồn tin tình báo, kể cả từ tòa đại sứ Liên Xô tại Đức, cho Stalin biết ý định của Hitler nhưng Stalin không nghĩ Hitler tấn công Liên Xô vào năm 1941 cho đến khi các chiến xa của tướng Đức Heinz Guderian vượt biên giới Đức-Liên Xô.

Vì vai trò quá lớn của Liên Xô trong các mặt trận miền Đông Châu Âu từ tháng 6 1941 đến khi Đức Quốc Xã sụp đổ nên tội ác của "Đại nguyên soái Stalin" được xem như "chuyện đã qua" tại các hội nghị quốc tế.

"Phò Nga" Do Tin Tưởng Vào Một Putin Kiêu Ngạo

Ngày 10 tháng 12, 2021, một Putin kiêu ngạo cùng lúc ồ ạt đưa trên 100,000 quân tập trung sát biên giới Nga-Ukraine, Putin đưa ra yêu sách 8 điểm đòi hỏi các chính phủ Mỹ, NATO phải chấp nhận nếu muốn tránh chiến tranh. Chấp nhận không chỉ bằng một vài lời tuyên bố suông thôi mà phải bằng văn bản phù hợp với luật quốc tế. Hai trong số tám đòi hỏi gồm điều

4: "Các bên không được phối trí lực lượng quân sự và vũ khí trên lãnh thổ của bất kỳ quốc gia nào khác ở Châu Âu ngoài các lực lượng và vũ khí đã có ở đó trước ngày 27 tháng 5 năm 1997", và điều 6: "NATO cam kết sẽ kiềm chế trước bất kỳ sự mở rộng nào, bao gồm cả việc nhận Ukraine cũng như các quốc gia khác".

Một cách chi tiết hơn, khi phải rút lui về vị trí của thời điểm trước 1997 cũng có nghĩa quân đội NATO không được đóng trên lãnh thổ các quốc gia như Ba Lan, Estonia, Lithuania, Latvia và các nước hội viên NATO vùng Balkans như Albania, Bulgaria,Montenegro...

Với những đòi hỏi phi lý này, Putin muốn tái lập ảnh hưởng của Nga trên một diện tích lãnh thổ có kích thước tương tự như Liên Xô trước khi sụp đổ. Putin hình dung nước Nga năm 2021 trong cùng một vị trí của LX vào thời điểm 1989 nhưng ông ta quên rằng năm 1989, GDP của Liên Xô là 2600 tỷ dollar, bằng một nửa của Mỹ, 5200 tỷ dollar. GDP của Liên Xô lớn nhưng tập trung vào lãnh vực quốc phòng trong khi hàng hóa thỏa mãn các nhu cầu đời sống của người dân như xe hơi (phải chờ sáu năm từ khi đặt hàng), tủ lạnh, một chuyến nghỉ hè, có căn nhà riêng không chung đụng ai là những ước mơ.

Nhưng LX phá sản không phải vì thiếu bom nguyên tử, thiếu vũ khí, thiếu quân đội, thiếu dầu hỏa mà vì thiếu tự do.

Báo El País, một trong những báo lớn nhất tại Tây Ban Nha, cho biết Putin còn kiêu ngạo đến mức soạn sẵn một tối hậu thư dưới dạng bản dự thảo cam kết để Mỹ và NATO tham khảo.

Ngày 2 tháng 2, 2022, Mỹ và NATO bác bỏ thẳng thừng hai yêu sách chính của Nga. Tuy nhiên để Putin khỏi mất mặt,

trong thư hồi đáp riêng cho Putin, Mỹ hứa sẽ tiếp tục đàm phán việc phối trí hỏa tiễn tại các quốc gia hội viên NATO có cùng biên giới với Nga.

Về nguyên tắc, NATO và Mỹ không thể thỏa mãn các đòi hỏi của Putin, bởi vì thỏa mãn tức là đi ngược lại điều 10 của hiến chương NATO trong đó khẳng định "Các hội viên của NATO nếu hoàn toàn đồng ý có thể mời bất kỳ quốc gia Châu Âu nào khác gia nhập hiệp ước này..."

Vì đàm phán không còn là một phương án, Putin phải chọn lựa giữa rút quân hay phát động chiến tranh. Rút 175,000 quân về là không đánh mà thua. Putin đánh bạc bằng cách đánh mạnh và thắng nhanh để khi chiếm đóng sẽ đàm phán có lợi.

CANH BẠC CỦA PUTIN

Gần 6 giờ sáng, giờ Moscow, 24 tháng 2, 2022 Putin tuyên bố "chiến dịch quân sự đặc biệt" tấn công Ukraine từ ba mũi, Belarus hướng bắc, Donetsk và Crimea hướng nam nhằm mục đích "phi quân sự hóa" (demilitarisation) và "Phi Nazi hóa" (denazification) Ukraine. Hai mục đích giả tưởng này là sản phẩm của bộ máy tuyên truyền Nga.

Theo nguồn tin tình báo Mỹ cho tạp chí *Newsweek* biết, với hỏa lực của Nga, họ lo ngại thủ đô Kyiv có thể phải rơi vào tay Nga trong vòng 96 giờ. Tuy nhiên, 96 giờ trôi qua, một tuần trôi qua, một tháng trôi qua, không chỉ Kyiv mà các thành phố lớn khác đều dưới quyền kiểm soát của quân chính phủ Ukraine. Các diễn biến của cuộc chiến cho thấy, dù quân số và hỏa lực vượt trội Putin chẳng những đang thua mà còn thua to.

Mặt trận trên không với năm Nga đánh một Ukraine, Nga vẫn chưa làm chủ được không phận Ukraine. Làm chủ bầu trời

(Air supremacy) là một trong những chiến lược tối quan trọng đã được các lãnh đạo quân sự nhấn mạnh nhiều lần trong lịch sử chiến tranh từ Thế Chiến Thứ Nhất tới nay. Trong Chiến Tranh Sáu Ngày (Six-Day War) giữa Do Thái và liên minh Ả Rập, chỉ trong vài giờ sáng ngày 5 tháng 6, 1967, không quân Do Thái đã làm tê liệt 90% không quân Ai Cập. Nhờ làm chủ bầu trời Do Thái chỉ bị thương vong 800 sĩ quan và binh sĩ trong khi ba nước Syria, Ai Cập và Jordan con số thương vong lên đến 20,000.

Bộ quốc phòng Nga dĩ nhiên cũng cố vô hiệu hóa không quân Ukraine. Tuy nhiên muốn là một chuyện làm được hay không là chuyện khác. Nga không làm được như Do Thái dù chỉ đánh một nước nhỏ, dù Belarus cho mượn đường, dù đã chuẩn bị từ nhiều tháng và dù đánh trước. Hôm 24 tháng 3, NATO ước lượng Nga tổn thất có thể tới khoảng 15,000 quân. Số quân Nga bị giết trong một tháng xâm lăng Ukraine bằng tổng số quân LX tổn thất mười năm tại Afghanistan.

Cuộc chiến tranh xâm lược của Putin vào Ukraine sẽ chấm dứt. Sớm hay muộn. Và dù kết quả ra sao, Putin vẫn là người thua đậm nhất trong cuộc chiến tranh xâm lược do ông ta chủ mưu.

Canh bạc mà Putin đang đánh không phải là mới. Từ cổ chí kim, các yếu tố "thiên thời, địa lợi, nhân hòa" đã được nhiều nhà chính trị và quân sự khai thác. Hitler đã dùng hai lần trước Thế Chiến Thứ Hai. Putin học lại của Hitler nhưng trò không hơn được thầy.

Về mặt địa lý chính trị, có lẽ Áo hay Tiệp Khắc thích hợp để so sánh với Ukraine hơn, nhưng về chiến lược quân sự

cuộc hành quân tái chiếm vùng Rhineland hay sáp nhập vùng Sudetenland vào Đức ngày 7 tháng 3, 1936 thích hợp hơn để phân tích nước cờ của các lãnh đạo quốc gia ngày nay.

Hitler thành công vì (1) biết gần như chắc chắn của chính phủ chủ hòa Anh Pháp đứng đầu là Thủ tướng Anh Neville Chamberlain và Thủ tướng liên minh cánh tả Pháp Édouard Daladier sẽ bất động, (2) các liên minh quân sự giữa Pháp và Liên Xô hay giữa Pháp và Tiệp Khắc là những liên minh không đáng tin cậy vì họ chưa hề tham khảo nhau trong suốt cuộc xung đột, (3) qua bộ máy tuyên truyền của Joseph Goebbels, Hitler được dân chúng địa phương đa số là người gốc Đức tại cả hai vùng Rhineland và Sudetenland ủng hộ, (4) chính quyền và đảng chính trị thân Quốc Xã Đức tại Rhineland và Sudetenland ủng hộ, (5) có đồng minh đóng vai trò môi giới quan trọng ở Châu Âu là Benito Mussolini ủng hộ.

Putin không có được bất cứ tiện nghi nào trong năm yếu tố nêu trên. "Đồng minh" duy nhất của Putin là Tập Cận Bình cũng không quá mặn mà và không công khai ủng hộ Putin. Trong chính trị học "phù thịnh" chứ ai không "phù suy".

Tập Cận Bình không muốn chiến tranh xảy ra trong giai đoạn này không phải vì lòng yêu chuộng hòa bình mà vì mục đích ngắn hạn cũng như dài hạn của ông ta chưa hoàn tất. Tập Cận Bình không dại gì phải hy sinh những mục tiêu quan trọng của Trung Quốc vì một người bạn đường vài cây số như Putin. Trong mắt họ Tập, thế giới không còn là ba trục (Liên Xô, Mỹ, Trung Cộng) như trong thời kỳ Chiến Tranh Lạnh trước. Nước Nga của thời LX chỉ còn trong sách vở. Putin là một nhà độc tài cơ hội nhưng không tự lượng sức mình.

Một số quan điểm bênh vực Nga cho rằng việc mở rộng về hướng Đông Âu của NATO đã đẩy Nga vào thế phải phản công.

Những người theo quan điểm này hoặc là chỉ nói theo hoặc là không theo dõi sát chính sách đối ngoại của Nga từ khi Putin lên nắm quyền và khai triển chủ thuyết Primakov, gọi theo tên của cựu Giám Đốc KGB, cựu Ngoại trưởng và cựu Thủ tướng Nga Yevgeny Primakov. Nội dung căn bản của chủ thuyết Primakov là Nga thay vì phát triển hòa đồng với Tây phương sẽ liên minh với Trung Quốc, Ấn Độ thành một tam giác chiến lược đương đầu với Mỹ. Quan điểm đối đầu với Mỹ đã có trong đầu óc của giới lãnh đạo Nga trước thời kỳ NATO mở rộng sang Đông Âu và Baltics.

Những ai "phò Nga" tại Việt Nam thay vì nhìn sang Nga hãy mở mắt to để nhìn ra biển Đông, nhìn sang Cambodia, nhìn lên Hà Giang, nhìn sang Lào (Lào công nhận chủ quyền của TC trên Biển Đông trong đó có Hoàng Sa và Trường Sa) để thấy một Việt Nam đáng thương đang co ro trong rọ TC.

Các nhà làm chính sách Mỹ dù dưới tổng thống nào cũng đều nghĩ đến mục tiêu cô lập TC nhưng cô lập tại một giới hạn nào tùy thuộc vào nhiều yếu tố trong đó có yếu tố thời gian.

Tại thời điểm 2022 này, Việt Nam vẫn còn giữ một vị trí chiến lược ở vùng Đông Nam Á và Biển Đông nhưng tại một thời điểm khác trong tương lai vị trí đó có thể không còn nữa. Một khi chiến lược Chiến lược Ấn Độ Dương-Thái Bình Dương (Indo-Pacific Strategy) mở rộng, Việt Nam có thể được xem đã nằm trong "không gian sinh tồn" của Trung Cộng giống như khi Winston Churchill và Franklin D. Roosevelt xem Ba Lan thuộc "không gian sinh tồn"của Liên Xô tại hội nghị Yalta

tháng 2, 1945. Khi đó các vị trí chiến lược mà thế giới tự do cần bảo vệ là Philippines, Singapore, Mã Lai, Nam Dương hay xa hơn chứ không phải Việt Nam.

Những người theo trường phái "phò Nga" xin đừng khóc cho Putin, cho chủ nghĩa dân tộc cực đoan Nga mà hãy dành nước mắt để khóc cho Việt Nam.

TÂM TÌNH CÙNG TUỔI TRẺ

Ngày 2 tháng 7, 2004, tôi được ban tổ chức đại hội sinh viên Bắc Mỹ mời đến nói chuyện với các bạn trẻ đại diện của khoảng 50 tổ chức thanh niên sinh viên Hoa Kỳ và Canada về tham dự đại hội lần thứ nhất, được tổ chức tại đại học Emerson, thành phố Boston.

Trong buổi sáng tâm tình đó, tôi có dịp chia sẻ niềm vui khi biết các em đã trưởng thành. Sự trưởng thành của các em, không chỉ chứng tỏ một cách đơn giản bằng tiếng hô "Tôi Là Người Việt Nam" nhưng bằng việc theo dõi công việc các em đã và đang làm. Tôi sung sướng tự nhủ, những nhánh sông, những con nước trôi lạc loài trên biển ngày nào đang trên đường trở về nguồn cội.

Nếu chúng ta xuống khu người Ý để hỏi một thanh niên Mỹ gốc Ý anh là ai, chắc chắn sẽ anh sẽ trả lời rất gọn "Tôi là người Mỹ." Tương tự, nếu chúng ta qua khu người Đức để hỏi một phụ nữ Mỹ gốc Đức chị là ai, chị cũng sẽ trả lời "Tôi là người Mỹ." Nhưng một cô bé Việt Nam ở Atlanta đã trả lời với chúng tôi em là người Việt Nam. Em nói một cách chân thành.

Các em là người Việt Nam và hãnh diện là người Việt Nam, dù đa số các em có mặt đã sinh ra tại hải ngoại, và thậm chí

có em chưa bao giờ đặt chân lên đất nước Việt Nam. Tôi xúc động khi biết nhiều em đã dành suốt mùa hè để học tiếng Việt. Nhiều em lo lắng không biết bao giờ mới có đủ khả năng tiếng Việt để đọc được Kiều. Nhiều em phân vân không biết các tác phẩm về chiến tranh Việt Nam do các tác giả ngoại quốc viết có phản ảnh trung thực và khách quan cuộc chiến Việt Nam hay không.

Nghe các em nói, tôi cảm thấy trách nhiệm đè nặng trên vai mình.

Qua nhiều lần tiếp xúc với các bạn trẻ, tôi hiểu được rằng, trong các thế hệ Việt Nam tị nạn, thế hệ của chúng tôi có nhiều may mắn nhất. Trong thời kỳ chiến tranh đẫm máu, chúng tôi còn ngồi trong trường trung học hay một, hai năm đầu đại học. Trong thời kỳ đói khổ sau 1975, chúng tôi đã vào tuổi hai mươi và có khả năng bươn chải qua ngày. Khi đặt chân sang nước ngoài, chúng tôi lại là thế hệ sở hữu những kinh nghiệm sống cần thiết để đương đầu với những khó khăn trong đời sống mới và có số vốn liếng Việt ngữ, tuy khiêm tốn nhưng cũng tạm đủ để tiếp tục học hỏi và duy trì văn hóa Việt.

Các em thì không.

Tuổi thơ của các em được ru, không phải bằng những câu ầu ơ ví dầu thân thương tha thiết nhưng là các chương trình truyền hình Mister Rogers' Neighborhood, bằng Sesame Street, Mickey Mouse. Thế nhưng các em đã ngồi lại với nhau, học hỏi lẫn nhau, tìm cách giúp đỡ cho nhau và cho quê hương của cha mẹ em đang cần được giúp.

Điều đó cho thấy, tình yêu nước Việt là một thôi thúc kỳ diệu, không đơn giản được xác định bằng tấm giấy khai sinh,

bằng quốc tịch nhưng bằng máu huyết luân lưu suốt mấy nghìn năm, bằng đời sống và giáo dục gia đình, bằng truyền thống và tập tục văn hóa đã không ngừng được duy trì và phát triển tại hải ngoại. Đặc tính kế thừa và gắn bó với quê cha đất tổ đó rất khó tìm thấy trong cộng đồng của một sắc dân nào khác.

Một bằng chứng rất hùng hồn và dễ thương mà tôi chứng kiến cũng trong ngày đại hội là cách trả lời của một thí sinh trong giải Hoa Hậu Nhân Ái, một tiết mục giải trí bên cạnh chương trình đại hội. Chúng tôi đặt câu hỏi tại chỗ và hoàn toàn bất ngờ cho các thí sinh.

Câu hỏi thế này: "Nếu em chỉ có 24 giờ để sống trên đời, em sẽ làm gì trong 24 giờ đó?"

Và đây là nguyên văn câu trả lời của thí sinh trúng giải: "Nếu em chỉ có 24 giờ để sống, em sẽ dành 24 giờ đó cho ba mẹ em. Em sẽ thưa với ba mẹ em rằng em cám ơn ba mẹ đã sinh em ra, đã trải qua nhiều cực khổ từ những ngày mới đặt chân đến Mỹ để nuôi em nên người như ngày hôm nay. Em có một đứa em, nếu còn thời gian em sẽ dành cho nó, dặn dò nó chăm lo học hành, có hiếu với ba mẹ và thay em chăm sóc ba mẹ trong tuổi già."

Cô bé đứng trên khán đài cao, nhìn xuống ba mẹ em ở dưới, vừa trả lời vừa rưng rưng nước mắt, tưởng chừng 24 giờ tới đây em sẽ ra đi thật.

Em có thể đã có người yêu. Em có thể đã có hàng trăm nhu cầu, ham muốn khác của tuổi mười tám, hai mươi. Nhưng không, cuối cùng em chỉ muốn trở về với nơi em đã sinh ra. Ý thức về nguồn, qua câu trả lời không chuẩn bị trước nhưng rất tự nhiên, chân thành bằng tiếng Việt, đã cho thấy sức sống

kỳ diệu của dân tộc Việt Nam. Sức mạnh của văn hóa dân tộc Việt Nam như một dòng sông dài, có lúc trôi êm ả và cũng có lúc phải vượt qua nhiều ghềnh đá cheo leo, nhưng chưa bao giờ gián đoạn.

Câu nói "Tôi là người Việt Nam" thoạt nghe qua rất đơn giản, ai cũng có thể nói được, người Việt Nam nào, dù trong nước hay đang sống ở ngoài nước, cũng có thể nói như thế. Nếu chúng ta hỏi một em du học sinh từ trong nước vừa ra đến hải ngoại, em sẽ trả lời một cách hãnh diện "Tôi là người Việt Nam" và tương tự nếu chúng ta hỏi một sinh viên Việt Nam lớn lên ở Mỹ, Canada, Đức, Pháp, Úc hay xứ nào khác, em cũng sẽ vui sướng trả lời "Em là người Việt Nam."

Tuy nhiên nếu chúng ta hỏi tiếp "Việt Nam của em là Việt Nam nào?" thái độ, phản ứng và cách trả lời của mỗi em sẽ khác.

Em sinh viên ở hải ngoại sẽ ngập ngừng, vì trước hết, em không thể tin được trên thế giới này có thể có hơn một nước Việt Nam.

Nước Việt Nam duy nhất mà em biết là một dân tộc tuy có lịch sử anh hùng, bất khuất, có tinh thần tự chủ cao độ, truyền thống giáo dục gia đình tốt đẹp nhưng hiện nay đã trở thành lạc hậu.

Việt Nam mà em biết là quốc gia có lợi tức đầu người thấp xa so với nhiều quốc gia kém phát triển khác ở Châu Phi, và với một nền kinh tế sống nhờ vào khu vực nông nghiệp và dịch vụ.

Việt Nam mà em biết là quốc gia có những người lãnh đạo đất nước già nua, độc tài, cực đoan, bảo thủ ngồi trên ghế quyền lực tròn nửa thế kỷ nhưng vẫn còn muốn duy trì quyền chuyên chế ngay cả trong lúc đang nằm trên giường bịnh chờ chết.

Việt Nam mà các em biết là một trong năm nước trên thế giới vẫn tiếp tục bám vào chủ nghĩa CS, một ý thức hệ một thời bành trướng nhờ vào chiến tranh, đấu tố, ám sát, hiện nay đã lùi xa vào quá khứ con người.

Việt Nam mà các em biết là quốc gia có hàng trăm ngàn phụ nữ chỉ vì chén cơm manh áo mà phải bán thân lưu lạc xứ người, bị đánh đập, xô đuổi, ném ra đường phố như những nô lệ tình dục thời Trung Cổ.

Việt Nam mà các em biết là quốc gia hai phần ba trong tuổi thanh niên nhưng đa số không có sức sống, không có hoài bão cho tương lai của đời mình và cho đất nước mình, sống trong chờ đợi một bình minh chưa đến và có thể sẽ không bao giờ đến trong đời họ.

Tóm lại, Việt Nam mà thế hệ trẻ ở hải ngoại biết là một dân tộc đáng yêu nhưng cũng là quốc gia đang cần một cuộc thay đổi toàn diện để hy vọng có thể hội nhập vào dòng tiến hóa của loài người.

Trái lại với một Việt Nam bi thảm đó, đối với đa số các em du học sinh từ trong nước mới sang hay đang ngồi trong trường đại học tại Việt Nam, Việt Nam mà các em được dạy là "xứ sở của anh hùng, độc lập, tự do, hạnh phúc, một đất nước, dưới sự lãnh đạo của đảng CSVN, đã liên tục đánh gục ba tên đế quốc đầu sỏ Pháp, Nhật và Mỹ. Cả thế giới nghiêng mình kính phục khi nghe nhắc đến hai chữ Việt Nam."

Nói chung, ý thức của các em là bản sao của một bài hát tuyên truyền được lặp đi lặp lại suốt mấy chục năm qua, nhiều đến nỗi đã trở thành tự nhiên như một đặc tính bẩm sinh.

Thật khó có thể tin được, giữa lúc cả nước chìm trong nạn đói của những năm sau 1975, trong đó hàng triệu người dân bị đày đi kinh tế mới, hàng triệu người không có ngay cả mỗi ngày chén cháo để ăn, nhưng trên các loa phóng thanh đầu làng cuối phố, người dân Việt Nam vẫn sáng chiều hai buổi nghe toàn là những thành quả vượt chỉ tiêu, những khẩu hiệu đầy hứa hẹn.

Khi nói đến tình trạng vong thân trí thức trong giới trẻ Việt Nam, tôi không có ý cho rằng tất cả thế hệ trẻ Việt Nam đều đánh mất quê hương trên chính quê hương mình, đều ngoảnh mặt làm ngơ trước sự chịu đựng của cha mẹ và bà con thân thuộc mình. Không. Trên kẽ đá hẹp giữa lòng núi, dù cheo leo nguy hiểm, dù gai góc bao nhiêu vẫn mọc lên những bông hoa rừng tuyệt mỹ.

Đất nước chúng ta cũng thế. Lịch sử đã chứng minh, thời đại nào người yêu nước cũng đông hơn kẻ phản dân hại nước. Trong cơn lũ độc tài áp bức kéo dài mấy chục năm qua, những búp măng non vẫn cố vươn mình lên. Nhiều khuôn mặt trẻ can đảm vẫn còn sáng suốt, bằng nhiều cách khác nhau, đang cố đánh thức thế hệ họ, đồng bào họ đang chìm trong cơn mê dài.

Thành phố nơi tôi ở là thành phố đại học nên tôi có cơ hội gặp khá nhiều sinh viên từ trong nước sang. Trong những lần gặp gỡ đó, có khi tôi cũng nghe vài em nói về một "Bác Hồ anh minh và vĩ đại", nghe các em đọc dăm bài thơ của Tố Hữu, Chế Lan Viên đầy sắc máu hận thù, và cũng có khi nghe các em nói lên niềm hãnh diện về nước Việt Nam, nơi đó, cái gì cũng vượt trên tầm thời đại. Bạn bè tôi, nhiều người cảm thấy khó chịu, đứng dậy đi ra, một số khác e ngại và từ đó tìm cách tránh xa, nhưng tôi thì không. Tôi ngồi lại.

Tôi ngồi lại và kiên nhẫn chờ đợi một cơ hội để nói với em những điều em chưa hề được nghe, cơ hội để mang các em về với thực tế đầy đau xót của đất nước, về với cái chung của anh em chúng tôi đang bị chìm khuất phía sau đám mây đen vong bản.

Tôi ở lại với các em vì tôi thật sự không tin những điều các em nói phát xuất từ trái tim trong sáng Việt Nam hay những bài thơ các em đọc phát xuất từ tâm hồn đầy ắp thi ca và nhân bản Việt Nam.

Ý thức của các em khi sinh ra giống như một tờ giấy trắng, đảng CS vẽ lên đó hình gì, sẽ hiện lên hình đó, chế độ độc tài sơn lên màu gì, sẽ hiện ra màu đó. Trách nhiệm lương tâm và đạo đức của những ai còn nghĩ đến tương lai dân tộc, không phải xé bỏ tờ giấy đó đi nhưng chỉ nên xóa đi màu đỏ của hận thù, xóa bỏ bức hình độc ác trong tâm thức của các em. Nếu làm được vậy, tấm giấy kia vẫn sẽ là tấm giấy Việt Nam. Thay vì đẩy các em về phía bóng tối, hãy giúp các em đi về phía ánh sáng của tình đồng bào, tình đất nước.

Tôi muốn nói với các em về một nước Việt Nam mà có thể các em chưa biết, một Việt Nam đang bị bỏ rơi tận đàng sau đuôi cuộc cách mạng khoa học kỹ thuật không ngừng của nhân loại. Thế giới mà các em đang đối diện không phải là thế giới mà các em đã học ở trong nước.

Sau 1975, những nhà lãnh đạo CSVN tự mãn với hào quang chiến thắng của họ đến nỗi trở nên cô lập với thế giới bên ngoài. Hậu quả của căn bịnh kiêu căng đầy hoang tưởng đó là một Việt Nam suy thoái về mọi phương diện.

Tôi muốn nói với các em về lòng yêu nước, một đức tính vô cùng cao quý và đáng ca ngợi của dân tộc Việt Nam. Chúng

ta hãnh diện với truyền thống yêu nước và tinh thần tự chủ đã được may mắn kế thừa từ tổ tiên suốt bốn ngàn năm lịch sử. Nếu không nhờ tinh thần đó thì ngày nay Việt Nam không phải là nước Việt Nam mà là tỉnh Việt Nam, giống như tỉnh Quảng Đông, Quảng Tây hay đã chịu chung số phận của Mãn Châu, Nội Mông, Tây Tạng. Nhưng yêu nước là một tình yêu cần được soi sáng và hướng dẫn bằng trí tuệ chứ không phải là một thứ tình yêu cực đoan và mù quáng.

Hãy nhìn lại cuộc đấu tranh chống Thực Dân Pháp đầy gian khổ của dân tộc Việt Nam. Trong cuộc đấu tranh đó, không phải chỉ miền Bắc chống Pháp và miền Nam theo Pháp, không phải chỉ những người CS hô hào đánh Pháp và người Quốc Gia chạy theo chân Pháp. Không. Từ sông lạch miền Nam đến núi rừng Việt Bắc, nhân dân Việt Nam đã tùy theo điều kiện địa lý, hoàn cảnh chính trị của mỗi miền, và cả của mỗi người để đánh đuổi Thực Dân. Có vị chủ trương cứng rắn, có vị chủ xướng ôn hòa, có vị chủ trương võ lực, có vị chủ xướng Duy Tân. Nhưng nếu họ cùng có một tấm lòng vì nước, một đức tính trung thành và chung thủy với quê hương, nhân dân Việt Nam vẫn biết ơn họ và lịch sử Việt Nam sẽ ghi công họ.

Giới lãnh đạo CSVN thì khác, chưa đánh đuổi được ngoại xâm đã tàn sát không nương tay những người Việt Nam yêu nước mà họ nghĩ sẽ tranh quyền đoạt lợi với họ sau này. Và trong suốt nửa thế kỷ qua, giới lãnh đạo CS lại một lần nữa lợi dụng lòng yêu nước của nhân dân Việt Nam, đẩy hàng triệu thanh niên Việt Nam vào chỗ chết cho các mục tiêu bành trướng ý thức hệ CS, cho quyền lợi của đàn anh Trung Cộng, Liên Xô dưới hình thức cuôc chiến tranh gọi là “Chống Mỹ cứu nước” vô cùng ngu xuẩn. Hôm nay, cơn lũ chiến tranh tuy đã

qua đi nhưng trên cánh đồng Việt Nam vẫn còn phơi đầy thân xác anh em, máu xương của đồng bào ruột thịt.

Tôi muốn nói với các em về những kẻ trước đây đã từng ca ngợi chế độ CSVN như "ngọn hải đăng thời đại", những kẻ "mơ sáng mai thức dậy biến thành người Việt Nam" và họ là ai.

Họ là đảng CS Liên Xô thời chế độ này còn thoi thóp, họ là đảng CS Trung Hoa, họ là những nhà văn, nhà thơ chống chiến tranh và họ là lãnh tụ các phong trào phản chiến châu Âu.

Đảng CS Liên Xô ca ngợi CSVN bởi vì chiến tranh Việt Nam đã giúp làm chậm lại cuộc chạy đua vũ khí với Mỹ mà chính họ đang dần dần kiệt quệ. Trung Cộng ca ngợi CSVN đơn giản vì nhân dân Việt Nam đã chết thay cho họ để bảo vệ biên giới phía Nam. Trong ly rượu sâm-banh của các tên lái buôn chiến tranh đế quốc chúc tụng nhau ở Nhân Dân Đại Sảnh Bắc Kinh, ở điện Kremlin có máu của đồng bào Việt Nam đổ xuống khắp ba miền. Trong tiếng cười rạng rỡ của các chủ tịch nhà nước, các tổng bí thư trong đêm liên hoan mừng chiến thắng, không phải chiến thắng của nhân dân Việt Nam nhưng vì các mục tiêu riêng của họ đã đạt được, có nước mắt của hàng triệu bà mẹ Việt Nam khóc cho những đứa con của mẹ đã gởi xác ở Trường Sơn, Khe Sanh, Bình Long, Trị Thiên, An Lộc.

Tôi muốn nói với các em, dân tộc chúng ta đã được gì sau cuộc chiến Việt Nam. Một thành quả của đảng CS mà các em nghe hàng triệu lần là thống nhất dân tộc. Vâng, thống nhất dân tộc là một nhu cầu cần thiết. Không một người Việt yêu nước nào không muốn dân tộc Việt Nam thống nhất, nhưng liệu cần thiết đến nỗi phải đổi bằng thân xác của hơn ba triệu người, hủy diệt mầm sống của bao nhiêu triệu người còn lại

trong suốt nửa thế kỷ qua và hậu quả xã hội sẽ kéo dài không biết đến bao giờ. Tại sao Đông Đức không chọn con đường võ lực? Tại sao Bắc Hàn, sau cuộc thử lửa với Mỹ vào năm 1953, đã không tiếp tục chọn con đường võ lực?

Nếu Hồ Chí Minh và các nhà lãnh đạo CS thật sự là những người yêu nước, họ ít nhất phải học ở Erich Honecker và Kim Nhật Thành, dù độc ác bao nhiêu cũng biết sợ hậu quả không thể đo lường được khi phải đương đầu với Mỹ, một cường quốc mạnh nhất thế giới về khoa học kỹ thuật, kinh tế và quốc phòng.

Nếu Hồ Chí Minh và các nhà lãnh đạo CS miền Bắc thật sự là những người yêu nước, họ phải biết dừng lại ở hiệp định Geneve và chờ một cơ hội hòa bình, một giải pháp không đổ máu để thống nhất đất nước, thay vì thống nhất bằng xe tăng T54, bằng đại pháo, bằng trại tập trung, bằng nhà tù và sân bắn.

Và tôi cũng muốn nói với các em một điều hệ trọng hơn tất cả những điều đã nói, rằng, dù em sinh ra ở Huế, Hà Nội hay Sài Gòn, ở San Diego, Santa Ana, San Jose, Sydney, Victoria, Oslo, Berlin, Paris hay một nơi nào khác, em cũng nên hãnh diện để nói lớn rằng "Tôi là người Việt Nam."

Định mệnh lịch sử khắc nghiệt đã đẩy các em vào nhiều hoàn cảnh khác nhau, điều kiện trưởng thành khác nhau, nhưng tôi tin rằng, một ngày không xa, tất cả những người con yêu của mẹ Việt Nam sẽ gặp lại nhau tại một điểm hẹn huy hoàng của lịch sử, đó là ngày phục hưng dân tộc Việt Nam. Em đang ở đâu và đang làm gì, hãy nỗ lực cho ngày đẹp trời đó của dân tộc. Những buồn đau chia cắt sẽ qua đi và một nước Việt Nam mới, tự do, dân chủ, nhân bản, khai phóng sẽ ra đời.

LOÀI KỲ NHÔNG LUÔN SỢ ÁNH ĐÈN

Phạm Chí Dũng, Nguyễn Tường Thụy và Lê Hữu Minh Tuấn vừa bị CSVN kết án một bản án dài tổng cộng lên tới 37 năm tù và 9 năm quản chế. Phạm Chí Dũng 15 năm, Nguyễn Tường Thụy và Lê Hữu Minh Tuấn mỗi người 11 năm.

Họ chẳng phải là Nelson Mandela, Václav Havel hay Andrei Sakharov mà chỉ là những người Việt bình thường không thể làm ngơ trước một cơ chế chính trị độc tài, một xã hội bất công, thối nát.

Cả ba đều là nhà báo thuộc Hội Nhà Báo Độc Lập Việt Nam. Như anh Nguyễn Tường Thụy phát biểu, anh chỉ nói lên "những trăn trở đối với đất nước và dân tộc." Lê Hữu Minh Tuấn khẳng định: "Chúng tôi không vi phạm pháp luật. Chúng tôi chỉ thực hiện quyền tự do ngôn luận, tự do báo chí và lập hội." Phạm Chí Dũng, tác giả của Chính Luận 2013, mỉa mai chế độ: "Một bản án quá nặng đối với các nhà báo thuộc Hội nhà báo độc lập Việt Nam sẽ làm cho cả thế giới biết đến nền 'tự do báo chí' của Việt Nam."

Nhưng đảng CSVN, giống như loài kỳ nhông chỉ thích sống trong bóng tối, rất sợ ánh đèn.

Nhân việc ba nhà báo bị tù, mời đọc vài phương pháp mà các tổ CS hay dùng để loại bỏ kẻ thù.

Ngay từ thời Lenin, ba phương pháp đã được các chế độ CS dùng để vô hiệu hóa một đối tượng: cô lập, trung lập hóa và thỏa hiệp. Trong một nghĩa đơn giản nhất, cô lập là ngăn chặn các nguồn thông tin cũng như mọi mối liên hệ đến và đi từ đối phương. "Trung lập hóa" là làm cho khả năng của đối phương không còn tác dụng bằng cách áp dụng một lực tương xứng vào đối phương. "Thỏa hiệp" là nhân nhượng để có lợi cho cả hai bên.

CSVN không có khả năng tạo một lực tương xứng nhằm "trung lập hóa" các thành phần chống đối và cũng không dám phiêu lưu "thỏa hiệp" với các thành phần chống đối nên thường chỉ áp dụng biện pháp thứ nhất, nhanh gọn là bỏ tù những ai chống đối.

Mao Trạch Đông từng nói nhiệm vụ của đảng CS không chỉ thắng kẻ thù nhưng quan trọng hơn là phân hóa kẻ thù. "Phân hóa kẻ thù" theo quan điểm của Mao là làm cho mọi người chung quanh ghét bỏ, khinh bỉ, xa lánh đối tượng cùng lúc khai thác các mâu thuẫn nội bộ đối phương để kẻ thù của đảng tiêu diệt lẫn nhau. Qua bộ máy tuyên truyền, Mao áp dụng biện pháp này một cách triệt để đối với nền Cộng Hòa Trung Hoa Dân Quốc non trẻ vốn đã đầy phân hóa nội bộ và nạn quân phiệt hoành hành tại Trung Quốc. Hai nhà nghiên cứu Ming Chu-cheng và Flora Chang trên *Đài Bắc Thời Báo* (Taipei Times) đã dựa vào các tài liệu của Nhật, Đệ Tam Quốc Tế CS và của chính Chu Ân Lai, để kết luận trong số 23 trận đánh lớn giữa liên minh quốc cộng chống Nhật từ 1937 đến 1945, phe CSTQ không tham dự bất cứ trận đánh lớn nào, nhưng cuối cùng đã thắng. Mao thắng phần lớn nhờ tuyên truyền.

Gắn cho một người tranh đấu nào đó cái nhãn "dân chủ cuội" hay "đấu tranh để được ra nước ngoài" là cách dễ nhất để cô lập một đối tượng.

Với trình độ nhận thức chính trị còn thấp và suy nghĩ nặng cảm tính của nhiều người Việt, đảng CS không cần phải lập lại ba lần như trong chuyện "Tăng Sâm giết người" mà chỉ chụp mũ một lần cũng đủ làm mọi người xa lánh đối tượng mà chế độ cần cô lập. Cho tới nay đảng CSVN chứng tỏ rất thành công với chiêu thức rất căn bản, quen thuộc nhưng hữu hiệu này.

Đừng tự nguyện thực thi chủ trương "phân hóa kẻ thù" giùm cho đảng CS. Đừng để lòng yêu nước bị CS khai thác như CS đã từng làm khi đẩy nhiều triệu tuổi trẻ miền Bắc vào lò lửa chiến tranh và dụ dỗ nhiều tuổi trẻ miền Nam trở thành những tay sai cho đảng lũng đoạn xã hội miền Nam trước năm 1975.

Còn những kẻ cơ hội thì sao? Những kẻ cơ hội bao giờ cũng có, ở đâu cũng có, ngành nghề nào cũng có, lãnh vực nào cũng có và xã hội nào cũng có.

Phong trào dân chủ Việt Nam còn non trẻ, phân tán, lỏng lẻo và phải đương đầu với khó khăn từ mọi phía, khó có thể tránh khỏi những người núp dưới chiếc dù "tự do dân chủ" để kiếm sống hay trục lợi bằng việc lợi dụng hoàn cảnh khó khăn của người khác. Sống bằng "nghề chống Cộng" là một thực tế cơm gạo đối với một số người.

Tuy nhiên, không nên từ vài kẻ cơ hội để suy ra hay đánh mất niềm tin vào cả một phong trào. Cuộc đấu tranh này là của người Việt Nam và chỉ người Việt Nam mới đau, mới xót cho thân phận của mình, mới yêu thương đất nước mình và mới sống chết vì tương lai con cháu mình.

Đâu năm 2021 này có ai biết Lê Chí Quang, một người đã từng đánh thức nhiều người với bài viết "Hãy cảnh giác với Bắc Triều" hai chục năm trước bây giờ đang ở đâu, làm gì, còn có mặt hay không trên hành trình tranh đấu hôm nay?

Chắc không nhiều người nhớ tên anh.

Nhưng nhớ hay quên không phải là điều quan trọng. Trên chặng đường tranh đấu gian nan, có những người đứng chờ ở mỗi sân ga để bước lên cùng đi với đất nước. Cũng ngay tại sân ga đó lại có người bước xuống theo chọn lựa riêng của mình. Họ mệt mỏi, họ chán nản, họ hết năng lực, họ thỏa hiệp hay có thể vì bất cứ lý do nào. Dù chọn lựa của họ là gì đi nữa vẫn cám ơn những cống hiến của họ, và có họ hay không con tàu vẫn tiếp tục băng trên đường lịch sử mang theo những hành khách mới.

Hành khách mới hôm nay là Phạm Chí Dũng, Nguyễn Tường Thụy, Lê Hữu Minh Tuấn và một danh sách trên 200 tù nhân hiện đang sống trong địa ngục trần gian ở Việt Nam. Họ lên đường đi làm lịch sử. Những ai đang sống trong xã hội tự do hay còn đang có một chút tự do, hãy làm tất cả những gì có thể làm được để những đóng góp của họ không trở thành vô nghĩa.

Đừng nản chí. Khúc sông hẹp và nhiều ghềnh đá đương nhiên rong rêu, rác rến cũng đọng lại nhiều. Nhưng khi sông rộng và nước chảy mạnh, những rong rêu, rác rến kia sẽ bị cuốn đi nhanh. Cách mạng dân chủ cũng thế.

Các cuộc cách mạng dân chủ tại Đông Âu CS trước đây hay Bắc Phi độc tài trong thập niên vừa qua cho thấy, một khi ngọn gió đổi chiều đại đa số người dân đều muốn đứng về phía dân chủ, phía tự do. Ngay cả hôm nay, một người có chút tự trọng

cũng không muốn ai biết mình là đảng viên đảng CS chứ đừng nói chi khi cách mạng dân chủ bùng nổ.

Khi nào cách mạng dân chủ diễn ra khó biết trước. Nếu biết trước được thì János Kádár, Tổng Bí Thư đảng CS Hungary đã không để mộ mình sau khi chết còn bị đào lên. Nếu biết trước được thì vợ chồng Nicolae Ceaușescu đã không để bị xử bắn. Nhưng cách mạng dân chủ sẽ đến cho Việt Nam. Đó không phải là ước mơ hay lời cầu nguyện mà là một quy luật xã hội. Nhanh hay chậm nhưng sẽ đến.

Không bạo quyền nào có thể bỏ tù được nhận thức của con người. Nhận thức sẽ lớn lên và bùng vỡ thành cách mạng.

Đừng làm kỳ nhông hay đứng về phía loài kỳ nhông mà hãy tiếp tay với Phạm Chí Dũng, Nguyễn Tường Thụy, Lê Hữu Minh Tuấn soi sáng con đường dân chủ Việt Nam.

TRÁCH NHIỆM CỦA CÁC THẾ HỆ VIỆT NAM

(Vài suy nghĩ sau khi đọc tiểu luận "Nhà văn Việt Nam: Đổi mới và Hội nhập" của nhà văn Tô Nhuận Vỹ và tự truyện Lạc đường của nhà văn Đào Hiếu)

Tháng 2 năm 2007, trên diễn đàn talawas, tôi có viết một bài để góp ý với ông Võ Văn Kiệt về "hòa giải dân tộc và khép lại quá khứ". Thời gian ngắn sau đó, tôi nhận một email từ Việt Nam chuyển lời của ông Võ Văn Kiệt, rằng nhiều điểm góp ý của tôi có thể tranh luận nhưng cũng rất nhiều điểm ông thừa nhận là rất có lý. Ông cũng dặn với người đưa tin nếu tôi có dịp về thì đưa tôi đến nhà chơi để trao đổi với ông. Tôi trả lời, cũng qua trung gian người đưa tin, cám ơn ông về việc mời đến nhà nhưng quan trọng hơn tôi mong ông đáp lại những điều tôi đã nêu ra trong bài viết, nhất là những điểm ông cho rằng có thể tranh luận được, và phổ biến rộng rãi cho mọi người cùng đọc. Chuyện đất nước là chuyện chung chứ không phải là chuyện giữa ông và tôi. Các thế hệ Việt Nam mai sau trưởng thành từ những bài học, những kinh nghiệm của các thế hệ đi trước để lại. Không có kinh nghiệm lịch sử nào là nên bỏ qua

và không có bài học lịch sử nào mà không đáng học. Có lần tôi đọc đâu đó, ông Võ Văn Kiệt dự tính viết một cuốn sách, tôi rất mừng và âm thầm chờ đợi một tác phẩm hay một hồi ký của ông.

Tôi không kỳ vọng ở hồi ký của ông Võ Văn Kiệt một con số đúng về bao nhiêu sĩ quan công chức chế độ Việt Nam Cộng hòa bị ông và Đảng của ông đày ra các vùng rừng sâu nước độc Tiên Lãnh, Hàm Tân, Hoàng Liên Sơn, Thanh Phong, Thanh Hóa. Tôi không kỳ vọng ở hồi ký của ông một con số bao nhiêu người dân Sài Gòn bị ông và Đảng của ông đuổi đi khắp các vùng kinh tế mới miền Đông, miền Tây Nam Bộ. Tôi không kỳ vọng qua hồi ký ông sẽ công bố đầy đủ danh sách những người bị Ủy ban Quân quản, do ông làm bí thư Đảng ủy đặc biệt, xếp vào thành phần tư sản mại bản; của cải, nhà cửa bị tịch thu, cha mẹ phải vào tù, con cái phải sống lang thang đầu đường cuối chợ. Tôi không kỳ vọng qua hồi ký ông sẽ giải thích nguyên nhân nào khiến hàng triệu người Việt đã bất chấp sóng to gió lớn để vượt biển tìm một con đường sống trong muôn ngàn đường chết. Tôi cũng không kỳ vọng qua hồi ký ông sẽ chính thức xin lỗi cùng nhân dân miền Nam nói riêng và cả nước nói chung, những sai lầm của Đảng do ông trực tiếp lãnh đạo đã gây ra. Và như tôi đã đọc tiểu sử, quá trình đấu tranh của ông và những mất mát của riêng bản thân ông, tôi cũng không nghĩ ông Võ Văn Kiệt sẽ thành lập một đảng hay một cánh đối lập, công khai thách thức vị trí lãnh đạo của Đảng CS để lót đường cho một cuộc vận động toàn dân, toàn diện nhằm tiến đến một xã hội mới, dân chủ, nhân bản và thịnh vượng như một số người đã bàn tán trước đây.

Ông Võ Văn Kiệt từ năm 1938 cho đến cuối đời vẫn là người CS. Khác chăng so với những lãnh đạo CS cùng thời,

ông Võ Văn Kiệt sinh ra từ miền cây trái Vĩnh Long, phần lớn quãng đời đấu tranh của ông cũng từ ruộng đồng, sông nước miền Nam, gần gũi với nhân dân miền Nam và trong những ngày cuối đời nhìn lại đã có lúc chạnh lòng buông những câu nói như những lời an ủi muộn màng, rải rác đó đây trên vài cơ quan ngôn luận, trong những buổi nhậu, dành cho những người đã chịu đựng dưới bàn tay ông.

Dù sao tôi cũng mong ông viết, bởi vì hơn ai hết, ông Võ Văn Kiệt là người có thẩm quyền để viết. Giá trị trong tác phẩm của ông Võ Văn Kiệt không hẳn ở chỗ là sự thật mà là sự kiện, dù được nêu ra để biện hộ cho những sai trái của chính ông. Những Giọt nước trong biển cả của Hoàng Văn Hoan và Hồi ký của một Việt cộng của Trương Như Tảng vẫn có giá trị sự kiện nhất định và là những tác phẩm tham khảo cần thiết cho các sử gia và thế hệ mai sau. Hôm nay, ông Võ Văn Kiệt đã qua đời. Ông ra đi mang theo nhiều chi tiết quan trọng của những năm khó khăn nhất trong lịch sử dân tộc thời cận đại. Phần lớn những lời phân ưu dành cho ông đều chấm dứt bằng câu cầu mong hương linh ông được yên nghỉ, nhưng làm sao hương linh ông có thể yên nghỉ được khi vẫn còn nợ thế gian này một món nợ mà ông chưa trả hết.

Những chịu đựng của dân tộc Việt Nam nói chung và nhân dân miền Nam nói riêng dưới bàn tay ông Võ Văn Kiệt và Đảng của ông trong những năm ngay sau 1975, sẽ mãi mãi sẽ là một vết thương hằn sâu trong lịch sử. Máu và nước mắt của nhân dân miền Nam đổ xuống trong các trại tù, trên các khu kinh tế mới, dọc các vỉa hè Huế, Đà Nẵng, Sài Gòn đã đóng thành băng trong ký ức của giống nòi. Không ai trách ông Võ Văn Kiệt tại sao bảy mươi năm trước đã tham gia Đảng CS nhưng chắc chắn

các thế hệ Việt Nam mai sau sẽ trách ông đã không có những câu trả lời cho những thảm trạng mà đất nước đã trải qua trong suốt 22 năm dài (1975 - 1997), thời gian ông đã đóng vai trò quan trọng trong chính trị Việt Nam.

Ông Võ Văn Kiệt, giống như hầu hết những người CS trong thế hệ Tân Trào, Pác Bó đã không làm được, đã không trả lời được những câu hỏi của phiên tòa lịch sử, nhưng tôi tin các thế hệ Việt Nam tham gia Đảng CS sau ông, thế hệ "chống Mỹ cứu nước", thế hệ "Tổng công kích Tết Mậu Thân" với một số khá đông vẫn còn đang sống, có thể trả lời và thậm chí phải trả lời trước khi các anh các chị xuôi tay nhắm mắt ra đi.

Điều đáng mừng là trong thời gian qua, một số hồi ký như Tôi bị bắt của nhà thơ Trần Vàng Sao, Tôi bày tỏ của nhà văn Tiêu Dao Bảo Cự mà tôi đã có dịp góp ý trước đây, tiểu luận "Nhà văn Việt Nam: Đổi mới và Hội nhập" của nhà văn Tô Nhuận Vỹ, hay mới đây tự truyện Lạc đường của nhà văn Đào Hiếu đã nối tiếp nhau ra đời. Các anh viết vì bức xúc cá nhân hay từ nhận thức chính trị không phải là điều quan trọng, điều quan trọng nhất vẫn là viết ra. Tôi tin rằng với chiều hướng Việt Nam đang cố mở rộng các mối quan hệ với nước ngoài, những tấm màn sợ hãi sẽ được vén lên cao hơn, những biên giới cách ngăn sẽ dần dần thu hẹp, trong tương lai sẽ có nhiều tác phẩm như thế nữa.

Tôi vừa đọc hết tự truyện Lạc đường của nhà văn Đào Hiếu. Là một người trong thế hệ trẻ hơn, tôi cảm ơn anh đã kể lại những chặng đường anh đã đi qua, ghi lại những thao thức và trăn trở của anh và thế hệ anh. Ngay cả những việc chúng ta mới làm hôm qua, hôm nay có thể đã không còn đúng nữa và những câu nói mới vừa thoát ra khỏi cửa miệng nhiều khi biết

mình nói sai rồi, huống hồ những việc đã làm 40 năm trước. Ai cũng có một thuở hai mươi và ai cũng trải qua một thời tuổi trẻ. Sinh ra và lớn lên trên quê hương chiến tranh, nghèo khó, chịu đựng cái nhục của một nước nhược tiểu bị các nước lớn khinh khi, coi rẻ, câu hỏi làm gì cho đất nước luôn là mối ám ảnh hàng ngày, hàng đêm trong ý thức của những người trẻ biết đau cái đau của đất nước.

Năm 1968, năm cao điểm của cuộc chiến Việt Nam, tôi lớn lên ở gần cửa biển Sơn Trà, quận 3, Đà Nẵng. Buổi chiều tôi thường ngồi trên cồn cát trắng ở xóm Cổ Mân nhìn những đoàn xe chở bom đạn nối đuôi nhau từ cảng Tiên Sa nhập vào các kho quân sự chung quanh thành phố để từ đó đi vào cuộc chiến. Tôi thầm nghĩ những bom đạn kia nay mai đây sẽ rơi xuống ở một nơi nào đó trên quê hương tôi. Đêm đêm trên đường Bạch Đằng dọc bờ sông Hàn, những anh lính Mỹ đen, Mỹ trắng miệng sặc mùi bia rượu, tay ôm những cô gái Việt bằng tuổi chị tôi và cất tiếng cười khả ố. Niềm tự ái dân tộc trong lòng tôi dâng cao. Tôi cảm thấy bị xúc phạm. Họ xúc phạm không chỉ dân tộc Việt Nam, người con gái Việt Nam, mà dường như còn xúc phạm đến cả hàng phượng đỏ, hàng sao xanh trên con đường Bạch Đằng thơ mộng. Cách thành phố Đà Nẵng không xa là bãi rác Hòa Cầm rộng mênh mông. Nơi đó, mỗi buổi sáng, hàng trăm đứa bé mới ngoài mười tuổi như tôi bám theo những chiếc xe rác Mỹ để nhặt những miếng thịt thừa, những lon bơ bỏ dở và ngay cả từng chiếc bao nhựa dơ dáy. Ngày đó, tuy còn khá nhỏ tôi đã biết tủi thẹn cho số phận của một cây cổ thụ bốn ngàn năm đang biến thành dây chùm gởi, đồng thời tôi cũng tự hỏi, những điêu tàn đổ nát, những bất công phi lý của xã hội Việt Nam, trong đó có sự hiện diện

của những người Mỹ đen Mỹ trắng kia phải phát xuất từ một hay nhiều nguyên nhân nào đó.

Hoàn cảnh đất nước và nhiệt tình tuổi trẻ đã buộc các anh chị chọn lựa cho mình một hướng đi, một lý tưởng sống, một dâng hiến dành cho quê hương mà các anh chị nghĩ là đúng nhất. Sự chọn lựa nào cũng kèm theo đó sự hy sinh, cũng mang tính lịch sử và lịch sử Việt Nam trước 1975 là một lịch sử đầy nhiễu nhương, đau thương và ngộ nhận. Nhìn lại tuổi hai mươi không phải để phê phán những việc làm thời đó đúng hay sai. Sai hay đúng là thái độ của hôm nay và về sau chứ không phải của quá khứ.

Bốn mươi năm trước, nếu có người cho rằng xã hội miền Bắc tốt đẹp hơn xã hội miền Nam có thể đã không gây ra nhiều tranh cãi bởi vì các tệ nạn tham nhũng, quan chức lộng hành quá phổ biến ở miền Nam trong khi chưa ai thật sự sống một ngày dưới chủ nghĩa xã hội; thế nhưng, hơn 30 năm sau mà những người đó vẫn còn tiếp tục luận điệu giống như thế thì đó chỉ là một cách nói liều.

Bốn mươi năm trước, vì giới hạn về tài liệu tham khảo, nếu có người nhận xét ông Hồ Chí Minh, ông Trường Chinh, ông Lê Duẩn về mặt đạo đức tốt hơn các ông Tổng thống miền Nam có thể còn thông cảm, nhưng sau 30 năm với tất cả tài liệu đã được tiết lộ, Cải cách Ruộng đất, Nhân văn - Giai phẩm, vụ án xét lại, Tổng công kích Mậu Thân, chuyên chính vô sản, độc tài đảng trị, mà có người sùng bái các lãnh tụ CS trên thì thật là một niềm tin mù quáng.

Tôi cũng cám ơn nhà văn Tô Nhuận Vỹ đã phổ biến tiểu luận "Nhà văn Việt Nam: Đổi mới và Hội nhập", kết quả của đề tài nghiên cứu mà anh tham gia với William Joiner Center

(WJC) thuộc Đại học Massachusetts trong hai năm 2005 đến 2007. Vài điểm trong tiểu luận của anh có thể thảo luận như tôi sẽ làm dưới đây, nhưng về tổng quát tiểu luận này đã giúp cho tôi thêm những kiến thức về sinh hoạt văn học trong nước mà tôi không biết đến nhiều.

Nhắc đến WJC, tôi nhớ lại những chuyện xảy ra mười năm trước. Tôi sống ở Boston và không xa lạ gì các khóa hội thảo mùa hè của WJC. Trong hai năm 1998 và 1999, tôi đã cùng một số anh chị trong giới cầm bút đến nói chuyện tại các khóa hội thảo mùa hè của trung tâm này. Mặc dù không phải là nhà văn, nhà thơ có những tác phẩm văn chương đủ tầm vóc để đại diện cho văn nghệ sĩ hải ngoại, tôi vẫn được mời, đơn giản chỉ vì tôi sống ngay tại Boston, quen thuộc với sinh hoạt của cộng đồng người Việt và đã có thời học ở Đại học Massachusetts.

Tôi ủng hộ quan điểm và thái độ tích cực tham gia vào các khóa hội thảo mùa hè tại Đại học Massachusetts của tổ chức cộng đồng Việt Nam. Thay vì tập trung các sinh hoạt trong nội bộ người Việt, sự có mặt trong những buổi thảo luận về văn học Việt Nam, chiến tranh và hậu quả xã hội Việt Nam tại các diễn đàn rộng hơn, liên quan đến nhiều quốc gia là những việc nên làm và ngay cả phải làm. Chúng ta đang đấu tranh cho quyền tự do phát biểu của đồng bào trong nước thì không có lý do gì tự giới hạn quyền phát biểu của chính mình trong một xã hội tự do.

Trong chiến tranh, chế độ Việt Nam Cộng hòa không có nhiều cơ hội để nói lên tiếng nói chính nghĩa của mình. Miền Nam không phải của ông Ngô Đình Diệm, Nguyễn Văn Thiệu hay Dương Văn Minh mà là miền Nam của hơn hai chục triệu người, trong đó có một triệu người lính đã phải chiến đấu trong

những điều kiện hết sức khó khăn, vừa cô đơn và cũng vừa cô thế. Những vành khăn tang trắng của những người vợ lính, những đứa bé mồ côi vì cha vừa tử trận, chỉ trắng trong các khu gia binh nghèo, trong những căn nhà tranh heo hắt chứ không trắng trên các màn ảnh truyền hình quốc tế. Và từ sau 1975, các nhà văn, nhà thơ từ các quốc gia khác cũng chỉ biết Việt Nam dưới chế độ CS qua vở kịch do Đảng CSVN dàn dựng, qua các khẩu hiệu tuyên truyền của phe có quyền ăn nói, nhưng không biết đến một Việt Nam khác đang bị bịt miệng, đang bị đày ải trong tù ngục và bị tước đoạt những quyền căn bản của con người. Do đó, giống như việc thắp lên que diêm trong đêm tối trời, gióng lên được một tiếng nói của lương tâm dù ở đâu cũng là điều cần thiết.

Ngoại trừ tôi, hầu hết các nhà văn miền Nam tham dự các khóa hội thảo mùa hè do WJC tổ chức đều đã nhiều năm phục vụ trong quân đội và thời gian ở tù sau 1975 cũng không ngắn hơn bao nhiêu so với quãng đời lính tráng của họ. Trong số anh em chúng tôi, nhà văn Hoàng Ngọc Liên lớn tuổi nhất. Vào tháng 9 năm 1999 ông đã ngoài 70 tuổi. Là một cựu sĩ quan cao cấp trong quân đội Việt Nam Cộng hòa và bị giam 13 năm trong các nhà tù khắp miền bắc, thế nhưng, ông không dùng diễn đàn WJC để tố cáo tội ác CS, để đòi Đảng CS phải đền nợ máu trước nhân dân, đòi giới lãnh đạo Đảng phải ở tù ít nhất bằng số năm ông đã từng phải ở. Không. Nhà văn Hoàng Ngọc Liên xem buổi hội thảo chỉ là cơ hội để kể lại những điều mắt thấy tai nghe trong năm tháng ông ở tù và quan trọng hơn, nhắn gởi những lời đầy hy vọng đến những người cầm bút Việt Nam thuộc thế hệ trẻ trong nước cũng như đang tham gia trong khóa hội thảo mùa hè năm đó. Trong bài viết "Những

câu chuyện chưa kể" ông đọc ở hội thảo vào buổi chiều ngày 1 tháng 9 năm 1999 tại Đại học Massachusetts, Boston, nhà văn Hoàng Ngọc Liên kết luận: "Tôi nghĩ rằng lâu nay, nhất là từ năm 2000, tuổi trẻ Việt Nam là kỳ vọng của dân tộc Việt Nam, trong chiều hướng góp phần xây dựng đất nước chúng tôi, một đất nước bị chiến tranh tàn phá, sau 24 năm hòa bình, thống nhất, vẫn còn nghèo nàn, lạc hậu mà dân chúng hầu như xa lạ với những quyền Tự do căn bản của con người. Tôi, và những người như tôi, tin tưởng vào thế hệ trẻ, ủng hộ các bạn trẻ cầm bút, với văn phong mới mẻ hơn, súc tích hơn."

Nếu câu nói trên do tôi nói ra thì chẳng có gì đáng để ý. Tôi trẻ hơn nhà văn Hoàng Ngọc Liên nhiều, chưa từng bị đánh đập, bị đày ải một ngày nào trong các trại tập trung Hoàng Liên Sơn, Thanh Phong, Vĩnh Phú, phát biểu hay ca ngợi lòng nhân ái là chuyện thường tình, nhưng nhà văn Hoàng Ngọc Liên thì khác, ông vừa mới thoát ra khỏi địa ngục trần gian CS, sức khỏe chưa kịp phục hồi, thân thể còn đau nhức nhưng vẫn dựa lên các giá trị thiêng liêng của tình dân tộc và mục đích Tự do, Nhân bản cho các thế hệ Việt Nam hôm nay và mai sau để nói lên những lời tâm huyết của mình. Thật quý hóa và may mắn biết bao nhiêu. Không ai hòa giải với ông và ông cũng chẳng cần ai hòa giải. Ông đã tự hóa giải các xung đột bằng nhận thức và qua đó đã hòa giải được với chính mình. Dù bị tù 13 năm ông đã bước ra khỏi cổng trại như một người chiến thắng chứ không phải người thua trận. Ông trở về như sau một cuộc hành quân dài chứ không phải một người vừa được trao trả tự do, bởi vì lý tưởng Tự do Nhân bản vẫn còn là nguồn thôi thúc trong lòng nhà văn 70 tuổi và ông vững tin mục đích tốt đẹp đó một ngày sẽ đến với đất nước Việt Nam.

Đọc tiểu luận "Nhà văn Việt Nam: Đổi mới và Hội nhập", tôi cũng tìm thấy trong nhà văn Tô Nhuận Vỹ một ước vọng ngày mai tươi sáng như nhà văn Hoàng Ngọc Liên. Đất nước phải vượt qua những bế tắc, văn học phải vượt qua những bế tắc, mỗi nhà văn nhà thơ cũng phải tìm mọi cách vượt qua những bế tắc của chính mình để đi lên và đưa đất nước đi lên. Tuy nhiên, khác với nhà văn Hoàng Ngọc Liên ở điều kiện tự do, nhà văn Tô Nhuận Vỹ cho rằng bước đầu tiên và cần thiết nhất để hội nhập văn học Việt Nam trong cũng như ngoài nước là hòa hợp hòa giải trong giới văn nghệ sĩ: "đội ngũ nhà văn Việt Nam sẽ đóng vai trò đi đầu, là chiếc cầu nối cho việc hoà giải, hoà hợp dân tộc, đặc biệt giữa cộng đồng người Việt ở nước ngoài với đồng bào trong nước, do hoàn cảnh lịch sử, đã để lại một hố sâu ngăn cách, dị biệt chua xót sau chiến tranh."

Tôi không nghi ngờ thiện chí của nhà văn Tô Nhuận Vỹ nhưng thành thật mà nói, hòa giải hòa hợp chỉ là một chiếc bóng do Đảng vẽ ra mà những người Việt có lòng đang đuổi bắt như đã từng đuổi bắt con bồ câu hòa bình trước 1975.

Hình ảnh con bồ câu trắng hiền hòa trên bầu trời quê hương thân yêu đã đẩy bao nhiêu tuổi trẻ Việt Nam tự nguyện lao vào chỗ chết, đơn giản bởi vì "nếu là chim tôi sẽ làm một bồ câu trắng và nếu là người tôi sẽ chết cho quê hương". Các thành phố lớn miền Nam như Huế, Đà Nẵng, Sài Gòn, đâu đâu cũng xuất hiện các phong trào đòi quyền sống, đòi hòa bình, đòi tự quyết. Các cuộc xuống đường diễn hành gần như mỗi ngày, mỗi tuần, nhiều đến nỗi làm cho dư luận quốc tế và cả những người hiểu biết giới hạn về chính trị có nhận xét trong các phe đang đánh nhau chỉ có chính quyền miền Nam mới là những kẻ hiếu chiến và đi ngược lại khát vọng hòa bình dân tộc.

Kỹ thuật tuyên truyền tinh vi của Đảng đã biến những người lính miền Nam đang ngày đêm đổ máu trong cuộc chiến mà không có quyền chọn lựa thành những kẻ sát nhân, trong lúc những kẻ ném lựu đạn vào nhà hàng Mỹ Cảnh, pháo kích vào trường tiểu học Cai Lậy, chôn sống đồng bào trên Bãi Dâu Huế, đặt mìn trên quốc lộ số một… lại trở thành những anh hùng dân tộc. Và sau 1975, mọi người đều biết tất cả các phong trào hòa bình giả tạo đó đều do Trung ương Đảng trực tiếp chỉ đạo, những con chim bồ câu trắng xinh xinh kia là do bàn tay Đảng vẽ ra, và những kẻ ném bom ngày nào cũng không ai khác hơn chính là những đảng viên biệt động thành trung kiên của Đảng.

Tôi cũng không nghĩ cần thiết phải có một nhu cầu hòa giải trong giới văn nghệ sĩ dù một thời đã phải đứng hai bên chuyến tuyến khác nhau. Tôi chưa gặp anh Tô Nhuận Vỹ chỉ vì chúng ta chưa có điều kiện gặp nhau chứ không phải tôi hận thù, oán trách gì anh mà không gặp. Tôi đi rất nhiều nơi và tiếp xúc với nhiều anh chị chú bác trong giới cầm bút nhưng rất hiếm khi gặp một nhà văn nhà thơ mang lòng thù hận các nhà văn nhà thơ trong nước. Một số khá đông không thích tham gia vào các tác phẩm viết chung giữa các nhà văn trong nước và hải ngoại bởi vì họ không muốn làm cái loa tuyên truyền giùm cho Đảng, vả lại những tác phẩm viết chung chẳng đem lại một lợi lạc gì cụ thể khi phần lớn chỉ phát hành tại hải ngoại chứ không phải trong nước, một nơi có 80 triệu người cần phải đọc. Sau 33 năm, hàng trăm tác phẩm được viết trước 1975 tại miền Nam vẫn chưa được tái bản, chưa được công nhận, nhà văn nhà thơ gốc Việt Nam Cộng hòa vẫn còn bị đối xử như một thứ công dân hạng hai, nói chi là các nhà văn nhà thơ vượt biên sau 1975

và tác phẩm của họ được viết ra tại hải ngoại. Nếu văn học là đời sống tinh thần của con người trong một thời đại nhất định thì văn học hải ngoại hẳn phải mang đậm nét của hành trình tìm tự do đầy gian khổ, đương nhiên những tác phẩm như thế sẽ không bao giờ có mặt trong một nhà sách nào ở Việt Nam khi chế độ CS còn tồn tại.

Tình cảm giữa những người cầm bút dù bên này hay bên kia không xa cách nhiều như anh Tô Nhuận Vỹ lo lắng. Tôi còn nhớ mười năm trước, vài ngày trước khi đến WJC tham gia hội thảo, có người hỏi tôi, nếu gặp nhau trong buổi hội thảo, tôi sẽ làm gì, sẽ đối xử ra sao với những người được gọi là "văn nô CS" từ Việt Nam sang. Tôi trả lời người đó rằng sau buổi hội thảo, tôi sẽ rủ các anh chị từ trong nước sang đi uống cà-phê. Mọi người ngồi chung quanh tôi hôm đó đều bật cười vì nghĩ rằng tôi nói chơi. Không, tôi nói thật. Tôi đã đi uống cà-phê với nhiều anh chị văn nghệ sĩ từ trong nước sang. Không giống như những năm đầu, thời anh Lê Lựu sang tham gia WJC trở về, viết những bài ký sự rẻ tiền được in trong hai tập ký Một thời lầm lỗi và Trở lại nước Mỹ, các anh chị đến những năm sau dễ thông cảm hơn nhiều. Gặp ai tôi cũng chỉ yêu cầu một điều, hãy viết về cuộc đời và đất nước như các anh các chị đã từng sống. Thời kỳ viết theo chỉ thị đã qua rồi, xin để lại cho các thế hệ mai sau những lời chân thật. Hơn bao giờ hết đất nước đang cần những người nói thật và sống thật.

Đối với các em sinh viên du học cũng thế. Tôi gặp họ rất sớm. Nhiều em mới sang còn đọc thơ Tố Hữu cho tôi nghe và còn nói về "Bác Hồ là vị cha chung, là sao Bắc Đẩu là vầng Thái Dương" của các em bằng một ánh mắt hồn nhiên và hãnh diện. Tôi kiên nhẫn nghe mà không phản đối bởi vì tôi hiểu đó là

tất cả những gì em có. Thế giới tri thức của em từ lớp vỡ lòng đã được đóng khung trong những bài giảng đầy tính giáo điều cuồng tín. Một tuần lễ trước khi bị xử tử hình về tội diệt chủng, Nicolae Ceausescu vẫn còn được học sinh Rumani, giống như các em học sinh Việt Nam ngày nay, ca tụng là tinh hoa kết tụ từ dòng trường giang Danube. Tôi biết sau 4 năm đại học, các em sẽ thay đổi. Các em còn trẻ nên những thói hư tật xấu, mê tín dị đoan dễ đến nhưng rồi cũng sẽ dễ đi. Bệnh sùng bái cá nhân sẽ bớt dần, nhường chỗ cho ánh sáng khoa học thâm nhập vào tâm hồn trẻ trung của các em. Quá trình đổi mới nhận thức không diễn ra trong một sớm một chiều mà là một quá trình dài, từng bước và liên tục. Các em sẽ lớn lên và trưởng thành không phải chỉ ở tuổi tác mà cả về trí thức. Mỗi thế hệ có trách nhiệm riêng trong từng giai đoạn lịch sử. Các bậc cha chú dù đúng hay sai rồi cũng sẽ lần lượt xuống đất hay lên giàn hỏa và các em sẽ phải nghiêng vai gánh vác trách nhiệm lịch sử của thế hệ mình. Các em có quyền trách móc, đổ thừa nhưng không có quyền từ chối.

Cửa nhà tôi ngày đó giống như cửa chùa, ai đến cũng được, tôi chưa bao giờ hỏi lý lịch hay căn cước người nào. Cách nói và cách trả lời với từng người có thể khác, nhưng đều chuyên chở một quan điểm chính trị và niềm tin về tương lai đất nước giống nhau. Quan điểm chính trị của tôi rất rõ ràng và đơn giản. Với tôi, cả dân tộc Việt Nam từ Bắc đến Nam, từ nhà văn nhà thơ cho đến người chưa hề viết nổi một lá thư, từ các nhà trí thức học nhiều hiểu rộng cho đến các bác nông dân chân lấm tay bùn, từ các cha cho đến các thầy, từ những người đã chết sau khi Đảng CSVN thành lập năm 1930 hay còn sống hôm nay, nói chung hơn 80 triệu người, đều là nạn nhân của chủ nghĩa CS.

Đảng CS thắng trong chiến tranh không phải vì họ có chính nghĩa, mà bởi vì họ đã kiên trì với mục đích nhuộm đỏ Việt Nam, được tổ chức một cách tinh vi từ trung ương Đảng cho đến tận tổ ba người và khai thác triệt để lòng yêu nước sâu đậm của người dân Việt Nam. Tôi cũng có một niềm tin rằng dân tộc Việt Nam với mật độ dân số trung bình không quá đông hay quá ít, với nguồn tài nguyên thiên nhiên phong phú, với lực lượng chuyên viên đông đảo trong các ngành khoa học đang có mặt trên khắp thế giới, với truyền thống yêu nước Bạch Đằng, Chi Lăng, Đống Đa vẫn chảy đầy trong huyết quản, nếu được chắp đôi cánh tự do, dân chủ, nhân bản, Việt Nam sẽ bay lên cao, sẽ thật sự trở thành một cường quốc kinh tế, cường quốc quân sự, sẽ đủ khả năng bảo vệ sự toàn vẹn vùng trời, vùng biển của tổ quốc thiêng liêng. Nếu không có tự do dân chủ, "khát vọng cất cánh" mà anh Tô Nhuận Vỹ nêu ra trong phần đầu tiểu luận chỉ là một giấc mơ tiên.

Có người cho rằng Đảng CS đã có một thời đồng hành với dân tộc, cùng hướng đến một mục tiêu như dân tộc Việt Nam, do đó vai trò lãnh đạo của Đảng ngày nay là hệ quả tất yếu của lịch sử. Tôi không đồng ý. Đó là lý luận của kẻ cướp. Với tôi, rất nhiều đảng viên Đảng CS tham gia chống Pháp phát xuất từ lòng yêu nước và đã chết cho đất nước như tôi đã nhiều lần viết trên diễn đàn này, nhưng bản thân Đảng CS như một tổ chức chính trị chưa bao giờ đồng hành với dân tộc. Việc giành lại nền độc lập và chủ quyền đất nước từ tay thực dân là mục tiêu, là bến bờ của dân tộc Việt Nam, trong khi đó đối với Đảng CS, độc lập dân tộc chỉ là phương tiện, một chiếc cầu, một chiếc ghe họ cần có để đi qua trên đường tiến tới cách mạng vô sản. Mục tiêu đó đã được khẳng định ngay trong "Luận cương chính trị"

Đại hội Đảng CS Đông Dương do Trần Phú chủ trì năm 1930 và được Hội nghị Ban Chấp hành Trung ương phê chuẩn vào tháng 4 cùng năm:"Vai trò lãnh đạo của Đảng CS trong cuộc cách mạng; hai giai đoạn cách mạng từ cách mạng tư sản dân quyền chống đế quốc và phong kiến nhằm thực hiện mục tiêu độc lập dân tộc và người cày có ruộng và sau đó chuyển sang làm cách mạng xã hội chủ nghĩa."

Sau 1975, một số người từng xếp bút nghiên vào rừng "Chống Mỹ cứu nước" đã phẫn nộ, kết án giới lãnh đạo Đảng đi ngược lại quyền lợi dân tộc, phản bội lý tưởng, phản bội máu xương của đồng chí họ, đưa đất nước đi vào con đường nghèo đói, độc tài, đảng trị. Nghĩ cho đúng, đó là những lời kết án thiếu cơ sở lý luận lẫn thực tế. Thật là oan cho Đảng. Nếu họ chịu khó đọc các đề cương chính trị đại hội Đảng từ ngày thành lập 78 năm trước cho đến đại hội lần thứ X cách đây hai năm, sẽ thấy Đảng CS chưa bao giờ phản bội mục tiêu của mình. Mục tiêu CS hóa toàn cõi Việt Nam và đặt dân tộc Việt Nam dưới quyền cai trị tuyệt đối của Đảng chưa bao giờ thay đổi. Vì một số điều kiện cách mạng và biến chuyển chính trị thế giới xảy ra ngoài tiên liệu, các chính sách của Đảng cũng phải theo đó mà áp dụng một cách thích nghi hơn, mềm dẻo hơn qua những chính sách gọi là "đổi mới", "hội nhập"... nhưng mục đích của Đảng từ trước đến sau luôn nhất quán.

Có người đến nay vẫn nghĩ rằng việc họ hưởng ứng lời kêu gọi của Đảng CS để đứng lên "Chống Mỹ cứu nước" là một lý tưởng cao đẹp của cuộc đời họ, nhưng không biết rằng câu đó chỉ là một trong hàng chục khẩu hiệu có tính giai đoạn mà Đảng đã dùng. Nếu Mỹ không qua Việt Nam thì Đảng có để yên cho nhân dân miền Nam xây dựng một xã hội tự do dân chủ không?

Chắc chắn là không. Dĩ nhiên, Mỹ không qua sẽ không có khẩu hiệu "Chống Mỹ cứu nước", nhưng Đảng có thừa chuyên viên tuyên truyền chuyên nghiệp để nghĩ ra những khẩu hiệu khác không kém phần khích động.

Tôi đồng ý với nhà văn Tô Nhuận Vỹ rằng giữa các nhà văn nhà thơ trong và ngoài nước hay đã từng đứng trên chiến tuyến khác nhau vẫn còn "một hố sâu ngăn cách, dị biệt chua xót", nhưng nghĩ cho đúng, cái hố sâu đó chẳng phải do nhà văn nhà thơ nào đào ra. Đó không phải là hố sâu tình cảm mà là hố sâu ý thức hệ. Theo lẽ tự nhiên, ai đào ra thì người đó phải lấp lại. Trách nhiệm hòa giải hòa hợp dân tộc, xóa bỏ các cách ngăn về ý thức hệ là trách nhiệm của giới lãnh đạo Đảng CSVN. Trong suốt 33 năm qua với bao nhiêu cơ hội nhưng các lãnh đạo Đảng chẳng những không thể hiện một hành động nào cụ thể để chứng tỏ tinh thần hòa giải hòa hợp dân tộc mà càng đào sâu hơn những hố sâu ngăn cách, làm lở loét thêm những vết thương vẫn còn đang mưng mủ trên da thịt của nhiều triệu người Việt Nam. Việc yêu cầu chính quyền Nam Dương đập bỏ tấm bia tưởng niệm đồng bào chết trên Biển Đông hay việc tổ chức rầm rộ kỷ niệm 40 năm Mậu Thân trên nỗi đau câm nín của hàng ngàn đồng bào Huế là vài ví dụ điển hình.

Với đồng bào hải ngoại, những hành động xúc phạm hương linh của những em bé chết trôi, những bào thai ngột nước ngay lúc còn trong bụng mẹ, những oan hồn đang vất vưởng khắp Biển Đông như thế, làm sao lãnh đạo Đảng CS có thể vận động được đoàn kết trong ngoài, nhất là đối hơn hai triệu người Việt hải ngoại, để cùng đưa đất nước đi lên?

Với đồng bào trong nước, những chương trình ca nhạc rầm rộ mừng 40 năm chiến thắng Mậu Thân, trong lúc cùng thời

điểm đó trên khắp ba miền đất nước, nhất là tại Huế, hàng trăm ngàn đồng bào đang khóc trong âm thầm, trong tủi nhục, trong hờn căm u uất, thì làm sao lãnh đạo Đảng có thể phát huy được nội lực dân tộc?

Bất cứ một người Việt Nam nào với một trình độ nhận thức trung bình cũng biết những hành động vừa nêu của giới lãnh đạo Đảng là không cần thiết và quá đáng. Tôi tin ngay cả trong Bộ Chính trị và Trung ương Đảng cũng có người biết việc đó là phi nhân, lạc hậu, vụng về và quá đáng, nhưng họ không có chọn lựa nào khác ngoài việc phải làm, đơn giản bởi vì che đậy tội ác là phản ứng tự nhiên của những kẻ đã gây ra tội ác.

Chim bay cần đôi cánh nhưng không phải giống chim nào có cánh cũng có thể bay cao. Chim se sẻ chỉ biết bay quanh vườn, nhảy nhót trên những cành xoài, cành ổi, nhưng để có một hạm đội Việt Nam, một phi đoàn Việt Nam, một vệ tinh Việt Nam, một phi thuyền Việt Nam, đất nước phải cần có đôi cánh phượng hoàng, nói đúng hơn là đôi cánh dân tộc. Đảng CSVN, với những mâu thuẫn đối kháng và bế tắc ngay từ bên trong cơ cấu độc tài đảng trị sẽ không có khả năng đưa đất nước lên ngang tầm với thời đại, và do đó, việc chọn lựa một con đường thay thế là trách nhiệm của các thế hệ Việt Nam trong và ngoài nước hôm nay.

NGỌN LỬA THIÊN AN MÔN CHƯA TẮT

Sau khi cuộc nổi dậy Thiên An Môn bị dập tắt trong lửa và máu ngày 4 tháng 6, 1989, trên tường Thiên An Môn chưa khô vết máu xuất hiện một đoạn văn ngắn sau đây: "Chúng tôi vẫn tin tưởng rằng, sẽ có một ngày khi chúng tôi có thể hát bài hát vui mừng và chiến thắng cho những người đã chết hôm qua, cho những người đang chết hôm nay, và sẽ chết ngày mai, và cho những người gặp nhau đây rồi vĩnh biệt hôm sau."

Thời gian 31 năm trôi qua. Tinh thần Thiên An Môn tưởng đã rơi dần vào quên lãng tại Trung Cộng. Nhưng không. Ngày 6 tháng 2, 2020 trên mạng Weibo lại xuất hiện một câu với lời văn khác nhưng cùng mang một nỗi uất hận giống nhau: "Vô số người Trung Quốc sẽ trưởng thành sau ngày hôm nay khi họ biết bác sĩ Lý qua đời, rằng thế giới không đẹp như chúng ta hình dung. Bạn nổi giận? Nếu ai trong số chúng ta còn may mắn có cơ hội để nói lên tiếng nói của người dân trong tương lai, xin đừng quên cơn giận tối nay."

Cả hai câu văn đều chuyên chở một ước mơ, một cơ hội cho ngày mai. Ước mơ đã biến buổi tập trung nhỏ sau cái chết của Tổng Bí Thư đảng CS Trung Quốc Hồ Diệu Bang trở thành một Thiên An Môn lịch sử.

Nhưng quan trọng hơn, cả hai câu văn có một chữ giống nhau: "một ngày mai". Điều đó cho thấy, nhiều thế hệ người Trung Quốc vẫn nuôi một hứa hẹn không bao giờ tàn.

Tự do là quyền bẩm sinh của con người. Câu nói của một sinh viên Trung Quốc vang lên trên quảng trường Thiên An Môn "chúng tôi muốn nhân dân thực sự làm chủ" vẫn còn vang vọng tới hôm nay.

Đúng vậy, phong trào Thiên An Môn bùng nổ và đã bị dập tắt nhưng chắc chắn một Thiên An Môn khác đang được hình thành tại Trung Cộng.

Nơi nào có độc tài đảng trị nơi đó sẽ có cách mạng dân chủ. Không ai biết thời điểm nào cách mạng sẽ diễn ra nhưng không thể phủ nhận hay trốn tránh quy luật xã hội đó.

Một chế độ dù hà khắc bao nhiêu, một bộ máy tuyên truyền dù tinh vi đến bao nhiêu cũng không thể tẩy não cả một dân tộc suốt trăm năm hay tẩy não từ thế hệ này sang thế hệ khác. Ngọn đèn tự do dù le lói nhưng vẫn đang soi rọi vào tâm hồn của nhiều triệu người còn lương tri.

Một kỹ sư vi tính làm việc cho bộ máy tuyên truyền Trung Cộng viết lại, một trong những công việc chính nhóm anh làm mỗi ngày là ngăn chặn những chữ nhạy cảm trong hệ thống internet không cho chúng xuất hiện khi người dùng tìm kiếm.

Một trong những chữ mà nhóm của anh phải tốn công sức nhất để xóa sau Thảm sát Thiên An Môn là chữ Triệu Tử Dương. Trước tháng Sáu năm 1989 chữ Triệu Tử Dương xuất hiện nhiều nhất trong các mạng tin học không chỉ chính trị mà cả các lãnh vực khác bởi vì ông ta là thủ tướng Cộng Hòa Nhân Dân Trung Hoa.

Qua đại dịch Vũ Hán, Tập Cận Bình và bộ máy cai trị Trung Cộng cũng biết họ chỉ có thể xóa trong các mạng tin học hay trong sách vở nhưng sẽ không xóa được trong nhận thức con người. Ngọn lửa tự do được thắp lên ở Thiên An Môn 31 năm trước vẫn còn rực sáng.

Hạt giống tự do có trong mỗi con người ngay khi có mặt trên thế gian này và sẽ không chết đi khi con người còn sống.

Áp bức như cơn giông. Lao tù như cơn bão. Cả hai rồi sẽ qua nhanh. Nhưng tự do là khát vọng. Khát vọng không qua nhanh mà lớn lên theo thời đại, theo đà phát triển của văn minh và nhận thức của con người. Khát vọng tự do dân chủ là ngọn lửa thiêng âm thầm cháy trong lòng người dù đang sống ở đâu trên mặt đất này.

Phong trào Thiên An Môn chưa đạt được sự thành công như Lưu Hiểu Ba và những người tổ chức mong muốn.

Nhưng trong thời điểm 1989, phần lớn những khó khăn đó là những khó khăn khách quan bị quy định bởi hoàn cảnh xã hội, ý thức chính trị và giới hạn thông tin tại Trung Quốc cũng như trên thế giới. Việc áp dụng Internet trong thời kỳ đó ngay cả tại Mỹ và Châu Âu cũng còn giới hạn, và Trung Cộng thì chưa có.

Nếu biến cố Thiên An Môn xảy ra hôm nay, những khó khăn đó chắc chắn sẽ được vượt qua khá dễ dàng bởi vì, về mặt chủ quan thế hệ trẻ ngày nay có một nhận thức dân chủ rõ ràng và vững chắc, và về mặt khách quan thế giới đã chuyển mình sang một thời đại thông tin rộng mở mà không nhà nước nào, không một kỹ thuật nào có thể bưng bít được hoàn toàn, kể cả tại Trung Cộng.

Cuộc cách mạng tin học bùng nổ đầu thập niên 1990 đã giúp mang con người không phân biệt giàu, nghèo, sang, hèn, khác biệt về tôn giáo đến gần nhau trong một căn nhà. Trái đất mỗi ngày một nhỏ dần. Những hàng rào ngăn cách giữa người và người đã bị giới hạn nhiều. Nhân loại ngày nay cần được sống trong một xã hội mở, không bị bao bọc trong bốn bức tường độc tài đảng trị.

Nếu biến cố Thiên An Môn xảy ra hôm nay, ý thức dân chủ trong thế hệ trẻ Trung Quốc đã trưởng thành cộng với các phương tiện thông tin đang có, cuộc tranh đấu sẽ không dừng lại ở những điều thỉnh nguyện suông mà có thể dẫn đến sự sụp đổ toàn bộ hay ít nhất làm thay đổi căn bản cơ chế chính trị Trung Cộng. Bắc Kinh sẽ ngăn chặn Internet nhưng những người yêu dân chủ vẫn còn rất nhiều cách để thông tin trong nội địa cũng như chuyển và nhận tin từ nước ngoài.

Một chuyên viên kỹ thuật Trung Quốc giấu tên khi được hỏi những gì sẽ xảy ra nếu biến cố Thiên An Môn đang diễn tiến hôm nay, đã thừa nhận rằng với số lượng người được nối kết vào Internet mỗi ngày tăng hàng triệu, việc chặn đứng toàn bộ và lâu dài không phải là chuyện dễ dàng.

Hơn ai hết, giới lãnh đạo Trung Cộng biết vị trí của Trung Cộng là vị trí của một quốc gia bị bao vây, bởi vì chung quanh họ hầu hết là kẻ thù, không chỉ thù kinh tế, chính trị mà cả về văn hóa, lịch sử, địa lý.

Trung Cộng ngày nay không phải là một quốc gia đang phát triển, không có gì để mất như ba chục năm trước mà là một cường quốc, dù muốn hay không, họ cũng phải đóng vai trò cường quốc với tất cả trách nhiệm quốc tế để bảo vệ quyền

lợi của Trung Cộng. Nếu thất bại, Trung Cộng không chỉ thất bại về kinh tế hay tài chánh mà sụp đổ toàn bộ cơ chế CS.

Và cho dù chế độ có thể ngăn chặn được thông tin trong lục địa Trung Cộng, Bắc Kinh cũng không thể làm gì được để ngăn chặn thông tin quốc tế được truyền đi qua hàng trăm phương tiện internet nhanh nhất và có tác dụng tạo nên một làn sóng công phẫn trên phạm vi toàn thế giới.

Sinh viên Trung Quốc, nhân dân Trung Quốc sẽ không cô đơn như 1989 mà cả nhân loại sẽ đứng về phía họ. Hàng trăm cuộc biểu tình trước các tòa đại sứ Trung Cộng ở nước ngoài sẽ tạo nên một áp lực quốc tế thường trực không kém gì tại lục địa Trung Hoa.

Giống như cơ chế nhà nước tư bản là hệ quả khoa học của cuộc cách mạng kỹ nghệ vào thế kỷ 18, các chế độ dân chủ đang lần lượt hình thành khắp năm châu ngày nay là hệ quả khoa học của một nền kinh tế đang được toàn cầu hóa.

Ánh sáng tự do đang rọi vào những nơi mà trước đây không mấy ai quan tâm đến như Tunisia, Sudan, Yemen và lần lượt sẽ đến nhiều nơi khác đang sống dưới chế độ độc tài.

ĐỌC SÁCH DƯỚI CHẾ ĐỘ CỘNG SẢN

Lenin chủ trương cải hóa con người bằng cách nào? Đọc sách.

Ông ta cũng có câu nói nổi tiếng "Học, học nữa, học mãi" và nguồn chính của việc học vẫn là qua đọc sách.

Nước Nga chúng ta nghe trước đây là quê hương của những nhà văn, nhà thơ lớn như Leo Tolstoy, Alexander Pushkin, Fyodor Dostoevsky... Nhưng trên thực tế là một nước có tỉ lệ mù chữ rất cao. Đầu thế kỷ 20, chỉ một phần ba dân số Nga biết chữ.

Sau khi nắm lấy quyền lực tại Nga, mục tiêu hàng đầu của Lenin là làm cho người dân biết đọc và biết viết. Lenin biết nếu không xây dựng được một lực lượng sản xuất gồm những người biết viết biết đọc trung thành, quyền lực CS sẽ sớm tiêu vong.

Mục đích "làm cho người dân biết đọc và biết viết" thoạt nghe rất cao quý nhưng thâm ý lại rất ác độc.

Thành phần mù chữ đem lại cho đảng CS một lợi thế là những gì được đảng trồng cấy vào nhận thức họ sẽ là những kiến thức hoàn toàn mới. Nhận thức của họ và nhận thức của trẻ thơ là những tờ giấy trắng, đảng viết chữ gì sẽ in đậm chữ đó.

Ngày 26 tháng 12, 1919 Lenin ký sắc lệnh thành lập cơ quan Likbez với mục đích "xóa nạn mù chữ trên toàn lãnh thổ Sô Viết".

Likbez là một trong những cơ quan tuyên truyền của đảng. Likbez thành lập trên cả nước 40 ngàn trung tâm "xóa nạn mù chữ" và ra chỉ tiêu cho người dân từ 8 tuổi đến 50 tuổi phải biết đọc, biết viết và biết đọc sách, đặc biệt là trong thế hệ trẻ. Từ thành phố cho đến thôn quê đều có những thư viện với nhiều sách. Đọc xong, độc giả theo từng nhóm còn thảo luận và gởi báo cáo đến ban điều hành thư viện để đánh giá mức độ hiểu biết của họ về chế độ mới.

Đọc sách gì?

Đương nhiên không phải là tác phẩm Anh Em Nhà Karamazov của Fyodor Dostoevsky hay Chiến Tranh và Hòa Bình của Leo Tolstoy mà là sách có nội dung tuyên truyền do ban tuyên huấn trung ương đảng soạn thảo theo từng trình độ. Học trình của Likbez bắt đầu từ cấp một và được nâng lên từng cấp theo thời gian học.

Đến khoảng năm 1926, một người dân Liên Xô (LX) được xem như thoát nạn mù chữ là người sở hữu một nhận thức chính trị Mác-Lê căn bản đủ để trung thành với đảng CS. Sự thành công của chiến dịch xóa nạn mù chữ là tuyên truyền tư tưởng CS và động viên dân chúng để phục vụ cho mục đích của đảng (Theo Peter Kenez, The Birth Of The Propaganda State, Cambridge University Press, 1985)

Dưới chế độ CS tại Việt Nam từ 1954 tại miền Bắc và sau 1975 trên cả nước, chính sách tuyên truyền "trồng người" được rập khuôn theo LX một cách chi tiết. Các tác phẩm tuyên

truyền của LX được dịch và phổ biến rộng rãi tại miền Bắc Việt Nam trước 1975.

Nhà Xuất Bản Chính Trị Quốc Gia Sự Thật không chỉ thừa nhận mà còn hãnh diện về điều này:"Về phát hành, qua mạng lưới các hiệu sách nhân dân (phát triển tới huyện, thị) sách đã về tới tận cơ sở theo phương châm "bốn đúng" (đúng nhiệm vụ, đúng yêu cầu, đúng đối tượng, đúng thời gian) và thực hiện vừa phát hành vừa phổ biến sách đến bạn đọc. Nói tới phát hành không thể không nói tới việc xuất nhập khẩu sách báo. Công ty Xuất nhập khẩu sách báo Việt Nam XUNHASABA được thành lập từ năm 1957 đã góp phần không nhỏ vào việc tuyên truyền sách Việt Nam ra quốc tế và tiếp nhận vào Việt Nam những tác phẩm có giá trị của các nước, nhất là các nước xã hội chủ nghĩa." (Theo "*Quá trình ra đời và phát triển của nền xuất bản cách mạng Việt Nam*" (P3: Thời kỳ 1954-1975), Nhà Nxb. Chính trị quốc gia - Sự thật, Hà Nội, 2011)

Trong thập niên 1930, trường phái văn học Hiện thực Xã Hội Chủ Nghĩa chế ngự trong văn học LX và tác phẩm phổ biến nhất trong giai đoạn này là Thép Đã Tôi Thế Đấy của Nikolai Ostrovsky (1904-1936). Do đó đừng ngạc nhiên khi trong nhật ký Mãi Mãi Tuổi Hai Mươi của Nguyễn Văn Thạc hay Nhật Ký Đặng Thùy Trâm không trích dẫn hay nhắc tới một tác phẩm nào khác ngoài Thép Đã Tôi Thế Đấy.

Tại Trung Quốc tác phẩm Mao Tuyển được in nhiều lần tổng cộng lên đến trên 800 triệu bản. Mao Tuyển là tác phẩm in nhiều thứ ba trên toàn thế giới sau Kinh Thánh và Kinh Quran (The Holy Quran).

Những người Việt trong tuổi 70 hay 80 ráng nhớ lại những sách mình đã đọc trong thời học sinh, sinh viên và để biết nhận thức mình có được là của mình hay của đảng cài cấy qua sách vở?

Mới đây, đọc các lời phân ưu, thương tiếc, buồn đau day dứt của một số nhà văn, nhà thơ, nhà biên khảo ngoài đảng trước cái chết của ông Tổng Bí Thư đảng CS Nguyễn Phú Trọng để biết hậu quả của chủ trương tẩy não do Lenin đề ra từ thế kỷ trước tác hại nghiêm trọng đến dường nào. Cảm tình này được nhà tâm lý học Nils Bejerot gọi là Hội Chứng Stockholm.

Hội chứng Stockholm bắt nguồn từ câu chuyện can phạm Jan-Erik Olsson đánh cướp ngân hàng Kreditbanken ở Stockholm, Thụy Điển năm 1973 và bắt bốn nhân viên làm con tin. Trong sáu ngày bị giữ một cảm tình đã nẩy nở giữa nạn nhân và kẻ cướp. Sau khi được thả bốn nạn nhân chẳng những không tố cáo mà còn có cảm tình và thậm chí quyên góp tiền bạc để bào chữa cho kẻ đã giam giữ họ.

Chỉ bị giữ 6 ngày mà nhận thức con người đã thay đổi như thế đừng nói chi là 70 năm tại Liên Xô và cũng 70 năm tại Việt Nam.

"Trồng người" là mục đích hàng đầu của Lenin và ông ta chứng tỏ đã thành công trong việc xây dựng được một lực lượng sản xuất gồm những người biết viết biết đọc trung thành.

Thế nhưng, tại sao LX lại sụp đổ?

LX sụp đổ cũng do con người.

Con người luôn ẩn chứa một phẩm chất thiêng liêng nhằm chống lại các độc tố phi nhân. Phẩm chất đó có thể nhất thời bị

đè nén, trấn áp, che khuất nhưng không mất hẳn đi. Nếu có cơ hội dù một giây, một phút phẩm chất đó cũng vươn lên chống lại các xích xiềng áp bức. Sự phản kháng diễn ra liên tục và trong nhiều hình thức.

Tại Bắc Hàn, dù bị cai trị bởi ba đời dòng họ Kim khắc nghiệt và tàn bạo tưởng chừng không có một kẻ hở, mấy chục ngàn người vẫn tìm mọi cách thoát ra. Con số nhiều lần hơn thế đã bị bắt lại và đày ải trong trại tù ác độc ngoài tưởng tượng như Trại 14, Trại 22, bị chết đuối trên sông, trên biển vì vượt thoát không thành. Dù chịu đựng bao nhiêu cực hình đày đọa, niềm khao khát tự do vẫn là một đặc tính bẩm sinh có trong mỗi con người từ lúc mới ra đời. Người dân Bắc Hàn tiếp tục tìm mọi cách để ra đi.

Những người dân Bắc Hàn kia chắc chắn không có cơ hội đọc các tác phẩm bàn về dân chủ của Larry Diamond hay Francis Fukuyama. Không, họ chỉ lắng nghe và đáp ứng khát vọng lắng đọng trong tầng sâu xa nhất của nhận thức: khát vọng tự do.

Một câu hỏi thường được đặt ra, trong hàng loạt các nguyên nhân làm sụp đổ chế độ CS tại LX, nguyên nhân nào chính?

Chiến lược chạy đua vũ trang của TT Ronald Reagan? Có nhưng không phải chính.

Mọi yếu tố từ bên ngoài không thể nhanh chóng làm tan vỡ các cơ cấu bên trong, nhất là một chế độ đã được củng cố bằng tuyên truyền và bạo lực suốt 70 năm. Không ai cho rằng chính sách của TT Reagan là sai nhưng chỉ là buộc giới lãnh đạo LX phải lùi vào thế thủ qua các chính sách kế hoạch hóa nền kinh tế quốc gia nhằm đương đầu với Mỹ chứ chưa sụp đổ.

Chính sách cởi mở kinh tế và văn hóa của Mikhail Gorbachev? Cũng không phải.

Hai chính sách "đổi mới" của Gorbachev đem lại một không khí mới trong nhiều lãnh vực nhưng chỉ mới bắt đầu từ tháng 2, 1986 và đã chứng tỏ rất ít thành công. Hai năm trước khi sụp đổ, Gorbachev đưa ra chính sách "tư hữu hóa" các doanh nghiệp nhưng cũng mới bắt đầu từ giới tiểu thương như nhà hàng, cửa tiệm. Những thay đổi của Gorbachev còn quá nhỏ chưa phải là yếu tố thúc đẩy sự sụp đổ của LX một cách nhanh chóng.

Sự xuất hiện của nhân vật Boris Yeltsin, ủy viên Bộ Chính Trị đảng CSLX và sau đó từ bỏ đảng? Quan trọng nhưng không phải.

Như người viết đã trình bày trong bài Sáu Lý Do Giúp Chế Độ CS Tồn Tại, việc dọa từ chức của Boris Yeltsin làm Mikhail Gorbachev sửng sốt. Theo lời Gorbachev kể lai, ông gọi về Moscow và ra lịnh cho các phụ tá đến khẩn thiết với Yeltsin đừng tiết lộ nội dung lá thư ra ngoài vì dân chúng và thế giới sẽ biết sự rạn nứt trong nội bộ đảng CSLX. Hơn một tháng sau đó, trong phiên họp của ban chấp hành trung ương đảng CSLX, Boris Yeltsin mới chính thức từ chức nhưng sự từ chức của ông ta không tạo ra một lỗ hổng hay xáo trộn quyền lực đáng kể.

Vậy nguyên nhân nào và yếu tố nào có tác động trực tiếp dẫn tới ngày tàn của LX?

Câu trả lời đúng là sức mạnh của người dân trong 15 nước gọi là "Cộng hòa Xã Hội Chủ Nghĩa" thuộc Liên Bang Xô Viết.

Năm 1991, người dân tại các quốc gia này không còn mê muội như thế hệ cha mẹ, ông bà họ vào thời 1917. Không giống

thời kỳ Lenin, người dân LX thập niên 1980 đã biết tìm cách đọc sách từ nhiều nguồn.

Một khi người dân từ chối chế độ, không sợ hãi đứng lên chống lại giới lãnh đạo bảo thủ, ngoan cố, cứng đầu, chế độ đó phải sụp đổ.

Các yếu tố Reagan, Yeltsin, dầu hỏa, suy thoái kinh tế v.v.. chỉ giúp cho tiến trình xảy ra nhanh hơn nhưng không phải quyết định. Sự chuyển hóa nhận thức trong con người mới là nguyên nhân quyết định.

Lấy một biến cố để chứng minh cho lý luận này: Biến cố tháng 8, 1991.

Hôm đó là ngày 19 tháng 8, 1991. Người dân thủ đô Moscow thức dậy nhìn ra đường thấy cả đoàn xe tăng đang chạy trước nhà. Mở radio và TV mới biết một chính phủ mới dưới danh nghĩa "Ủy Ban Khẩn Cấp Nhà Nước" vừa ra đời thay cho Mikhail Gorbachev "phải nghỉ việc vì lý do sức khỏe".

Danh sách tám lãnh đạo CS nổi loạn đọc lên nghe lạnh người vì họ đang nắm quyền sinh sát của 287 triệu người dân thuộc 15 nước trong khối LX. Trong số họ có cả giám đốc KGB, Thủ tướng, Bộ trưởng Quốc Phòng. Các tư lịnh quân đội báo cho các bệnh viện để chuẩn bị phương tiện cứu cấp vì sẽ có nhiều thương vong trong những ngày tới. Ba sư đoàn Hồng Quân đang được điều vào thủ đô để thực thi lệnh thiết quân luật.

Nhưng đó cũng là lúc nhiều ngàn người dân Moscow hưởng ứng lời kêu gọi của Boris Yeltsin xuống đường phản đối "Ủy Ban Khẩn Cấp Nhà Nước". Khác với các cuộc biểu tình bạo

động đã từng diễn ra ở Prague 1968 hay trước đó ở Budapest 1956, biểu tình tháng 8 ở Moscow 1991 tương đối ít đổ máu. Nhiều đơn vị tăng đã đứng về phía Cộng Hòa Nga. Trong cùng ngày, các cuộc biểu tình lớn đã diễn ra tại các thành phố lớn và các nước Cộng Hòa thuộc Liên Bang Xô Viết. Khoảng 200,000 người đã biểu tình tại Leningrad và 400,000 người biểu tình tại thủ đô Moldavia. Tại thủ đô Moscow, khoảng 200,000 người làm thành một hàng rào nhiều lớp chung quanh trụ sở quốc hội Nga để bảo vệ tổng thống vừa được bầu Boris Yeltsin.

Cuộc phiến loạn do "nhóm 8 người" chủ trương cuối cùng đã thất bại. Mikhail Gorbachev bay về Moscow ngày 22 tháng 8 nhưng chỉ để chứng kiến quyền lực của ông đang mờ dần khi ngôi sao Boris Yeltsin tỏa sáng hơn bao giờ hết. Chế độ CSLX sụp nhanh hơn sự tiên đoán của mọi người.

Người dân LX đã ý thức được rằng tính chính danh của một lãnh đạo được quyết định bằng lá phiếu chứ không phải bằng xe tăng.

Người dân Nga không sống chết vì cá nhân Boris Yeltsin mà sống chết vì quyền và trách nhiệm của một công dân nước Cộng Hòa Liên Bang Nga vừa ra đời chỉ hơn hai tháng trước đó. Khó tiên đoán và khó hình dung, nếu không có sức mạnh của những người dân bình thường tháng 8, 1991, cục diện thế giới ngày nay sẽ ra sao.

Tại Trung Cộng, sức mạnh của người dân LX qua biến cố tháng 8, 1991 và cuộc biểu tình Thiên An Môn tháng 4, 1989, luôn ám ảnh Tập Cận Bình. Để tìm lối thoát, họ Tập, ngoài lo tiếp tục phát triển kinh tế, chủ trương nhanh chóng "Hán hóa tôn giáo".

Dưới thời kỳ Tập Cận Bình, ĐCSTQ đã thúc đẩy việc Đại Hán hóa (Sinicization) tôn giáo, hoặc hướng dẫn tất cả các tôn giáo hoạt động phù hợp với học thuyết CS. Các quy định mới có hiệu lực vào đầu năm 2020 yêu cầu các tôn giáo phải chấp nhận và truyền bá tư tưởng Mác và giá trị của ĐCSTQ. Các hoạt động mang tính tôn giáo phải được văn phòng phụ trách tôn giáo của chính phủ chấp thuận trước khi tiến hành. (Theo "Religion in China", Council on Foreign Relations, September 25, 2020)

Dù sao, thế giới đã đổi thay nhiều sau cuộc cách mạng tin học và nhất là giai đoạn ứng dụng vào các lãnh vực xã hội từ đầu thập niên 1990.

Tại Việt Nam ngày nay tìm sách đọc để nâng cao nhận thức không còn quá khó khăn như ngày xưa. Các bạn trẻ không nên chỉ "trau dồi kiến thức của mình thông qua hình ảnh và âm thanh" mà hãy đọc sách và đọc từ nhiều nguồn. Bên cạnh các tác phẩm mang nặng màu sắc tuyên truyền của đảng, nhiều tác phẩm phản ảnh những tâm tư, tình cảm và góc cạnh của xã hội mà chúng ta đang sống, những khổ nạn mà dân tộc chúng ta đang chịu đựng và mục đích đích thực mà dân tộc chúng ta nên hướng tới.

Mặt trời sẽ mọc, nắng sẽ lên, ánh sáng sẽ tỏa rộng địa cầu. Dù bị đầu độc bằng bao nhiêu sách vở tuyên truyền và tẩy não, khát vọng tự do trong chính con người đã thắng tại nhiều nơi trên thế giới và sẽ thắng tại Việt Nam.

THỜI SINH VIÊN Ở SÀI GÒN

Nhân dịp đọc bài viết của Hoàng Thanh Trúc trên Dân Làm Báo và qua đó đọc thêm các bài viết khác Không hổ thẹn về một thời trai trẻ của một nhóm tác giả và Cuộc họp mặt "có một không hai" của Huỳnh Tấn Mẫm trên báo Tuổi Trẻ sau buổi hội thảo "tầm vóc và ý nghĩa của phong trào đấu tranh của sinh viên – học sinh trí thức, văn nghệ sĩ... tại các đô thị miền Nam giai đoạn 1954-1975" được tổ chức tại Đại học Duy Tân (Đà Nẵng) trong hai ngày 19 và 20-5-2012, tôi chợt nhớ lại một bài thơ tôi viết từ lâu lắm cũng có nhắc đến các anh chị này.

Bài thơ Đêm cuối đi qua trường Luật viết ra trong những ngày mới đến Mỹ nhưng bắt nguồn từ những ý hiện lên trong một đêm mưa tháng Sáu 1981 ở Sài Gòn. Tôi không ghi lại ngày tháng viết bài thơ nhưng có in trong tập thơ đầu tay ở Mỹ năm 1991. Bài thơ khá dài, dưới đây là một đoạn có liên quan đến bài viết này:

Trời Sài Gòn tháng Sáu mưa đêm

Như từng nhát dao chém xuống đời vội vã

Tôi ra đi dặn lòng quên tất cả

Những hẹn thề toan tính thuở hoa niên

Bốn phương trời lưu lạc một bầy chim
Đã lạc lối về sông Dương Tử
Tổ quốc Việt Nam
Bốn nghìn năm lịch sử
Còn lại hôm nay là những tang thương

Tôi nhìn qua bên góc kia đường
Tấm bảng Hội Liên Hiệp Sinh Viên
Vẫn còn đong đưa trên vách
Chợt nhớ ra tên các chị các anh
Những Huỳnh Tấn Mẫm, Trịnh Đình Ban
Những Nguyễn Hoàng Trúc, Võ Như Lanh
Các anh, các chị
Giờ nầy chắc vẫn còn đang thức
Để viết xong bài tự kiểm trước nhân dân
Nhớ viết thật nhiều về những chiến công
Đã đốt bao nhiêu xe Mỹ Ngụy
Đã bán đứng bao nhiêu bè bạn anh em
Đã cắm được bao nhiêu cờ mặt trận
Tôi không hề trách các anh
Vì chẳng bao giờ ai trách
Những tên cầm cờ, khiêng kiệu

Hãy cố cong lưng và thu mình thật nhỏ
Hãy biết dại khờ và biết ngây ngô
"Độc lập, Hòa Bình, Thống Nhất, Tự Do"
Phải nhớ luôn luôn là tất yếu
Kể cả chuyện tình yêu trai gái
Cũng phải học thuộc lòng
Định nghĩa mới hôm nay
Đừng bao giờ nhắc những chuyện không may
Như những Ủy Ban Đòi Quyền Sống
Những Phong Trào Dân Chủ Tự Do
Dân Việt Nam bây giờ
Không có gì đáng để lo
Hơn những chuyện cháo rau, khoai sắn
Và không có một chút quyền
Dù chỉ là quyền để than thân trách phận.

Tôi từ Đà Nẵng vào Sài Gòn cuối tháng Tám 1972. Nơi tôi ghi danh học đầu tiên là trường Luật. Có thể nói tôi là một trong những tân sinh viên nộp đơn vào năm thứ nhất niên khóa 1972-1973 trễ nhất. Ghi danh vào trường Luật không cần phải thi, chỉ cần trình bằng tốt nghiệp Tú Tài phần hai là đủ. Phòng ghi danh là một khu nhà lụp sụp phía sau trường chung một hàng rào với đại học Kiến Trúc. Tôi được phát một thẻ sinh viên tạm. Số sinh viên của tôi dài tới năm số. Tôi không nhớ chính xác nhưng hai số thứ tự đầu đã lên đến trên mười

ngàn. Trường Luật, được chính thức thành lập dưới thời Đệ nhất Cộng Hòa, là một trong những trường già nua về cả hình thức lẫn chiều dài lịch sử, trong số các trường đại học thuộc Viện Đại Học Sài Gòn. Trường không có nhiều đất trống ngoại trừ khoảng sân không mấy rộng giữa trường. Cổng trường còn lại những viên ngói đỏ rêu phong từ khi mới thành lập. Giảng đường chỉ là những phòng học dài nối nhau. So với các trường trung học như Gia Long, Petrus Ký, trường đại học Luật Khoa Sài Gòn nhỏ hẹp và chật chội hơn nhiều. Vì số thẻ sinh viên của tôi cao trên mười ngàn nên có lần tôi viết câu thơ mô tả trường Luật "mười ngàn sinh viên trong giảng đường vài trăm chỗ / học suốt năm không thấy mặt thầy".

Công việc đầu tiên của một tân sinh viên sau khi ghi danh, nhận lớp, là đi mua "cua" tức sách giáo khoa giảng dạy của các thầy, từ dân luật, hình luật đến cổ luật. Vì hiếm khi gặp mặt thầy, không có "cua" là rớt. Sau khi ghi danh ở Luật, tôi sang ghi danh Ban Kinh Tế khoa Khoa Học Xã Hội ở đại học Vạn Hạnh. Khoa Khoa Học Xã Hội ở Vạn Hạnh phải thi vào nhưng cũng chỉ thi cho đúng thủ tục vì tôi không nghe ai thi rớt vào khoa Khoa Học Xã Hội ở đại học Vạn Hạnh bao giờ.

Trường Luật chật hẹp mà sinh viên lại quá đông, chúng tôi thường la cà trong những quán cốc. Nhiều nhất là chung quanh công trường Quốc Tế, thường gọi là Hồ Con Rùa, bên ngoài trụ sở "Tổng Hội Sinh Viên" số 4 Duy Tân hay góc Thư Viện Quốc Gia trên đường Gia Long. Các quán cà phê thường không có tên. Ngoài quán cà phê Bà Vú bên ngoài đại học Vạn Hạnh, phần lớn các quán chung quanh trường Luật do sinh viên tự đặt tên bằng địa điểm để dễ hẹn nhau. Số sinh viên ghi danh vào Luật cao nhưng bỏ trường ra đi sớm rất đông và thi

rớt cũng nhiều. Trong số những người bỏ cuộc có tôi. Tôi học cả hai trường và vì kỳ thi cuối khóa cùng ngày nên tôi không theo đuổi việc học Luật hết năm thứ nhất. Bạn bè tôi phần đông học Luật nên mỗi tuần tôi đều trở lại trường. Ở đó, dưới những gốc me, vỉa phố, bên những ly cà phê đen, cà phê sữa, trên những ghế thấp, cạnh những chiếc bàn vuông, chúng tôi để cho những thao thức về chiến tranh và số phận đất nước có dịp tuôn trào. Tuổi đời còn rất trẻ nhưng chiến tranh đã làm chúng tôi già sớm hơn tuổi mười tám của mình.

Khi sang Vạn Hạnh tôi có dịp học với thầy Trần Văn Tuyên môn Chính Trị Quốc Nội và thầy Vũ Quốc Thông môn Luật Hiến Pháp Đối Chiếu. Đây là hai môn học tôi thích nhất. Luật Sư Trần Văn Tuyên không mang theo sách vở hay tài liệu giảng dạy gì và những bài giảng của thầy là kinh nghiệm sống trong thời hoạt động chính trị. Vì thầy dạy không theo giáo khoa nên giảng đường lúc nào cũng đông. Sinh viên phải có mặt để ghi lời thầy giảng. Tôi thường tìm cách gần gũi thầy Trần Văn Tuyên để hỏi những chuyện đất nước trong giai đoạn từ năm 1945 đến năm 1954. Thầy Trần Văn Tuyên đơn giản, tóc cắt cao và thường mặc áo sơ-mi trắng ngắn tay. Thầy Vũ Quốc Thông thì khác, lúc nào cũng đường bệ, chuẩn bị kỹ càng và luôn đến lớp với một cặp-táp (le cartable) đầy tài liệu giảng dạy. Tôi hay thắc mắc với thầy Vũ Quốc Thông về cách dùng chữ. Ví dụ thầy dùng chữ "Chủ nghĩa Tập Sản" thay cho "Chủ nghĩa CS". Tôi cho rằng khái niệm "Chủ nghĩa Tập Sản" hay "Chủ nghĩa Bình Sản" được nhắc đến nhiều trước năm 1975, chỉ là một phạm trù thuần kinh tế, nghĩa hẹp nhiều so với chủ nghĩa CS vốn là cả một hệ thống triết học giải thích toàn bộ đời sống con người, xã hội và vũ trụ. Thầy chăm chú lắng nghe ý kiến nhưng không

thay đổi cách gọi "tập sản" của mình. Thầy Vũ Quốc Thông dạy tận tụy và trích dẫn nhiều từ các sách Pháp, trong đó có cả Tuyển tập Marx-Engel. Thầy chúng tôi, Giáo sư Trần Văn Tuyên chết trong tù CS năm 1976 và Giáo sư Vũ Quốc Thông chết năm 1987, chỉ một thời gian ngắn sau khi ra khỏi nhà tù. Tình nghĩa thầy trò ở miền Nam, dù tiểu học, trung học hay cả đại học đều thắm thiết, thân thương, đáng kính, đáng yêu và đáng nhớ. Tôi cố gắng rất nhiều nhưng không phải là người tự học. Kiến thức của tôi là của các thầy cô trao lại. Đứa sinh viên năm thứ nhất ngày xưa không còn trẻ nữa nhưng mỗi khi nghĩ đến các thầy cô tự nhiên thấy mình nhỏ lại thật nhiều.

Thời gian từ năm 1973 đến năm 1975 là thời gian yên tỉnh. Chương trình bình định đại học khá thành công. Mùa hè năm 1973, một nhóm sinh viên chúng tôi đại diện cho trường tham dự trại hè sinh viên toàn quốc do Bộ Giáo Dục và Thanh Niên tổ chức ở Trường Thiếu Sinh Quân Vũng Tàu. Đông sinh viên du học cũng về tham dự trại. Dĩ nhiên không có "lãnh tụ sinh viên" đường phố nào. Đó là những ngày vui nhất của mùa hè. Không chỉ sinh viên Sài Gòn, Vạn Hạnh, Minh Đức mà cả Huế, Cần Thơ, Đà Lạt và các trường đại học tư mới thành lập cũng cử phái đoàn tham dự. Buổi tối chúng tôi quây quần trong sân cờ của trường Thiếu Sinh Quân trao đổi kinh nghiệm học hành, chuyện đất nước và hát nhạc Du Ca như có lần tôi đã kể lại trong bài viết Khi bài hát trở về. Ngoại trừ các nhóm chống chính phủ bốn mùa của các bà Ni Sư Khất Sĩ Huỳnh Liên, Phong Trào Phụ Nữ Đòi Quyền Sống của bà Ngô Bá Thành, năm 1973, các phong trào sinh viên tranh đấu ở Sài Gòn do CS tổ chức phần lớn đã được dập tắt. Các "lãnh tụ sinh viên học sinh" mặt nổi như Huỳnh Tấn Mẫm, Trịnh Đình Ban, Trần

Thị Lan, Lê Văn Nuôi, Võ Như Lanh, Nguyễn Xuân Lập v.v. đã bị kết án và vừa được trao trả tù binh.

Nhắc đến chuyện trao trả tù binh không thể quên tác phẩm Tù Binh và Hòa Bình của nhà văn Phan Nhật Nam, trong đó anh dành trọn một chương để viết về những người mà anh gọi là "Những người lỡ làng". Hôm đó, buổi chiều ngày 27-3-1973, những "lãnh tụ sinh viên" sắp được trao trả về phía CS đang tụm nhau ngồi trong một chiếc lều để chờ được nhận. Những bài hát của Phạm Thế Mỹ, Trịnh Công Sơn được cất lên từ chiếc lều nhỏ. Họ gồm Võ như Lanh, Trịnh đình Ban, Cao thị quế Hương, Trần thị Lan, Trần thị Huệ, Nguyễn thành Công. Không ai biết họ hát để nung cao khí thế hay hát để che đi sự lo âu trước tương lai mờ mịt núi rừng đang chờ đợi họ. Trong quan điểm đấu tranh giai cấp, dù các anh chị là đảng viên CS cũng chỉ là đảng viên thành phố, gốc tiểu tư sản, vừa gia nhập và không được tin tưởng hoàn toàn. Nhà văn Phan Nhật Nam tả cảnh anh Nguyễn Thành Công khi tiếp xúc với viên Đại Tá Hungary trong "đôi mắt có vẻ lạc thần, giọng nói đã đượm màu mệt mỏi". Anh Phan Nhật Nam viết đoạn đó thật cảm động. Anh không giận hay trách móc những tù binh gốc sinh viên anh sắp sửa trao trả mà cảm thông cho sự bồng bột tuổi trẻ của họ nhiều hơn:

"Phải, tôi hiểu rằng nhóm sinh viên đang ngồi ở dưới tàn cây cao su, đang gảy nên những âm thanh trầm lắng với tiếng hát nhiệt thành trong sáng kia quả tình không thể nào là những người CS được. Họ không thể nào là những người CS chuyên chính, dù cho họ đã vào khu học tập, dù đã là cán bộ nội thành làm nhiệm vụ sinh viên vận theo đường lối và kỹ thuật đấu tranh phát xuất từ Cục R, kiểm soát và điều hành bởi ủy viên

thanh niên thuộc thành ủy Sài Gòn-Chợ Lớn. Họ cũng không phải là CS dù có chứng minh thư xác nhận là thành viên của đảng lao động, hoặc thành viên của đoàn thanh niên trong mặt trận giải phóng...Vì tiếng hát, điệu đàn, nét mặt và lời nói tất cả vẫn là phản ảnh của một hoài bão, hoài bão bất diệt của tuổi trẻ. Muốn thoát khỏi hoàn cảnh bít bùng của đời sống hiện tại, đấu tranh và xây dựng một quê hương rạng rỡ tốt đẹp hơn. Và chính phát xuất từ ý định đẹp đẽ mơ tưởng này, hoài bão của họ đã được đồng hóa với mục tiêu chiến thuật đoản kỳ của CS. Và họ trở thành loại cán bộ tiền phong đắc lực thực hiện những mục tiêu hạn chế trong đường phố Sài Gòn, nơi Giảng Đường, trong lòng cộng đồng tuổi trẻ Việt Nam."

Trong bài viết Những người đi tìm tổ quốc trên talawas năm 2006, tôi cũng viết về các anh chị đó:

"Thời sôi nổi trong giảng đường đại học, trên đường phố Sài Gòn đã là dĩ vãng, giữa rừng cao su Lộc Ninh họ là những thanh niên thành phố đang bước vào một cuộc đời mới ở một nơi hoàn toàn xa lạ. Như những con cá bị vớt khỏi sông và bỏ vào trong chậu, ngơ ngác, rụt rè, sợ hãi. Họ không còn là bè bạn của nhau, không còn gọi nhau bằng tên, bằng thứ mà sẽ là đồng chí. Đồng chí cũng đồng nghĩa với nghi ngờ, kiểm soát và dò xét lẫn nhau. Họ hối hận không? Họ thật sự có phải là CS không? Họ có phân biệt được, dù chỉ là căn bản, những điểm khác nhau giữa xã hội mà họ vừa bỏ lại và xã hội mà họ đang tìm đến không? Không ai hỏi và họ cũng sẽ không trả lời thật với lòng. Có những tâm sự, sống giữ kín chết mang theo, chứ không bao giờ chia sẻ với ai. Hồi xưa tôi cũng có cái nhìn khắt khe về những người bỏ đi. Các anh có quyền biểu tình, có quyền chống độc tài, chống tham nhũng, chống độc diễn

nhưng khi bỏ đi sang hàng ngũ của những người ném lựu đạn vào quán ăn, pháo kích vào trường học, đặt mìn trên quốc lộ, các anh đã phản bội quyền sống trong hòa bình của nhân dân miền Nam. Giống như những đứa con lớn lên trong một gia đình nghèo, có bà mẹ bịnh tật, có người cha say rượu hay đánh đập con cái và còn một bầy em nhỏ dại. Thay vì khuyên răn người cha, săn sóc người mẹ, che chở cho đám em khờ, các anh lại bỏ đi, và chẳng những đã bỏ đi mà còn dắt kẻ gian về đốt phá nhà mình."

Ngày nay, các tài liệu của Đảng đều xác nhận hoạt động của các phong trào chống đối chính quyền VNCH chẳng phải là tự phát chống bất công, độc tài, độc diễn gì mà đều được đặt dưới sự chỉ đạo trực tiếp của Thành Đoàn Thanh Niên CS trực thuộc Thành ủy Sài Gòn Gia Định nhắm vào mục tiêu duy nhất là đánh sụp chế độ Cộng Hòa non trẻ ở miền Nam và áp đặt chế độ CS độc tài toàn trị trên phạm vi cả nước. Tất cả tổ chức, phong trào, tôn giáo, đoàn thể đều được Đảng khai thác, vận dụng một cách tinh vi để phục vụ cho mục đích cuối cùng của đảng CS.

Những tên tuổi, hình ảnh được báo chí đối lập và thân Cộng ở Sài Gòn đánh bóng mà nhà văn Phan Nhật Nam nhắc đến chỉ là những khuôn mặt đấu tranh công khai trên đường phố Sài Gòn. Họ không biết những đảng viên CS nòng cốt thực sự điều khiển phong trào từ bóng tối là ai. Những kẻ mài dao giết người thường trốn kỹ trong rừng. Những kẻ trao lựu đạn cho sinh viên để ném vào nhà hàng, trường học, chợ búa thường giấu mặt. Họ không gọi nhau bằng tên thật, bằng mày tao thân tình trong quán cà phê bên ngoài khuôn viên đại học Văn Khoa, Luật Khoa mà gọi bằng bí danh, bằng thứ tự.

Những "anh ba", "chị năm" đó bây giờ đang sống trong những biệt thự cao sang, có kẻ hầu người hạ và những chàng sinh viên một thời bồng bột nay chỉ là những "kẻ lạ của hoàng hôn" "lặng nghe những dư âm sâu lắng của quá khứ đọng lại, rồi trôi theo những món ăn với một vị đắng đắng" như anh Hạ Đình Nguyên, một trong những "lãnh tụ phong trào sinh viên" đã viết trong bài Về một vị đắng sau buổi họp mặt kỷ niệm "Phong trào Đấu tranh của Thanh niên-Sinh viên-Học sinh Sài gòn" năm ngoái.

Khi tôi vào năm thứ nhất, nhiều trong số anh chị tham gia xuống đường vài năm trước vẫn còn học năm thứ ba, thứ tư, và qua họ tôi biết con số sinh viên tham gia biểu tình không đông như báo chí thân Cộng mô tả và cũng không mang tầm vóc "quốc tế" chỉ với vài chàng thanh niên phản chiến Mỹ như bài ký thổi phồng của anh Huỳnh Tấn Mẫm. So với nhiều chục ngàn sinh viên liên khoa thuộc đại học Sài Gòn và các đại học tư tại miềm Nam thời đó, vài trăm anh chị bị xúi giục xuống đường chỉ là con số nhỏ. Thành thật mà nói, phần đông những sinh viên đi biểu tình là những người nặng tình cảm dành cho đất nước nhưng vô cùng nông nổi. Các anh chị bất mãn trước các bất công trong xã hội và phẫn uất khi nhìn cảnh điêu tàn đổ nát do cuộc chiến gây ra nhưng không nhận thức đúng nguyên nhân sâu xa của thực trạng bi thảm đang diễn ra trên đất nước và không đủ trưởng thành để cân nhắc trước một chọn lựa sinh tử của đời mình.

Tuổi trẻ ở đâu cũng thế, nhiệt tình, phản kháng, cương trực, vô tư, nhưng như tôi có lần đã viết, tại Việt Nam những đặc tính đó của tuổi trẻ bị Đảng CS lợi dụng tận cùng, không chỉ tiếng hát lời ca, mà còn cả thịt xương và từng giọt máu.

Bài hát quen thuộc trong giới sinh viên trước năm 1975 nói lên một mơ ước chân thành của thế hệ trẻ "Rồi hòa bình sẽ đến, đến cho dân tộc Việt, đôi bồ câu trắng rủ nhau về làng xưa...", nhưng sau năm 1975, đàn bồ câu đã biến thành bầy kiến gặm nhấm vết thương dân tộc đang mưng mủ. Tiếng hát của các anh chị trên đường phố được thay bằng những tiếng rên của những bà mẹ đang bán máu ở các nhà thương. Lời ca của các anh chị sau được thay bằng là tiếng khóc của em thơ trên các vùng kinh tế mới. Đất nước chìm đắm trong độc tài và đói khát. Hàng triệu người phải bỏ nước ra đi, chết trên biển cả, chết dưới bàn tay hải tặc.

Các anh các chị, có thể không phải là thủ phạm nhưng không thể phủ nhận là những người đã góp phần gây ra những điêu tàn đổ nát hôm nay. Xin đừng im lặng nữa. Nếu không đủ sức để hành động, hãy viết, hãy nói, hãy kể lại cho các thế hệ trẻ những bài học dù thất bại, những ước mơ dù bị phản bội, những kinh nghiệm dù được đổi bằng xương máu của mình. Là những người có lương tâm, hôm nay, không có tòa án nào kết án các anh chị nặng bằng tòa án lương tâm của chính các anh chị. Là những người vốn nặng tình cảm, hôm nay, không có tình cảm nào cấu xé các anh chị bằng tình cảm các anh chị đã từng dành cho đất nước. Xã hội Việt Nam băng hoại, trụy lạc, tha hóa ngày nay là chiếc gương, các anh chị hãy soi vào đó để thấy lại chính mình.

Chế độ dân chủ non trẻ mà các anh chị góp phần đánh gục, đã quỵ xuống sáng ngày 30-4-1975 nhưng không chết. Và tại Việt Nam hôm nay, các giá trị dân chủ quý giá đó không chỉ là của miền Nam thôi, không chỉ là của Việt Nam Cộng Hòa thôi mà đang là tài sản, hành trang và mục tiêu chung của cả dân tộc.

Dân chủ là khúc khải hoàn ca đang được nhân loại cất vang trên mọi nơi của quả địa cầu, từ Bắc Phi sang Đông Á nhưng không có nghĩa chỉ mới bắt đầu vài năm qua mà từ nhiều ngàn năm trước. Có người bàn về dân chủ như một mục đích đòi hỏi nhiều tiền đề và điều kiện. Điều đó không đúng. Dân chủ không phải là hải đảo xa xôi phải cần ghe tàu, lương thực, thời gian mới đạt tới nhưng là một thực tế gần gũi trước mắt và thậm chí có thể nắm bắt trong tay. Dân chủ không phải món quà của ai ban cho khi đến tuổi trưởng thành mà là quyền làm người bắt đầu từ trong bụng mẹ.

Quốc gia Mông Cổ, một quốc gia không có truyền thống dân chủ, là một ví dụ. Nhiều người cho Mông Cổ khó có thể trở thành một nước dân chủ sau một giai đoạn phong kiến hàng ngàn năm nối tiếp bằng một chế độ CS chuyên chính chư hầu Liên Xô suốt hơn bảy chục năm. Khi tôi viết bài này, nhân dân Mông Cổ đánh dấu tròn 20 năm được sống dân chủ. Đôi cánh thiên thần đó đã giúp đưa Mông Cổ từ một quốc gia cô lập, bất ổn cùng hạng với Afghanistan, Nigeria và Somalia trở thành một trung tâm du lịch an toàn và đầy hấp lực văn hóa. Hai mươi năm trước đường phố thủ đô Ulaanbaatar gần như hoang vắng nhưng ngày nay tấp nập và phồn vinh. Theo tạp chí Economist, dù kinh tế thế giới còn đầy khó khăn, mức phát triển kinh tế của Mông Cổ trong ba tháng giữa 2011 đã tăng 21% so với cùng thời kỳ trong năm trước đó. Quỹ Tiền Tệ Quốc Tế dự đoán kinh tế Mông Cổ sẽ tăng trung bình 14% từ 2012 đến 2016. Là một quốc gia trong vị trí trái độn với vỏn vẹn 2.5 triệu dân và không có chiều dày truyền thống dân chủ như nhiều quốc gia khác, Mông Cổ sẽ còn gặp nhiều khó khăn nhưng cơ chế chính trị mới giúp cho người dân sống yên tâm trong tự do,

thanh bình, no ấm và nỗ lực vì một tương lai tươi đẹp cho con cháu họ.

Việt Nam thì khác.

Sau 37 năm, tiếng súng đã vắng đi trên đất nước Việt Nam, non sông liền một dải nhưng người dân vẫn sống trong nỗi bất an lo sợ, hàng trăm ngàn người con gái Việt phải rời bỏ quê hương đi ăn mày, làm điếm, ở đợ khắp thế giới, phần lớn trong số hơn hai triệu người Việt hải ngoại vẫn còn bị xem là "thành phần phản động bám theo chân đế quốc", và trong nước, những quyền căn bản như ngôn luận, đi lại, thờ phụng của người dân vẫn chưa có được, hàng ngàn người yêu nước vẫn còn bị tù đày. Đó là sự thật, không ai tuyên truyền ai, không ai xúi giục ai.

Sau 37 năm, mấy chục ngàn thân xác thanh niên làm bia đỡ đạn cho đảng CSVN trong chiến tranh biên giới năm 1979, hàng ngàn xác thanh niên Việt Nam bị đốt cháy thành than trong trận Lão Sơn 1984, hàng trăm xác thanh niên Việt chìm sâu quanh bờ đảo Gạc Ma năm 1988, hàng trăm ngư dân Thanh Hóa, Nghệ An, Quảng Ngãi bị bắn thủng ngực, hai quần đảo Hoàng Sa-Trường Sa thân yêu như đôi mắt Việt Nam bị đã bị kim Trung Cộng tẩm thuốc độc đâm sâu và đang chảy máu. Đó là sự thật, không ai tuyên truyền ai, không ai xúi giục ai.

Nhìn những gì đang xảy ra trên thế giới đã làm những người Việt đang quan tâm đến vận mệnh đất nước không khỏi cảm thấy thẹn thùng. Dù ban ngày vẫn phải sống bằng thái độ tích cực, trả lời phỏng vấn bằng ngôn ngữ tự tin nhưng ban đêm thế nào cũng gác tay lên trán âm thầm tự hỏi tại sao Liên Xô, Đông Âu cho tới Bắc Phi, Miến Điện nhưng viễn ảnh một Việt Nam tự do, dân chủ, hùng mạnh vẫn còn là một mục tiêu chưa đến.

Nỗi lo lắng và niềm đau xót này không phải của riêng ai mà của tất cả người Việt Nam còn biết xót xa, còn biết hổ thẹn trước sự lạc hậu của Việt Nam so với đà tiến quá nhanh của nhân loại.

Một câu hát trong bài Tự Nguyện quen thuộc trong giới sinh viên trước năm 1975 "nếu là hoa, tôi sẽ làm một đóa Hướng Dương", chưa bao giờ hơn lúc này Việt Nam cần những người yêu nước biết vươn cao, đứng thẳng như những cành Hướng Dương Dân Tộc. Con người đến và đi nhưng lịch sử Việt Nam như dòng sông không ngừng chảy. Đất nước sẽ vượt qua và lớn lên như đã từng vượt qua và lớn lên sau ngàn năm Bắc Thuộc.

TỪ *THÉP ĐÃ TÔI THẾ ĐẤY* ĐẾN *NHẬT KÝ ĐẶNG THÙY TRÂM*, NHỮNG ƯỚC MƠ BỊ PHẢN BỘI

"*Ôi miền Bắc xa xôi bao giờ ta trở lại?*"

Đó là dòng chữ hay tiếng nấc cuối cùng của một bác sĩ 28 tuổi ghi lại trong nhật ký của chị ngày 16 tháng 6 năm 1970. Một tuần sau, chị bị một đơn vị lính Mỹ phục kích và bị giết. Cuốn nhật ký của chị được chuyển đến Frederic Whitehurst, gọi tắt là Fred, sĩ quan quân báo Mỹ, để phân tích. Và theo đề nghị của Nguyễn Trung Hiếu, một thượng sĩ quân đội VNCH, Frederic Whitehurst đã giữ lại hai cuốn nhật ký thay vì đốt bỏ sau khi không tìm thấy các dữ kiện liên hệ đến tình báo quân sự. Năm 1972, Fred về nước, trong hành lý của anh có thêm hai kỷ vật chiến tranh: hai cuốn nhật ký của bác sĩ Đặng Thùy Trâm.

Mấy chục năm và nhiều lần cố gắng tìm thân nhân của chị Thùy Trâm để hoàn trả không thành công, Frederic Whitehurst đã tặng hai cuốn nhật ký cho viện lưu trữ về Việt Nam Lubbock tại đại học Texas. Trong hội nghị hàng năm về chiến tranh Việt Nam vào trung tuần tháng 3 năm 2005, chính Frederic Whitehurst, chàng sĩ quan quân báo ngày xưa nay trở nên một tiến sĩ hóa học và một luật gia, đã đến dự và lần nữa nhắc đến

nhật ký của chị. Cuối cùng, từ phòng họp của Trung tâm Việt Nam thuộc đại học Texas này, một bản sao cuốn nhật ký của chị Đặng Thùy Trâm đã tìm được đường về quê hương sau 35 năm lưu lạc. Ba tháng sau, hai cuốn nhật ký được in chung trong một tác phẩm dưới tựa *Nhật ký Đặng Thùy Trâm*.

Hành trình của cuốn nhật ký, từ dòng chữ nghiêng nghiêng đầu tiên trên giấy trắng kẻ ô ngả vàng của chị cho đến ngày được in thành sách chẳng khác một cuốn phim truyện với nhiều tình tiết ly kỳ nhưng lại rất thật, rất cảm động và đầy ắp tình người.

Như bụi phong lan sinh ra và dưỡng nuôi bằng những hạt mưa rừng trên nhánh sồi khô giữa rặng Trường Sơn, nhật ký của chị Thùy Trâm sống sót trong khói lửa đạn bom do bàn tay săn sóc của đại diện cho cả ba bên tham dự cuộc chiến tranh tàn khốc nhất trong lịch sử Việt Nam. Ba yếu tố: những dòng chữ chân thành có một chút mộng mơ của nữ bác sĩ trẻ tuổi, lòng nhân hậu của người lính miền Nam và sự trân trọng của viên sĩ quan quân báo Mỹ, đã gặp nhau như một nhân duyên kỳ diệu để ngày nay *Nhật ký Đặng Thùy Trâm*, dấu tích của một cuộc chiến tranh tàn khốc, có mặt trong tủ sách chúng ta. Điều đó cho thấy, những ý nghĩ chân thành, những rung động thật từ trái tim bao giờ cũng dễ được cảm thông, không chỉ trong những người cùng thời, cùng chiến tuyến mà ngay cả những người đứng bên kia chiến tuyến.

Trong hai tháng qua, *Nhật ký Đặng Thùy Trâm* được xem là cuốn sách bán chạy nhất tại Việt Nam. Theo báo *Tuổi Trẻ*, chỉ trong vòng một tuần lễ, 14.200 cuốn đã được bán ra, riêng trong ngày Chủ nhật 31 tháng 7 đã phát hành 3.800 cuốn. Theo tổng kết mới nhất, *Nhật ký Đặng Thùy Trâm* đã vượt tất cả kỷ lục sách Việt Nam với hàng trăm ngàn cuốn được in trong một thời

gian rất ngắn. Đây không phải là lần đầu tiên một nhật ký chiến tranh được in ra, nhưng chưa nhật ký nào trở nên một hiện tượng trong sinh hoạt văn học và tạo nên một làn sóng tình cảm mạnh mẽ trong nước như nhật ký của chị Thùy Trâm. Tại sao? Ngoài những suy nghĩ chân thành chị viết ra, một phần không nhỏ bởi vì chị là một trí thức trẻ, một người con gái tuổi hai mươi và hành trình khá gian nan của bản thân cuốn nhật ký.

Phản ứng và nhận xét về tác phẩm *Nhật ký Đặng Thùy Trâm* thì rất nhiều, từ ông cựu Tổng Bí thư Lê Khả Phiêu, ông Thủ tướng Phan Văn Khải đến các nhà văn, nhà thơ, những người bạn cùng chiến đấu với chị trước đây và ngay cả một người như tôi, nhỏ hơn chị hơn một giáp tuổi và sống xa nửa vòng trái đất, cũng muốn viết vài cảm nghĩ về chị.

Đối với các cấp lãnh đạo Đảng, Đoàn, đây là cơ hội vàng son để đóng khung tô màu lên tấm bảng "Lý tưởng CS" mà chính họ cũng cảm thấy ngượng ngùng mỗi khi ngó đến. Ông Phan Văn Khải, trong lá thư gởi báo *Tuổi Trẻ* ngày 4 tháng 8 viết: "Tôi nhớ lại điều đã nêu thành chủ đề của bài phát biểu nhân dịp kỷ niệm 30 năm ngày giải phóng miền Nam, thống nhất đất nước: "Đưa đất nước tiến kịp thời đại với ý chí mãnh liệt như ý chí giành độc lập thống nhất". Tấm gương của Thùy Trâm và Thạc làm cho khát vọng đổi mới và phát triển đất nước càng thấm sâu trong mọi người Việt Nam ở trong nước cũng như nước ngoài, tạo khí thế mới trong lao động học tập và rèn luyện vì sự nghiệp xây dựng và bảo vệ tổ quốc".

Trên báo *Tuổi Trẻ* ngày 23 tháng 8 năm 2005, ông cựu Tổng Bí thư Lê Khả Phiêu cũng viết những lời kêu gọi thanh niên như được trích ra từ một nghị quyết nào đó: "Lớp tuổi 20 hiện nay hãy thể hiện lòng biết ơn, sự ngưỡng mộ của mình với những

người đi trước, những anh hùng, liệt sĩ bằng hành động và trái tim của tuổi trẻ. Đó là sự cống hiến sức lực, trí tuệ, tài năng của mình cùng cả dân tộc đưa Việt Nam bước vào một kỷ nguyên mới, đưa vinh quang, hạnh phúc cho mọi người, của mọi người. Nối tiếp truyền thống anh hùng của cha anh, góp phần vào thắng lợi của công cuộc đổi mới xây dựng và bảo vệ Tổ quốc, làm cho dân tộc ta bước lên lâu đài hạnh phúc. Đó chính là giá trị đích thực của lẽ sống tuổi trẻ Việt Nam trong thời kỳ mới."

Những khẩu hiệu tuyên truyền thời chiến tưởng đã quên đi chợt bừng bừng sống dậy. Gần hai tháng qua, báo lớn, báo nhỏ, báo già, báo trẻ trong nước, những bài viết nặng mùi tuyên truyền lại được đăng ngay trên trang nhất để ca ngợi chị Đặng Thùy Trâm.

Thế nhưng không phải ai cũng nhắm mắt vỗ tay theo những lời hô hào, ngợi ca sáo rỗng "Đưa đất nước tiến kịp thời đại", "Chủ nghĩa anh hùng cách mạng", "Bước lên lâu đài hạnh phúc"... của ông cựu Tổng Bí thư và ông Thủ tướng, những tiếng nói bộc trực, thẳng thắn của những người cùng thế hệ với chị Thùy Trâm cũng vang lên từ trong nước như những lời cảnh giác dành cho thế hệ trẻ.

Báo *Tuổi Trẻ* ngày 7 tháng 8 ghi lại câu trả lời của nhà văn Bảo Ninh: "Lần đầu tiên nhìn thấy cuốn nhật ký, tôi đã rất xúc động. Đó là một phần tuổi trẻ của tôi. Đó là những năm tháng đẹp nhất của cuộc đời tôi. Cái đẹp của sự xả thân. Cái sự xả thân của chị Trâm, anh Thạc hồi ấy sao mà đơn giản thế. Đừng vội gán cho chị Trâm những lý tưởng to tát như vì Đảng, vì dân, cũng đừng cường điệu chị lên, đừng bắt chị phải vác cái huy hiệu "anh hùng". Bởi theo tôi, chị rất đỗi bình thường.

Trước cái chết, nếu "không run sợ" tức là đang nói dối! Có lẽ chị Trâm chỉ nghĩ đơn giản là mình nổ súng đánh lạc hướng thì mấy người thương binh sẽ có chút thời gian chạy vào rừng... Phản ứng của độc giả trẻ là hoàn toàn chân thật. Đừng nghĩ thanh niên Việt Nam không thèm quan tâm đến quá khứ mà chẳng qua vì "chúng" không thích những bài giảng sáo rỗng đấy thôi!"

Nhà thơ Bùi Minh Quốc viết trên talawas: "Tôi, người may mắn sống sót sau những hy sinh của Dương Thị Xuân Quý, Đặng Thùy Trâm, Nguyễn Văn Giá, Chu Cẩm Phong cùng hàng triệu đồng bào đồng chí của tôi, từ 1975 trở đi càng ngày càng thấy nhân dân tôi đã lâm vào một bi kịch thê thảm nhất, cay đắng nhất, quái gở nhất: vì độc lập tự do mà cuồng nhiệt tự nguyện dốc cả sông máu núi xương để rồi "tự do" tự nguyện choàng lên cổ mình một cái ách nô lệ "vàng son" mang tên là sự lãnh đạo của Đảng, mà thực chất chỉ là sự cai trị độc đoán của hơn một trăm Ủy viên Trung ương, thậm chí chủ yếu là mười mấy Ủy viên Bộ Chính trị. Nô lệ đến mức người ta bảo bỏ phiếu cho ai là ngoan ngoãn bỏ cho người ấy, chẳng biết người ấy tốt xấu thế nào. Nô lệ đến mức muốn nói điều mình nghĩ, mình thấy, mình biết cũng không báo nào đăng cho, cỡ như cựu thủ tướng Võ Văn Kiệt trả lời phỏng vấn mà cũng không được đăng trọn vẹn. Nô lệ đến mức người ta áp đặt cái đường lối sai lầm dựa trên một kiểu lý luận nói lấy được (chữ dùng của tướng Trần Độ) là "kinh tế thị trường theo định hướng xã hội chủ nghĩa" cũng không biết mà cãi, hoặc biết mà không dám cãi, hoặc muốn cãi thì cũng không có diễn đàn mà cãi."

Thật vậy, thế hệ trẻ ngày nay hình như không thể tìm thấy chút thành thật nào từ những kẻ đang sống, đang lãnh đạo đất

nước nên quay sang lắng nghe tâm sự của những người chết, vì ít ra, người chết không nói dối và không biết sợ.

Giống như nhà văn Bảo Ninh, nhà thơ Bùi Minh Quốc và có lẽ rất nhiều người khác, tôi đọc *Nhật ký Đặng Thùy Trâm* với một tấm lòng trĩu nặng. Tôi nghĩ về chị như một người thân dù chúng tôi xa cách nhau về mọi mặt. Tôi hình dung căn hầm nhỏ nơi chị ngồi, mái tóc học trò của chị, những giọt mưa rơi trên mái lá, tiếng trực thăng bay trên đầu. Chị trải lòng mình trên trang giấy trong những phút riêng tư và cô đơn tột cùng như thế. Tương tự như nhận xét của anh cựu chiến binh Mỹ Robert Whitehurst, tôi nghĩ chị không viết để gởi lại cho đời sau, và cũng không cần ai thương hại, xót xa hay vinh danh mình.

Ngoại trừ hai chữ Th. và M., viết tắt tên của chị và người yêu, có lẽ những chữ lập lại nhiều nhất trong hai cuốn nhật ký của chị là hai chữ "buồn" và "nhớ". Ngày 4-6-68, chị viết: "Mưa vẫn cứ rơi hoài. Mưa càng thêm buồn thấm thía, và mưa lạnh làm cho người ta thèm khát vô cùng một cảnh sum họp gia đình. Ước gì có cánh bay về căn nhà xinh đẹp để cùng ba má và các em ăn một bữa cơm rau muống và nằm trong tấm chăn bông ấm áp ngủ một giấc ngon lành", và trong nhật ký ngày 18-12-68 chị viết những dòng rất tội, rất đau: "Đêm nay ngồi trực, ngọn đèn mờ trong căn nhà nhỏ, tiếng rên của người bệnh nhân làm mình buồn lạ lùng. Hơn bao giờ hết nỗi nhớ thương trào lên thiết tha cháy bỏng. Hỡi những người thân yêu, đêm nay có ai hiểu hết lòng mình hay không?"

Không giống như chị Sứ trong *Hòn Đất* của Anh Đức, chị Diệu trong phim Vĩ tuyến 17 ngày và đêm của Hải Ninh được tiểu thuyết hóa đến mức thần thánh và dàn dựng thành phim ảnh chỉ nhằm mục đích tuyên truyền, chị Đặng Thùy Trâm là

một người có thật và chính tay mình ghi lại những suy nghĩ rất thật của mình. Nữ bác sĩ 28 tuổi xinh đẹp và hiền từ Đặng Thùy Trâm đã sống và đã chết trên đất nước Việt Nam thân yêu. Nhật ký chị viết dưới những cơn mưa rừng hòa lẫn tiếng mưa bom ở bịnh xá Đức Phổ, tỉnh Quảng Ngãi, như số phận giọt nước mưa lăn trên mái tóc học trò của chị, trôi xa nhiều ngàn dặm trước khi về lại với quê hương.

Chị dành trang đầu để trang trọng ghi lại câu văn trích từ tác phẩm *Thép đã tôi thế đấy* của Nikolai Ostrovsky, một nhà văn Sô-Viết qua đời vì bạo bịnh vào tuổi 32: "Cái quí nhất của con người là cuộc sống, đời người ta chỉ sống một lần, phải sống sao cho khỏi phải xót xa ân hận vì những năm tháng sống hoài sống phí, cho khỏi phải hổ thẹn vì những năm tháng sống hoài sống phí, để khi nhắm mắt xuôi tay ta có thể nói rằng: "Cả đời ta, cả sức ta đã hiến dâng cho sự nghiệp cao đẹp nhất trên đời: Sự nghiệp đấu tranh giải phóng loài người"".

Nhân vật Pavel Korchagin, chiếc bóng của cuộc đời nhà văn Nikolai Ostrovsky, một thời là biểu tượng cho ý chí vươn lên của tuổi trẻ tại nhiều quốc gia CS. Tác phẩm *Thép đã tôi thế đấy* được xem như là viên đá tảng của nền văn học hiện thực xã hội chủ nghĩa và là cuốn sách gối đầu giường của thanh niên CS khắp thế giới. Stalin đã tận dụng từng ý, từng câu trong tác phẩm để kích thích các thế hệ thanh niên Sô-Viết lao vào những cuộc chém giết đẫm máu. Nikolai Ostrovsky bịnh nặng rồi chết sớm nên không có dịp chứng kiến tội ác của Stalin đối với dân tộc Balan mùa xuân năm 1940, với đối thủ chính trị của ông ta và với 20 triệu người dân Sô-viết bình thường bị đày ải vào những trại tù xa xôi miền cực Bắc, một nửa số đó đã không bao giờ trở lại. Không ai trách Nikolai Ostrovsky đã viết nên tác

phẩm có tác dụng tiếp tay cho tội ác. Khát vọng bao giờ cũng là một màu xanh vô tội, chỉ có những kẻ lợi dụng khát vọng hồn nhiên của tuổi hai mươi, xô đẩy những mái đầu xanh vào vực thẳm hận thù mới là những kẻ có tội. Ngày nay tác phẩm *Thép đã tôi thế đấy*, bảng tiếng Anh *How The Steel Was Tempered*, vẫn còn bày trong nhiều thư viện, vẫn còn được đọc, khác chăng, không phải đọc để hun đúc chí thanh niên mà để học từ những hoang phí đắng cay của một thời thanh xuân lầm lỡ.

Cả Nikolai Ostrovsky và chị Đặng Thùy Trâm đều phấn đấu để trở thành người CS, nhưng cuộc đời của Nikolai Ostrovsky khác nhiều so với đời chị Thùy Trâm. Nikolai Ostrovsky hy sinh cho chủ nghĩa CS, ngoài khát vọng tuổi trẻ mà ông tin, còn là một hình thức trả ơn. Trong lá thư gởi cám ơn Stalin sau khi được trao tặng huân chương Lenin, Nikolai Ostrovsky bày tỏ lòng biết ơn Đảng CS đã vực ông dậy từ những nghèo nàn và bạc đãi của xã hội và biến một kẻ thiếu học như ông thành một nhà văn Sô-Viết. Chị Thùy Trâm thì khác. Chị sinh ra và lớn lên trong môt gia đình trí thức. Gia đình chị bị xếp vào giai cấp tiểu tư sản, thành phần xã hội mà Friedrich Engels trong tác phẩm Cách mạng và phản cách mạng ở Đức định nghĩa là những kẻ chỉ biết: "khoe khoang, không có khả năng hành động và lẩn tránh một cách nhút nhát khi cần phải làm một cái gì nguy hiểm." Đa số các buổi chỉnh huấn đảng được ghi lại trong nhật ký, chị đều bị phê bình: "Tính tiểu tư sản vẫn còn". Chính chị cũng thừa nhận điều đó khi viết cho Thuận, em nuôi của chị, trong nhật ký ngày 18-5-69 những dòng lãng mạn và tinh nghịch: "Em ơi, bao giờ chị cũng thương em vô hạn, nhưng tình thương đâu phải chỉ là những buổi sáng nắng hồng rực rỡ, những buổi chiều êm ả hay những đêm trăng mênh mông trên

đồng lúa yên lành. Mà tình thương còn là những cơn giông sau những ngày hè êm ả. Vậy đó, làm bạn với một đứa tiểu tư sản thật là phức tạp".

Dù chế độ có nhào nặn thế nào vẫn không xóa hết được những tình cảm tự nhiên trong tâm hồn người con gái nhiều mơ mộng Đặng Thùy Trâm. Trong nhật ký ngày 1-9-68, mặc dù phần trên chị chép lại một câu văn nặng tính đảng của ai đó: "Hãy giữ vững tinh thần của người CS, tinh thần trong suốt như pha lê, cứng rắn như kim cương và chói lọi muôn ngàn hào quang của lòng tin tưởng", thì ngay trong hàng kế chị lại viết: "Nói vậy mà vẫn thấy xót xa, cay đắng và cô đơn lạ thường".

Chị Thùy Trâm phấn đấu để được vào Đảng, vì đơn giản đó là nơi duy nhất chị được dạy để tin vào, để dựa vào, để vươn lên và đó cũng là chiếc thang xã hội mà mọi người, trong đó có chị, phải tìm cách trèo lên chứ chưa hẳn phát xuất từ tình yêu giai cấp. Nếu để ý, chúng ta sẽ thấy chị viết về tình yêu, tình người, tình chị, tình em tự nhiên, ngọt ngào hơn nhiều khi viết về tình đảng. Cái nhiệt tình, đúng ra là háo hức mang tính thời thượng của một người trẻ mong được trở thành đảng viên CS cũng nguội lạnh dần ngay khi chị đưa tay tuyên thệ làm một đảng viên. Nhật ký của chị trong ngày gia nhập Đảng 27-9-68: "Còn niềm vui, sao nhỏ nhoi quá so với ý nghĩa của ngày vui. Vì sao vậy hả Thùy? Phải chăng như hôm nào Thùy đã nói như một đứa con khát sữa mẹ khóc đã mệt rồi, miếng sữa nuốt vào không còn nguyên hương vị thơm ngon và cái thú vị của nó nữa."

Trong những ngày phấn đấu gian nan chị đã cảm thấy Đảng không phải là nơi tập trung những kẻ "sống vì mọi người" như chị được dạy trong môi trường giáo dục ở miền Bắc. Ngày 15-6-68, chị viết những dòng đanh thép: "Điều đáng buồn nhất là

trong những hy sinh gian khổ ấy, Th. chưa thấy được sự công bằng, sự trung thực. Chưa có sự đấu tranh để thắng được những cái ti tiện, đớn hèn cứ xảy ra làm sứt mẻ danh dự của hai chữ Đảng viên và làm mòn mỏi niềm vui say công tác của mọi người trong bệnh xá. Cả mùa khô ác liệt không một lúc nào mình thấy bi quan, mình luôn cười trong gian khổ vậy mà bây giờ mình đau khổ quá đi. Kẻ thù phi nghĩa mình không sợ, mà sợ những nọc độc của kẻ thù còn rớt lại trong đồng chí của mình".

Đọc đoạn văn trên tôi chợt nhớ đến câu trả lời của nhà văn Dương Thu Hương với phóng viên Evan Williams của đài truyền hình Úc trước đây. Giống như chị Thùy Trâm, chị Dương Thu Hương cũng nói về những con người ti tiện: "Tôi không thể tin tưởng một chút gì về chính phủ của mình vì đây là những con người cực kỳ hèn hạ và thấp kém. Họ không có một tí nhân cách nào để tôi tin tưởng cả. Tôi hiểu rất rõ về họ. Họ chỉ hoàn toàn là những con người ti tiện. Những lớp người tốt mà ngày xưa còn chút lý tưởng đã chết, chết hết rồi. Bây giờ chỉ còn lại những người thế chân; đấy là những kẻ đê tiện, những kẻ ăn cắp một cách trắng trợn gian manh".

Và tôi chợt tiếc, phải chi chị Đặng Thùy Trâm còn sống đến hôm nay, trong văn giới Việt Nam hẳn có thêm một Dương Thu Hương can đảm khác.

Như hàng triệu thanh niên lớn lên trong một đất nước bị phân chia, ngăn cách, chị Thùy Trâm khao khát một ngày hòa bình. Chị viết trong nhật ký ngày 4-6-68: "Đêm qua mơ thấy Hòa bình lập lại, mình trở về gặp lại mọi người. Ôi, giấc mơ Hòa bình, Độc lập đã cháy bỏng trong lòng cả ba mươi triệu đồng bào ta từ lâu rồi. Vì nền Hòa bình Độc lập ấy mà chúng ta đã hy sinh tất cả." Vâng, không riêng gì chị Thùy Trâm mà tuyệt

đại đa số người Việt Nam đều mơ ước hòa bình. Giọt nước mắt già nua của mẹ đợi chờ bao nhiêu năm chỉ để khóc trong mừng vui cho ngày con trở lại. Tiếc thay, chị Đặng Thùy Trâm chết sớm nên không có dịp chứng kiến một đất nước hòa bình trong máu và nước mắt chứ không phải trong nụ cười đoàn viên dân tộc mà chị hằng mơ ước. Đất nước không còn tiếng súng nhưng hàng triệu người dắt nhau đi ăn xin trên quê hương vừa thống nhất trong điêu tàn đổ nát. Bóng đêm của nghèo đói phủ trùm lên số phận một dân tộc đã phải chịu đựng hơn một phần tư thế kỷ chiến tranh và tàn phá. Những chuyến đi đày vào những trại tập trung xa xôi đã thay thế cho những giấc mơ hồi hương trong ấm êm hạnh phúc. Những đêm mưa gió bão bùng trên vùng kinh tế mới đã thay cho những giờ phút an vui, quây quần bên bếp lửa gia đình. Là một người có trái tim nhân hậu, nếu còn sống, chị Thùy Trâm sẽ nghĩ sao và làm gì trước những cảnh này?

Không phải chỉ người dân miền Nam thôi mà cả thanh niên miền Bắc cũng là nạn nhân của chế độ. Đọc đoạn nhật ký nói lên ước mơ hòa bình của chị tôi chợt nghĩ đến tâm sự cô đơn, trống vắng của người lính miền Bắc trở về trong bài thơ "Ngày hòa bình đầu tiên" của nhà thơ Phùng Khắc Bắc:

Những sợi nắng xuyên qua nhà mình

Thành những mũi tên

Thành những viên đạn,

Bắn tiếp vào anh không gì che chắn

Phải nhận tất cả,

Van anh.

Hôm qua chưa nhận được một viên đạn

Hôm nay nhận những lỗ thủng

Anh về quê không mang súng

Vũ khí lúc này hai bàn tay

Mẹ giục:

- Ăn cơm, con!

Hòa bình trong canh cua, mồng tơi, cà

Và

Mùi ổ rơm.

Tôi vẫn nhớ ngày đọc xong bài thơ của Phùng Khắc Bắc, tôi dò hỏi về tiểu sử của anh và biết anh đã qua đời sau một thời gian sống trong bịnh hoạn, nghèo nàn, túng quẫn. Đọc tâm sự của một nhà thơ bộ đội trong ngày hòa bình đầu tiên của đất nước để hiểu rằng những xót xa này không phải của riêng ai.

Chị Đặng Thùy Trâm chết trên mảnh đất miền Nam, nơi mà chị cảm thấy "thiết tha gắn bó vô cùng" nhưng chị chưa thực sự sống trong lòng một miền Nam đúng nghĩa. Những công sự tối tăm, những căn lán nhỏ ở Đức Phổ không thể đại diện cho miền Nam. Miền Nam thật sự không có những người "đang rên siết dưới gọng kèm đế quốc", đang thoi thóp chờ "hạt gạo chẻ làm đôi" mang vào từ miền Bắc như giới lãnh đạo Đảng nhồi nhét vào tâm hồn đa cảm của chị. Chị và hàng ngàn thanh niên miền Bắc tình nguyện vào "giải phóng miền Nam" cũng chỉ vì tin như thế. Miền Nam chị chưa gặp là những cánh đồng bát ngát, những dòng sông nhuộm đỏ phù sa, những vườn cây sai trái, những con người chơn chất hiền hòa. Miền Nam chị chưa đến có những con đường phượng đỏ, hàng me xanh tình

tự, những tà áo trắng hồn nhiên, những bài hát đượm tình yêu quê hương và đôi lứa. Miền Nam có hàng triệu người như anh thượng sĩ Nguyễn Trung Hiếu, những người phải chiến đấu trong một cuộc chiến tự vệ vô cùng khắc nghiệt nhưng lúc nào cũng có trái tim nhân hậu dành cho chị và những người cùng máu mủ dù đang phải đứng đâu trong cuộc chiến đau lòng này. Chị Đặng Thùy Trâm chết sớm nên không có dịp nhìn thấy hàng triệu đồng bào miền Nam thân yêu của chị phải dắt dìu nhau ra biển tìm tự do, và chị không còn sống để có cơ hội hiểu được thực chất của chế độ mà chị đã đem hết tuổi thanh xuân để phục vụ.

Chị căm thù lính Mỹ, những người mà chị có lần hằn học miêu tả trong nhật ký ngày 19-1-69 là "bọn quỷ khát máu vẫn đang giày xéo lên quê hương". Đó cũng là điều dễ hiểu. Là một bác sĩ trẻ, rất dễ buồn và đa cảm, mỗi ngày chứng kiến cái chết của bạn bè, anh em, của Khiêm, của Thuận, những người thân thiết nhất trong ngày tháng xa nhà của chị, lòng thù hận dâng cao trong lòng chị là điều không tránh khỏi.

Thế nhưng, sinh ra và lớn lên trong một xã hội đóng khung trong bốn bức tường chuyên chính như con chim non trong lồng sắt, làm sao chị biết được ngoài kia trời đang nắng hay mưa. Suốt 28 năm bị rèn dũa trong một hệ thống giáo dục chỉ trang bị cho chị những câu trả lời mà không cho chị cái quyền được hỏi, làm sao chị hiểu được ai thực sự là những kẻ đang giày xéo quê hương. Làm sao chị hiểu được rằng năm 1959, khi giới lãnh đạo Đảng Lao động Việt Nam quyết định mở đường Trường Sơn "giải phóng miền Nam bằng phương tiện võ lực", số lượng "giặc Mỹ xâm lược" tại miền Nam cũng chẳng nhiều hơn so với số cố vấn Trung Cộng, cố vấn Liên Xô ở miền Bắc.

Làm sao chị hiểu được rằng, vào những năm đầu của thập niên 60, võ khí của Mỹ viện trợ cho miền Nam cũng không nhiều hơn so với võ khí của Trung Cộng và Liên Xô đang ào ạt vận chuyển vào cảng Hải Phòng. Làm sao chị hiểu được rằng khẩu hiệu "Độc lập tự do" chỉ là chiếc bánh vẽ mà dân tộc ta mấy chục năm nay chẳng thể nào ăn được. Làm sao chị hiểu được rằng dù có Mỹ hay không có Mỹ, dù bằng phương tiện hòa bình hay phải "đốt cháy cả dải Trường Sơn" thì chủ nghĩa CS độc tài chuyên chính vẫn phải được thiết lập trên toàn cõi Việt Nam. Và chị làm sao hiểu được nỗi đau của đồng chí, bè bạn, anh em chị còn sống sót, những người đã một thời tin vào Đảng như tin vào ánh sao Hôm sẽ dẫn lối về nhà. Ba mươi năm qua họ vẫn thức dậy mỗi đêm nhìn ánh sao Hôm mà thầm trách lấy chính mình. Trên giá sách họ cũng có những cuốn nhật ký dày và chân thật như của chị, dấu tích của những tháng ngày bão lửa chưa phai, nhưng khác chăng những nhật ký như thế sẽ không bao giờ xuất bản.

Cầu xin hương linh chị phò hộ cho đất nước chúng ta sớm qua đi thời đại của độc tài, hận thù, rẽ chia, ghen ghét, xin chị phò hộ cho các thế hệ Việt Nam hôm nay và mai sau được sống trong dân chủ, tự do, no ấm, biết yêu thương nhau và che chở cho nhau.

Nếu giới lãnh đạo Đảng CSVN còn chút tình nghĩa nào dành cho những người đã chết thay cho họ, xin hãy để chị Thùy Trâm ngủ yên với những ước mơ xanh của chị. Đặng Thùy Trâm đã chết một lần rồi, đừng bắt chị phải chết thêm lần nữa.

MÓN NỢ TUỔI HAI MƯƠI

(Đọc Mãi mãi tuổi hai mươi, nhật ký của Nguyễn Văn Thạc, người lính miền Bắc chết ở chiến trường Quảng Trị 1972)

Tôi đọc nhật ký Mãi mãi tuổi hai mươi của anh Nguyễn Văn Thạc, người lính miền Bắc chết ở Quảng Trị lần đầu trên chuyến bay từ California về lại Boston một thời gian ngắn sau khi phát hành 2005. Nhật ký dày 296 trang, tính cả phần giới thiệu, bắt đầu từ ngày 2 tháng 10 năm 1971, 28 ngày sau khi anh nhập ngũ, đến trang cuối cùng ở Ngã Ba Đồng Lộc ngày 3 tháng 6 năm 1972. Tôi đã có lần đề cập đến Mãi mãi tuổi hai mươi trong một bài viết khác, nhân dịp 30-4 muốn viết một bài riêng.

Anh Nguyễn Văn Thạc sinh ngày 14 tháng 10 năm 1952 tại làng Bưởi, Hà Nội. Cha mẹ anh có đến 14 người con, vốn là chủ nhân một xưởng dệt nhỏ, có thuê người làm nhưng khi chiến tranh bùng nổ phải bán hết và dọn về xã Cổ Nhuế, huyện Từ Liêm. Gia đình đông đúc, đời sống khó khăn, mẹ anh phải đi cắt cỏ bán lấy tiền. Dù nghèo khó, anh Thạc học rất giỏi tất cả các môn, nhất là môn văn. Ngày 6 tháng 9 năm 1971, anh gia nhập bộ đội. Tháng 4 năm 1972 anh được đưa vào Nam.

Anh viết cuốn nhật ký từ ngày 2 tháng 10 năm 1971 đến ngày 3 tháng 6 năm 1972. Trước khi tham gia chiến trường Quảng Trị, anh đã gửi cuốn nhật ký cùng nhiều lá thư về cho anh trai từ ngã ba Đồng Lộc. Hai tháng sau, ngày 30 tháng 7 năm 1972 anh chết tại mặt trận Quảng Trị sau khi chưa tròn một năm trong đời quân ngũ.

Các hệ thống truyền thông của Đảng tuyên truyền rằng trong "một trận đánh ác liệt bên Thành cổ Quảng Trị, chiến sĩ thông tin Nguyễn Văn Thạc đã bị trọng thương mảnh pháo đã cắt ngang đùi trái trận chiến đẫm máu và hy sinh tại Cổ Thành Quảng Trị". Thật ra, theo lời anh Nguyễn Văn Hà người thương binh cùng trung đội truyền tin và cũng là người đã mai táng anh Nguyễn Văn Thạc kể lại với phóng viên báo Tiền Phong, anh Thạc không tham gia trận chiến đẫm máu tại Cổ Thành và cũng chưa bắn một viên đạn nào. Khẩu AK, bốn băng đạn vẫn còn nguyên vẹn. Sau khi vượt sông Ba Lòng, anh Thạc là người đầu tiên trong đơn vị bị pháo binh VNCH bắn trúng. Cũng theo lời anh Nguyễn Văn Hà, anh Thạc còn rất tỉnh táo tuy bị thương ở đùi. Máu ra nhiều nhưng không có y tá để giúp đỡ, không một viên thuốc cầm máu hay giảm đau, và như thế anh Thạc ra máu cho đến chết.

Anh đặt tên nhật ký là Chuyện đời nhưng được thay bằng Mãi mãi tuổi hai mươi khi phát hành vào năm 2005. Giống như Nhật ký Đặng Thùy Trâm, nhật ký Mãi mãi tuổi hai mươi của Nguyễn Văn Thạc qua bộ máy tuyên truyền của đảng đã trở một tác phẩm có số lượng phát hành kỷ lục và gây tiếng vang lớn tại Việt Nam.

Anh Thạc thú nhận "ước mơ thầm kín" của anh là trở thành nhà văn. Cũng vì tập làm nhà văn nên văn trong nhật ký của

anh không có được nét tự nhiên. Anh tả cảnh hơi nhiều. Ví dụ, ngày 20 tháng 11 năm 1971 anh tả trong nhật ký: "Cơn gió thổi từ phía đồi mặt trời qua hồ cá. Sương mù thốc nhẹ lên rặng phi lao ven đường... Con trâu đi ngang, con cá trắng bơi dọc, và những vòng sóng hình tròn toả rộng chung quanh... Sự sống hiện ra ở khắp mọi chiều. Và chỗ nào mà chẳng có mầm xanh, chỗ nào mà chẳng có giọt nắng hình quả trứng lăn nghiêng"; hay ngày 4 tháng 2 năm 1972, thay vì ghi lại những gì xảy ra trong ngày, anh tả một cơn gió mùa: "Cả rừng bạch đàn vặn mình. Những cây bạch đàn thân nâu lốm đốm trắng nghiêng ngả. Những chiếc lá thon dài nằm ngang trong gió. Thấp thoáng trong rừng những mái nhà gianh và những lều bạt. Gió mạnh phần phật những tấm tăng đã cũ. Gió reo vù vù..."

Ngoại trừ tình yêu say đắm dành cho chị Như Anh mà tôi sẽ không nhắc trong bài viết này vì tôn trọng tình cảm riêng tư, anh Thạc là sản phẩm kiểu mẫu của nền giáo dục xã hội chủ nghĩa Việt Nam. Anh không được đi ra nước ngoài dù đi Liên Xô, đi Tiệp. Anh chỉ nghe đài phát thanh Hà Nội, học tập lý luận chính trị từ các bài diễn văn của Lê Duẩn, Phạm Văn Đồng, đọc truyện dịch của các tác giả Liên Xô, đọc thơ Tố Hữu, Phạm Tiến Duật, các nhà thơ Liên Xô, ngoài ra không có một nguồn tư liệu nào khác. Anh tả nhiều hơn viết, một phần cũng vì ở tuổi còn nhỏ sự gần gũi và va chạm với xã hội còn khá ít.

Thần tượng tuổi trẻ của anh Thạc là Paven, tức Pavel Korchagin trong Thép đã tôi thế đấy của Nikolai Ostrovsky. Lại cũng Paven!

Ngày 24 tháng 12 năm 1971 anh viết về thần tượng Paven của anh: "Dạo ấy Paven mới 24 tuổi. Ba năm của thời 20, anh đã sống say sưa, sống gấp gáp và mạnh mẽ. Cưỡi trên lưng con

ngựa cụt hai tai trong lữ đoàn Buđionni anh đã đi khắp miền đất nước. Cuộc sống của anh là một dòng mùa xuân bất tận giữa cuộc đời. Đó là cuộc sống của người Đảng viên trẻ tuổi, cuộc sống của một chiến sỹ Hồng quân. Mình thèm khát được sống như thế. Sống trọn vẹn đời mình cho Đảng, cho giai cấp. Sống vững vàng trước những cơn bão táp của cách mạng và của cuộc đời riêng."

Thép đã tôi thế đấy là một trong những tác phẩm anh Thạc mang theo trên đường vào Nam và được anh trích dẫn khá nhiều. Anh xem đó như là nhựa sống: "Mêrétxép và Paven... Những người đầy nghị lực và có thể nói được họ đã đi tới mục đích của đời mình!" Anh hổ thẹn vì chưa được thành đảng viên CS giống như Paven: "Hôm nay, lần đầu tiên trong đời mình cảm thấy hổ thẹn với mọi người, hổ thẹn với Paven, Pavolusa thân yêu. Mình chưa phải là một đảng viên!".

Ước mơ của chàng thanh niên Việt Nam 20 tuổi Nguyễn Văn Thạc là được sống như Paven Korchagin. Chẳng lẽ anh không biết một số rất đông anh hùng dân tộc Việt Nam, đã sống, chiến đấu và hy sinh cho độc lập tự do của đất nước trong khi còn rất trẻ. Trần Quốc Toản (1267–1285) "phá cường địch báo hoàng ân" năm 18 tuổi. Trần Bình Trọng (1259–1285) "thà làm quỷ nước Nam hơn làm vương đất Bắc" khi 26 tuổi. Nguyễn Thái Học (1902–1930) "chết vì tổ quốc chết vinh quang" lúc 28 tuổi. Cuộc đời họ là những bản hùng ca tuyệt vời gấp ngàn lần hơn anh chàng Nikolai Ostrovsky bị tẩy não kia.

Đọc phóng sự Vua An Nam (Le Roi d'Annam, Nguyễn Duy Chính dịch) của ký giả Jean Locquart đăng trên Le Monde ngày 23 tháng 2 năm 1889 để biết tuổi trẻ Việt Nam đã sống và chết trung liệt như thế nào. Ký giả Jean Locquart tường thuật

khá chi tiết cảnh biệt đội Pháp do Đại úy Boulangier chỉ huy bắt sống vua Hàm Nghi chiều ngày 1 tháng 11 năm 1888:

"Một buổi chiều biệt đội của đại uý được tin là sau khi bị đội lính dõng thiện chiến truy kích liên tục, cựu hoàng lẩn trốn cùng với người tuỳ viên là Tôn Thất Thiệp con trai cựu phụ chính Thuyết tại một làng hẻo lánh và kín đáo trong rừng núi cao nguyên Giai. Biệt đội của Boulangier liền bao vây nơi nhà vua ở và khi cửa chính bị đạp tung ra thì thấy Thiệp đã thức giấc vì tiếng động của vụ tấn công còn vua Hàm Nghi đang ngủ say ở bên cạnh. Cả hai người đều để gươm trần ở bên cạnh và trong tay có khí giới nhưng không chống trả được gì. Thấy chủ soái thất thế, và để tránh cảnh tủi nhục khi bị bắt đem đi, Thiệp toan đâm chết ông [vua Hàm Nghi], nhưng vì quân Pháp dự tính bắt sống nên lập tức nổ súng hạ gục Thiệp. Sau đó họ chặt đầu Thiệp và đem bêu trên cọc tre ở ngoài chợ Dang-Kha là một nơi sầm uất và còn đang xao động."

Hai người gánh cả một non sông trong giai đoạn lịch sử vô cùng bi tráng đó đều chỉ mới 18 tuổi, còn nhỏ tuổi hơn anh Thạc. Tôi tự hỏi, khi dừng chân nghỉ ngơi trong hành trình đầy gian khổ ở Quảng Trị vua Hàm Nghi và Tôn Thất Thiệp nói chuyện gì với nhau. Một ông vua trẻ trước đây chưa từng ra khỏi Huế và một chàng vệ sĩ còn trong tuổi vị thành niên hẳn không có nhiều điều trao đổi. Nhưng có một điều chắc chắn họ đã từng chia sẻ, đó là mơ ước một ngày dân tộc Việt Nam sẽ không còn làm nô lệ cho Tây. Giọt máu của Tôn Thất Thiệp nhỏ xuống trên chiếc cọc tre cắm ngoài chợ Dang-Kha và giọt nước mắt của vua Hàm Nghi nhỏ xuống bên thành tàu Biên Hòa trên đường đi đày cùng có một mùi đắng cay, tủi nhục giống nhau.

Là sinh viên Đại học Tổng hợp Hà Nội và từng là học sinh giỏi văn nhất miền Bắc hẳn anh biết Trần Bình Trọng, Trần Quốc Toản, Hàm Nghi, Tôn Thất Thiệp là ai, rất tiếc anh không được uốn nắn để sống theo những tấm gương trung liệt đó.

Trong mùa hè đỏ lửa năm 1972, hàng trăm ngàn đồng bào Quảng Trị phải bồng bế, gồng gánh nhau chạy vào Huế và Đà Nẵng, những quận Đông Hà, Gio Linh và các khu vực chung quanh Cổ thành Quảng Trị đã trở thành những bãi chiến kinh hồn nhưng trong nhật ký ngày 4 tháng 4 năm 1972, anh hãnh diện chép lại bản tin của đài phát thanh Hà Nội: "Đài phát thanh truyền đi tin chiến thắng rực rỡ của tiền tuyến ở mặt trận Trị-Thiên-Huế ở đường 9, Cam Lộ, Gio Linh, đã diệt 5.500 tên địch; 10 vạn đồng bào nổi dậy - Đài phát thanh tiếng nói Việt Nam đã phải mở thêm các buổi phát thanh để truyền tin chiến thắng của miền Nam anh hùng."

Anh Thạc tin một cách chân thành rằng những tin tức đó là thật. Nếu có một nhà sưu tầm nào thu thập các bản tin chiến sự của đài phát thanh Hà Nội trong suốt cuộc chiến và cộng lại, tổng số tổn thất của quân đội VNCH ít nhất cũng bằng nửa dân số miền Nam.

Trong nền giáo dục CS, anh Thạc không phải mất công tìm kiếm câu trả lời cho những thắc mắc của mình vì Đảng đã có sẵn các câu trả lời cần thiết cho suốt cuộc đời anh. Trong nhật ký ngày 12 tháng 1 năm 1972, khi ưu tư về tương lai, anh Thạc trích ngay câu nói của Lê Duẩn:" Thanh niên hãy lấy sự hy sinh phấn đấu cho cách mạng làm hạnh phúc cao cả nhất của đời mình, đừng để cho tình cảm cách mạng nguội lạnh vì những tính toán được mất cho cá nhân". Không có tình cảm riêng tư nào cả, cách mạng là hạnh phúc cao cả nhất. Anh viết câu nói

của Lê Duẩn vào nhật ký một cách trang trọng tưởng chừng y đang ngồi trước mặt và sau đó yên tâm đi tiếp, không thắc mắc gì thêm.

Dù trong bất cứ một hoàn cảnh nào, cuộc tranh đấu giữa thiện và ác diễn ra không ngừng trong mỗi con người cũng như trên phạm vi xã hội. Cũng có lúc các đặc tính nhân bản, tự do bẩm sinh trong con người anh đứng lên chống lại các yếu tố ác độc, nô dịch của ý thức hệ CS đang dồn dập tấn công. Trong nhật ký ngày 27 tháng 4, anh viết những câu đau xót cho cuộc đời mình: "Phải hết sức trấn tĩnh, tôi mới không xé hoặc không đốt đi cuốn Nhật ký này. Trời ơi! Chưa bao giờ tôi chán nản và thất vọng như buổi sáng nay, như ngày hôm nay cả. Tôi không giải thích ra sao nữa. Người ta giải thích được cần phải trấn tĩnh mới hiểu lý do và lung tung. Còn tôi rời rã tôi chán nản với hết thảy mọi điều, mọi thứ trên trái đất này. Phải, tôi hiểu rằng, với một người con trai đang khoẻ mạnh, đang sung sức, đang ở giữa mùa xuân của đời mình thì buồn nản, thì chán đời là một điều xấu xa và không thể nào tưởng tượng được - Người ta đã chửi rủa biết bao lần những thanh niên như thế - Nhưng tôi biết làm sao khi chính bản thân tôi đang buồn nản đến tận cùng này. Tôi lê gót suốt con đường mòn - Con đường mòn như chính cuộc đời tôi đang mòn mỏi đi đây - Tôi ngồi bệt xuống bờ sông, con sông cạn đang rút nước. Tôi vốc bùn và cát ở dưới lòng sông, và qua kẽ ngón tay tôi nó rớt xuống, rớt xuống. Tôi muốn khóc, khóc với dòng sông".

"Tôi muốn khóc, khóc với dòng sông", khóc cho anh, cho thế hệ anh đang lê gót trên con đường mòn. Nhưng thiện tính bẩm sinh trong con người anh Thạc mong manh như một nhánh tre non giữa cuồng phong thù hận. Anh bị tiêm thuốc độc vào

người từ thuở mới sinh ra, biết đọc, biết viết cho đến tuổi hai mươi. Những vi trùng Pêlêvôi (Người mẹ cầm súng), Marétxép (Anh hùng phi công Marétxép) đã mê hoặc anh bằng một loại chủ nghĩa anh hùng không tưởng. Thiện tính trong anh không chống đỡ nổi, đã gục xuống, đầu hàng để rồi vài hôm sau trong nhật ký ngày 7 tháng 5 năm 1972 anh lại mơ được "Đảng tin và trao cho những nhiệm vụ nặng nề". Anh Thạc không thể thoát ra khỏi được quỹ đạo của bộ máy tuyên truyền CS tinh vi. Mà cũng ít người thoát ra được.

Trong số 8 người bạn học đi thi giỏi văn toàn miền Bắc, phần lớn được đi học nước ngoài, riêng anh và một người bạn khác phải đi bộ đội. Trong nhật ký ngày 24 tháng 5 năm 1972, anh tự hỏi chính mình: "Thạc còn buồn không? Có còn buồn bã vì những năm tháng phải xa trường đại học, vì không được ra nước ngoài học tập - Vì các bạn Thạc, người đi đây, người đi đó, sống êm ả, sung túc với tập giáo trình. Ngày mai, các bạn về, các bạn có kiến thức, các bạn là kỹ sư, là các nhà bác học, còn Thạc sẽ chỉ là một con người bình thường nhất, nếu chiến tranh không cướp đi của Thạc một bàn chân, một bàn tay..." Anh không thể tự trả lời. Tuy nhiên, đoạn nhật ký trong cùng ngày đã giải thích lý do một học sinh hạng A1, giỏi toàn diện và từng đoạt giải giỏi văn nhất miền Bắc như anh lại không được đi học nước ngoài: "Lại nói tiếp về những trang lý lịch - Người ta bắt khai tỉ mỉ hết sức - Nào là ông, bà, cô dì, chú bác. Làm sao mà nhớ được cơ chứ - Ngay cả cái tên mình cũng khó mà nhớ được Nữa là phải nhớ cả ngày tháng năm sinh. Nhớ cả sinh hoạt vật chất và chính trị của các cụ ấy từ ngày mình có lẽ chưa có một chút gì trên trái đất này, ngay cả đó là những tế bào đầu tiên đơn sơ nhất!"

Anh Thạc nhiều tài năng đã chết một cách oan uổng chỉ vì như anh viết "vết đen của quá khứ gia đình đè trĩu hai vai". Cha mẹ anh chẳng phải phạm tội cướp của giết người gì cả nhưng từng có xưởng dệt, mướn thợ làm công và như thế trên quan điểm Marx-Lenin, anh thuộc thành phần tư sản bóc lột, tội ác.

Anh Thạc chưa được kết nạp vào đảng và cũng chưa được làm đối tượng đảng. Anh viết trong nhật ký ngày 7 tháng 5 năm 1972: "Chao ôi, bao nhiêu lần mình ao ước có được hạnh phúc xa vời ấy, được Đảng tin và trao cho những nhiệm vụ nặng nề. Có người sẽ bảo: Thì đấy, anh được đi bộ đội đó thì sao? Chẳng lẽ anh không được Đảng tin cậy mà lại trao nhiệm vụ bảo vệ Tổ quốc à? Không, đừng ai nói thế! Chuyện gì cũng có điều tế nhị của nó. Nói ra ư, không khéo thì trở thành phản cách mạng mất. Có đi trong quân đội mới cảm thấy nỗi khổ của những người không phải Đỏ hoàn toàn". Trong cùng ngày, anh viết: "Cứ mỗi lần khai lý lịch, mình lại buồn, buồn tận sâu xa."

Anh Thạc nhắc đi nhắc lại đến mười một lần hai chữ "lý lịch" trong nhật ký và điều đó cho thấy "vết đen" lý lịch ám ảnh anh sâu đậm đến mức nào. Anh khổ tâm, đau đớn vì lý lịch gốc tư sản của cha mẹ anh trước đây cũng là điều dễ hiểu. Trong xã hội miền Bắc, Đảng là chiếc thang duy nhất đại diện cho quyền lực và quyền lợi mà mọi người phải chen nhau, đạp nhau và ngay cả giết nhau để được trèo lên cao.

Chủ nghĩa CS và chủ nghĩa Quốc Xã Đức giống nhau một điểm quan trọng, đó là sự tin tưởng vào mỗi cá nhân đặt cơ sở trên lý lịch. Chính trị lý lịch không chỉ bảo đảm tính kế tục về giòng giống nhưng còn bảo đảm mục đích của chế độ được hoàn thành trong ngắn hạn cũng như dài hạn. Chính Adolf Hitler, đối thủ hàng đầu của Stalin, đã từng bày tỏ sự thán phục

dành cho Stalin và ca ngợi y trong việc làm thuần khiết hóa đảng CS Liên Xô qua việc loại bỏ các mầm mống Do Thái như Leon Trotsky, Grigory Zinoviev, Lev Kamenev, Karl Radek khỏi nội bộ lãnh đạo đảng. Stalin phê bình quan điểm chủng tộc Aryan siêu việt của Hitler và gọi đó là Phát Xít nhưng chính y lại biện hộ cho chính trị lý lịch dựa trên giai cấp xã hội.

Anh Thạc có yêu nước không? Tôi tin là có. Không những anh Thạc mà rất đông tuổi trẻ miền Bắc tình nguyện lên đường "giải phóng miền Nam" cũng vì lòng yêu nước. Nhưng tình yêu nước của các anh không phát xuất từ trái tim trong sáng của tuổi hai mươi mà được dạy để yêu nước theo quan điểm giai cấp. Miền Nam mà các anh được Đảng mô tả là địa ngục trần gian chứ không phải là những cánh đồng bát ngát, những vườn cây sai trái, những dòng sông nhuộm đỏ phù sa. Người dân miền Nam mà Đảng vẽ trong nhận thức các anh là những người đang rên siết trong gông xiềng "Mỹ Ngụy" chứ không phải là mấy chục triệu người chơn chất hiền hòa chỉ mong được yên ổn để xây dựng cuộc sống mới sau gần một thế kỷ bị thực dân đô hộ. Cũng trong nhật ký ngày 24 tháng 5, anh Thạc tin rằng Sài Gòn ngày đó là một "Sài Gòn tăm tối, dưới ách quân thù".

Anh Thạc hiểu thế nào là tổ quốc? Trong bài thi học sinh giỏi văn miền Bắc in ở phần cuối của nhật ký, anh phân tích tổ quốc: "Được mang ngòi bút của mình phục vụ Tổ Quốc, nhằm giáo dục lập trường và nhân sinh quan CS chủ nghĩa cho nhân dân ta, các nhà thơ ta, bằng nghệ thuật hiện thực xã hội chủ nghĩa, đã tái hiện cuộc sống muôn màu, muôn vẻ của dân tộc ta đang chiến đấu theo quan điểm của chủ nghĩa Mác-Lênin, và dưới ánh sáng đường lối văn nghệ, chính trị của Đảng" hay trong nhật ký ngày 7 tháng 1 năm 1972, anh viết "Tổ quốc vẫn

dựng xây và đánh giặc hai hòn gạch vẫn gắn chặt vào nhau nhờ nhiệt tình của con người CS."

Tổ quốc gắn liền với "lập trường và nhân sinh quan CS chủ nghĩa" hay "gắn chặt vào nhau nhờ nhiệt tình của con người CS" như anh viết nằm bên sông Volga, sông Hoàng Hà chứ không phải sông Hồng, sông Cửu. Đoạn văn anh viết được trích gần như nguyên văn từ các đề cương văn hoá, nghị quyết, bài giảng kinh tế chính trị ở trường mà anh đã nhập tâm. Không phải chỉ một mình anh Nguyễn Văn Thạc mà phần lớn nhà văn miền Bắc không ít thì nhiều đều phạm tội đạo văn của Đảng.

Anh Thạc không phân biệt được sự khác nhau, nói chi đến mâu thuẫn, giữa Tổ quốc và Đảng, giữa ý thức dân tộc nhân bản và chủ nghĩa Marx-Lenin độc tài toàn trị. Đọc bài văn đoạt giải nhất này để thấy bộ máy tuyên truyền của Đảng không những có khả năng điều khiển hành động mà còn có thể sai khiến cả nhận thức của anh. Trong nhật ký ngày 15 tháng 11 năm 1971 anh viết:"Thằng Mỹ, nó thế nào? Trời ơi, sao lâu quá. Bây giờ cái khao khát nhất của ta - cái day dứt nhất trong ta là khi nào được vào miền Nam, vào Huế, Sài Gòn - xọc lê vào thỏi tim đen thủi của quân thù". Anh không biết "Thằng Mỹ, nó thế nào" và vẫn muốn "xọc lê vào thỏi tim đen thủi" của nó. Khủng khiếp thật. Ai dạy anh viết những câu sắt máu vượt qua tuổi tác của anh như thế, chắc chắn không phải cha mẹ anh nhưng từ bộ máy tuyên truyền của Đảng.

Anh Thạc là nạn nhân của một chính sách thuần hóa tinh vi. Mục tiêu hàng đầu của tuyên truyền tẩy não CS là đào tạo những con người biết tuân phục. Thuần khiết toàn xã hội qua sách lược trồng người là mục đích tối hậu của nền giáo dục CS. Đó là lý do tại sao các lãnh tụ CS thích hôn nhi đồng. Từ Lenin,

Stalin, Mao Trạch Đông, Hồ Chí Minh, Kim Nhật Thành cho đến Fidel Castro, Pol Pot đều thích hôn nhi đồng. Hình ảnh "hiền từ" của họ bên cạnh nhi đồng là hình ảnh phổ biến nhất tại các nước CS. Nhà thơ Nguyễn Chí Thiện tả cảnh "hôn nhi đồng" tại miền Bắc trong bài thơ ông viết năm 1970:

Bác Hồ rồi lại bác Tôn

Cả hai đều thích ôm hôn nhi đồng

Nước da hai bác màu hồng

Nước da các cháu nhi đồng màu xanh

Giữa hai cái mặt bành bành

Những khăn quàng đỏ bay quanh cổ cò.

Bộ máy tuyên truyền của CSVN là thành quả được "vận dụng một cách sáng tạo" từ cả hai hệ thống tuyên truyền CS Liên Xô và Trung Cộng nên không lạ gì họ đã lừa gạt bao nhiêu thế hệ thanh niên miền Bắc một cách dễ dàng. Đọc lại nhật ký của anh Nguyễn Văn Thạc để thấy, CSVN vào được Sài Gòn trong ngày 30 tháng 4 năm 1975 bằng nhiều phương tiện nhưng hữu hiệu nhất là phương tiện tuyên truyền.

Trang nhật ký cuối cùng ghi ngày 25 tháng 5 năm 1972, anh Thạc viết: "Kẻ thù không cho tôi ở lại - Phải đi - Tôi sẽ gởi về cuốn Nhật ký này, khi nào trở lại, khi nào trở lại tôi sẽ viết nốt những gì lớn lao mà tôi đã trải qua từ khi xa nó, xa cuốn Nhật ký thân yêu đầu tiên của đời lính. Ừ, nếu như tôi không trở lại - Ai sẽ thay tôi viết tiếp những dòng này? Tôi chỉ ước ao rằng, ngày mai, những trang giấy còn lại đằng sau sẽ toàn là những dòng vui vẻ và đông đúc. Đừng để trống trải và bí ẩn như những trang giấy này."

Anh Thạc không trở lại. Nhật ký ngày 3 tháng 6 năm 1972 chỉ là địa chỉ "Ngã ba đồng lộc". Hết. Những trang giấy còn lại của cuốn nhật ký cũng không phải là những dòng vui vẻ đông đúc như anh muốn. Anh ngã xuống ở Quảng Trị và trên vùng đất đó, máu của nhiều thanh niên miền Nam cũng đã đổ xuống để giành lại Cổ thành Đinh Công Tráng, giành lại Cam Lộ, Đông Hà, Triệu Phong và những vùng đất miền Nam thân yêu khác.

Anh Nguyễn Văn Thạc đã chết. Hàng triệu thanh niên miền Bắc đã chết. Hàng trăm ngàn cựu thương binh miền Bắc may mắn hơn nhưng phải sống phần đời còn lại trong khó khăn túng thiếu với số tiền phụ cấp chỉ vỏn vẹn sáu trăm ngàn và nhiều nhất là ba triệu đồng một tháng cho cả gia đình. Tất cả những mất mát và chịu đựng đó chỉ để hoàn thành mục tiêu CS hóa Việt Nam như đã xác định từ cương lĩnh đảng CSVN 1930, cương lĩnh 1935 và lần nữa khẳng định trong cương lĩnh 1991: "Mục đích của Đảng là xây dựng nước Việt Nam dân chủ, giàu mạnh theo con đường xã hội chủ nghĩa và cuối cùng là thực hiện lý tưởng CS chủ nghĩa". Sau 39 năm, ngoại trừ những kẻ bị tẩy não, một người có nhận thức và theo dõi thời cuộc đều đã nhận ra khẩu hiệu "chống Mỹ cứu nước" chỉ là một chiêu bài và "độc lập, tự do, hạnh phúc" chỉ là chiếc bánh vẽ.

Xương máu của nhiều thế hệ thanh niên miền Bắc đổ xuống chỉ để hôm nay mọc lên những biệt thự nguy nga, sang trọng của các chủ tịch, bí thư, ủy viên trung ương, ủy viên bộ chính trị, những kẻ sống xa hoa trên một đất nước độc tài, tham nhũng, lạc hậu và bị phân hóa đến tận cùng. Đảng CSVN nợ những người đã chết và còn sống trong tật nguyền đau đớn quá nhiều thứ nhưng món nợ lớn nhất mà Đảng không thể nào trả nổi, đó là, món nợ tuổi hai mươi.

CHẾ ĐỘ NÔ LỆ HIỆN ĐẠI

Giới thiệu: Sau 7 giờ tối ngày 25 tháng 12, 1991, chế độ CS toàn trị (totalitarianism), một hệ thống nhà nước bằng phương tiện bạo lực để kiểm soát tuyệt đối và đặt ra ngoài vòng pháp luật mọi hình thức đối lập, tại Liên Xô chính thức cáo chung. Nhưng cũng từ đó, một chế độ toàn trị công nghệ (techno-totalitarianism) ra đời. Chế độ toàn trị mới mang đầy đủ các đặc tính toàn trị cổ điển cộng với các tiến bộ kỹ thuật sau cách mạng tin học đầu thập niên 1990. Tương tự, chế độ nô lệ cổ điển trên danh nghĩa đã bị hủy bỏ tại Mỹ và các nước Châu Âu sau thế kỷ 18, tuy nhiên, trên nhiều phần của thế giới, chế độ nô lệ không hoàn toàn bị hủy bỏ mà chỉ biến thể không chỉ nô lệ thân xác mà còn nô lệ tư tưởng.

Nhiều thư viện Mỹ còn giữ một lá thư đầy tranh cãi của Willie Lynch đọc bên bờ sông James, tiểu bang Virginia, năm 1712. Lá thư nhằm cố vấn cho các chủ nô da trắng những cách để kiểm soát nô lệ da đen.

Tranh cãi vì nguồn gốc của lá thư nhiều hơn vì nội dung của nó. Nhiều nhà phân tích và ngôn ngữ học cho đó là lá thư giả nhưng cũng nhiều người cho rằng dù giả hay thật các ý chính

của lá thư phản ảnh đúng sự thật lịch sử của chế độ nô lệ tại Mỹ thế kỷ 16.

Theo lá thư, trên đường đến bờ sông James, Willie Lynch bắt gặp cảnh một người nô lệ bị treo cổ trên cành cây, và ông ta phê bình hình phạt này. Willie Lynch phê bình không phải việc làm thất nhân tâm hay thương xót cho số phận người nô lệ mà vì các chủ nô Mỹ phung phí một phương tiện sản xuất.

Bản thân Willie Lynch cũng là một chủ nô và trong mắt chủ nô Willie Lynch con người, con bò hay con ngựa cũng chẳng khác chi nhau. Ông viết trong thư : "Tôi ngửi thấy mùi của một nô lệ chết treo trên cây cách đó vài dặm. Bạn đang mất đi hàng hóa có giá trị do bị treo cổ, bạn phải đối phó với các cuộc nổi dậy, nô lệ bỏ trốn, mùa màng của bạn đôi khi bị bỏ lại trên cánh đồng quá lâu để có được lợi tức tối đa, thỉnh thoảng bạn bị hỏa hoạn, gia súc của bạn bị giết. Thưa các bạn, các bạn biết vấn đề của các bạn. Tôi không cần phải giải thích chi tiết. Tôi không ở đây để liệt kê các vấn đề của bạn, tôi ở đây để giới thiệu cho bạn phương pháp giải quyết chúng."

Nói đến đây, Willie Lynch đề ra ba phương pháp để kiểm soát nô lệ, đó là SỢ HÃI, TIN TƯỞNG và GANH TỊ. Theo ông, (1) phải làm cho nô lệ sợ hãi nhưng đồng thời cũng (2) làm cho nô lệ tin tưởng và phụ thuộc vào chủ nô, và ngoài ra, (3) phải làm cho nội bộ của giới nô lệ liên tục thù hận nhau, ganh tị nhau và chia rẽ nhau.

Mặc dù nguồn gốc của lá thư còn được tranh luận, nội dung của nó được trích dẫn rất nhiều trong các sách vở, phim ảnh và cả diễn văn của các chính khách.

Lá thư được in trong tuyển tập "*Làm Nên một Nô Lệ*" (The Making of a Slave) hay trong phim *The Great Debaters* do tài tử nổi tiếng Denzel Washington đóng. Nội dung lá thư của Willie Lynch còn lưu trữ tại các thư viện và in thành sách phát hành trên Amazon.

Lá thư cho đến nay vẫn còn phổ biến và được trích dẫn khá nhiều vì ba điều Willie Lynch chỉ dẫn các chủ nô da trắng ba thế kỷ trước vẫn còn đang được các chế độ độc tài áp dụng.

Các nhà nghiên cứu gọi là chế độ nô lệ thời hiện đại (modern slavery) để thay cho chế độ nô lệ thời Willie Lynch.

Chế độ nô lệ tồn tại rõ nét về cả nội dung lẫn hình thức tại Bắc Hàn qua cưỡng bách lao động, nô lệ dựa theo lý lịch (Descent–based slavery), nô lệ trẻ em (Child slavery)...

Bắc Hàn không thừa nhận mình là CS, nhưng thực chất chế độ Bắc Hàn chỉ là CS biến thể với sự pha trộn thêm cái gọi là "tư tưởng Kim Nhật Thành". Các đặc tính độc tài toàn trị, tẩy não, khủng bố vẫn là CS.

Ủy ban Nhân Quyền Bắc Hàn trưng bày các bằng chứng phim ảnh chụp bằng vệ tinh để chứng minh sự tồn tại của các nhà tù chính trị tại Bắc Hàn. Không chỉ cá nhân người bị bắt mà cả gia đình gồm vợ hay chồng và con cái của người đó cũng bị bắt và giam giữ suốt đời trong các nhà tù với điều kiện vô cùng tệ hại. (The Hidden Gulag Second Edition The Lives and Voices of "Those Who are Sent to the Mountains", David Hawk, Committee for Human Rights in North Korea)

Tại Bắc Hàn, tội "thù địch chống lại đảng và nhà nước" không phải vì lập đảng, lập tổ chức mà bất cứ một hành động

hay cử chỉ nào dù nói chuyện riêng tư với bạn bè, tin đồn, có thái độ nghi ngờ, vẽ một bức tranh không thích hợp với chủ trương nghệ thuật của đảng đều bị kết tội tù chính trị.

Nhiều năm quá đói người dân Bắc Hàn phải ra đồng đào rễ, cắt cỏ và hái lá để ăn trong khi gia đình họ Kim sống như một đế vương. Mồ hôi nước mắt của nhân dân Bắc Hàn được dùng để chế bom nguyên tử, mua súng đạn và xây tượng đài. Theo một số ước lượng, hiện có 34 ngàn tượng đài của ba đời họ Kim tại Bắc Hàn. Trung bình, một tượng đài dành cho 750 người dân Bắc Hàn. Ủy Ban Tội Ác Chiến Tranh thuộc Luật Sư Đoàn Quốc Tế (IBA) kết tội gia đình họ Kim vào 10 tội ác chống lại nhân loại gồm ám sát, tra tấn, bắt làm nô lệ tình dục, bỏ tù và các tội ác trầm trọng khác.

Luật sư Thomas Buergenthal, một luật sư nổi tiếng và cũng là người sống sót trại tù Auschwitz đang làm việc tại IBA cho biết "các trại tù ở Bắc Hàn còn khủng khiếp hơn, tệ hại hơn" các trại tù Đức Quốc Xã.

Chế độ nô lệ hiện đại (modern slavery) cũng tồn tại tại Trung Quốc, nơi chế độ toàn trị công nghệ (techno-totalitarianism) đang kiểm soát tuyệt đối các mặt của đời sống xã hội. Chế độ toàn trị công nghệ độc ác hơn chế độ toàn trị cổ điển vì được cộng thêm các kỹ thuật mới ra đời sau cách mạng tin học.

Không chỉ đối với dân Trung Quốc, với các công ty quốc tế Trung Cộng cũng trả thù một cách thô bạo mọi thái độ và tuyên bố vi phạm các nguyên tắc toàn trị của chế độ. Tháng 10, 2021, hãng H&M's gởi ra một bản tuyên bố bày tỏ sự "quan tâm đối với những lời tố cáo về tình trạng lao động cưỡng bách tại Khu Tự Trị Tân Cương" và không dùng bông sản xuất từ

khu vực của người Duy Ngô Nhĩ. Kết quả, hãng H&M's bị thiệt hại trầm trọng trên thị trường Trung Quốc. Nhiều tiệm trong đó có tổng hành dinh Trung Quốc của hãng tại Thượng Hải phải đóng cửa.

Tại các nước CS còn lại, mức độ làm cho người dân sợ hãi qua việc khống chế và tiếm đoạt đời sống tinh thần vẫn không kém gì so với thời của chủ nô Willie Lynch. Mất các quyền tự do căn bản hay bị đóng khung trong các khuôn khổ nhất định nào đó, con người thực chất cũng chỉ là nô lệ.

Quyền tự do chính trị (political freedom) là quyền công dân một quốc gia được tự do tham gia vào tiến trình chính trị của quốc gia đó dù với tư cách cá nhân, thiểu số hay đa số. Trong ba chỉ dẫn của Willie Lynch, chỉ dẫn làm cho những nô lệ tin tưởng và phụ thuộc vào chủ nô là quan trọng nhất.

Làm thế nào để giữ lòng tin trong dân chúng để họ thừa nhận tính chính danh của đảng? Câu trả lời là "Thuần hóa lịch sử".

"Thuần hóa lịch sử" (Historical domestication) là một khái niệm bắt đầu trong thực vật học. Đó là quá trình thay đổi giống của một loại trái cây. Ba ngàn năm trước có thể chỉ có mỗi một loại cà chua, ngày nay vô số, cà chua bi, cà chua cherry, cà chua tím... Cứ mỗi vài năm lại có một loại cà chua mới. Các nhà thực vật học Ba Tây chỉ cần ba năm để tạo nên một giống cà chua nhiều chất dinh dưỡng hơn bằng phương pháp gọi là CRISPR (Clustered Regularly Interspaced Short Palindromic Repeats). Theo phương pháp này các nhà thực vật học sửa đổi DNA, trong trường hợp này là cà chua, để tạo nên giống cà chua khác.

Trong chính trị học và xã hội học, "thuần hóa lịch sử" là một quá trình biến con người thành nô lệ về mặt nhận thức.

Tại Việt Nam, đảng CS "thuần hóa lịch sử" bằng cách cấy vào nhận thức của người dân những quan điểm chủ quan áp đặt của đảng về lịch sử dân tộc. Những khẩu hiệu tuyên truyền như "chống Mỹ cứu nước", "từ thực dân pháp đến quốc Mỹ", "giải phóng miền Nam, thống nhất đất nước" được lặp đi lặp lại thành những thành ngữ mang tính mặc định không thay đổi hay đặt vấn đề, không chỉ được dùng trong tuyên ngôn, tuyên cáo, nghị quyết, cương lĩnh mà cả trong câu nói đầu môi, trong truyền khẩu dân gian.

Quan điểm chủ quan đó như một loại vi khuẩn độc hại ăn sâu và tàn phá não bộ của mỗi người. Theo thời gian, quan điểm về lịch sử không còn của đảng nữa mà trở thành thành trì nhận thức (comfort zone) của chính người bị tẩy não. Một khi thành trì nhận thức bị chạm đến, không cần đảng phải lên tiếng mà người bị tẩy não sẽ lên tiếng binh vực cho đảng.

Từ thời Lenin, Mao cho tới nay các giới lãnh đạo CS nghĩ rằng họ không cần phải đổi mới bộ máy cầm quyền mà chỉ cần thay đổi cách nhìn của người dân về bộ máy cầm quyền là đủ. Tại các nước dân trí thấp, phương pháp đó thường có hiệu quả cao.

Các chiến dịch "Đả hổ diệt ruồi" (Killing tigers, swatting flies) của Tập Cận Bình hay "đốt lò" của Nguyễn Phú Trọng chỉ nhằm trang điểm khuôn mặt đảng sáng sủa hơn nhằm thay đổi cách nhìn và qua đó chinh phục lòng tin của dân chúng. Khi ông Nguyễn Phú Trọng qua đời, không tính thành phần bị tẩy não hay báo chí của đảng, nhiều nhà văn, nhà thơ, những

người tự nhận có khuynh hướng đổi mới, đề cao phản biện xã hội đã thương tiếc ông Trọng thật lòng. Lý do? Trong đáy lòng họ, tức trong thành trì nhận thức (comfort zone), vẫn còn chất chứa một niềm tin vào đảng CS.

Do đó khi nhìn những đổi thay trên thế giới như Syria, Ai Cập hay đang mỗi ngày xuống đường tranh đấu như Venezuela, Iran trong lòng những người Việt quan tâm cảm thấy hồi hộp, nôn nao và chờ đợi. Không đâu. Việt Nam trước mắt vẫn như một hồ Tây yên tĩnh, thỉnh thoảng gợn lên cơn sóng nhỏ khi một làn gió nhẹ thổi qua thoạt trông rất nên thơ nhưng không tạo nên một thay đổi căn bản nào cho cuộc đời những người đang ngồi trên ghế đá bên bờ.

Việt Nam không phải là Syria, không phải là Tunisia, không phải là Ai Cập, không phải là Libya. Cơn gió lớn của mùa xuân Á Rập thổi bay hàng loạt các cơ chế chính trị độc tài ở vùng này từ năm 2011 nhưng chưa thổi đến Việt Nam.

Tư tưởng nô lệ hiện đại qua chính sách tẩy não vẫn còn chế ngự trong nhận thức của nhiều người Việt. Thay đổi đất nước phải bắt đầu từ thay đổi nhận thức của người dân và đó là một nỗ lực lâu dài. Nhưng nhanh hay chậm, xa hay gần thay đổi vẫn sẽ phải xảy ra bởi vì khát vọng tự do của con người dù ở đâu cũng giống nhau.

Lịch sử nhân loại cho thấy, khi những người bị áp bức đứng lên, số phận của họ và xã hội họ sống sẽ thay đổi. May mắn tại Việt Nam, một số người, dù còn ít, đã can đảm đứng lên chấp nhận tù đày. Chuyến tàu lại tiếp tục lao về phía trước cho một bình minh sẽ đến nay mai.

NGƯỜI NÔNG DÂN XỨ SIERRA LEONE VÀ TRÍ THỨC NƯỚC CHXHCN VIỆT NAM

Đầu tuần này, ngày 5 tháng 3, 2014, Tổng thư ký Liên Hiệp Quốc Ban Ki-moon thăm viếng Cộng Hòa Sierra Leone nhân dịp các lực lượng Liên Hiệp Quốc làm lễ chính thức chấm dứt các hoạt động bảo vệ hòa bình ở quốc gia này.

Phát biểu tại buổi lễ, TTK LHQ Ban Ki-moon cho rằng "Sierra Leone đại diện một trong những trường hợp phục hồi sau chiến tranh thành công nhất trong thế giới về bảo vệ và kiến tạo hòa bình". Ông cũng ca ngợi nhân dân Sierra Leone đã can đảm vươn lên từ điêu tàn đổ nát để có một quốc gia ổn định như hôm nay và nhắc nhở các quốc gia đã từng bị chiến tranh tàn phá nên học bài học Sierra Leone.

Lời phát biểu của TTK Liên Hiệp Quốc Ban Ki-moon làm sáng lên trong ký ức tôi hình ảnh anh nông dân, nụ cười chiến thắng của anh và thiên anh hùng ca dân chủ anh viết lên bằng đôi tay đẫm máu của mình.

Nhớ lại mười hai năm trước, khi đọc xong bản tin về ngày bầu cử tự do đầu tiên sau cuộc chiến tranh dài tại Cộng hòa

Sierra Leone trong đó có nhắc đến trường hợp của anh nông dân Ismail Darramy, tôi vội vã vào Internet tìm tấm hình của anh, tải xuống máy, cất giữ kỹ lưỡng và thỉnh thoảng lại lấy ra xem. Tấm hình anh dùng chân phải để kẹp lá phiếu bỏ vào thùng trong buổi sáng đẹp trời ngày 14 tháng 2 năm 2002 trên quê hương Sierra Leone chưa phai mùi súng đạn của anh sẽ không bao giờ phai đi trong ý thức tôi. Tôi đã viết một bài ngắn về anh vào năm 2006 và hôm nay tôi lại muốn viết thêm.

Anh không phải là Albert Lutuli, Nelson Mandela, Desmond Tutu hay Kofi Annan tên tuổi của Châu Phi. Anh Ismail Darramy chỉ là một nông dân bình thường và trước tháng 2, 2002, có lẽ ngoài gia đình anh, không ai biết đến anh. Nhưng nụ cười của anh, hai cánh tay cụt của anh, bàn chân trái kẹp lá phiếu của anh xuất hiện trên mặt báo đã trở thành biểu tượng cho khát vọng tự do dân chủ của những ai đang tranh đấu cho một trong những quyền căn bản của con người: quyền bầu cử tự do.

Anh Ismail Darramy tươi cười là phải. Hôm đó là ngày anh đi bỏ phiếu để bầu nên một chính phủ dân chủ đầu tiên cho quê hương anh sau một cuộc nội chiến đẫm máu kéo dài suốt 11 năm. Nụ cười của anh đúng nghĩa là nụ cười chiến thắng. Vâng, anh Darramy cuối cùng đã chiến thắng trước súng đạn của quân phản loạn được mệnh danh là Mặt trận Đoàn kết Cách mạng Sierra Leone (RUF). Không có chiến thắng nào mà không phải hy sinh. Anh Ismail Darramy đã hy sinh cả hai bàn tay, không phải ngoài mặt trận mà trong phòng bỏ phiếu. Trong cuộc bầu phiếu cưỡng bách và gian lận lần trước, anh đã nhất định không bỏ phiếu cho quân phiến loạn RUF. Chúng

đã trả thù bằng cách chặt đứt cả hai bàn tay của anh. Vì không có hai tay, anh đã phải dùng chân để bỏ phiếu.

Anh chịu đựng đớn đau, vợ con anh đói khổ khi anh không còn tay để canh tác cũng chỉ vì một lá phiếu. Thế nhưng, xin đừng hỏi anh Ismail Darramy định nghĩa dân chủ là gì, đa nguyên là gì, thế nào là các nguyên tắc phân quyền trong một xã hội pháp trị. Anh Ismail chắc sẽ vô cùng lúng túng. Dân chủ đối với anh Ismail Darramy là quyền tự nhiên mà bất cứ một con người cũng phải có, như con nai được uống nước bên bờ suối, con cá được lội tung tăng dưới sông, con sâu đo mình trên cọng lá xanh, con chim hót trên cành. Bình thường và đơn giản như thế đó.

Thế kỷ hai mươi là thế kỷ của nhiều thảm hoạ nhân loại nhưng đồng thời cũng là thế kỷ đánh dấu khả năng của con người có thể vượt qua thảm hoạ bằng con đường dân chủ. Năm 1974, chỉ có 41 nước trong số 150 quốc gia trên thế giới theo chế độ dân chủ, phần lớn là các quốc gia kỹ nghệ tân tiến Châu Âu. Năm 1990, ba phần năm tổng số quốc gia trên thế giới theo chế độ dân chủ. Từ anh chăn cừu trên thảo nguyên Mông Cổ cho đến người thợ mỏ da đen ở Nam Phi đều đã có quyền chọn lựa người lãnh đạo của mình. Và ngày nay, dân chủ đã trở thành một hiện tượng toàn cầu (a global phenomenon) như Giáo sư Larry Diamond của viện Hoover nhấn mạnh.

Đọc bảng liệt kê thể chế chính trị của các quốc gia trên thế giới tôi cảm thấy vui buồn lẫn lộn. Thật vui mừng khi biết trong danh sách các quốc gia theo thể chế dân chủ phân quyền có những nước cách đây không lâu còn rên xiết dưới gót độc tài như Congo, Botswana, Nigeria, Zambia, Ethiopia, Nicaragua,

Guinea và Serria Leone, quê hương của anh Ismail Darramy, nhưng cũng buồn thay, trong bản liệt kê, một góc nhỏ như tách rời khỏi cộng đồng nhân loại, ghi tên những quốc gia đang bị cai trị bởi một đảng độc tài, trong đó có Việt Nam.

Sierra Leone giống Việt Nam vì đều chịu đựng một trăm năm dưới ách thực dân và nhiều năm trong chiến tranh tàn phá.

Cho đến đầu thế kỷ 17, Sierra Leone, quốc gia Tây Phi, chỉ là trạm dừng chân của những tay buôn nô lệ. Thủ đô Freetown là nơi những người nô lệ được trả tự do từ châu Âu và châu Mỹ chọn làm quê hương. Vừa bước qua khỏi chế độ nô lệ, dân Sierra Leone lại phải chịu đựng hơn 100 năm dưới ách thực dân Anh cho đến khi được trao trả độc lập vào năm 1961. Được độc lập không bao lâu, quốc gia lạc hậu về mọi mặt này lại lâm vào nội chiến dài 11 năm với hàng trăm ngàn người bị chết.

Năm 1999, lịch sử Sierra Leone bước vào một bước ngoặt quan trọng. Với sự can thiệp mạnh mẽ của Liên Hiệp Quốc, nền hoà bình được tái lập và một chính phủ dân sự được bầu lên. Từ một nước bị xem như chậm tiến nhất thế giới, từ năm 2002, Sierra Leone đã chập chững bước đi trên con đường dân chủ hoá và đã đạt được những bước đầy khích lệ không ngờ.

Việt Nam cũng chịu đựng không kém gì Sierra Leone. Trong gần 100 năm dưới ách thực dân, hàng ngàn người Việt Nam không phải chỉ bị mất hai tay nhưng còn bị mất cả đầu chỉ vì dám nói lên tiếng nói thật của lương tâm họ. Nhưng cho đến nay, sau nhiều thế kỷ đấu tranh bằng xương máu, người dân Việt vẫn chưa có cái quyền tối thiểu mà anh Ismail Darramy và phần lớn nhân loại đang có. Ước mơ độc lập tự do của bao thế hệ Việt Nam vẫn còn là mơ ước.

Sierra Leone khác Việt Nam vì Sierra Leone đang cố gắng xây dựng căn nhà dân chủ và Việt Nam còn chìm đắm trong chế đọc độc tài.

Theo báo cáo của Bộ Ngoại giao Mỹ, ngoài một số các hiện tượng tiêu cực còn tồn đọng, về nhân quyền, chính phủ Sierra Leone không hề vi phạm một hành động giết người, bắt cóc hay mất tích vì các lý do chính trị. Về tự do báo chí, chính phủ tôn trọng quyền tự do ngôn luận, không có nạn sửa đổi nội dung tác phẩm, bỏ tù tác giả, kiểm duyệt sách báo, ngoại trừ các báo tự kiểm duyệt để phù hợp với luật pháp hay quan điểm riêng của họ. Các bài bình luận chính trị trên các báo đều do chủ bút hay các cây bút bình luận chủ lực đích thân viết chứ không nhận bản sao từ ban tư tưởng trung ương.

Mặc dù kỹ thuật, kinh nghiệm nghề nghiệp và tinh thần báo chí của các nhà báo còn thấp, tại thủ đô Freetown cũng đã có 36 tờ báo, phần lớn là báo độc lập, tư doanh hay cơ quan ngôn luận của các đảng phái chính trị. Báo chí có khuynh hướng phê bình các chính sách của nhà nước nhưng không có báo nào bị đóng cửa vì lý do chống đối nhà nước. Vì trình độ đọc chữ còn thấp nên các đài phát thanh vẫn còn đóng vai trò quan trọng trong truyền thông đại chúng nhưng là những tiếng nói tự do, độc lập chứ không phải chỉ là cái loa của đảng cầm quyền. Luật pháp Sierra Leone tôn trọng quyền tự do hội họp và trong tổng quát, nhà nước tôn trọng quyền đó của người dân. Các cuộc biểu tình do các đảng phái đối lập tổ chức để phản đối một số chính sách của chính phủ thỉnh thoảng vẫn xảy ra nhưng không phải vì thế mà chính phủ lại mang đại pháo xe tăng ra ngăn chặn. Suốt năm 2005 có 11 người biểu tình bị bắt nhưng không phải vì chính kiến bất đồng mà vì cản trở lưu thông công

cộng. Khoảng 60% dân Sierra Leone theo đạo Hồi nhưng các tôn giáo khác như Tin Lành, Anh Giáo v.v. có ảnh hưởng quan trọng trong 40% còn lại.

Cũng theo báo cáo của Bộ Ngoại giao Mỹ, chính phủ Sierra Leone nói chung tôn trọng quyền tự do tôn giáo và tự do hành đạo. Các xung đột tôn giáo trong một nước mà nhiều nơi còn sinh hoạt theo tập quán riêng của từng bộ lạc, hẳn nhiên khó mà tránh khỏi nhưng phần lớn các xung đột tôn giáo đều được giải quyết bởi một hội đồng liên tôn gồm đại diện các tôn giáo tại địa phương chứ không có bàn tay nhà nước dính vào. Người dân Sierra Leone đi lại trong nước không cần giấy phép, trình báo hay kê khai hộ khẩu khi ở lại đêm. Những người dân Sierra Leone lưu lạc khắp năm châu trong thời chiến được quyền tự do hồi hương và chọn lựa nơi cư trú chứ không bị chỉ định cư trú và không phải đút lót cho các viên chức nhà nước khi mua nhà cửa. Cuộc bầu cử tự do lần đầu tiên năm 2002 dưới sự giám sát quốc tế được xem như công bằng và trong sạch. Vào năm 2004, các chức vụ cấp địa phương cũng đã được bầu bán một cách tự do chứ không còn do nhà nước trung ương chỉ định như trước nữa.

Sierra Leone còn rất lâu để trở thành một nước cường thịnh hay xây dựng cho họ một căn nhà dân chủ ổn định nhưng ít nhất họ đã đặt được những viên đá cần thiết làm nền móng cho một cơ chế chính trị nơi đó quyền của con người được luật pháp bảo vệ, một nền kinh tế có khả năng kích thích sản xuất, nâng cao đời sống, và một xã hội nơi các thế hệ măng mon của Sierra Leon sẽ trưởng thành trong hy vọng. Họ có được điều đó nhờ sự giúp đỡ tận tình của các nước dân chủ qua trung gian của Liên

Hiệp Quốc về kinh tế cũng như về quân sự nhưng chắc chắn phần chính vẫn nhờ vào những người như anh Ismail Darramy.

Sierra Leone không có bốn ngàn năm văn hiến, không có những thời đại hiển hách Lý Trần, phá Tống bình Chiêm, Rạch Gầm Xoài Mút. Người dân xứ Sierra Leone không có nhiều quá khứ. Lịch sử của đất nước họ là một chuỗi ngày buồn. Tổ tiên họ là những nô lệ được trả tự do nhưng không có một nơi để trở về. Thậm chí, trong số 400 người đầu tiên đến Sierra Leone vào năm 1787, có 70 người là gái bán dâm lưu lạc. Theo tài liệu của Ngân hàng Thế giới, trong số 6 triệu người dân Sierra Leone chỉ có 29% dân số trên 15 tuổi là biết đọc biết viết và chỉ có 44% trẻ em trong tuổi đi học đã có cơ hội đến trường.

Thế nhưng tại sao Sierra Leone có dân chủ mà Việt Nam thì chưa?

Nhiều lý do nhưng tôi nghĩ một trong những lý do Việt Nam chưa có dân chủ, không phải vì tỉ lệ người dân biết đọc và viết tại Việt Nam thấp hơn con số 29% hay số học sinh ghi danh đi học ít hơn con số 44% của Sierra Leone, mà trái lại vì thành phần trí thức, định nghĩa một cách tổng quát là thành phần khoa bảng, có trình độ học vấn cao, ưu tú về các lãnh vực thuộc khoa học nhân văn, trong xã hội Việt Nam quá đông. Việt Nam ngày nay không còn là đất nước ra ngõ gặp anh hùng mà bước ra ngõ nếu không chạm mặt tiến sĩ thì cũng đụng đầu thạc sĩ.

Trước khi viết về thành phần trí thức này tôi xin dừng lại ở đây để xin lỗi và cám ơn những trí thức, những văn nghệ sĩ Việt Nam chân chính, bằng trí tuệ của mình đang công khai hay âm thầm truyền bá các giá trị tốt đẹp của tự do, dân chủ, nhân bản và văn minh nhân loại trong điều kiện và hoàn cảnh

riêng của họ. Trong giờ phút này, tôi thật sự tin, ở nhiều nơi trên đất nước Việt Nam, trái tim của những trí thức, những nhà văn, nhà thơ, nhà báo chân chính đó vẫn nhịp chung nhau một nhịp khát khao, vẫn nghĩ đến nhau dù đang đi trên nhiều ngả đường khác nhau và tuy không nói ra, trong tâm thức, họ vẫn hẹn nhau chung một nẻo về cũng như cùng hướng đến một bình minh dân tộc.

Tuy nhiên, thành thật mà nói lực lượng trí thức và văn nghệ sĩ Việt Nam chân chính còn quá ít để kéo nổi con tàu cách mạng với những toa sét rỉ và chất đầy quá khứ. Trong khi đó, đại đa số trí thức Việt Nam vẫn còn cong lưng phục vụ cho giới lãnh đạo đảng CS, vẫn còn nặng ơn mưa móc của Đảng mà thờ ơ trước những chịu đựng của đất nước. Thành phần này, chẳng những không đóng góp được gì vào việc làm thăng tiến xã hội, thúc đẩy nhanh hơn cuộc cách mạng tự do và nhân bản, giúp đưa dân tộc chúng ta vượt qua những bế tắc tư tưởng và chính trị để hội nhập vào dòng thác tiến bộ của nhân loại, mà với khả năng bồi bút họ đã trở thành bức tường chắn ngang tiến hình đó.

Đọc bài báo tố tham nhũng nhưng chính là để nịnh Đảng một cách vụng về của bà Tôn Nữ Thị Ninh viết vài năm trước: "Cần có một cơ chế "đối trọng" (phương Tây gọi cơ chế này là checks and balances). Đối trọng của ta là trong phạm vi chế độ, là sự kiểm tra giám sát của các đoàn thể quần chúng, chứ không phải là đối trọng về chính trị. Quốc hội có vai trò, tư pháp cũng phải độc lập, đoàn thể phải vào cuộc, nếu không hệ thống chính trị của ta sẽ không có cơ chế tự điều tiết".

Hẳn nhiên, tiếp cận nhiều với sinh hoạt chính trị dân chủ Âu Châu trước đây, bà Ninh biết rõ khái niệm kiểm soát và cân bằng (checks and balances) để chỉ sự kiểm soát lẫn nhau và giữ

sự cân bằng giữa các ngành trong các chế độ dân chủ pháp trị. Nguyên tắc này ra đời nhằm giới hạn quyền hành của ngành hành pháp thường rất dễ bị lạm dụng. Sự đối trọng giữa các ngành trong cơ chế chính trị chỉ hữu hiệu khi các ngành đó có được sự độc lập về quyền hạn và trách nhiệm. Xin hỏi bà, tại Việt Nam, làm thế nào để có sự đối trọng khi toàn bộ sinh hoạt không chỉ trong kinh tế, chính trị mà cả văn hóa, tư tưởng, giáo dục, xã hội chỉ đạo bởi một đảng duy nhất là đảng CS?

Mới đây, giống bà Ninh năm nọ, Thứ trưởng Bộ Ngoại giao Hà Kim Ngọc lại một lần nữa phát biểu tại phiên họp Định kỳ Phổ quát (UPR) tại Geneva: “Chính sách nhất quán của Nhà nước Việt Nam là tôn trọng, bảo vệ và thúc đẩy tất cả các quyền và tự do cơ bản của con người, coi đó là nguyên tắc cơ bản của các chiến lược và chính sách phát triển kinh tế - xã hội của đất nước.”

Là một quốc gia hội viên Liên Hiệp Quốc và là thành viên của Hội đồng Nhân quyền Liên Hiệp Quốc, lãnh đạo CSVN không thể không công nhận công ước quốc tế quan trọng hàng đầu và có tính cách chủ đạo về quyền cơ bản của con người là Tuyên ngôn Quốc tế Nhân quyền (Universal Declaration Of Human Rights) được công bố vào năm 1948 cùng với hai công ước liên hệ là Công ước Quốc tế về Những quyền Dân sự và Chính trị (International Covenant On Civil And Political Rights, International Covenant On Economic, Social And Cultural Rights) được công bố năm 1966 và Công ước Quốc tế về Những quyền Kinh tế, Xã hội và Văn hoá (International Covenant On Economic, Social And Cultural Rights).

CSVN ký kết hầu hết các công ước quốc tế nhưng thưa ông Hà Kim Ngọc, đã thực hiện được một điều nào trong các công

ước quốc tế nhân quyền gồm quyền tự do bầu cử, ứng cử, phát biểu, hội họp, đi lại, tín ngưỡng, bình đẳng trước pháp luật, thành lập công đoàn chưa?

Trên rất nhiều bài viết, các dư luận viên cao cấp của chế độ suốt ngày ra rả "Đảng và Nhà nước Việt Nam luôn coi việc thực hiện tự do tôn giáo là một biểu hiện cụ thể của vấn đề nhân quyền".

Nhưng tự do tôn giáo là gì?

Điều 18 của Tuyên ngôn Toàn thế giới về Nhân Quyền của Liên Hợp Quốc (The universal Declaration of Human Rights) quy định rằng "Mọi người đều có quyền tự do suy nghĩ, ý thức và tôn giáo, kể cả tự do thay đổi tôn giáo hay tín ngưỡng, và tự do thể hiện tôn giáo hoặc tín ngưỡng dưới hình thức truyền bá, thực hành, thờ phụng hoặc lễ tiết, với tư cách cá nhân hay tập thể, công khai hay riêng tư". (Everyone has the right to freedom of thought, conscience and religion; this right includes freedom to change his religion or belief, and freedom, either alone or in community with others and in public or private, to manifest his religion or belief in teaching, practice, worship and observance.)

Tự do tôn giáo trong tuyên ngôn nhân quyền của Liên Hiệp Quốc là một trong những quyền căn bản không chỉ xác định trong niềm tin riêng tư thầm kín mà còn bằng hành vi công cộng. Quyền đó không chỉ giới hạn trong mỗi cá nhân mà thể hiện cả bên ngoài cộng đồng xã hội. Một tín đồ có quyền tham gia bất cứ một tông phái hay giáo hội nào, đi lễ tại bất cứ nhà thờ nào, chùa nào, thăm viếng hay đảnh lễ bất cứ lãnh đạo tôn giáo nào theo sự chọn lựa tự do của tín đồ đó.

Pháp lệnh về tín ngưỡng tôn giáo nói riêng hay các luật pháp tại Việt Nam đều do lãnh đạo đảng CS viết ra. Những luật pháp này thực chất chỉ là một công cụ để cai trị nhân dân chứ không phải là những quy định do chính người dân chấp nhận và tuân hành.

Điều 88 trong bộ luật Hình sự của CSVN ngày nay là di sản của điều 58 thuộc bộ luật Hình sự Liên Xô (RSFSR Penal Code). Khi công bố luật Hình sự Liên Xô lần đầu vào năm 1927, điều 58 chỉ nhắm vào thành phần "phản cách mạng", tuy nhiên trong giai đoạn "Thanh trừng Vĩ đại" (Great Purge) từ 1934 đến 1939, Stalin đã thêm vào khoản quy định các tội "phản quốc" và "âm mưu phản nghịch" vì tên đồ tể này cần lý do để xử bắn Karl Radek, Yuri Piatakov, Grigory Sokolnikov và nhiều đồng chí khác của y.

Thật buồn khi giới trí thức Việt Nam như Tôn Nữ Thị Ninh, Hà Kim Ngọc và nhiều "tiến sĩ", "thạc sĩ" khác, thích nói những về những điều lẽ ra họ không nên nói nhưng lại im lặng trước những sự kiện đáng nói.

Trong suốt dòng lịch sử, trí thức luôn đóng một vai trò quan trọng đối với sự thịnh suy của dân tộc. Câu "sĩ, nông, công, thương" trong đó sĩ đứng hàng đầu không phải tự nhiên mà có. Sự kính trọng đó bắt nguồn từ những gắn bó của giới trí thức với đại đa số quần chúng và những giá trị mà họ đã dùng để dẫn dắt quần chúng.

Trong thời kỳ Pháp thuộc dù máy chém đang đợi, Côn Đảo đang chờ nhiều trí thức Việt Nam bằng trí tuệ và lòng yêu nước đã dấy lên Phong trào Duy Tân lịch sử. Miền Trung, năm 1905, Phó bảng Phan Châu Trinh đã cùng với hai tân tiến sĩ khoa

1904, Tiến sĩ Trần Quý Cáp và Tiến sĩ Huỳnh Thúc Kháng, khăn gói lên đường đi khắp nước để vừa tìm bạn cùng chí hướng và vừa phổ biến tinh thần "Khai dân trí, chấn dân khí, hậu dân sinh". Miền Nam có Nguyễn Trọng Lội, Nguyễn Quý Anh, Nguyễn Hiệt Chi, Trần Lệ Chất, Ngô Văn Nhượng hưởng ứng và lập ra các cơ sở Liên Thành. Miền Bắc có Lương Văn Can, Nguyễn Văn Vĩnh, Dương Bá Trạc đồng lòng và cùng dấy lên phong trào Đông Kinh Nghĩa Thục. Những trí thức đó, phần lớn chỉ mới ngoài 30 tuổi, đã sống và đã chết một cách tuyệt vời như ngọn lúa Việt Nam.

Tiếc thay, đa phần trong giới trí thức ngày nay bị cuốn hút quá sâu vào bộ máy công danh và quyền lực để làm mất đi tác phong tư cách của một người trí thức, lẽ ra phải có tinh thần phê phán, khao khát mở mang trí tuệ, biết vui niềm vui của dân tộc và cũng biết đau cái đau, biết nhục cái nhục của dân tộc mình. Không ít trí thức trẻ có cơ hội học tập ở nước ngoài, được làm quen với môi trường dân chủ, được sinh hoạt trong không khí tự trị đại học, nhưng khi về nước họ lại giống như những con ngựa chở rau ra tỉnh, chấp nhận bị bịt tai, che mắt để phục vụ cho tầng lớp lãnh đạo độc tài vừa thối nát mà cũng vừa dốt nát.

Với một đội ngũ trí thức đông gấp 5 lần Thái Lan, 6 lần Mã Lai mà đất nước vẫn chìm đắm trong độc tài đảng trị thì đội ngũ đó không phải là niềm hãnh diện mà là một nỗi bất hạnh cho đất nước Việt Nam.

ĐỪNG ĐÁNH RƠI TUỔI TRẺ

Một đêm mơ tôi thấy mình và người thân đi dạo trên một ngọn đồi. Xa xa cuối chân đồi là một thành phố vừa lên đèn và trên trời đang treo một vầng trăng mười sáu. Cảnh đẹp như trong một cuốn phim tình cảm. Nếu đúng như các nhà tâm lý học nói, người ta thường mơ những cảnh mà họ đã thấy, những việc họ đã làm, thì ngọn đồi phải là một trong những nơi tôi đã sống hay đã đến. Vâng. Khi ngồi thật yên lặng để hồi tưởng, tôi biết ngọn đồi đó ở Quế Sơn, tỉnh Quảng Nam, nơi tôi đã đến thăm trong những ngày còn nhỏ.

Quế Sơn là nơi cha mẹ tôi đã gặp nhau, đã thương và cưới nhau. Những ngọn đồi chập chùng, không cao lắm, có những bụi sim thấp và những hoa màu tím, có thể là nơi họ đã từng hò hẹn. Các cụ trong vài thế hệ trước, dù có lãng mạn cũng ít khi kể cho con cháu nghe nhưng từ ngày mẹ tôi mất cha tôi rất ít về vùng đồi núi đó. Phải chăng để khỏi nghe lòng đau xót khi "về đồi sim ta nhớ người vô bờ" như thế hệ chúng tôi sau này. Dù sao, cảnh núi đồi thơ mộng đã góp phần để lại cho hai người một tác phẩm, là tôi, trong thế gian này, tuy không kể ra, tôi cũng đoán biết cha mẹ tôi mơ mộng đến dường nào.

Giấc mơ dễ thương là một ví dụ để giải thích điều tôi muốn nói rằng tuổi thơ, tuổi thanh niên là thời gian đẹp nhất của một con người và không bao giờ phai đi.

Nhiều khoảng không gian trong ý thức bị phủ dày dưới lớp bụi thời gian nhưng kỷ niệm của tuổi thơ, ký ức thời tuổi trẻ dù dấn thân, khai phá hay nông nổi, sai lầm không bao giờ bị che khuất. Đó là thời gian duy nhất mang đến cho ta nụ cười, niềm hãnh diện nhưng cũng là thời gian duy nhất làm ta tiếc nuối, ăn năn khi ngồi đếm những ngày cuối của đời mình trôi đi trong buồn bã, chậm chạp trong một nhà dưỡng lão ở nước ngoài hay trên một chiếc giường tre, giường gỗ nào đó ở quê hương.

Thời gian tôi sống ở Mỹ dài hơn thời gian tôi sống ở Việt Nam. Nếu tính luôn những năm còn quá nhỏ không giữ lại được gì trong ký ức, thì còn dài hơn nữa. Về trách nhiệm, tôi rất nặng nợ với xứ này nhưng thành thật mà nói, về tình cảm, tôi yêu đất nước Việt Nam không chỉ hơn nước Mỹ thôi mà còn hơn nhiều thứ khác.

Yêu nước thì nói mình yêu nước. Đó không phải là chức vụ, lương bổng, bạc vàng hay của cải gì mà sợ gọi khoe khoang. Tôi yêu Việt Nam, trước hết, cũng chỉ vì tôi yêu tôi trong một thời tuổi trẻ.

Với nước Mỹ, tôi nợ quá nhiều thứ. Tôi nợ đôi tay người lính hải quân Mỹ ôm tấm thân ốm o đói khát của tôi lên từ chiếc cầu dây mong manh đang đong đưa bên thành chiến hạm khi ghe tôi đang được vớt ngoài biển Đông. Tôi nợ cơ quan thiện nguyện chiếc áo ấm đầu tiên để che cơn rét khắc nghiệt miền Đông Bắc Mỹ. Tôi nợ người dân Boston bao dung, rộng lượng đã đưa vòng tay nhân ái ôm lấy tôi, một người tỵ nạn không thân nhân nào ở Mỹ. Thế nhưng dù nợ bao nhiêu, dù đã sống ở đây 30 năm và đã là công dân Mỹ có quốc tịch 24 năm, khi viết về thành phố Boston và đất nước Hoa Kỳ tôi vẫn quen dùng hai chữ "xứ người" và "đất khách".

Bởi vì, trong trái tim, tôi là người Việt Nam.

Tôi là người may mắn, được học hỏi trong một nền giáo dục dân chủ, sống nhiều năm trong xã hội dân chủ để có cơ hội so sánh với nền giáo dục và xã hội Việt Nam tôi đã từng trải qua trước và sau 1975. Nhiều triệu người cùng thế hệ tôi trước đây và nhiều triệu tuổi trẻ Việt Nam ngày nay không có may mắn đó.

Có thể các bạn trẻ không nhận ra, nhưng ngay trong phút giây các bạn đang sống, cuộc đấu tranh khốc liệt giữa khoa học và phản khoa học, giữa đúng và sai, giữa chân thật và giả dối, giữa cố gắng vươn lên và áp lực phục tùng đang diễn ra trong ý thức. Nếu không có điều kiện tiếp cận luồng ánh sáng văn minh khoa học, không được trợ lực từ các nguồn kiến thức khách quan, ý thức vươn lên của các bạn sẽ bị trấn áp, tinh thần độc lập sẽ bị triệt tiêu, các bạn sẽ không có cơ hội chọn đúng một lý tưởng tuổi trẻ và cuối cùng dẫn đến việc đánh mất cả cuộc đời mình.

Nói nhắc đến hai chữ lý tưởng, người ta thường nghĩ đến một con đường xứng đáng để đi, một mục đích để hiến dâng cuộc đời mình như Thomas Merton nói : "Nếu bạn muốn biết tôi là ai, đừng hỏi tôi sống ở đâu, hay tôi ăn thích ăn món gì, hay tôi chải tóc cách nào, nhưng hãy hỏi tôi sống vì mục đích gì."

Lý tưởng được nhắc nhiều nhất tại Việt Nam là lý tưởng CS. Từ chiếc loa treo trên trụ đèn đầu phố cho đến cương lĩnh chính thức của các đại hội đảng đều lập đi lập lại rằng con đường đẹp nhất là con đường CS và lý tưởng đẹp nhất của một đời người là lý tưởng CS.

Nhưng ý thức hệ CS như đã chứng minh không phải là con đường đẹp nhất mà là chất độc tàn phá ý thức của con người

một cách có hệ thống và bắt đầu ngay từ khi mới chập chững vào đời.

Hai phân đoạn dưới đây trích trong chương trình giáo dục mầm mon do Bộ Giáo Dục và Đào Tạo Việt Nam phê duyệt 2009 so sánh với chương trình giáo dục mầm non tại Bắc Hàn dựa theo nghiên cứu của Andrea Matles Savada, North Korea: A Country Study lưu trữ tại Thư Viện Quốc Hội Hoa Kỳ:

Tại Việt Nam, ba đến bốn tuổi phải được dạy để biết "kính yêu Bác Hồ" và "thích nghe kể chuyện, nghe hát, đọc thơ, xem tranh ảnh về Bác Hồ". Bốn đến năm tuổi phải "nhận ra hình ảnh Bác Hồ, lăng Bác Hồ, thích và thuộc một số bài hát, bài thơ về Bác Hồ". Năm đến sáu tuổi phải "nhận ra hình ảnh Bác Hồ, chỗ ở, nơi làm việc của Bác Hồ, biết một số bài hát, bài thơ, câu chuyện về Bác Hồ".

Tại Bắc Hàn, tương tự như Việt Nam, một phần không nhỏ trong chương trình giảng dạy bậc tiểu học được dành để ca ngợi công ơn "Kim Nhật Thành Vĩ Đại" và "Đạo đức CS". Những sách giáo khoa bậc mẫu giáo và tiểu học Bắc Hàn gồm "Thời thơ ấu của Nguyên Soái Kim Nhật Thành", "Ca ngợi công ơn lãnh tụ", "Theo bước chân cha già Kim kính yêu", "Xem hình ảnh lãnh tụ Kim Chính Nhật".

Có tương lai nào, ngoài vong thân nô dịch, khác hơn dành cho các thế hệ măng non của đất nước?

Suốt hơn 80 năm từ khi có đảng CS, bao nhiêu thế hệ Việt Nam đã đánh mất tuổi thanh xuân trong "lý tưởng" hão huyền đó?

Con số có thể lên đến nhiều triệu. Đa số đã chết trong chiến tranh hay chết già nhưng một số không nhỏ vẫn còn sống.

Chủ nghĩa CS như phần lớn nhân loại biết hôm nay là tai họa khủng khiếp nhất lịch sử nhân loại và bị hầu hết các quốc gia e ngại. Số người chết do chủ nghĩa CS gây ra nhiều lần lớn hơn các cuộc chiến tranh thế giới cộng lại. Đừng nói gì đến ngục tù Gulag, nạn đói Ukraine, thảm sát rừng Katyn ở châu Âu xa xôi, chỉ đọc những thảm cảnh xảy ra bên cạnh nước mình do Mao Trạch Đông và Pol Pot gây ra, hay đọc ngay trong biến cố Việt Nam như Nhân Văn Giai Phẩm, Cải Cách Ruộng Đất và hỏi những người lớn tuổi tại miền nam về Kinh Tế Mới, về Cải Tạo Công Thương Nghiệp, về chính sách Tù Cải Tạo để biết hậu quả của chủ nghĩa CS trầm trọng đến mức nào.

Và hôm nay, các cựu chiến binh của thế hệ "Điện biên" và cả "giải phóng miền nam", những người đã đem tuổi thanh xuân hiến dâng cho "lý tưởng CS" đang ngồi vuốt lấy nỗi đau riêng trong những khu nhà tập thể.

Họ cố ru giấc ngủ bằng niềm an ủi vì mình đã sống một cuộc đời có ý nghĩa. Họ tự nhủ lòng ít ra những hy sinh của họ cũng không oan uổng khi mục tiêu thống nhất đất nước cuối cùng đã đạt được. Vâng. Thống nhất đất nước là mơ ước có thật nhưng chỉ có thật trong lòng các cựu chiến binh già, trong Đặng Thùy Trâm, Nguyễn Văn Thạc, trong những người băng rừng vượt suối vào "giải phóng miền nam", trong những thanh niên miền Bắc đã chết ở Hạ Lào, An Lộc, chứ không có trong mục tiêu của đảng CSVN.

Có gia đình nào thật sự thương yêu nhau đã chọn lựa đoàn tụ bằng cách giết đi một phần ba số anh em, con cháu của mình không?

Chắc chắn là không. Dân tộc Việt Nam có thể phải tạm thời sống trong xa cách để chờ một cơ hội thuận tiện hơn để đoàn tụ. Nước Đức đã chọn và cả Triều Tiên sau một lần thử lửa 1950, cũng phải chọn. Đoàn viên dân tộc là một ước mơ bùng cháy trong lòng mỗi người Việt Nam, không nhất thiết phải là Nam hay Bắc. Câu hát "Lìa xa thành đô yêu dấu, một sớm khi heo may về, lòng khách tha hương vương sầu thương" cất lên trong nước mắt ở Sài Gòn sau 1954.

Chỉ có đảng CS vì mục tiêu tối hậu CS hóa Việt Nam mới có thể hành động mà không cần quan tâm đến tương lai đầy thảm họa đang chờ đợi các thế hệ Việt Nam. Khi phát động chiến tranh "thống nhất đất nước" bằng võ lực, lãnh đạo Đảng biết họ phải đương đầu với Mỹ, về quân sự, là một siêu cường quốc hùng mạnh nhất thế giới, và về kinh tế, vừa bước ra khỏi thế chiến thứ hai như một quốc gia có lợi nhất. Nhưng mục đích CS hóa đã ăn sâu vào từng huyết cầu, từng tế bào sống của lãnh đạo CS làm ức chế mọi bâng khuâng, do dự, đo lường hậu quả mà hầu hết các nhà lãnh đạo quốc gia khác phải có.

Sau 36 năm, những biệt thự, những cao ốc, những khu nghỉ mát khang trang mà các cựu chiến binh già không bao giờ có khả năng đặt chân đến, đã được xây bằng xương máu của các đồng chí, anh em họ đổ xuống trong các cuộc chiến tranh. Ngoài một số rất ít quá công phẫn đã cất lên tiếng hét xung phong cuối cùng qua những lá thư tố cáo, phần lớn phải cam chịu để sống với số tiền hưu trí nhỏ nhoi mỗi tháng. Bán hết huân chương cũng không đủ tiền trả một tô phở 35 Dollar mà các ủy viên trung ương và gia đình vừa ăn đừng nói chi những chiếc Porsche đắt tiền của các "đầy tớ nhân dân" đang đậu ngoài sân tiệm.

Dù biết bài ca của giai cấp công nhân đã trở thành bài ai điếu, nói theo ngôn ngữ của Mác, và số người nghe mỗi ngày một ít dần, đảng CS vẫn tiếp tục hát, tiếp tục hô nào lý tưởng CS.

Đọc bài Lý tưởng CS sẽ thắp sáng thế kỷ 21 của tác giả Quang Thống đăng trong trang nhà của Hội Nhà Báo Việt Nam, trong đó có những câu nhạt nhẽo đọc lên chỉ càng thêm bực bội như "tất cả thế giới đều công nhận sự nghiệp đổi mới đất nước ở Việt Nam do Đảng CS lãnh đạo đã đạt được những kỳ tích vang dội" hay kết luận "Chúng ta phấn chấn bởi một niềm tin mãnh liệt, rằng lý tưởng mà dân tộc ta noi theo đang không ngừng tỏa sáng, con đường đi tới ấm no hạnh phúc mà nhân dân ta khai phá, đang nở hoa kết trái".

Bài viết được trao giải A của Giải báo chí 2006 do Hội Nhà Báo Việt Nam tổ chức. Thì ra, không phải chỉ một người vô lương tâm mà cả một tổ chức đại diện cho 600 tờ báo cũng không có lương tâm như tác giả. Thời của "trăng Trung Quốc tròn hơn trăng nước Mỹ" hay "mơ sáng mai thức dậy thành người Việt Nam" đã qua quá xa rồi. Ngay cả trong quán nhậu, những mẩu chuyện cười mỉa mai chế độ như thế có lẽ cũng không còn nghe ai kể nữa vì chẳng có ai cười.

Vì chén cơm manh áo, một người nhiều khi phải nói những điều mình không muốn nói, viết những điều mình không muốn viết, tuy nhiên phải biết đâu là giới hạn, biết đâu nên dừng lại. Nếu không giữ được chức năng nghề nghiệp và tư cách đạo đức của một người cầm bút, ít ra cũng không nên đầu độc con cháu trong gia đình mình. Tâm hồn tuổi thơ như những tờ giấy trắng trinh nguyên, hãy viết lên đó những câu ca dao đậm đà tình dân tộc, hãy vẽ lên đó hình trái tim thương yêu thay vì những khẩu hiệu giết người và búa liềm thù hận.

Với những tuổi trẻ may mắn học hỏi từ nhiều nguồn, những bài viết tuyên truyền đó là chẳng qua để quảng cáo cho một món thuốc giả, rẻ tiền, nhưng một số không ít các bạn cùng thế hệ sinh ra và lớn lên trong các quận huyện xa xôi, hẻo lánh như ở vùng rừng núi Quế Sơn quê tôi chẳng hạn, không có dịp tiếp xúc với ánh sáng khoa học, vẫn còn tin và tin đến độ chân thành.

Hôm nay, dù đang sống ở đâu trên trái địa cầu này và đang sinh hoạt trong một tổ chức chính trị nào, kể cả trong đảng CS, một người Việt còn có chút ưu tư cho vận mệnh đất nước, còn biết tủi thẹn, xót đau trước quá nhiều thua thiệt của Việt Nam đối với phần lớn nhân loại, đều phải thừa nhận Việt Nam đang cần một sự thay đổi căn bản không chỉ trong hạ tầng cơ sở kinh tế xã hội mà quan trọng hơn trong thượng tầng kiến trúc chính trị tư tưởng. Nói một cách vắn tắt, cuộc cách mạng dân chủ triệt để là con đường không thể nào thay thế tại Việt Nam.

Nhiều người nghe tới hai chữ cách mạng là nghĩ ngay đến Công Xã Paris, Cách Mạng Pháp, Cách Mạng Tháng Mười đẫm máu. Tôi, trái lại tin rằng, cuộc cách mạng dân chủ Việt Nam tuy sẽ rất khó khăn, đòi hỏi nhiều kiên nhẫn với các tác động từ bên ngoài và vận động từ bên trong, khi xảy ra sẽ xảy ra trong nhanh chóng và không đổ máu bởi vì tuyệt đại đa số người dân, ở mức độ khác nhau, đều thấy những bất công phi lý đang diễn ra hàng ngày trên đất nước, đều chán ghét chế độ và đều có trong lòng chung một khát vọng dân chủ tự do.

Dân chủ không phải chỉ là cơ sở lý luận, hệ thống lý thuyết mà còn là những gì cụ thể, có thể nắm bắt, cầm lấy trong tay.

Dân chủ không phải là món hàng tiêu dùng xa xỉ dành cho những kẻ dư thừa nhưng là tất cả góc cạnh gần gũi, bình thường, quen thuộc của đời sống.

Dân chủ không phải là sản phẩm tư tưởng của Mỹ, Pháp, Anh, hay một đặc tính văn hóa của một màu da, chủng tộc riêng nào mà của con người từ khi mới cất lên tiếng khóc chào đời.

Đất nước Việt Nam, trên từng ngọn núi, trong mỗi dòng sông, từ Chí Linh đến Bạch Đằng, từ Chi Lăng sang Vạn Kiếp đã thấm máu của bao thế hệ tổ tiên đổ xuống để giữ gìn trên bốn ngàn năm chứ không phải là gia tài của Mác, Lê Nin để lại. Do đó, đất nước Việt Nam là tài sản của dân tộc Việt Nam chứ không phải của đảng CSVN. Tại sao người dân Việt phải cúi đầu để Đảng ban phát từng chén cơm manh áo? Tại sao một trí thức trẻ muốn tiến thân trong xã hội phải tìm mọi cách kể cả luồn cúi, nịnh hót để được vào đảng CS?

Lý luận ba dòng thác cách mạng (cách mạng xã hội chủ nghĩa, cách mạng giải phóng dân tộc, phong trào đấu tranh cho hoà bình dân chủ tại các nước bị trị) là cơ sở duy nhất để đảng CSVN biện hộ cho vai trò thống trị của mình. Đó là lý luận có tính áp đặt của kẻ cướp có súng đạn trên tay. Quan điểm của chủ nghĩa Mác Lê về giải phóng dân tộc và xây dựng chủ nghĩa xã hội không liên hệ gì đến bản chất của cuộc đấu tranh giành độc lập và mục tiêu xây dựng đất nước của dân tộc Việt Nam.

Tuy nhiên, hãy tạm giả thiết rằng lý luận ba dòng thác là đúng và cuộc chiến chống Mỹ cũng đúng luôn, thì sau 36 năm đưa dân tộc vào con đường cùng không lối thoát với một chế độ chính trị chà đạp mọi quyền căn bản của con người, một xã hội tham nhũng thối nát (Corruption Perceptions Index xếp Việt

Nam vào hạng 116 trong 178 quốc gia, cùng hạng với ba quốc gia nghèo nhất Phi Châu Ethiopia, Guyana và Tanzania), một chính sách giáo dục ngu dân, nô dịch, chạy theo hư danh bằng cấp nhưng thiếu thực tài, một nền kinh tế lạc hậu trì trệ đi sau các nước trong vùng hàng mấy chục năm, đảng CSVN có cần phải bị lật đổ và lật đổ càng sớm càng tốt hay không?

Lịch sử mang tính thời đại và tính liên tục. Giống như chính quyền trong các xã hội dân chủ, mỗi thế hệ có một trách nhiệm riêng, dù hoàn thành hay không, khi bước qua thời đại khác, vẫn phải chuyển giao trách nhiệm sang các thế hệ lớn lên sau. Sức đẩy để con thuyền dân tộc vượt qua khúc sông hiểm trở hôm nay không đến từ Facebook hay Twitter, không đến từ Mỹ, Anh, Pháp hay đâu khác, mà bắt đầu từ bàn tay và khối óc của tuổi trẻ Việt Nam.

Quyền tự do tôn giáo, tự do phát biểu, tự do đi lại, quyền được đứng ra lãnh đạo hay chọn lựa những người lãnh đạo đất nước là quyền dành cho mọi công dân và phải được tôn trọng bằng luật pháp chứ không phải là đặc quyền dành riêng cho đảng CS. Tuy nhiên, giới lãnh đạo Đảng sẽ không tự nguyện trao trả những gì họ đã đánh cắp mà phải giành lại từ tay họ. Như có lần tôi đã viết, lịch sử nhân loại chứng minh, những kẻ độc tài thường không bước xuống theo nguyện vọng nhân dân, họ chỉ chết già trong quyền lực hay bị lật đổ.

Một đời người trung bình sống bảy mươi năm, nhưng cho dù sống tám mươi, chín mươi hay một trăm năm cũng chỉ có một thời tuổi trẻ và khi qua đi, tuổi trẻ sẽ không bao giờ trở lại.

Trong bài viết về lý tưởng phụng sự xã hội được viết cách đây khá lâu tôi có phát biểu rằng, về ý nghĩa, lý tưởng là một mục

đích sống cao đẹp của một đời người. Nếu chúng ta đặt qua một bên niềm tin tôn giáo hay sự giải thích dựa vào niềm tin tôn giáo, và nếu chúng ta không có một lý tưởng để sống, sự có mặt của chúng ta sẽ vô vị biết bao. Đời sống chỉ là sự lập lại một cách nhàm chán những công việc, những ngày, những tháng, những năm, những tiếng cười và nước mắt, những hơn thua và tranh chấp, cho đến cuối cùng một hơi thở hắt ra. Nhưng với một người sống có lý tưởng, sống có mục đích, những khoảnh khắc dù chỉ một vài giây phút cũng đầy ý nghĩa. Người có lý tưởng bao giờ cũng lạc quan và hy vọng bởi vì họ không chỉ sống cho hôm nay mà cho ngày mai và nhiều ngày mai sẽ tới.

Đừng đánh rơi tuổi trẻ.

CHÍNH SÁCH BẾ MÔN TỎA CẢNG THỜI CỘNG SẢN

Tôi đang sống ở Boston. Không biết vì lý do gì, lịch sử của thành phố này lại có rất nhiều liên hệ, có khi gắn bó và cũng có lúc oan khiên với lịch sử Việt Nam. Và biểu tượng lâu đời nhất của mối quan hệ Việt Mỹ đầy biến cố là USS Constitution, chiếc hạm được ủy nhiệm đầu tiên của hải quân Mỹ, bây giờ là một viện bảo tàng nổi nằm ở góc vịnh Boston.

Hơn hai trăm năm, trước khi có USS Nimitz, USS George Washington, USS Constitution, hạ thủy 1798 và được trang bị 54 khẩu đại bác, là niềm kiêu hãnh của hải quân Mỹ. Và cũng chính chiến hạm này đã bắn vào Đà Nẵng năm 1845.

Câu chuyện bắt đầu vào tháng 5-1845, USS Constitution trên chuyến hải hành thiện chí, đã ghé Đà Nẵng để xin cung cấp thức ăn, nước uống và xin phép chôn cất một thủy thủ vừa qua đời. Tuy nhiên, khi biết Việt Nam đang giam giữ Giám mục Dominique LeFevre, một nhà truyền giáo Pháp đang bị cầm tù, Đại Úy Hạm Trưởng John Percival yêu cầu Việt Nam trao trả tự do cho giám mục. Phía Việt Nam từ chối. Hạm trưởng Percival tức giận và chỉ huy một đội quân võ trang đổ bộ xuống Đà Nẵng. Ông tống đạt thư đòi Việt Nam phải trao trả tự do

cho Giám Mục LeFevre, đồng thời, cũng để chứng tỏ quyết tâm của mình, hạm trưởng đã hạ lệnh bắt ba viên quan Việt Nam trú phòng Đà Nẵng làm tù binh. Phía Việt Nam cũng nhất định không trả tự do cho giám mục. Không làm gì được, cuối cùng, Hạm trưởng Percival đành thả tù binh và ra đi. Trước khi nhổ neo, ông ra lịnh cho giàn trọng pháo của USS Constitution nã vào biển Đà Nẵng một loạt để bày tỏ thái độ bất bình.

Không chỉ mỗi Việt Nam bị hiếp đáp, thị uy, nhưng cùng một khoảng thời gian đó, 1852, Hạm trưởng Matthew Perry, trên những chiến hạm tương tự như USS Constitution bây giờ, cũng đã đe dọa chủ quyền nước Nhật. Hạm trưởng Matthew Perry chưa bắn viên đạn nào, chỉ phô trương lực lượng thôi nhưng đã làm nước Nhật suy nghĩ.

Trong khi đó, các vua triều Nguyễn vẫn an nhiên. Những viên đại bác từ USS Constitution bắn vào Đà Nẵng không làm lung lay bức tường thành hủ nho, phong kiến, lạc hậu trong ý thức của các vua nhà Nguyễn.

"Bế môn tỏa cảng" chưa hẳn là một sai lầm. Nếu đóng cửa để suy nghĩ, để gặm nhấm cái nhục, để uống cái đau của một nước yếu, để trau giồi, học hỏi, canh tân và rồi vươn lên thì cũng không đáng trách. Các vua triều Nguyễn không được như thế. Chính sách "bế môn tỏa cảng" thời nhà Nguyễn là bản sao chính sách "bế môn tỏa cảng" của nhà Thanh dẫn đến việc Trung Hoa bị ngoại bang chia năm xẻ bảy sau đó.

Mặc cho dông bão phương tây đang ùn ùn kéo tới, vua tôi nhà Nguyễn vẫn cứ tiếp tục miệt mài đèn sách trong kho kinh sử Trung Hoa, vẫn Tứ Thư Ngũ Kinh, vẫn trọng đạo Thánh Hiền, vẫn hãnh diện vì "*Văn như Siêu Quát vô tiền Hán, Thi đáo Tùng Tuy thất thịnh Đường.*"

Học ngày đó là học để ra làm quan, để làm thơ chứ không phải để giúp dân, cứu nước. Trong Việt Nam Sử Lược sử gia Trần Trọng Kim viết về giáo dục dưới triều Nguyễn: "*Bao nhiêu công phu của người đi học chú trọng vào sự học cho nhớ những sách Tứ Thư, Ngũ Kinh cùng những lời thể chú của tiền nho trong những sách ấy và học thêm mấy bộ sử nước Tàu.*"

Và ông kết luận: "*Bởi vậy ai hay kinh nghĩa đã nghĩ mình hơn người, ai tài thi phú đã tưởng mình giỏi nghề trị nước. Việc đời thì tối tăm mờ mịt mà lại tự phụ và kiêu căng, cho thiên hạ như rơm rác, coi mình như thần thánh*".

Câu "*Việc đời thì tối tăm mờ mịt mà lại tự phụ và kiêu căng, cho thiên hạ như rơm rác, coi mình như thần thánh*" đọc lên nghe cay đắng nhưng thực tế làm sao.

Trần Trọng Kim viết câu này cách đây gần một trăm năm nhưng nếu ai chỉ mới đọc lần đầu có thể hiểu lầm vừa được viết từ Hà Nội tối hôm qua.

Phong trào giải thể chế độ thực dân được phát động sau thế chiến thứ nhất và trở thành một cao trào bùng nổ khắp các quốc gia Á Phi cùng với việc ra đời của Liên Hiệp Quốc sau thế chiến thứ hai.

Phần lớn các quốc gia bị trị lần lượt giành được tự do. Dọc bờ sông Nile cho đến vùng Địa Trung Hải, các dân tộc Phi châu từng bước xây dựng lại đất nước họ. Tại Á Châu, các quốc gia thuộc địa như Ấn Độ, Mã Lai, Singapore, Nam Dương, hay vừa hình thành sau thế chiến thứ hai như Đài Loan, Nam Hàn tập trung nỗ lực vào việc tái thiết và canh tân đất nước để đuổi kịp đà tiến nhân loại. Hành trình dân chủ hóa tại các quốc gia này gặp rất nhiều hy sinh, thử thách, có khi phải nhuộm bằng máu,

nhưng đó cũng là một mục tiêu đích thực và không thể nào thay thế mà đất nước họ phải đạt đến.

Giống như các nước Phi châu xa xôi và Á châu gần gũi, lẽ ra Việt Nam cũng có cơ hội giành độc lập và bắt tay xây dựng đất nước. Việt Nam, với nguồn tài nguyên thiên nhiên phong phú, một lực lượng lao động cần cù, một dân số không quá đông hay quá ít, một ý chí quật cường hun đúc từ lịch sử bốn ngàn năm, nếu không phải là con rồng, con phượng của Á Châu thì cũng không đến nỗi thua kém Thái Lan, Philippines, Ấn Độ, Mã Lai, Singapore, Nam Dương.

Không.

Trong lúc những quốc gia cùng số phận đã vượt qua, đã vươn lên, Việt Nam vẫn máu đổ thịt rơi, hàng triệu người dân Việt Nam vô tội vẫn tiếp tục ngã xuống mỗi ngày trên đồng ruộng Việt Nam.

Tại sao?

Bởi vì khác với các phong trào giành độc lập tại các nước Á Phi, Việt Nam có đảng CS.

Toàn bộ chính sách của Mỹ từ 1946 đến thời kỳ Liên Xô sụp đổ đều hướng đến một mục tiêu duy nhất là ngăn chặn sự bành trướng của chủ nghĩa CS (containment). Tuy nhiên, tùy thuộc vào điều kiện kinh tế, chính trị, quân sự của mỗi quốc gia, việc áp dụng chính sách ngăn chặn diễn ra dưới nhiều hình thức khác nhau.

Đối với Việt Nam, để đương đầu với một đội quân hùng mạnh của đảng CSVN đang "thừa thắng xông lên" sau trận Điện Biên Phủ, với sự yểm trợ vũ khí dồi dào của các quốc gia

khối CS đứng đầu là Liên Xô và Trung Cộng, trong lúc tại miền Nam một quân đội quốc gia non trẻ đang mới hình thành, Mỹ đã chọn giải pháp trực tiếp can thiệp bằng quân sự.

Một trăm hai mươi năm, sau khi USS Constitution đến Đà Nẵng, mùa hè 1965, các chiến hạm Mỹ từng đoàn cập bến. Những đơn vị Thủy Quân Lục Chiến Mỹ đầu tiên đổ bộ. Ngày đó, người Mỹ chưa biết nhiều về con người Việt Nam, văn hóa Việt Nam. Thật ra họ cũng không cần biết. Việt Nam chỉ là điểm nhỏ trên bản đồ chiến lược toàn cầu của Mỹ.

Và để thực hiện chính sách ngăn chặn CS, Mỹ mang máy móc sang Đức, mang sách vở sang Nhật trong khi mang bom đạn sang Việt Nam.

Thế nhưng, cuộc chiến chưa tàn mà người Mỹ đã bỏ đi khi chính sách toàn cầu thay đổi. Họ ra đi vội vàng như đã đến lúc mặc cho cây dân chủ ở miền Nam phải chết non khi vừa bén rễ, mặc cho hàng triệu người lính miền Nam hết súng, hết đạn, đưa lưng trần chịu pháo, mặc cho hàng triệu đồng bào miền Trung, miền Tây Nguyên phải tay bồng bế con thơ, lưng cõng cha mẹ già, bỏ làng mạc ruộng vườn chạy trốn trong lúc T54, T76 đang rượt đuổi theo sau.

Trong ly rượu chúc mừng chiến thắng ở Moscova, ở Trung Nam Hải, có nước mắt của những đứa bé Việt Nam không cha, có máu của những bà mẹ Việt Nam bất hạnh nhỏ xuống khắp ba miền.

Mỗi khi nhìn USS Constitution tôi lại nghĩ đến những quan hệ giữa Việt Nam và Mỹ. Trong suốt hơn mười năm làm việc ở trung tâm thành phố Boston, tôi đi ngang qua đó nhiều lần và thậm chí có dịch một bài báo của tờ *Boston Globe* về chuyện

người lính hải quân Mỹ đầu tiên thuộc USS Constitution được mai táng tại Đà Nẵng, nhưng chưa bao giờ đặt chân lên chiếc tàu chiến đó.

Ghét Mỹ chăng? Không. "*Quốc gia chỉ có quyền lợi chứ không có kẻ thù*", câu nói quen thuộc đó đã được Ngoại Trưởng Mỹ Hillary Clinton lập lại khi bắt tay lãnh tụ độc tài Moammar Gaddafi tháng 9, 2009. Và hôm nay cũng chính bà Hillary Clinton tuyên bố Moammar Gaddafi phải chịu trách nhiệm cho những vi phạm nhân quyền tại Libya mặc dù nhân quyền tại Libya bị chà đạp hơn 40 năm chứ không phải chỉ vài tuần qua.

Nhìn số phận của các dân tộc Libya, Ai Cập, không thể không nghĩ đến số phận hẩm hiu suốt mấy trăm năm của dân tộc mình.

Thật vậy. Nếu có một dân tộc phải được xếp vào danh sách những dân tộc chịu đựng dưới chính sách đô hộ hà khắc, đồng hóa bất nhân và diệt vong tàn bạo nhất trong bàn tay của các đế quốc ngoại bang xâm lược thì bên cạnh một Do Thái với hai ngàn năm lưu vong và những lò thiêu sống của Hitler, một Armenia bị diệt chủng dưới gót giày của đế quốc Ottoman, phải có một Việt Nam trong một ngàn năm nô lệ dưới các triều đại Tần, Hán, Ngô, Tấn, Tùy, Đường, Minh.

Thật vậy. Nếu có một dân tộc là nạn nhân của chế độ thực dân tàn bạo với tất cả cực hình tàn khốc, thì bên cạnh một Congo trước những thanh gươm bén của vua Bỉ Leopold, một Triều Tiên dưới chính sách đồng hóa của Nhật, phải có một Việt Nam dướt gót giày Thực Dân Pháp gần suốt một trăm năm. Thực dân đến Việt Nam không phải để gieo rắc tinh thần tự do được dấy lên từ cách mạng 1789 mà để cướp đoạt tài nguyên và bóc lột tận cùng sức lao động của nhân dân Việt Nam.

Phải chi ông bà chúng ta ngày đó biết thức thời mở cửa, tiếp nhận nhiều nguồn khác nhau để hóa giải ngoại lực, từng bước hiện đại hóa đất nước để tăng cường nội lực thì có thể đã thoát nạn thực dân, CS và Việt Nam đâu đến nỗi này.

Dù sao, lịch sử là một dòng sông không ngừng chảy. Có lúc phải vượt qua những mỏm đá cheo leo nhưng cũng có khi êm đềm phẳng lặng. Không ai có thể thay đổi quá khứ nhưng có thể học từ những sai lầm, những thiếu sót để làm đẹp tương lai.

Nhân loại chỉ mới qua khỏi thập niên đầu của thế kỷ nhưng đã bước một bước thật dài trong khoa học kỹ thuật và đời sống xã hội. Thời đại hôm nay là thời đại dân chủ. Từ anh chăn cừu trên thảo nguyên Mông Cổ cho đến người thợ mỏ Phi châu đều đã có quyền chọn lựa người lãnh đạo của mình.

Hành trình phát triển của loài người có tính quy luật, từ thấp đến cao, từ lạc hậu đến văn minh, từ thu hẹp đến rộng mở. Trong quá trình đó, nhân loại đã trải qua nhiều thảm họa nhưng cũng đã chứng minh khả năng của con người có thể vượt qua thảm họa bằng con đường dân chủ.

Năm 1974, chỉ có 41 nước trong số 150 quốc gia trên thế giới theo chế độ dân chủ. Năm 1990, ba phần năm tổng số quốc gia trên thế giới theo chế độ dân chủ. Và hôm nay, dân chủ, tuy mức độ còn khác nhau nhưng đang là thực tế tại hầu hết quốc gia, ngoại trừ một rất số nhỏ, trong đó có Việt Nam.

Người Việt có quyền tin rằng tuổi trẻ Việt Nam chứ không ai khác sẽ là những người mang giọt nước tự do trong lành tưới lên cánh đồng khô cháy Việt Nam. Những thế hệ trẻ của Việt Nam thế hệ đầu thiên niên kỷ đang đứng trước nhiều thử thách nhưng cũng nhiều triển vọng. Nhưng không. Tuy có nhiều

tiếng nói bất đồng vang lên và nhiều nhóm trẻ đang hoạt động trên khắp các nẻo đường đất nước cũng như trong internet, Việt Nam vẫn chưa có một phong trào tầm vóc đủ lớn như Tunisia hay Ai Cập. Sức đẩy từ phía dân tộc vẫn chưa đủ mạnh để đưa cuộc cách mạng dân chủ đến nhanh hơn và tiết kiệm được nhiều hơn những hy sinh chịu đựng của đồng bào.

Tại sao? Có nhiều lý do, nhưng trong bài này, tôi muốn nói đến một lý do tư tưởng, rằng suốt bao năm qua giới lãnh đạo đảng CSVN đã áp dụng một chính sách "bế môn tỏa cảng" tư duy tinh vi và hệ thống.

Đọc bài báo *Kết nạp Đảng tại Harvard* đăng trên hầu hết các báo trong nước để thấy cái tác hại của chính sách "bế môn tỏa cảng" tư duy trong nhận thức của hai trí thức trẻ Trần Phương Ngọc Thảo và Lê Anh Vinh.

Vua quan thời nhà Nguyễn miệt mài trong Tứ Thư Ngũ Kinh nho giáo thì giới trí thức trẻ ngày nay bị đầu độc bằng chủ nghĩa Mác Lê và tư tưởng Hồ Chính Minh phản văn minh, phản khoa khọc và phản tiến bộ.

Chính sách "bế môn tỏa cảng" tư duy đã làm các em tin một cách chân thành rằng khác với các đảng CS Liên Xô, Đông Đức, Ba Lan, đảng CSVN do dân mà ra, từ dân mà có, đảng CSVN là dân tộc Việt Nam là một, và do đó, đảng lãnh đạo dân tộc Việt Nam là chuyện tự nhiên như thời tiết.

Đảng CS và dân tộc Việt Nam chẳng những chưa bao giờ là một mà từ trong bản chất đã có tính mâu thuẫn triệt tiêu nhau.

Như lịch sử đã chứng minh, chính sách của đảng, dù có lúc cực kỳ chuyên chính và cũng có khi tương đối nới lỏng để làm

nhẹ áp lực quần chúng, mục tiêu CS hóa toàn cõi Việt Nam và đặt dân tộc Việt Nam dưới quyền cai trị tuyệt đối của đảng luôn nhất quán sau 11 kỳ đại hội và 13 lượt tổng bí thư.

Có người cho rằng, đảng CS ngày nay không còn là một đảng theo quan điểm Mác Lê đúng nghĩa nữa mà thực tế chỉ là một đảng cướp. Đừng quên, đảng cướp cũng cần phải có một cơ sở lý luận, bởi vì khác với con vật, con người có ý thức và sống bằng một niềm tin. Kim Nhật Thành có Chủ Nghĩa Độc Lập Tự Cường (Juche), Moammar Gadhafi có Chủ Nghĩa Xã Hội Hồi Giáo (Green book), ngay cả nhà độc tài tàn ác nhất Phi châu là Thượng sĩ Mobutu Sese Seko cũng dựng nên một lý tưởng quốc gia mà ông ta gọi là Nhận Thức Đúng (Authentication).

Dưới thời nhà Nguyễn, từ vua quan đến dân chúng, nói cho cùng cũng chỉ là nạn nhân của một nhận thức bảo thủ sai lầm kế thừa suốt thời kỳ phong kiến, chính sách "bế môn tỏa cảng" tư duy của đảng ngày nay là một chủ trương, một chính sách nhằm che đậy mọi ánh sáng văn minh từ bên ngoài rọi vào cùng lúc xây dựng một thiên đường hoang tưởng bên trong.

Những lãnh đạo đảng đang hô hào lý tưởng CS tại Việt Nam hôm nay, thật ra, đã từ lâu không còn tin vào miệng lưỡi của chính mình, nhưng những thuốc độc bọc đường đó đã tàn phá bao nhiêu thế hệ trẻ Việt Nam.

Các em Trần Phương Ngọc Thảo và Lê Anh Vinh như được nhắc trong bài báo, là tài nguyên của đất nước chứ không phải của đảng CS.

Như những trí thức trẻ, các em chắc đang mơ một ngày không xa Việt Nam sẽ thành một Singapore hay một Nam Hàn. Tuy nhiên, khi trở về sống, làm việc và va chạm với thực

tế chính trị tại Việt Nam, các em sẽ hiểu ra, ngày nào Việt Nam còn bị cai trị dưới một chế độ độc tài toàn trị, ngày đó giấc mơ ra biển lớn của các em sẽ không bao giờ thành hiện thực.

Không ai có thể lấy tay che mặt trời. Chính sách "bế môn tỏa cảng" tư duy tinh vi nhưng không thể bưng bít sự thật mãi mãi và bưng bít được mọi người. Vẫn có rất nhiều tuổi trẻ Việt Nam đang dấn thân trên nhiều ngã đường đất nước. Họ đang bị trấn áp, đe dọa, tù đày nhưng không bỏ cuộc. Từ trong những nhọc nhằn mà họ đang chịu đựng có một niềm hãnh diện dâng lên vì được sống trong thời đại mà những nỗ lực của họ sẽ mở ra trang sử mới cho dân tộc.

Lật đổ một nhà độc tài khác với thay đổi một cơ chế độc tài. Đảng CS bám sâu vào đất nước mấy mươi năm, tác hại không chỉ về kinh tế chính trị mà trầm trọng hơn về nhận thức, tư tưởng và văn hóa. Trường Chinh đã viết trong Luận cương văn hóa 1943: "*Phải hoàn thành cách mạng văn hóa mới hoàn thành được cuộc cải tạo xã hội*".Cách mạng dân chủ hôm nay, do đó, phải bắt đầu từ việc tháo gỡ các nhận thức sai lầm về lịch sử, xóa bỏ văn hóa CS để mở đường cho cách mạng dân tộc dân chủ toàn diện và triệt để.

Đường cách mạng dân chủ Việt Nam có thể còn nhiều chông gai, sỏi đá, đòi hỏi nhiều thời gian và kiên nhẫn trong mỗi chúng ta, nhưng là một con đường vinh quang, đích thực, một bước phát triển không thể nào đảo ngược của dân tộc và loài người.

CHỌN LỰA CỦA ĐỜI NGƯỜI

Nỗi lo sợ lớn nhất của một nhà tranh đấu cho tự do dân chủ của một đất nước không phải là sợ bị tù mà bị sống lưu vong, bởi vì với phần đông, đi là hết.

Boris Pasternak không phải là nhà đấu tranh chính trị nhưng khi bị hăm họa nếu đi nhận giải Nobel văn chương có thể không được phép trở về Nga, ông từ chối đi nhận giải. Aung San Suu Kyi được phép đi thăm chồng bịnh nặng nhưng có thể không được trở về, bà đành chịu không thấy mặt chồng còn hơn phải rời Miến Điện. Nhắc lại, năm 1997, chồng bà, Tiến sĩ Michael Aris, bị ung thư tuyến tiền liệt giai đoạn cuối nhưng bị chính phủ quân phiệt Miến từ chối cấp giấy phép nhập cảnh thăm bà và cuối cùng Michael Aris đã chết ở Anh Quốc đúng trong ngày sinh nhật của ông không có mặt vợ.

Vua Hàm Nghi của Việt Nam mình là bài học khác. Trong suốt ba năm từ 1885 đến 1888, chịu đựng bao gian truân đói khổ trong rừng núi Quảng Bình, nhà vua không hề than van và ngay cả khi bị bắt vị vua 17 tuổi còn mắng vào mặt Việt gian Trương Quang Ngọc "Mi giết ta đi còn hơn là mi mang ta ra nộp cho Tây", nhưng khi bước xuống tàu Biên Hòa để bị lưu đày sang Algérie, ngài đã khóc. Giọt nước mắt của vị vua mất nước và cũng là một thanh niên Việt Nam chỉ mới 18 tuổi tuôn

rơi chỉ vì phải rời xa tổ quốc thân yêu và một phần khác ngài cũng biết đi là hết, giấc mộng Cần Vương xem như chính thức cáo chung.

Trong giai đoạn từ 1975 đến nay, có hai nhà đấu tranh vì tự do dân chủ và nhân bản Việt Nam nổi tiếng nhưng có hai chọn lựa khác nhau: Giáo sư Đoàn Viết Hoạt chọn lựa ra đi và Bác sĩ Nguyễn Đan Quế chọn lựa ở lại.

Giáo sư Đoàn Viết Hoạt: Không thể ra khỏi nhà tù nếu thiếu điều kiện ra đi khỏi Việt Nam

Giáo sư Đoàn Viết Hoạt bắt đầu các hoạt động chống độc tài CS ngay sau 1975 và bị tù tổng cộng gần 20 năm:

- Lần thứ nhất: Ngày 29 tháng 7 năm 1976 ông bị bắt với cáo trạng "Tuyên truyền tư tưởng phản động chống phá Nhà nước Cộng hòa Xã hội Chủ nghĩa Việt Nam". Giáo sư bị CSVN giam giữ 12 năm không bản án. Ông ra khỏi tù lần thứ nhất ngày 9 tháng 2 năm 1988.

- Lần thứ hai. Một năm sau, Giáo sư Đoàn Viết Hoạt góp phần thành lập nhóm Diễn Đàn Dân Chủ và sáng lập viên của tạp chí Diễn Đàn Tự Do. Ngày 17 tháng 11 năm 1990, ông bị CSVN bắt lần thứ hai. Tòa sơ thẩm CSVN ngày 31 tháng 3 năm 1993 kết án giáo sư 20 năm tù giam. Tuy nhiên, tại phiên tòa phúc thẩm sau đó, giảm án xuống còn 15 năm tù giam. Năm 1993, ông bị đưa sang trại tập trung lao động khổ sai. Ngay trong tù, ông đã tổ chức hoạt động đối lập và vì vậy, ông bị đưa đi giam giữ cô lập 4 năm liền tại trại giam Thanh Cầm, Thanh Hóa.

Giáo sư Đoàn Viết Hoạt đối diện với chọn lựa không thể ra khỏi nhà tù nếu không chịu rời bỏ Việt Nam, nhưng ông cũng

chỉ chịu rời Việt Nam khi vợ, con và nhiều bạn bè khuyên ông nên chấp nhận ra nước ngoài. Năm 1998, từ nhà tù, ông được đưa thẳng tới sân bay Nội Bài để bay sang Mỹ.

Sáng 8 tháng 4, 2014 vừa qua, phóng viên Kính Hòa của RFA phỏng vấn Giáo sư Đoàn Viết Hoạt về việc Cù Huy Hà Vũ được trả tự do và tức tốc đưa sang Mỹ. Giáo Sư Đoàn Viết Hoạt phát biểu:

"Tôi nghĩ rằng nếu có thể thì chúng ta nên ở lại để đấu tranh. Tôi cũng muốn sớm được trở lại để đấu tranh với các bạn trong nước. Và ở ngoài này thì chúng ta phải vận động để thả ở trong nước chứ không đưa ra ngoài. Mỗi một người đi ra ngoài là mất một chiến sĩ trong nước, mà chiến sĩ ở trong nước mới là chính. Ngoài này chúng tôi chỉ hỗ trợ thôi. Khi sang ngoài này thì chúng tôi làm hết sức mình để hỗ trợ trong nước. Tất nhiên trong nước là cái chính, chúng ta phải bằng mọi giá đấu tranh để Hà nội thả anh em ra trong nước. Và phải chấp nhận những tiếng nói đối lập để đi đến dân chủ một cách ôn hòa bất bạo động."

Ông Phạm Văn Thành, một người đã từng ở tù chung với Giáo sư Đoàn Viết Hoạt nhận xét trên Facebook về những lời phát biểu của giáo sư:

"Giáo sư Đoàn Viết Hoạt đã trả lời rất thực lòng. Với bản thân tôi, tôi luôn luôn giữ lòng kính trọng với các quyết định của ông, kể cả quyết định chấp nhận đi ra nước ngoài, một quyết định tôi biết là cực kỳ khó khăn đối với ông, người mà tôi trân trọng gọi bằng thầy xưng con ngay từ khi anh em chúng tôi đón nhóm của ông chuyển từ trại Z30D Hàm Tân vào trại Trừng Giới A20 Xuân Phước cuối năm 1993. Thời gian ở trại

A20 Xuân Phước, ông là người nỗ lực không ngừng nghỉ trong mục tiêu nâng cao khả năng lý luận cho những anh em tù chính trị đã bị giam cầm quá lâu (từ 1977 /1980/1984). Vốn liếng văn hóa, chính trị, xã hội và quan hệ quốc tế của ông đã làm chúng tôi bật ngửa và đặc biệt nhất là sự can trường và ý nhị của ông. Trước sự đeo bám của an ninh trại, ông bất chấp những đớn đau sẽ đến với mình và liên tục tham dự các buổi họp nhóm với tất cả các anh em tù kỳ cựu tổ chức. Nhiều người trong nhóm (nhóm Diễn Đàn Tự Do) của ông đã phải tránh hẳn ông vì sợ sự liên lụy. Bối cảnh ấy, anh em võ biền chúng tôi mới thật sự kính phục người mà trước đó nhiều anh em có ý không phục vì ông có liên quan đến những nhóm phản đối chính quyền miền Nam VNCH trước 1975. Bối cảnh trại A20 Xuân Phước, một trại khét tiếng tàn khốc với gần hai ngàn nấm mộ số (tính đến 1994) đã giúp cho chúng tôi nhận ra giá trị thực thụ của một kẻ sĩ. Một bậc trí thức thực sự."

Về việc Giáo sư Đoàn Viết Hoạt ra đi. Cựu tù nhân chính trị Phạm Văn Thành cũng cho biết chính ông là người được giáo sư hỏi ý ngay khi ở trong tù. Hỏi ý nhiều khi không phải để nhận câu trả lời nhưng chỉ là cách để nhẹ những ưu tư đang đè nặng trong lòng.

Câu trả lời của Giáo sư Đoàn Viết Hoạt và tiết lộ của một người ở tù chung nhiều năm với ông, cho chúng ta biết chọn lựa ra đi của ông là một chọn lựa khó khăn. Chọn lựa nào mà chẳng có hy sinh. Ông ra đi mang theo một niềm tâm sự luôn chôn giấu trong lòng và tâm sự đó đã nhiều đêm làm ông trăn trở. Ông cho nhiều người thân biết khi máy bay bay lên trời cao, nhìn xuống thấy đất nước xa dần ông đã bật khóc, không cầm được nước mắt. Bởi ngày trở lại không biết đến bao giờ.

Ông không bao giờ muốn rời xa quê hương nếu được tự do lựa chọn. Như ông đã chọn lựa trở về Việt Nam sau khi học xong bằng Tiến Sĩ ở Mỹ. Và sau khi CS chiếm miền nam ông cũng đã quyết định ở lại quê hương để tiếp tục chiến đấu cho lý tưởng dân chủ mà ông đã noi theo thân phụ ông từ khi còn trẻ.

Giáo sư Đoàn Viết Hoạt không phải là mẫu người hoạt động theo kiểu xông xáo đó đây nhưng là một nhà giáo dục, một cựu tù nhân lương tâm phát xuất từ miền Nam, một nhà tư tưởng, học ở Mỹ nên việc hội nhập vào sinh hoạt chính trị dòng chính Mỹ cũng như tham gia vào cộng đồng Việt Nam hải ngoại không mấy trở ngại khó khăn. Không giống như nhiều người tranh đấu khác chỉ tập trung vào các hoạt động có tính cách chiến thuật, ngắn hạn, giáo sư viết sách, phân tích tình hình quốc tế, sử dụng tích cực các mối quan hệ của cá nhân ông với quốc tế, đề nghị các chiến lược dài hạn cho các phong trào đấu tranh, vì thế, vai trò của ông tại hải ngoại có thể hữu hiệu không kém, nếu không muốn nói thuận lợi hơn, vai trò của ông khi còn ở trong nước.

Bác sĩ Nguyễn Đan Quế: "Lưu đầy không phải là tự do"

Một người bạn tù của Giáo sư Đoàn Viết Hoạt, Bác sĩ Nguyễn Đan Quế thì khác, ông đã chọn lựa sống chết với quê hương ngay trong giờ phút Sài Gòn thoi thóp thở cho đến hôm nay.

Ngày 30 tháng Tư năm 1975, trong lúc nhiều người Việt Nam chạy ra sông, ra biển, Bác sĩ Nguyễn Đan Quế đã chạy ngược dòng người, ông chạy về bệnh viện, nơi hàng trăm thiếu nhi Việt Nam bị thương tích và bệnh hoạn không có người chăm sóc, không có ngay cả một viên thuốc chống đau. Với

chức năng của một bác sĩ và tình thương dành cho thế hệ thiếu nhi đang bị chế độ bỏ rơi, ông đã ở lại tiếp tục ngành chuyên môn của mình tại bệnh viện Chợ Rẫy. Tuy nhiên, một năm sau, trước những bất công, hà khắc mà chế độ CS áp đặt lên nhân dân Việt Nam một cách tàn nhẫn từ trong bệnh viện nơi ông làm việc cho đến ngoài xã hội, Bác sĩ Nguyễn Đan Quế phát động cuộc đấu tranh vì tự do dân chủ và nhân bản cho dân tộc Việt Nam.

Từ đó, ông đã dấn thân vào hành trình tranh đấu cho một Việt Nam tự do dân chủ và nhân bản. Bác sĩ Nguyễn Đan Quế bị bắt nhiều lần và có những bản án kéo dài hàng chục năm qua nhiều trại tù lớn ở miền Nam:

- Lần thứ nhất: Mười năm, từ 1978 đến 1988, trong đó có thời gian dài bị biệt giam vì đã sáng lập Mặt trận Dân tộc Tiến bộ "với âm mưu lật đổ chính quyền CS". Không đưa ra tòa xét xử.

- Lần thứ nhì: Ngày 29 tháng 11 năm 1991, trong phiên tòa chỉ vỏn vẹn ba mươi phút, CSVN đã xử Bác sĩ Nguyễn Đan Quế 20 năm khổ sai và 5 năm quản chế vì "hoạt động lật đổ chính quyền". Đến năm 1993, Bác sĩ Quế bị đưa đi lao động khổ sai ở trại K4 Xuyên Mộc (Bà Rịa) và ở trại K3 Xuân Lộc, cách Sài Gòn 80 cây số về hướng Đông Bắc. Mặc dù sức khỏe của ông ngày càng yếu, quản giáo CSVN vẫn tìm cách hành hạ ông bằng lao động khổ sai và biệt giam.

- Lần thứ ba: Bị bắt năm 2003 vì lên tiếng tranh đấu cho tự do thông tin và phát biểu. Lần nữa, trước áp lực quốc tế và đồng bào trong cũng như ngoài nước. CSVN đã buộc phải thả Bác sĩ Nguyễn Đan Quế vào năm 2005.

- Lần thứ tư: Bị bắt vào cuối tháng 2 năm 2011, sau khi công bố "Lời kêu gọi toàn dân xuống đường cứu nước". CSVN trả ông về nhà sau khi bị tạm giữ 48 giờ.

Năm 1998, trước áp lực quốc tế, chính quyền CS đồng ý thả bác sĩ Nguyễn Đan Quế với điều kiện ông phải rời Việt Nam.

Với hai mươi năm tù tội, CSVN nghĩ rằng bác sĩ đã cạn kiệt tinh thần cũng như thể lực và phải chọn con đường bình an nhất cho những ngày tháng cuối đời là ra đi. Nhưng họ đã lầm. Bác sĩ Nguyễn Đan Quế từ chối. "Lưu đầy không phải là tự do" ông tuyên bố một cách khẳng khái. Tự do của một người chỉ trọn vẹn ý nghĩa nếu được tự do trên quê hương mình và cùng với dân tộc mình. Không có tự do dành cho những kẻ bị lưu đày. Cuối cùng, CS đành thả ông và giam lỏng ông tại Sài Gòn.

Ngày 11 tháng 5 năm 2014 đánh dấu 24 năm ngày Bác sĩ Nguyễn Đan Quế công bố Bản Tuyên Bố của Cao Trào Nhân Bản kêu gọi đồng bào Việt Nam trong và ngoài nước, các chính phủ và nhân dân yêu chuộng tự do dân chủ khắp thế giới tích cực ủng hộ cuộc đấu tranh bất bạo động đòi hỏi nhà cầm quyền CSVN phải (a) Tôn trọng các nhân quyền căn bản của người dân Việt Nam. (b) Phải chấp nhận sinh hoạt chính trị đa nguyên. (c) Phải trả lại cho người dân Việt Nam quyền được lựa chọn một thế chế chính trị phù hợp với nguyện vọng của mình qua các cuộc bầu cử tự đó và công bằng dưới sự giám sát của Liên Hiệp Quốc.

Năm nay, bác sĩ Nguyễn Đan Quế đã 73 tuổi với gần một nửa đời người trong tù tội lao lung. Ngọn đèn nhân sinh có thể một ngày sẽ tắt nhưng ngọn đèn nhân bản ông thắp lên trong ngày 11 tháng 5 năm 1990 chẳng những không tắt mà mỗi ngày

một sáng hơn. Hai mươi năm trước, phong trào xã hội dân sự tại Việt Nam chỉ có Cao Trào Nhân Bản và Diễn Đàn Tự Do, hôm nay hàng trăm nhóm, phong trào, mạng lưới internet, tập hợp xã hội dân sự đang được ra đời và phát triển. Con đường ông đi ngày đó chỉ có một vài dấu chân lẻ loi đơn độc, hôm nay, hàng trăm, hàng ngàn người cùng đi. Tuổi trẻ Việt Nam xem bác sĩ như là một người cha, người chú, một chỗ dựa tinh thần, một nơi để tìm nguồn an ủi trong những lúc khó khăn. Và Bác sĩ Nguyễn Đan Quế, cũng giống như trong buổi chiều 30 tháng Tư, 1975 lại tiếp tục săn sóc, khuyên răn các em bằng đức tính khiêm cung và tấm lòng nhân ái.

Tiến sĩ Cù Huy Hà Vũ và Mount Everest đang chờ

Tiến sĩ Cù Huy Hà Vũ là một người đa tài. Anh sinh ngày 2 tháng 12 năm 1957 tại xã Ân Phú, huyện Vũ Quang, tỉnh Hà Tĩnh). Anh tốt nghiệp tiến sĩ luật học, thạc sĩ văn chương, họa sĩ nhưng được biết đến nhiều nhất như một nhân vật bất đồng chính kiến với nhà nước CSVN. Anh bị bắt vào ngày 5 tháng 11 năm 2010 tại Sài Gòn và bị khởi tố ngày 15 tháng 11 năm 2010 về tội danh quen thuộc của CS "Tuyên truyền chống Nhà nước Cộng hòa Xã hội chủ nghĩa Việt Nam". Anh bị kết án 7 năm tù. Phiên tòa ngày 2 tháng 8 năm 2013 giữ nguyên bản án. Tuy nhiên, trong lúc đang ở tù, anh Cù Huy Hà Vũ được CS phóng thích và cùng vợ đi thẳng sang Mỹ ngày 7 tháng Tư năm 2014.

Tiến sĩ Cù Huy Hà Vũ ra khỏi nhà tù CS là một tin vui chung cho phong trào dân chủ Việt Nam. Cuộc vận động và tranh đấu thay mặt anh đã diễn ra không ngừng trên mọi lãnh vực, mọi bình diện, mọi phương tiện, mọi giới và mọi tầm vóc đã có hiệu quả. Trong nước Cù Huy Hà Vũ đã trở thành niềm

thôi thúc của tuổi trẻ dấn thân. Ngoài nước, Cù Huy Hà Vũ đứng hàng đầu trong danh sách tù nhân mà các tổ chức nhân quyền dùng để gây áp lực cho CSVN. Phần lớn các nhà phân tích và đồng bào quan tâm đều nghĩ CSVN phải trả tự do cho anh sớm. Và họ đoán đúng. Tuy nhiên thay vì trở về với bạn bè cùng tranh đấu, với công cuộc vận động dân chủ đang quá cần anh, với phong trào bảo vệ Hoàng Sa Trường Sa mà anh từng gắn bó, anh được đưa từ nhà tù sang Mỹ ngay là một tin làm nhiều người ngạc nhiên. Không ít người thất vọng, lo lắng và ngay cả buồn phiền.

Lần nữa, chọn lựa đi hay ở là chọn lựa cá nhân. Nếu anh chọn ra đi để chữa bịnh và được sống bình an sau những năm tháng dài đấu tranh mệt mỏi ở Việt Nam thì đó là chọn lựa riêng tư. Mỗi người trong thế giới này có quyền chọn lựa một cách sống riêng cho mình và gia đình mình. Quyết định đó phải được tôn trọng. Đất nước Việt Nam là của 90 triệu người chứ không phải chỉ của một mình Cù Huy Hà Vũ. Và đừng quên, phong trào dân chủ từ thập niên 1990 đến nay có những lãnh tụ đấu tranh tưởng chừng như "gươm đàn nửa gánh, non sông một chèo" đã tự biến mất đi không để lại một dấu vết gì. Thỏa hiệp, đầu hàng, mệt mỏi hay dù gì cũng không ai trách và sau một thời gian sẽ không còn ai nhắc. Cuộc vận động dân chủ như một chuyến tàu, tại mỗi sân ga, có người bước xuống nhưng cũng có người khác bước lên. Lịch sử đã, đang và sẽ diễn ra như thế.

Nhưng nếu anh Cù Huy Hà Vũ chọn ra nước ngoài để vừa được bình an vừa tiếp tục con đường tranh đấu như phương cách anh đã làm trong nước thì đó sẽ là một chọn lựa vô cùng khó khăn để thực hiện:

- Phương pháp đấu tranh: Từ trước đến nay, anh Cù Huy Hà Vũ chọn phương pháp đấu tranh trong vòng cơ chế, nghĩa là chấp nhận và dựa trên hiến pháp CS, luật pháp CS. Anh từng ứng cử vào chức vụ Bộ trưởng Thông Tin, tranh cử Đại biểu Quốc Hội. Anh từng kiện Ủy Ban Nhân Dân tỉnh Thừa Thiên, kiện cả Thủ tướng CS Nguyễn Tấn Dũng, đòi hỏi phải thay đổi hiến pháp. Nói chung, anh tìm mọi kẽ hở của chế độ để tấn công, nhưng những kẽ hở đó đã được đóng lại cùng lúc với cánh cửa máy bay. Điều kiện đầu tiên để đấu tranh trong vòng cơ chế là phải có mặt. Không gian đấu tranh chính trị như thế không tồn tại ở hải ngoại. Ở Mỹ không có "gậy ông" để anh "đập lưng ông". Lịch sử đấu tranh giành độc lập cho Việt Nam trong thời kỳ Pháp thuộc có rất nhiều người đã đấu tranh trong vòng cơ chế thực dân như Bác sĩ Nguyễn Văn Thinh, Nhà báo Nguyễn Phan Long, Kỹ sư Bùi Quang Chiêu, Nhà văn Diệp Văn Kỳ... và đã giúp tạo nền móng vững chắc cho chế độ dân chủ tại miền Nam Việt Nam từ 1954 đến 1975 nhưng họ đều trực diện một mất một còn với chế độ thực dân tại Việt Nam.

- Hậu thuẫn đấu tranh: Anh Cù Huy Hà Vũ vận dụng tích cực các mối quan hệ cá nhân, gia đình, môi trường xã hội mà anh xuất phát để làm điểm tựa đấu tranh. Những điều kiện đó thuận lợi bao nhiêu ở trong nước sẽ bất lợi bấy nhiêu ở hải ngoại. Giả thiết rằng điểm hẹn cuối cùng trong hành trình tranh đấu của anh Cù Huy Hà Vũ cũng là một nước Việt Nam tự do dân chủ như phần lớn người Việt trong và ngoài nước đang tranh đấu, điểm khởi hành của anh phát xuất từ trong lòng chế độ CS và vì thế không đi cùng một ngã với đại đa số người Việt hải ngoại. Người Việt hải ngoại không phải bao giờ cũng bằng mặt, bằng lòng với nhau nhưng có một lập trường dứt khoát giống

nhau đối với chế độ CS như một điều kiện tiền đề, không có chuyện "tuy nhiên", "lẽ ra" hay "nói gì thì nói" nào cả.

- Lý luận đấu tranh: Anh Cù Huy Hà Vũ không phải là nhà tư tưởng hay nhà lý luận. Hầu hết các hoạt động của anh chỉ mang tính chiến thuật, ngắn hạn, gây khó khăn cho chế độ nhưng không tấn công vào nền tảng của ý thức hệ Mác Lê và các nguyên nhân dẫn đến một đất nước điêu tàn, nghèo đói, phân hóa như hôm nay. Có thể đó phương cách đấu tranh anh nghĩ là thích hợp nhưng trong điều kiện hải ngoại những chiến thuật như thế không hiệu quả và cũng không thuyết phục được bao nhiêu người. Tham nhũng tại Việt Nam có tính đảng và sinh sôi nảy nở tốt tươi dưới bóng cây cổ thụ quyền lực của đảng, do đó, đánh tham nhũng mà tránh đánh vào đảng CS cũng chẳng khác gì đánh vào chiếc bóng đen mà để yên cho kẻ trộm dọn nhà mình.

Anh Cù Huy Hà Vũ có thể nói đã một mình đã tạo nên một phong trào đấu tranh đầy sinh động. Các nhà chiến lược và lý luận có thể không đánh giá anh cao nhưng cách đấu tranh của anh lại dễ gây phong trào quần chúng và gây khó cho lãnh đạo CS. Nhiều bạn trẻ đã khóc, đã xuống đường, đã bị tù vì anh khi anh bị chế độ CS hạ nhục. Nhiều cụ già đã thương quý anh như con, như cháu khi anh bị lao tù. Ngoài việc can đảm, gan dạ, với tuổi trung niên, anh là chất keo nối kết các tầng lớp xã hội. Quốc tế nhìn anh như một lãnh tụ đấu tranh nổi bật của giai đoạn này và luôn dùng để gây áp lực nhân quyền với chế độ. Nhưng chất keo đó chỉ còn là những giọt nước mưa rớt rơi trên mặt phi đạo khi chuyến bay mang anh đi vừa cất cánh. Nụ cười và dấu V chiến thắng của anh đưa lên khi ra khỏi phi trường Dulles ở Washington DC có thể chỉ để xã giao với người đang

cầm máy ảnh nhưng làm đắng cay cho bao nhiêu đồng bào, anh em đang kỳ vọng ở nơi anh.

Lịch sử cũng từng chứng minh không phải đi là hết.

Rất nhiều chính khách đối lập lưu vong hay tự lưu vong ở nước ngoài sau đó đã trở về và thành công trong việc lãnh đạo quốc gia như Benazir Bhutto, Kim Đại Trọng ở Á Châu, Jacob Zuma, Moncef Marzouki của Phi Châu và nhiều người khác.

Nhiều độc giả đã biết trường hợp Kim Đại Trọng của Nam Hàn và Benazir Bhutto của Parkistan, xin giới thiệu trường hợp của Tổng thống Tunisia Moncef Marzouki mới đây. Sau khi tốt nghiệp bác sĩ tại đại học Strasbourg, Pháp, Bác sĩ Moncef Marzouki trở lại Tunisia và thành lập Trung Tâm Y Tế Cộng Đồng để ngăn chặn lạm dụng thiếu nhi. Bác sĩ Moncef Marzouki không có tham vọng chính trị nhưng trước việc nhà độc tài Ben Ali trấn áp một cách dã man các thành phần đối lập, ông đã đứng ra thành lập Ủy Ban Quốc Gia Bảo Vệ Tù Nhân Lương Tâm (the National Committee for the Defense of Prisoners of Conscience). Ông bị tù nhiều lần trước khi lưu vong sang Pháp. Tại Pháp, ông tiếp tục lãnh đạo Nghị Hội vì Nền Cộng Hòa (Congrès pour la République) gọi tắt là CPR. Nghị Hội vì Nền Cộng Hòa quy tụ một tập thể trí thức thuộc nhiều tôn giáo, thành phần xã hội, hữu và tả, Arab và không Arab nhưng theo đuổi một mục tiêu tối hậu là thành lập một chế độ Cộng Hòa đầu tiên tại Tunisia bao gồm tự do ngôn luận, tự do hội họp, tự do bầu cử và ứng cử. CPR đòi hỏi một hiến pháp mới đặt cơ sở trên các nguyên tắc của chế độ Cộng Hòa. Sau khi nhà độc tài Ben Ali bị lật đổ, Moncef Marzouki trở về Tunisia để tham gia cuộc bầu cử quốc hội và được chọn làm Tổng thống của Tunisia ngày 12 tháng 12 năm 2011. Trả lời báo chí, Moncef

Marzouki phát biểu về nhiệm vụ chính của ông ta "Khi một đất nước phải trải qua 50 năm độc tài, nhiệm vụ chính của tôi là ngăn chặn độc tài tái diễn".

Còn hơi sớm để đánh giá, nhận xét về việc anh Cù Huy Hà Vũ ra đi bởi vì có thể có nhiều yếu tố về phía Mỹ, phía CSVN và cả cá nhân anh vẫn chưa được biết, chưa được tiết lộ, chưa được tỏ bày. Những điểm người viết trình bày không có ý phê bình, chỉ trích nhưng chỉ muốn nêu ra một cách thẳng thắn về những hoàn cảnh và tình huống mà anh Cù Huy Hà Vũ có thể sẽ phải đương đầu trong những ngày tháng tới. Nếu anh chỉ muốn có cuộc sống bình an, đọc sách, họa, nghiên cứu luật sẽ không có gì để nói nhưng nếu anh tiếp tục dấn thân trên đường đấu tranh như đã từng làm thì trước mặt là đỉnh Everest đang đợi chờ anh.

Một góp ý chung cho tất cả những người ra đi, dù ra đi bằng ghe như kẻ viết bài này hay bằng máy bay như các lãnh tụ đấu tranh: Xa đất nước là một bất hạnh và ra đi, dù viện dẫn bất cứ một lý do gì, cũng có lỗi với quê hương.

ĐỪNG KHÓC CHO PHƯƠNG UYÊN MÀ HÃY SỐNG CÙNG MƠ ƯỚC CỦA EM

Cô bé đứng trên bục cao, đôi kính cận có cọng dày, tóc vén cao, áo trắng học trò, thân hình mảnh mai trông giống như một cô bé học sinh 15 tuổi đang đứng bảng đen trong lớp học chứ không phải đứng trước tòa án CS. Em không sợ hãi, không van xin, trầm tĩnh và tinh khôi như một thiên thần: "Tôi là sinh viên yêu nước, nếu phiên tòa hôm nay kết tội tôi, thì những người trẻ khác sẽ sợ hãi và không còn dám bảo vệ chủ quyền của đất nước. Nếu một sinh viên, tuổi trẻ như tôi mà bị kết án tù vì yêu nước thì thật sự tôi không cam tâm".

Cạnh em, Đinh Nguyên Kha, áo sơ mi trắng, tóc cắt cao của một thanh niên Việt Nam kiểu mẫu. Nguyên Kha cũng dõng dạc: "Tôi trước sau vẫn là một người yêu nước, yêu dân tộc tôi. Tôi không hề chống dân tộc tôi, tôi chỉ chống đảng CS. Mà chống đảng thì không phải là tội".

Hàng triệu người Việt Nam trong hai ngày qua sống trong tâm trạng vừa phẫn nộ, vừa xót xa nhưng cũng vừa hãnh diện. Phẫn nộ khi đọc bản án của đảng CS dành cho hai em, xót xa khi nhìn vóc dáng mảnh mai, yếu đuối của Phương Uyên, nhưng hãnh diện đến rơi nước mắt vì những câu nói lịch sử của hai em.

Trước ngày ra tòa CS, không ít người nghĩ rằng giới lãnh đạo CSVN chắc cũng "giương cao đánh khẽ thôi" vì hai em còn trẻ, nhất là Nguyễn Phương Uyên không những là một cô bé khi bị bắt mới 20 tuổi mà còn là một cán bộ đoàn trường của đoàn Thanh niên CS Đại học Công nghiệp Thực phẩm. Đất nước khó khăn, lòng người ly tán. Chưa bao giờ Việt Nam đứng trước hàng trăm ngàn thử thách như ngày nay. Ngoài biển, như Việt Khang thét lên trong dòng nhạc của em "Giặc Tàu ngang tàng trên quê hương ta, Hoàng Trường Sa, đã bao người dân vô tội, chết ngậm ngùi vì tay súng giặc Tàu" và bên trong là một căn nhà đang đổ nát, một quốc gia bị phân liệt đến mức tận cùng, một nền kinh tế đang trên đà phá sản, giới lãnh đạo đảng CS dù độc ác, bất nhân, ti tiện, ngu xuẩn bao nhiêu cũng phải biết ngừng tay đao phủ để cứu vớt non sông và cứu vớt chính bản thân đảng. Nhiều người nghĩ thế.

Trước ngày ra tòa CS, không ít người có thể đã nghĩ hai em sẽ xin tha, sẽ tự thú, sẽ đầu hàng. Các em còn nhỏ và đời sống còn dài. Cuộc tranh đấu giữa các em và chế độ độc tài như trò chơi cút bắt. Bắt được xin tha, tha xong lại tranh đấu tiếp theo kiểu "vừa đánh vừa đàm" của người lớn. Nhiều anh chị của các em trước đây đã chơi trò chơi đó vì họ nghĩ muốn làm gì trước hết cũng cần phải sống, cần phải có mặt, cần phải có điều kiện để viết, để nói, và muốn thế hãy tạm thời thú nhận, có chết chóc ai đâu, chẳng người nào, cơ quan nào, tổ chức nào, dù quốc tế hay Việt Nam, tin một lời tự thú trong chế độ CS độc tài. Nhiều người nghĩ thế.

Cả hai nhóm người tiên đoán như trên đều lầm.

Nguyễn Phương Uyên và Đinh Nguyên Kha không khuất phục. Chuyện "thú tội", "xin khoan hồng" chỉ mới vài năm

trước đây nhưng như đã thuộc vào quá khứ xa xôi, một thời kỳ còn chập chững đấu tranh, một phương pháp nay đã lỗi thời. Tranh đấu cho quyền lợi của dân tộc là một tự nguyện phát xuất từ trái tim và lòng yêu nước. Không ai bắt các em phải làm những việc các em không chọn lựa. Nhịp đập chân thành của con tim và tiếng gọi thiêng liêng của lòng yêu nước không cho phép một người gập đầu "xin khoan hồng", "thú tội" dù chỉ là một hình thức trá hàng. Bảo vệ tổ quốc là một niềm vui, niềm hãnh diện. Nếu đã chọn hy sinh phải hy sinh cho trọn vẹn với lý tưởng của đời mình.

Tình yêu nước trong lòng Nguyễn Phương Uyên và Đinh Nguyên Kha vô cùng trong sáng. Không giống Nguyễn Thị Minh Khai trước giờ bị xử tử hô lớn "Đảng CSVN muôn năm!" để thể hiện tinh thần bất khuất, kiên trung của bà ta đối với đảng, hay Lê Hồng Phong, trong lời trăn trối cuối cùng ngoài Côn Đảo chỉ nguyện trung thành với đảng, Phương Uyên và Nguyên Kha chỉ nghĩ đến những bà mẹ Việt Nam đang buôn tảo bán tần, nghĩ đến các em thơ đang lây lất trên đường phố, nghĩ đến máu các chú bác đã đổ xuống ở Hoàng Sa, nghĩ đến nắm xương của các chú bác đã thành cọc cắm lên hải đảo Trường Sa.

Ngày 16 tháng Năm 2013 là ngày lịch sử.

Như đã có một lần trong lịch sử, ngày 26 tháng Hai năm 1285, Bảo Nghĩa Vương Trần Bình Trọng hô lớn "Ta thà làm quỷ nước Nam, chứ không thèm làm vương đất Bắc". Chàng thanh niên Việt Nam Trần Bình Trọng chỉ mới 26 tuổi.

Như đã có một lần trong lịch sử, ngày 17 tháng Sáu năm 1930, 13 đảng viên Việt Nam Quốc Dân Đảng đã dành hơi thở cuối cùng của đời mình trên mặt đất này để gọi tên hai tiếng

Việt Nam trước khi bước lên máy chém, tuyệt nhiên không ai trong số họ kể cả Đảng trưởng Nguyễn Thái Học hô "Việt Nam Quốc Dân Đảng muôn năm". Đảng chính trị với họ chỉ là chiếc ghe để chèo dân tộc sang bến bờ độc lập chứ không phải mục tiêu, cứu cánh của cuộc đời họ hay của phe nhóm và tổ chức họ giống như đảng CSVN. Nguyễn Thái Học khi sống là Đảng trưởng Việt Nam Quốc Dân Đảng nhưng khi chết đã chết như bao nhiêu thanh niên yêu nước khác, thư thái ngâm những vần thơ tuyệt mệnh "Chết vì tổ quốc, chết vinh quang, lòng ta sung sướng, trí ta nhẹ nhàng". Chàng thanh niên Việt Nam Nguyễn Thái Học chỉ mới 29 tuổi.

Lịch sử mang tính thời đại và tính liên tục. Mỗi thế hệ có một trách nhiệm riêng, dù hoàn thành hay không, khi bước qua thời đại khác, vẫn phải chuyển giao trách nhiệm sang các thế hệ lớn lên sau. Sức đẩy để con thuyền dân tộc vượt qua khúc sông hiểm trở hôm nay không đến từ Mỹ, Anh, Pháp hay đâu khác, mà bắt đầu từ bàn tay và khối óc của tuổi trẻ. Lịch sử Việt Nam đã và đang được viết bằng máu của tuổi trẻ Việt Nam.

Giới lãnh đạo Đảng cũng không "giơ cao đánh khẽ" như có người hy vọng nhưng bằng một bản án nặng nề, bẩn thỉu và hèn hạ nhất đối với hai em Nguyễn Phương Uyên và Đinh Nguyên Kha.

Mấy ngày nay trên nhiều diễn đàn khá đông người lại tiếp tục tranh cãi chuyện chủ nghĩa CS còn sống hay đã chết. Thật ra, chủ nghĩa CS sống hay chết tùy thuộc vào góc nhìn và cách phân tích bản chất của chế độ độc tài toàn trị CS. Chủ nghĩa CS, như một lý tưởng mà không ít người đeo đuổi trong thời trai trẻ, có thể đã chết tại Nga ngay sau khi Cách Mạng Tháng Mười bùng nổ 1917, đã chết tại Trung Cộng khi Mao Trạch

Đông lên nắm chính quyền 1949, và chết tại Việt Nam khi Hồ Chí Minh cất tiếng trên quảng trường Ba Đình đầu tháng 9 năm 1945, nhưng từ đó đã bắt đầu một loại chế độ CS thực tế với các đặc tính bất nhân, tàn bạo nhất trong các chế độ độc tài của lịch sử loài người. Chế độ đó vẫn còn tồn tại ở Việt Nam biểu hiện qua bản án khắc nghiệt dành cho Phương Uyên và Nguyên Kha.

Bộ máy chính trị toàn trị, kinh tế lạc hậu, xã hội sa đọa, đạo đức suy đồi, hiện tượng sùng bái cá nhân, thói quen suy tôn lãnh tụ, lừa dối nhân dân, bưng bít có chủ trương, đổ thừa có hệ thống của ý thức hệ CS vẫn còn nguyên tại Việt Nam như từ ngày mới nhập cảng từ Liên Xô, Trung Cộng.

Phương pháp đầu độc, tẩy não của đảng CSVN dành cho các em bé Việt Nam hoàn toàn giống phương pháp đầu độc thiếu nhi đang thực hiện tại Triều Tiên. Hình ảnh "Bác Kim" trong lòng thiếu nhi Triều Tiên như Bradley K. Martin mô tả trong tác phẩm Dưới sự bảo bọc đầy tình thương của cha già dân tộc (Under the Loving Care of the Fatherly Leader) không khác gì hình ảnh một "Bác Hồ" "tình thương bao la", "cha già dân tộc", "nhà thơ lỗi lạc", "nhà quân sự thiên tài", "nhà giáo dục vĩ đại" được Đảng nhồi nhét vào tâm hồn trong trắng của bao nhiêu thế hệ Việt Nam.

Những ai còn nghĩ đến "hòa giải hòa hợp" với CS, còn tin vào lòng dạ chí thành của Thứ trưởng Ngoại Giao CS Nguyễn Thanh Sơn khi thắp hương trước phần mộ của các chiến sĩ VNCH ở nghĩa trang quân đội Biên Hòa hãy đọc lại bản án của đảng CS dành cho hai em Đinh Nguyên Kha và Nguyễn Phương Uyên một lần nữa và tự hỏi có một phương pháp, một con đường nào, một hy vọng nào để dân tộc Việt Nam có thể

sống chung với đảng CSVN. Một người có nhận thức chính trị căn bản nào cũng biết là không.

Những ai còn hoài nghi vào sức mạnh dân tộc Việt Nam hãy đọc lại lời tuyên bố của hai em "Tôi trước sau vẫn là một người yêu nước, yêu dân tộc tôi". Là một đoàn viên đoàn thanh niên CS chắc chắn Phương Uyên đã được nhồi sọ rằng khi lớn lên phải biết trung thành với đảng, phải biết đi theo con đường đảng đã vạch ra. Tư tưởng CS ngoại lai nô dịch dù độc hại bao nhiêu cũng không giết được hạt mầm dân tộc đang âm thầm lớn lên trong tâm hồn hai em, đã chiến đấu trong nhận thức của hai em, đã chiến thắng qua hành động của hai em và biểu hiện hùng hồn qua câu nói lịch sử của hai em. Đảng CS muốn Phương Uyên trở thành sâu bọ đo hai hàng chân trên cành cây mục nát của đảng nhưng em đã vươn lên thành cánh bướm vàng.

Trong nỗi đau khi nghe tin hai em bị kết án nặng nề đã dâng trong lòng hàng triệu người Việt Nam một niềm hãnh diện. Lòng yêu nước đã thắng. Chưa bao giờ ranh giới giữa yêu nước và bán nước rõ ràng hơn hôm nay. Cuộc chiến nào cũng khó khăn nhưng cuộc chiến tư tưởng bao giờ cũng khó khăn nhất. Những câu nói của hai em sẽ vang vọng trong dòng lịch sử ngàn đời không phai. Lịch sử dân tộc, qua bao thời đại, đã được giữ gìn bằng sức mạnh tuổi trẻ. Thời đại hôm nay là thời đại của Đỗ Thị Minh Hạnh, Nguyễn Hoàng Quốc Hùng, Đoàn Huy Chương, Đinh Nguyên Kha, Nguyễn Phương Uyên, của hàng trăm thanh niên nam nữ đang ở trong tù CS, của hàng ngàn hàng triệu thanh niên Việt Nam đang sắp sửa tiếp nối hành trình. Lịch sử Việt Nam vừa đau thương nhưng vừa là một bản hùng ca viết bằng nước mắt và nụ cười của bao nhiêu thế hệ.

Ai dạy Đinh Nguyên Kha và Nguyễn Phương Uyên để nói những câu hào hùng như thế. Không ai dạy. Như một lần tôi đã viết, tuổi trẻ Việt Nam không cần một ngọn hải đăng để rọi sáng đêm tối trời dân tộc nhưng ngay từ trong lòng họ đã bùng cháy lên ngọn đèn tự chủ được thắp sáng bằng tâm thức Việt Nam. Tuổi trẻ Việt Nam ngày nay không cần chờ đợi một minh quân ra đời hay một lãnh tụ xuất hiện để dẫn dắt họ trên đường cứu nước bởi vì chính họ sẽ là những minh quân của thời đại và con đường dẫn đến điểm hẹn lịch sử được soi sáng bằng trí tuệ Việt Nam. Tuổi trẻ Việt Nam ngày nay không cần vay mượn một chủ nghĩa, một ý thức hệ, một lý thuyết ngoại lai nào làm kim chỉ nam để giải phóng dân tộc bởi vì chính họ đã được trang bị bằng các đặc tính dân tộc, nhân bản và khai phóng kết tinh và kế thừa từ hơn bốn ngàn năm lịch sử. Các em cũng nhắc cho giới lãnh đạo Đảng biết rằng một ngàn năm sống trong bóng tối Bắc thuộc không làm dân tộc Việt Nam mù mắt thì ba mươi tám năm trong triết học Mác-Lê làm sao có thể thui chột đi tình yêu nước thiết tha trong lòng người dân và nhất là trong lòng tuổi trẻ Việt Nam.

Ngoài bản chất tàn ác, bất nhân, ti tiện, còn lý do nào khác khiến Đảng đã ra tay nặng nề với hai em Đinh Nguyên Kha và Nguyễn Phương Uyên.

Còn một lý do nữa, bởi vì Đảng sợ.

Đúng như Brad Adams, Giám đốc Ban Á Châu của Human Rights Watch (HRW) phát biểu: "Đưa người dân ra tòa xử chỉ vì phát tán tờ rơi chỉ trích chính phủ là một việc làm lố bịch và biểu hiện sự bất an của chính quyền Việt Nam".

Đảng cảm thấy "bất an" là phải. Trong suốt 38 năm cai trị đất nước bằng nhà tù sân bắn chưa bao giờ đảng CS bị cô lập trên thế giới và mất chỗ đứng hoàn toàn trong lòng dân tộc Việt Nam như ngày nay. Không giống như trong thời chiến núp bóng dưới chiêu bài "chống ngoại xâm" và lợi dụng lòng yêu nước của nhiều người Việt Nam, ngày nay, chung quanh đảng chỉ có kẻ thù. Những tâm thư, thỉnh nguyện, góp ý kiến về hiến pháp, đổi tên đảng, thay tên nước vừa qua cho thấy, nhiều thành phần, lực lượng trước đây là phên dậu của đảng, là hậu thuẫn của đảng đang quay sang chống đảng. Một người dù mê muội bao lâu cũng có một lần thức tỉnh. Một tiếng nói đúng gióng lên dù trễ còn hơn im lặng suốt đời.

Hành động điên cuồng vượt qua mọi thước đo đạo đức qua hai bản án dành cho hai em Nguyên Kha và Phương Uyên cho thấy không phải sức bén của con dao độc tài mà là hành động tuyệt vọng của đảng CSVN. Quyết định của Nicolae Ceausescu khi ra lệnh công an bắn vào cuộc biểu tình của nhân dân Rumania sáng ngày 17 tháng 12 năm 1989 chỉ để dẫn đến bản án tử hình dành cho vợ chồng ông ta một tuần sau đó. Thật vậy, lịch sử đã nhiều lần chứng minh, khi một chế độ chỉ còn trông cậy vào các phương tiện bạo lực trấn áp để tồn tại, chỉ còn biết sử dụng bộ máy công an kềm kẹp để duy trì quyền cai trị, ngày tàn của chế độ đó chỉ là vấn đề thời gian.

Những ai còn đang đứng bên lề cuộc tranh đấu vì chủ quyền đất nước, vì tự do dân chủ nhân bản hãy bước lên chuyến tàu lịch sử hôm nay để cùng với hai em đi về phía bình minh của dân tộc Việt Nam. Đời người rồi sẽ qua nhưng dân tộc Việt Nam phải còn và mãi mãi sẽ còn. Con tàu đi cứu nước còn nhiều toa rộng, đủ chỗ cho mọi người, mọi thành phần, mọi

tôn giáo, mọi quá khứ. Hành động cứu nước cũng rất nhiều để chọn, không nhất thiết phải vào tù ra khám, không nhất thiết phải tìm cho ra được những cây búa lớn để đập vỡ bức tường chuyên chính, nhưng một bàn tay nhỏ, một bước chân xuống đường chống thực dân đỏ Trung Cộng, một thái độ không hợp tác với nhà cầm quyền CS, một lá thư thăm hỏi các em các cháu trong tù trong những ngày sinh nhật, lễ lớn, một tấm vé tham dự bữa cơm gây quỹ giúp các em đang bị tù hay đang bị khó khăn v.v... cũng mang đầy ý nghĩa.

Bức tường chuyên chính CSVN đã không sụp đổ vì những cơn bão thời đại Liên Xô, Đông Âu, Bắc Phi xa xôi nhưng chắc chắn sẽ sụp đổ vì những giọt nước kiên nhẫn Việt Nam đang nhỏ xuống từ tuổi trẻ Việt Nam, từ đồng bào Việt Nam trong cũng như ngoài nước. Chúng ta có thể khác nhau ở điểm khởi hành nhưng có cùng một điểm hẹn tự do để đạt đến. Chúng ta có thể mang trên vai những hành lý khác nhau nhưng đều chất chứa bên trong một khát vọng dân chủ để theo đuổi. Đừng khóc cho Phương Uyên mà hãy sống cùng mơ ước của em.

ÁP LỰC NÀO BUỘC CSVN PHẢI THẢ PHƯƠNG UYÊN?

Qua nay, bên cạnh niềm vui trong lòng mọi người yêu mến Phương Uyên, việc CSVN thả cô bé 21 tuổi này cũng đã tạo nhiều tranh luận giống như khi em bị chế độ CSVN giáng xuống cuộc đời non trẻ một bản án nặng nề hồi giữa tháng Năm.

Có quan điểm cho rằng Phương Uyên chỉ là một "món hàng" trả giá giữa Mỹ và CSVN về Đối tác Xuyên Thái Bình Dương (Trans-Pacific Partnership); có lý luận cho rằng việc thả Phương Uyên là dấu hiệu cho thấy phe thân Tây phương đang mạnh hơn trong nội bộ lãnh đạo CSVN; có phân tích cho rằng giới lãnh đạo CSVN nhận ra họ đã phạm sai lầm chính trị khi giáng xuống đời một cô gái chỉ ngoài 20 tuổi bản án 6 năm tù lần trước nên nay phải sửa sai.

Các lý luận đó không những chứng tỏ sự thiếu tự tin, tinh thần lệ thuộc vào ngoại bang mà còn phạm phải sai lầm căn bản là không xác định được vai trò chủ động của các thành phần dân tộc trong con đường tranh đấu cho tự do dân chủ tại Việt Nam.

Áp lực chính buộc nhà cầm quyền CSVN thả Phương Uyên phát xuất từ cuộc đấu tranh bền bỉ, đa dạng, tích cực và nhiệt tình của mọi tầng lớp nhân dân, mọi thế hệ Việt Nam trong nước và ngoài nước.

Chính những bạn trẻ trong nước thức đêm viết từng tờ biểu ngữ, in từng tờ truyền đơn, vẽ hình Phương Uyên và Nguyên Kha trên từng chiếc áo đã góp phần làm thay đổi "bản án sáu năm tù giam" thành "bản án ba năm tù treo" của Phương Uyên.

Chính các bạn trẻ ngoài nước tổ chức những đêm không ngủ, gởi hàng ngàn lá thư lên các tổ chức nhân quyền quốc tế, tổng thống và quốc hội Mỹ, các lãnh đạo châu Âu, các cơ quan nhân quyền thuộc Liên Hiệp Quốc đã giúp cho Phương Uyên được ngồi ăn bữa cơm bên mẹ chiều nay.

Chính đồng bào các giới khắp nơi tại hải ngoại tích cực tham gia những cuộc biểu tình liên tục trước Tòa Bạch Ốc, điện Capitol, trước các tòa đại sứ CSVN đã giúp cho Phương Uyên tìm lại được nụ cười hồn nhiên trong vòng tay của gia đình, bạn bè và bà con thân thuộc.

Các thành phần dân tộc Việt Nam trong suốt nhiều năm và qua nhiều hình thức đã làm nên những đợt sóng đập liên tục vào bức tường chuyên chính độc tài cũng như làm tiếng chuông vang vọng vào lương tri nhân loại.

Ở hải ngoại, bao lớp người dầm mưa, đội nắng, đạp tuyết mà đi trong các cuộc biểu tình chống CS độc tài, đòi hỏi nhân quyền cho đồng bào Việt Nam ngay cả trong những ngày tháng vô cùng khó khăn chân ướt chân ráo mới đến định cư sau 1975. Các cộng đồng người Ba Lan, Tiệp Khắc, Hung, Rumania, Bulgaria, Albany định cư tại các nước tây phương sau khi quốc

gia của họ bị CS cai trị sau thế chiến thứ hai, và cả cộng đồng người Cu Ba tại Mỹ sau 1959 đã không làm được như thế.

Nếu không có hàng loạt các hình thức đấu tranh được phát động ồ ạt và nhịp nhàng từ các thành phần dân tộc, chẳng một nguyên thủ quốc gia dân chủ nào, một cơ quan nhân quyền quốc tế nào biết đến Phương Uyên ngoài những bản tin nhân quyền thường lệ, và số phận của em cũng giống như số phận hàng ngàn người Việt Nam khác đang bị tù đày hay đã chết đi trong quên lãng khắp ba miền đất nước suốt ba mươi bảy năm qua.

Trách nhiệm nặng nề, đôi vai nặng gánh, cộng đồng Việt Nam tại hải ngoại không thể làm hết những điều cần phải làm, cứu được hết những đồng bào cần phải cứu nhưng cuộc đấu tranh chưa bao giờ dừng lại.

Phân tích để thấy chính sức mạnh tổng hợp của toàn dân tộc là nền tảng, là nguồn lực của cuộc đấu tranh vì tự do dân chủ của dân tộc Việt Nam.

Quan hệ và tranh chấp quốc tế bao giờ cũng tồn tại không chỉ giữa các quốc gia thù địch, đối nghịch về quyền lợi mà ngay trong các nước đồng minh. Các dân tộc nhỏ luôn phải bị chi phối và ảnh hưởng. Điều đó không thể nào tránh khỏi. Tuy nhiên, các bài học Phần Lan, Thổ Nhĩ Kỳ, Do Thái cho thấy yếu tố quyết định cuối cùng cho số phận của một dân tộc vẫn luôn nằm trong tay của chính dân tộc đó. Và cũng phân tích để thấy không chỉ Phương Uyên mà còn rất nhiều người như Đinh Nguyên Kha, Việt Khang, Nguyễn Văn Hải, Đỗ Thị Minh Hạnh, Trần Huỳnh Duy Thức v.v. cần phải được tiếp tục đấu tranh.

Cuộc vận động tự do dân chủ cho cả dân tộc là con đường đầy gai góc, gian nan nhưng là con đường chính nghĩa và chính nghĩa sẽ tất thắng.

CỜ VÀNG TRONG BẢN ÁN NGUYÊN KHA VÀ PHƯƠNG UYÊN

Một em du sinh kể tôi nghe câu chuyện em hỏi mua một lá cờ vàng ba sọc đỏ tại một tiệm Việt Nam trong những ngày mới đặt chân đến Mỹ để theo học đại học.

Trong một lần đi mua sắm tại một tiệm tạp hóa do người Việt làm chủ tại Washington DC, thấy gần quầy tính tiền có để một số cờ Mỹ, Việt loại để bàn, em ngỏ ý muốn mua một lá. "*Thưa bác, cờ này để trưng bày hay để bán, nếu bán cháu muốn mua một lá*". Em du sinh hỏi. Bác chủ tiệm nhìn em từ đầu đến chân. Qua giọng nói, cách ăn mặc, bác chủ tiệm, vốn cũng là người gốc Bắc, biết rõ chẳng những em vừa mới từ Việt Nam qua mà còn thuộc tỉnh nào ở miền Bắc nữa. "*Cậu mua để làm gì?*" Bác hỏi lại với giọng nghi ngờ. "*Thưa bác, đấy là việc của cháu. Cháu chỉ muốn biết cờ này có bán không thôi ạ*". Em trả lời. Bác chủ tiệm vốn đã không thiện cảm lại càng khó chịu với cách trả lời hụt hẫng của em. Trong suy nghĩ của bác xuất hiện nhiều phỏng đoán nhưng không có một phỏng đoán nào tốt. Bác nghĩ đến việc "thằng Cộng con" này có thể mua để đốt, để xé bỏ, để ném xuống sông Potomac cho khuất mắt. Bác đưa tay kéo hàng cờ nhỏ cắm trên tấm bảng gỗ nhỏ lại gần tưởng như em sẽ giật

chạy. "*Cậu biết cờ này là cờ gì không?*" Bác chủ tiệm gằn giọng như một công tố viên đang trưng bằng chứng lịch sử trước bị can. "*Thưa không ạ, cháu chỉ biết đây là cờ vàng*". Em du sinh kiên nhẫn đáp tuy trong bụng than thầm "Mua một lá cờ sao khó thế". "Đây là cờ quốc gia!" Bác chủ tiệm nhấn mạnh từng chữ. Và rồi không chờ em đáp, bác giảng cho em du sinh nghe một bài về ý nghĩa lá cờ vàng. "*Không bán, cậu ra khỏi chỗ này đi*". Bác giận dữ kết luận. Em lặng lẽ ra về.

Mấy năm sau, câu chuyện đã trở thành chuyện vui trong những ngày đầu di du học, em thú thiệt với tôi khi bác chủ tiệm hỏi em cũng không biết mua để làm gì. Em không thể đem cờ về Việt Nam, không thể trưng bày cờ trong phòng khách, trong lớp học nhưng em hỏi mua vì thật sự muốn biết thêm về lá cờ vàng ba sọc đỏ. Đó là một phần của lịch sử Việt Nam. Không phải riêng em du sinh, dần dần càng nhiều người Việt thuộc thế hệ em muốn biết về lá cờ vàng. Sau khi hệ thống CS Đông Âu sụp đổ, lãnh đạo các nước CS Á Châu không còn cách nào khác nên phải "tự diễn biến hòa bình" để tồn tại. Cánh cửa thông tin hé mở, ánh sáng khoa học qua những khe hở rọi vào và em là một trong những con chim nhỏ may mắn nhìn được bầu trời từ kẻ hở đó.

Tuy chưa có cơ hội nắm bắt hết ý nghĩa lịch sử, các em có đủ nhận thức để tự đặt vấn đề, rằng nếu cờ vàng ba sọc đỏ là biểu tượng của tất cả mọi xấu xa, tội ác như các em được dạy thì những gì các em đang thừa hưởng hôm nay, từ những bản tình ca các em hát mỗi ngày cho đến những bài thơ đậm đà tình dân tộc, những bài văn ca ngợi tình người, tình cha mẹ, gia đình, làng xóm, và ngay cả trong cách cách ăn, cách mặc, cách nói năng lễ độ, lối sống tự do thoải mái do ai để lại?

Dĩ nhiên không phải đến từ chính sách trồng người đang làm thui chột khả năng sáng tạo của các em, không phải từ nền giáo dục ngu dân dưới mái trường xã hội chủ nghĩa đang biến các em thành những con người vô cảm. Và nếu không phải từ hôm nay, có thể là sản phẩm để lại từ một chế độ đang bị đảng CS nguyền rủa mỗi ngày. Tìm hiểu về lá cờ vàng, do đó, đang là một trào lưu mới trong thế hệ trẻ Việt Nam.

Mới đây, cờ vàng ba sọc đỏ lần nữa là trung tâm của vụ án Nguyên Kha và Phương Uyên. Một quan điểm cho rằng, sở dĩ đảng CS giáng xuống đời hai em những bản án nặng nề chỉ vì Phương Uyên in lá cờ vàng làm truyền đơn và đem dán tại vài địa điểm. Theo lời mẹ của Phương Uyên kể lại nội dung phiên tòa, Phương Uyên không từ chối có in lá cờ vàng ba sọc đỏ nhưng chỉ vì em muốn tìm hiểu về lịch sử.

Lời phát biểu của em Nguyễn Thiện Thành khi trả lời phỏng vấn của đài Á Châu Tự Do sau đây lần nữa xác định lời khai của Phương Uyên trước tòa: "Khi học lịch sử chúng tôi hiểu được màu cờ vàng là màu truyền thống của dân tộc VN trong xuyên suốt mấy ngàn năm lịch sử và lá cờ vàng ba sọc đỏ là lá cờ có từ thời vua Thành Thái 1890 một triều đại Kháng Pháp, và vua Thành Thái bị lưu đày. Chúng tôi sử dụng lá cờ gần nhất trong lịch sử VN để nói lên tinh thần dân tộc bất khuất."

Nhưng tại sao các em lại phải đi tìm một lá cờ, trong trường hợp này là cờ vàng ba sọc đỏ, để nói lên tinh thần bất khuất chống ngoại xâm?

Bởi vì lá cờ đỏ sao vàng không "nói lên tinh thần dân tộc bất khuất". Tổ quốc là không gian, thời gian, nguồn cội và là căn nhà chung của một giống dân có cùng một lịch sử, văn hóa, truyền

thống, lãnh thổ, vùng trời, vùng biển. Ngay trong Đại Tự Điển do Trung tâm Ngôn ngữ và Văn hóa Việt Nam thuộc Bộ Giáo dục và Đào tạo soạn thảo và nhà Xuất bản Văn hóa Thông Tin ấn hành năm 1998 cũng định nghĩa tổ quốc là "Đất nước, gắn liền với bao thế hệ ông cha, tổ tiên của mình: xây dựng và bảo vệ Tổ quốc. Tổ quốc Việt Nam của chúng ta". Đảng CS, về đối nội, nhẫn tâm bỏ tù từ cụ già đến em bé vị thành niên nhưng đối ngoại chỉ biết cúi đầu trước Trung Cộng ngang ngược. Đọc những lời phản đối Trung Cộng xâm phạm lãnh hải Việt Nam của các phát ngôn viên Bộ Ngoại Giao CSVN từ Lê Dũng trước kia đến Lương Thanh Nghị ngày nay gần như chỉ có một nội dung ngoại giao sáo rỗng tuy khác nhau ngày tháng. Lãnh đạo đảng biết rằng việc chỉ trích nặng lời chỉ càng thêm tổn hại cho mối quan hệ về sau giữa hai đảng chứ chẳng làm Trung Cộng nhả ra một thước đất nào. Trung Cộng biết điều đó rất rõ nên cũng rất ít quan tâm đến những lời phản đối lấy lệ của phía Việt Nam.

Bởi vì lá cờ đỏ sao vàng chỉ đại diện cho đảng CS độc tài. Dù người vẽ cờ là Lê Quang Sô, Nguyễn Hữu Tiến, Hồ Tri Hạ hay nhập từ Trung Cộng, Liên Xô, lá cờ đỏ sao vàng vẫn là lá cờ CS và đã được đại hội Xứ Ủy Nam Kỳ thông qua tại Tân Hương vào tháng Bảy 1940. Chỉ cần đọc lại lịch sử thế giới trong phần tư thế kỷ qua thôi, từ 15 nước thuộc Liên Bang Xô Viết cho đến 8 nước CS Đông Âu, 3 nước CS vùng Baltics (Latvia, Lithuania, Estonia), CS Phi châu (Ethiopia), CS Á Châu (Kampuchea), Nga nhưng không có một nước nào tiếp tục sử dụng lá cờ của chế độ CS làm cờ đại diện cho quốc gia thời kỳ sau CS. Trong quan điểm đó, thương hiệu nền đỏ sao vàng của đảng CSVN chỉ gắn liền với sự cai trị của đảng CS không thể gọi là cờ tổ quốc và càng không nên dùng để biểu dương lòng yêu nước

của mình. Lý luận cho rằng chỉ cờ búa liềm mới là cờ đảng CS còn cờ đỏ sao vàng là cờ tổ quốc chẳng khác gì bảo Mặt trận Tổ Quốc Việt Nam, Quốc hội CSVN, nhà nước Cộng Hòa Xã Hội Chủ Nghĩa Việt Nam là những cơ quan hoàn toàn độc lập chứ không phải là một tổ chức trực thuộc trung ương đảng CSVN và đều do các ủy viên Bộ Chính Trị trực tiếp lãnh đạo.

Bởi vì lá cờ vàng ba sọc đỏ đang bị che dấu, bị trù dập là lá cờ mà các em cần phải biết nhiều hơn. Có thể các em chưa biết nhiều về lá cờ vàng ba sọc đỏ nhưng một điều các em biết cái gì đảng nguyền rủa, đảng sợ hãi cái đó phải tốt, phải đúng. Các em có thể bắt đầu do tính tò mò, do chán ngán với thực tế phũ phàng đang có, dần dần có nhận thức rõ và sâu sắc hơn về các vấn đề lịch sử. Thì ra, lá cờ vàng, không phải chỉ có một nguồn gốc lịch sử lâu dài nhưng còn từ máu xương, từ mồ hôi nước mắt, từ hơi thở của những người đã gìn giữ và bảo vệ vùng trời, vùng biển tự do của đất nước. Một tài sản dù đồ sộ bao nhiêu cũng không có giá trị lớn về mặt tinh thần nếu tài sản đó không được đánh đổi bằng mồ hôi ước mắt của những người đã tạo ra nó. Lá cờ vàng đã đắp lên bao nhiêu ngôi mộ, bao nhiêu quan tài, bao nhiêu khuôn mặt tuổi thanh niên đã chết vì lý tưởng tự do của dân tộc trong cuộc chiến tự vệ đầy gian khổ để bảo vệ từng thước đất, từng hải lý của tổ quốc thân yêu. Không giống như những năm bị khóa chặt trong bốn bức tường đen sau 1975, thế hệ trẻ ngày nay, nếu chịu khó học hỏi, đọc nhiều nguồn tư liệu khác nhau, các em sẽ biết ngay lá cờ vàng ba sọc đỏ không đơn giản là cờ của "Bù nhìn Bảo Đại", "chế độ Ngô Đình Diệm" hay "chế độ Nguyễn Văn Thiệu", biểu tượng cho "tội ác ngập đầu của Mỹ Ngụy", phản ảnh một "xã hội miền nam thối tha đồi trụy" như em đã được dạy trong trường, học

tập trong sinh hoạt chi đoàn. Các chế độ chính trị, dù tốt hay xấu, hưng thịnh hay suy vong cũng đến và đi nhưng màu cờ vàng đại diện cho cả quốc gia như dòng nước vẫn tiếp tục trôi trên con sông lịch sử.

Bởi vì lá cờ vàng ba sọc đỏ không chỉ là cờ của chế độ VNCH và phục hồi giá trị lá cờ không có nghĩa là phục hồi chế độ VNCH, tái lập hiệp định Paris, chia đôi đất nước như trước 1975. Không. Dân tộc Việt Nam không hề đặt bút ký thỏa ước Patenotre, hiệp định Geneve hay hiệp định Paris. Tất cả chỉ là sự áp đặt của thực dân và đế quốc đã diễn ra dưới nhiều hình thức trong những thời điểm khó khăn của vận mệnh đất nước. Trong suốt hai thế kỷ qua, dân tộc Việt Nam liên tục là nạn nhân đáng thương, bị xâm lược bởi các ý thức hệ ngoại lai vong bản. Không một người Việt Nam yêu nước nào muốn thấy quê hương chìm đắm và tiếp tục chìm đắm trong lạc hậu, độc tài triền miên như thế này. Một người Việt Nam nào thiết tha với tiền đồ đất nước cũng muốn thấy quê hương được thật sự tự do, thống nhất từ Ải Nam Quan đến Mũi Cà Mau ôm ấp Hoàng Sa, Trường Sa trong bao la tình biển mẹ. Nhân dân Việt Nam chỉ chống lại việc thống nhất đất nước bằng xe tăng và đại pháo của Nga, Tàu và đặt cả nước dưới ách cai trị độc tài chuyên chính của đảng CSVN mà thôi.

Bởi vì lá cờ đỏ sao vàng là cờ phi nghĩa. Các nhà lãnh đạo CS không thể chứng minh cuộc chiến tranh xâm lược miền Nam là cuộc chiến tranh chính nghĩa. Hãy đọc con số thống kê: Ba triệu người chết trong chiến tranh. Ba trăm ngàn người còn ghi nhận là mất tích sau chiến tranh. Một xứ sở 38 năm sau chiến tranh vẫn còn bị xếp vào một trong những nước chậm tiến. Một chế độ độc tài đảng trị bị loài người khinh rẻ. Một nền kinh tế

khoa học kỹ thuật đi sau nhân loại hàng thế kỷ. Nhãn hiệu độc lập, tự do, hạnh phúc sau bao năm đánh bóng cũng chỉ hiện nguyên hình là những con cá gỗ. Tất cả những hậu quả đó là cái giá dân tộc Việt Nam phải trả cho cuộc chiến tranh được gọi là "giải phóng dân tộc" của lãnh đạo đảng CSVN. Đó không phải là chính nghĩa, không phải là giải phóng nhưng là tội ác diệt chủng. Ngạn ngữ Tây phương có câu "Ai giải thích được lịch sử người đó thắng". Những cường hào ác bá đang sống trong các biệt thự nguy nga ở Hà Nội, Sài Gòn ngày nay không phải là những người làm nên lịch sử nhưng chỉ là những kẻ, trước đây, đã ăn cắp lịch sử, giải thích lịch sử, bóp méo lịch sử cho phù hợp với tham vọng CS hóa Việt Nam, và ngày nay, để tiếp tục sống huy hoàng trên những thống khổ triền miên của dân tộc Việt Nam.

Bởi vì lá cờ vàng ba sọc đỏ là cờ chống Trung Cộng bành trướng một cách dứt khoát. Khi Phương Uyên dõng dạc tuyên bố trước tòa án CS "Tôi dùng máu viết khẩu hiệu 'Tàu khựa cút khỏi Biển Đông' và "Đảng CS chết đi", khẩu hiệu bị cho là 'phỉ báng đảng CSVN', là vì tôi thể hiện lòng yêu nước khi tôi căm phẫn Trung Cộng xâm chiếm Việt Nam đến tột cùng sự phẫn uất" cho thấy suy nghĩ của em chẳng những vượt cao hơn những người cùng thế hệ mà còn can đảm và rõ ràng hơn những bậc cha chú còn cam tâm nhận ơn mưa móc của đảng. "Tàu khựa cút" và "Đảng CS chết" là hai điều kiện tiên quyết để phục hồi chủ quyền đất nước về đối nội cũng như đối ngoại. Lịch sử Việt Nam cho thấy, muốn thắng kẻ thù xâm lược dân tộc phải biết đoàn kết và phát huy nội lực. Ngày nào đảng CS còn cai trị đất nước bằng nhà tù, trấn áp và cúi đầu trước Tàu Khựa thì đừng mong gì đoàn kết và phát huy nội lực, đừng

mong đòi lại được Hoàng Sa và phần lớn Trường Sa. Nguyên Kha biết điều đó. Phương Uyên biết điều đó. Nhân dân Việt Nam có nhận thức đúng về hướng đi của đất nước biết điều đó. Nếu không phải do chính bà Nguyễn Thị Nhung, mẹ của Phương Uyên và những người chính mắt tham dự phiên tòa thuật lại, thật không ai có thể tin một cô bé mong manh như giọt sương buổi sáng 21 tuổi đó đã điềm tỉnh đón nhận bản án dành cho em. Em trở thành huyền thoại ngay trong khi còn sống và ở tuổi hai mươi. Em dâng hiến tuổi thanh xuân của mình để dựng mùa xuân cho dân tộc Việt Nam.

Thế hệ tuổi hai mươi hôm nay sinh ra nhiều năm sau khi chiến tranh chấm dứt nên có nhiều điều các em chưa hiểu hết. Từ sau ngày 30 tháng Tư 1975, lá cờ vàng không còn bay trên bầu trời miền Nam nhưng đã để lại cho nhân dân Việt Nam, trong đó có các em, những tài sản vật chất và tinh thần vô cùng phong phú, và nếu lấy các giá trị và thành quả đó ra, Việt Nam hôm nay chỉ là một địa ngục Bắc Hàn.

Thật vậy, chỉ bàn sơ về âm nhạc, một lãnh vực gần gũi nhất với thế hệ trẻ. Gác qua một bên quan điểm và lối sống cá nhân của một số người viết nhạc, hãy tưởng tượng âm nhạc Việt Nam không có Phạm Duy, Lê Thương, Dương Thiệu Tước, Trịnh Công Sơn, Vũ Thành An, Ngô Thụy Miên, Trầm Tử Thiêng, Từ Công Phụng, Lê Uyên Phương, Nguyễn Văn Đông, Hoàng Trọng, Cung Tiến, Phạm Đình Chương, Nguyễn Ánh 9, Hoàng Thi Thơ, Trần Thiện Thanh, Lam Phương, Trúc Phương, Anh Bằng, Lê Dinh, Minh Kỳ, Lê Hựu Hà, Nhật Ngân v.v. rồi nền âm nhạc Việt Nam với những Bài ca năm tấn của Nguyễn Văn Tý, Trai anh hùng, gái đảm đang của Đỗ Nhuận, Hò kiến thiết của Nguyễn Xuân Khoát v.v. sẽ nghèo nàn và lạc hậu biết bao

nhiêu. Các nhạc sĩ Nguyễn Văn Tý, Đỗ Nhuận, Nguyễn Xuân Khoát đều là những tài năng âm nhạc, những nhạc sĩ tiên phong của nền âm nhạc Việt Nam nhưng không giống Văn Cao và Đoàn Chuẩn im lặng, họ chấp nhận làm những con ve để trỗi lên một điệu nhạc tuyên truyền rẻ tiền, buồn tẻ suốt 21 năm trong mùa hè CS nóng bức và dài lê thê ở miền Bắc.

Sự hiện hữu và sức thu hút của cờ vàng là một thực tế không thể chối cãi. Những phản ứng tức tối của nhà cầm quyền CSVN trước việc các thành phố lớn nhỏ ở Mỹ nối tiếp nhau công nhận lá cờ vàng cho thấy sự sợ hãi của họ trước một sự thật lịch sử mà họ không còn có thể che đậy, dấu diếm, lừa gạt được ai hay giải thích cách nào khác. Hành động điên cuồng, man rợ, vô nhân của đảng CS khi kết án một cô gái chỉ 21 tuổi phải giam hãm sáu năm tới của đời con gái trong vòng lao lý và ba năm quản thúc chỉ vì em in và dán lá cờ vàng, một lần nữa, chỉ tự tố cáo sự sợ hãi của đảng CS đối với lá cờ vàng ba sọc đỏ.

Khi còn nhỏ, tôi chỉ nhìn thấy lá cờ vàng từ góc độ của một sân trường trung học. Khi lớn lên, học hỏi thêm, tôi nhìn lá cờ vàng từ góc độ của chế độ mà tôi đã sống, từ miền Nam tự do mà tôi đã ra đi, từ đất nước mà tôi yêu quý. Và hôm nay, tôi nhìn lá cờ vàng từ trái tim trong sáng của Phương Uyên, một em bé gái Việt Nam vừa mới lớn và đang đập theo nhịp đập của tương lai dân tộc. Chính nghĩa dân tộc rồi sẽ thắng. Cuối cùng, chỉ có người Việt Nam mới ôm ấp và đeo đuổi giấc mơ tự do dân chủ cho chính mình và tương lai của con cháu mình. Không ai xót thương và cứu vớt dân tộc Việt Nam ngoài chính dân tộc Việt Nam. Nếu tất cả chúng ta cùng biết đau một nỗi đau chung và cùng biết đeo đuổi một giấc mơ Việt Nam như Nguyên Kha, Phương Uyên đang theo đuổi, tôi tin cuộc vận động tự do dân

chủ và phục hồi chủ quyền đất nước sẽ sớm thành công. Điểm hẹn huy hoàng của lịch sử có thể chỉ còn năm phút nữa nhưng nếu không ai đứng dậy và bước đi, năm phút sẽ qua nhanh và mục tiêu không bao giờ đạt đến. Hãy đứng lên và cùng đi với Nguyên Kha, Phương Uyên và tuổi trẻ Việt Nam.

CỜ VÀNG NHÌN TỪ HƯỚNG CON TIM

Nền cờ vàng là dải giang sơn
Ba sọc đỏ nối ba miền chung thủy
Là Hoàng Liên Sơn, Trường Sơn, Thất Sơn hùng vĩ
Là sông Hồng, sông Cửu, sông Hương
Hãy cầm chặt nghe em, như cha giữ biên cương
Như thuở mẹ ôm em giữa lòng biển cả ...

Tôi viết bài thơ Người Con Gái Trên Đường Bolsa trong những ngày mấy chục ngàn đồng hương Việt Nam trong đó có hàng ngàn tuổi trẻ, cùng xuống đường phản đối ông Trần Trường treo hình Hồ Chí Minh ở khu Bolsa, tiểu bang California, Hoa Kỳ, đầu năm 2000.

Câu chuyện về lá cờ cũng gợi lại trong tôi một kỷ niệm khó quên khác trong những ngày đầu ở trại tỵ nạn Manila. Sau khi làm xong các thủ tục với đại diện Cao Ủy Liên Hiệp Quốc, tôi chính thức trở thành người Việt Nam tỵ nạn và được đặt cho một cái tên mới, bắt đầu bằng chữ P, viết tắt của Philippines, theo sau bằng một dãy số dài.

Khoảng 8 giờ sáng, một người nào đó bước vào phòng và nói lớn: "Bà con thức dậy chuẩn bị làm lễ chào cờ đầu tuần." Như một cái máy, tôi thức dậy rửa mặt và chạy ra sân sắp hàng. Sau một tuần trên biển với quá nhiều thay đổi, trí óc tôi chưa hoàn toàn tỉnh táo để phân định một cách chính xác mình đang ở nơi đâu trên trái đất nầy.

Tôi bàng hoàng và xúc động khi lần đầu tiên sau 6 năm, thấy lại lá cờ vàng ba sọc đỏ được từ từ kéo lên trên cột cờ giữa sân trại. Không phải chỉ mình tôi, chung quanh tôi ai cũng khóc vì xúc động ngay khi câu đầu tiên của bản quốc ca được hát lên. Tôi rưng rưng nước mắt. Nhiều anh cựu quân nhân càng khóc lớn hơn. Các anh khóc là phải. Bởi vì đó là một trong những giây phút linh thiêng nhất trong đời các anh. Trong khoảnh khắc kỳ diệu đó, bạn bè, anh em, đồng đội của các anh đã trở về. Chiếc quan tài phủ quốc kỳ, tiếng kèn truy điệu, tiếng súng chào vĩnh biệt, những vầng tang trắng xót xa. Đó cũng là phút giây kiêu hãnh của một đời trai với những chiến thắng Cổ Thành Quảng Trị, Thượng Đức, Bình Long, Chương Thiện, An lộc, Bình Long, Bồng Sơn, Mộ Đức, v.v.. Tất cả nay còn đâu. Có chăng chỉ còn trong ký ức.

Thành thật mà nói, sáng hôm đó, tôi không tự mình hát hết bản quốc gia mà không vấp váp nhưng nhờ cùng hát với nhau nên không trở ngại gì nhiều. Tôi hát bản quốc gia bằng tất cả tâm hồn và xúc động. Thời còn ở trung học, tôi chỉ hát mỗi sáng thứ Hai và hát như bổn phận học trò.

Sau buổi chào cờ, một thành viên trong ban đại diện trại hạ lá cờ xuống, xếp lại đem cất. Hỏi ra tôi mới biết, chính quyền người Phi chỉ cho phép ban đại diện trại người Việt mượn cột

cờ để chào cờ vnch vào mỗi sáng thứ Hai chứ không được phép treo cờ thường xuyên trên đó.

Tôi sinh ra ở miền Nam sau khi hiệp định Geneva được ký kết. Màn một của vở bi kịch Việt Nam đẫm máu vừa chấm dứt và màn hai đẫm máu hơn đang chuẩn bị bắt đầu. Đất nước đang trong buổi giao thời. Không khí tạm thanh bình yên lặng dù chỉ là sự thanh bình yên lặng trước khi một cơn bão lớn hơn sẽ thổi qua đây.

Tuổi thơ tôi lớn lên trên những cồn cát xinh xinh, dưới những hàng tre nghiêng soi bóng trên dòng nước Thu Bồn thơ mộng. Số phận của đời tôi, giống như số phận của quê hương, đang chuẩn bị cho những thách thức sắp sửa phải đương đầu nên từ tuổi mới biết suy tư cũng là khi tôi bắt đầu mơ mộng. Mơ về một chân trời.

Như một điều không tránh khỏi, những ngày tháng thanh bình không được bao lâu, tiếng súng lại nổ vang. Bộ chính trị đảng Lao Động Việt Nam, tên đối ngoại của đảng CSVN, quyết định CS hóa miền Nam bằng con đường vũ lực. Từng đoàn thanh niên miền Bắc lại phải từ giã mái trường, từ giã gia đình thân thuộc, băng rừng vượt suối vào Nam để hoàn thành giấc mơ nhuộm đỏ toàn cõi Việt Nam của Hồ Chí Minh và quốc tế CS.

Thêm vào đó, khi cuộc tranh chấp Bức Tường Đông Đức lắng dịu, nội chiến Triều Tiên đã tạm ngừng tiếng súng, lò lửa Trung Đông chỉ mới bắt đầu, Việt Nam hội đủ điều kiện địa lý chính trị để làm một điểm nóng trong cuộc chiến tranh lạnh giữa các tập đoàn đế quốc.

Chim rừng Trường Sơn bặt tiếng hót. Màu hỏa châu thay thế ánh trăng vàng. Tiếng đại bác đêm đêm đã thay cho tiếng ru ngọt ngào của mẹ. Những chiếc bánh vẽ độc lập, tự do, hạnh phúc lần nữa được trưng bày giữa căn nhà đổ nát và nghèo đói Việt Nam.

Và ở đó, ở miền Nam tự do nhưng ngút ngàn bão lửa, tôi đã lớn lên. Tôi lớn lên với nhiều câu hỏi. Quốc Gia là gì? CS là gì? Quốc Gia là ai? CS là ai ? Tại sao là Việt Nam mà không phải là Thái Lan, Singapore, Mã Lai? Trước 1975, tại miền Nam không bao nhiêu người giúp tôi trả lời một cách thông suốt những câu hỏi đó.

Thực dân Pháp sau gần một thế kỷ bóc lột, nô lệ dân tộc ta đã thất bại và đã rút đi. Trên đường phố Đà Nẵng lại nghe bước chân người lính Mỹ. Người Mỹ đến. Họ đến với để chặn đứng sự bành trướng của chủ nghĩa CS, nhưng tiếc thay các nhà lãnh đạo Hoa Kỳ đánh giá quá thấp hay ngay cả không hiểu được những điểm đặc thù trong truyền thống và văn hóa của dân tộc Việt Nam. Trong lúc người dân Việt Nam có khuynh hướng dè dặt, nghi ngờ và ngay cả chống lại sự có mặt dù là với lòng tốt, của nước ngoài thì chính phủ Hoa Kỳ chưa nỗ lực đủ để chứng tỏ họ là bạn, không tách biệt được họ ra khỏi thực dân Pháp.

Giữa một hoàn cảnh bất lợi và môi trường chính trị khắc nghiệt, hạt mầm dân chủ vẫn cố gắng để vươn lên, cây tự do, dù chỉ mới có cơ hội được sinh ra vẫn cố gắng sống.

Bao nhiêu thế hệ người Việt Quốc Gia đã lên đường đi bảo vệ mảnh đất tự do còn lại. Những tên tuổi, những địa danh An Lộc, Bình Long, Đông Hà, Thượng Đức, Chương Thiện, Rừng Sát... đã ghi sâu vào lịch sử. Máu của hàng trăm ngàn thanh

niên miền Nam đã nhuộm thắm lá cờ vàng ba sọc đỏ thân yêu. Những người con trai, con gái ưu tú của mẹ Việt Nam đã sống và chiến đấu ngay cả khi xích sắt T54 đang nghiền nát đường phố Sài Gòn.

Các tướng Nguyễn Khoa Nam, Lê Văn Hưng, Lê Nguyên Vỹ, Phạm Văn Phú, Trần Văn Hai, Trung Tá Phạm Đức Lợi (Phạm Việt Châu), Đại Tá Hồ Ngọc Cẩn và hàng trăm sĩ quan và binh sĩ các cấp đã đi vào lịch sử dân tộc bằng những cái chết vô cùng dũng liêt.

Họ là những Trần Bình Trọng, Nguyễn Tri Phương, Hoàng Diệu của Việt Nam thế kỷ 20. Hình ảnh bất khuất của Trung Tá Cảnh Sát Long dưới chân tượng đài Thủy Quân Lục Chiến sáng ngày 30 tháng 4 năm 1975, mãi mười năm sau, ở hải ngoại vẫn chưa bao nhiêu người biết tên họ đúng của anh ngoài tấm bảng tên Long trên ngực áo từ tấm hình được in trong các tờ báo Mỹ. Trong giờ phút kinh hoàng đó, một người dân Sài Gòn vẫn dừng lại, kính cẩn đặt chiếc mũ sĩ quan Cảnh Sát lên ngực anh, xếp hai tay anh thẳng trong tư thế ngủ yên. Vâng, anh đã ngủ một giấc ngủ bình yên trong lòng mẹ Việt Nam.

Sau ngày CS, bằng T54 và đại pháo, cưỡng chiếm toàn bộ miền Nam cuối tháng 4 năm 1975, lực lượng người Việt Quốc Gia tại miền Nam tuy đã bị tước đoạt vũ khí nhưng vẫn tiếp tục chiến đấu. Mặt trận mới không diễn ra bằng súng đạn nhưng bằng sự chịu đựng, bằng khí tiết. Mặt trận mới không diễn ra ở Dakto, Bình Long, Quảng Trị nhưng ở Hoàng Liên Sơn, Thanh Phong, Thanh Hóa, Hàm Tân, Tiên Lãnh, Suối Máu… và hàng trăm nhà tù dã man khác đã được chế độ dựng lên khắp nơi trên đất nước. Ngoại trừ một số rất nhỏ bị khuất phục, đại đa số người Việt Quốc Gia, dù bị đày ải, vẫn giữ được nhân

cách, khí tiết và niềm tin vào chân lý tự do dân chủ của dân tộc Việt Nam.

Trên sân cờ trại tỵ nạn Puerto Princesa, tôi mơ một ngày được thấy lá cờ vàng ba sọc đỏ tung bay trên trời thủ đô Sài Gòn thân yêu. Ước mơ đó không phai đi, không khác đi nhưng đã lớn cao hơn, trọn vẹn, sáng rõ hơn và mang một ý nghĩa quốc gia dân tộc rộng lớn hơn so với ước mơ của những ngày tôi mới rời khỏi nước.

Tôi hiểu lá cờ vàng, không phải chỉ từ nguồn gốc nhưng còn từ máu xương, từ mồ hôi nước mắt, từ hơi thở của những người đã gìn giữ và bảo vệ vùng trời, vùng biển tự do của đất nước. Một tài sản dù đồ sộ bao nhiêu cũng không có giá trị lớn về mặt tinh thần, nếu tài sản đó không được đánh đổi bằng mồ hôi ước mắt của những người đã tạo ra nó.

Lá cờ vàng đã đắp lên bao nhiêu ngôi mộ, bao nhiêu quan tài, bao nhiêu khuôn mặt tuổi thanh niên đã chết vì lý tưởng tự do của dân tộc trong cuộc chiến tự vệ đầy gian khổ suốt hai mươi mốt năm từ ngày đất nước bị chia đôi.

Sau những tháng năm học hỏi, tôi cũng hiểu ra rằng những cách gọi "CS Bắc Việt" hay "Quốc Gia Miền Nam" là không đúng hẳn. CS là một ý thức hệ độc hại, có thể gây nhiễm trùng cho bất cứ ai, cho bất cứ một người nào không nhất định phải là người miền Bắc, không nhất thiết phải là những người sống bên kia cầu Hiền Lương và quan trọng hơn, đảng viên đảng CS không có nhiều đến mấy chục triệu người.

Trong tổng kết của đại hội đảng Lao Động (tên đối ngoại của đảng CS) lần thứ 3 ngày 5 tháng 9 năm 1960 cũng chỉ ghi rõ "số lượng đảng viên cả nước: 500 ngàn". Mười chín triệu năm

trăm ngàn đồng bào miền Bắc còn lại phải sống trong xích xiềng CS vì họ không có một chọn lựa nào khác, không còn một nơi nào để sống chứ không phải tất cả đều là CS. Phong trào Nhân Văn Giai Phẩm là một bằng chứng điển hình của sự đối kháng giữa tự do nhân bản và độc tài nô lệ. Bao nhiêu phong trào phản kháng của giới trí thức, công nông và đòi hỏi tự do tôn giáo tại miền Bắc có thể đã bị dập tắt thô bạo mà chúng ta chưa biết hết.

CS ngày nay, số lượng tuy tăng cao hơn nhưng phẩm chất còn ít hơn con số 500 ngàn của bốn mươi năm trước. Họ chỉ còn là những người đang cố bám vào mảnh ván quyền lực bằng phương tiện của nhà tù và sân bắn. Và ngay giữa lúc đang cười say trong canh bạc lận, ban lãnh đạo đảng CSVN cũng biết ngày tàn của chế độ chỉ còn là một vấn đề thời gian mà thôi.

Trong một phân tích tương tự, nếu định nghĩa người quốc gia là những người yêu nước, dâng hiến đời mình để mưu cầu hạnh phúc, độc lập, tự do cho dân tộc, thì người quốc gia cũng ở bất cứ nơi nào trên đất nước Việt Nam, không nhất định phải miền Nam.

Ngạn ngữ tây phương có câu "Ai giải thích được lịch sử người đó thắng". Những cường hào ác bá đang sống trong các biệt thự nguy nga ở Hà Nội, Sài Gòn ngày nay không phải là những người làm nên lịch sử nhưng chỉ là những kẻ, trước đây, làm công việc giải thích, bóp méo lịch sử cho phù hợp với tham vọng xích hóa Việt Nam của Đệ Tam Quốc Tế, và ngày nay, để tiếp tục sống huy hoàng trên những thống khổ triền miên của dân tộc Việt Nam.

Ngày nay, đối lực giữa sức mạnh tổng hợp của dân tộc Việt Nam và thiểu số đặc quyền đặc lợi CS đã hoàn toàn chênh lệch.

Niềm tin dân tộc chưa bao giờ sáng hơn lúc này. Sức mạnh dân tộc chưa bao giờ mạnh hơn lúc này.

Không giống như những năm đầu thập niên 1990, khi những lực lượng, tuy chống đối nhà nước CS nhưng vẫn còn đậm màu quá khứ và nặng tính địa phương như "Sĩ phu Bắc Hà", "Kháng chiến Nam Bộ", thì ngày nay, đoàn kết dân tộc là mẫu số chung, là điểm tựa, là vũ khí và sức mạnh trong cuộc cánh mạng dân tộc và dân chủ tại Việt Nam.

Trận tuyến ngày nay là trận tuyến giữa dân tộc và phản dân tộc, giữa dân chủ và phản dân chủ, giữa bảo vệ tổ quốc và bán đứng đất đai tổ quốc. Mẫu số chung tinh thần dân tộc mà tôi vừa thưa ở trên không những chỉ giá trị đối với những người đã từng hy sinh, từng đổ máu dưới bóng cờ vàng mà còn mở ra cánh cửa của chính nghĩa tự do và bao dung dân tộc cho cả những người chưa hề thấy lá cờ vàng.

Cái chung tinh thần đó vượt lên trên mọi hiệp định, mọi vĩ tuyến, mọi chia cách, mọi tôn giáo, thế hệ, trong hay ngoài nước. Cái chung tinh thần đó, có thể đang sôi sục trong lòng tôi hay tạm ngủ quên trong lòng anh chị nhưng chắc chắn đã và đang hiện hữu trong mỗi người Việt Nam quan tâm đến vận mệnh đất nước. Nếu chúng ta biết đánh thức cái chung tinh thần đó dậy, sống trọn vẹn với cái chung đó, tôi tin rằng đại gia đình dân tộc Việt Nam sẽ sớm một ngày đoàn viên trong hạnh phúc.

Dân tộc Việt Nam không hề đặt bút ký thỏa ước Patenotre, hiệp định Geneve hay hiệp định Paris. Tất cả chỉ là sự áp đặt của các đế quốc đã diễn ra dưới nhiều hình thức trong những thời điểm khó khăn của vận mệnh đất nước. Trong suốt hai thế

kỷ qua, dân tộc Việt Nam liên tục là nạn nhân đáng thương, bị xâm lược bởi các ý thức hệ ngoại lai vong bản. Không một người Việt Nam yêu nước nào muốn thấy quê hương chìm đắm và tiếp tục chìm đắm trong lạc hậu, độc tài triền miên như thế này.

Khi còn nhỏ, tôi chỉ nhìn thấy lá cờ vàng từ góc độ của một sân trường trung học. Khi lớn lên, học hỏi thêm, tôi nhìn lá cờ vàng từ góc độ của chế độ mà tôi đã sống, từ miền Nam tự do mà tôi đã ra đi, từ đất nước của Hùng Vương mà tôi yêu quý. Và hôm nay, tôi nhìn lá cờ vàng từ hướng trái tim của một em bé Việt Nam vừa mới sinh ra, đang đập theo nhịp đập của tương lai dân tộc.

Bởi vì cuối cùng, chỉ có người Việt Nam mới thấm thía được nỗi đau Việt Nam và chỉ có người Việt Nam mới ôm ấp và đeo đuổi giấc mơ tự do dân chủ cho chính mình và tương lai của con cháu mình. Nếu tất cả chúng ta cùng biết đau một nổi đau chung và cùng biết đeo đuổi một giấc mơ Việt Nam chung như thế, tôi tin tưởng rằng lá cờ vàng chính nghĩa chắc chắn sẽ có một vị trí xứng đáng trong lịch sử và mãi mãi phấp phới bay giữa lòng dân tộc Việt Nam.

VÕ THỊ THẮNG VÀ NGUYỄN PHƯƠNG UYÊN, BÓNG TỐI VÀ ÁNH SÁNG TƯƠNG LAI BẮT ĐẦU TỪ QUÁ KHỨ

Theo Niên giám Thống kê Di dân (Yearbook of Immigration Statistics) của chính phủ Mỹ, tôi là một trong 280,728 người Việt Nam đến Mỹ trong thập niên 1980-1990. Nói như vậy để phân biệt với 135 ngàn bà con trong đợt di dân đầu tiên vào những ngày trước 30 tháng 4 năm 1975, với khoảng 100 ngàn chú bác anh chị cựu tù nhân chính trị, với diện ODP và nhiều diện khác đến sau.

Chúng tôi được báo chí gọi chung cho một cái tên là Thuyền nhân (Boat people). Hai chữ đó đã là nguồn sáng tác của nhiều bài thơ, bút ký, nhạc phẩm mang đầy ký ức bi thương và hãi hùng trên Biển Đông.

Chuyến hải hành của chúng tôi gồm 84 người trên một chiếc ghe chiều dài 10 mét rưỡi và chiều ngang một mét tư được sửa lại từ chiếc ghe chỉ dùng để đi sông. Sau 2 ngày và 2 đêm trên biển, chúng tôi được chiến hạm USS White Plains vớt ngoài Biển Đông. Nếu không được vớt, có lẽ chúng tôi đã chết

trong một thời gian sau đó. Vì quá vội vã ra đi, tất cả đồ ăn và phần lớn nước ngọt của chúng tôi đều bị bỏ quên trên bờ kinh.

Tôi đến thành phố Boston, miền Đông Bắc Mỹ, vào mùa đông năm 1981. Năm đó, những người Việt không thân nhân, độc thân và vào tuổi thanh niên được chuyển đến vùng Đông Bắc. Cuộc sống của tôi, giống như hầu hết "Boat people" khác, rất khó khăn.

Những ngày nghỉ học vào mùa Đông, tôi đi theo các bạn học đến tiểu bang Maine, một trong những tiểu bang lạnh nhất nước Mỹ, để xếp cá vào hộp cho một công ty cung cấp hải sản nhỏ với lương 3 đô-la một giờ. Để giữ cá được tươi, chủ hãng không cho phép mở máy sưởi. Thời tiết mùa đông ở Maine rất khắc nghiệt, mặc bao nhiêu áo cũng không đủ ấm. Ban đêm chúng tôi ngủ nhờ trong một nhà kho không có lò sưởi. Ngay cả sàn nhà cũng đông lạnh. Nửa đêm bước xuống giường là bị trượt té. Hàng trăm câu chuyện cười ra nước mắt khác trong những ngày đầu trên xứ lạ, kể hoài không hết.

Dù sao, nhìn chung cảnh đời tị nạn, chúng tôi vẫn may mắn hơn nhiều người. Khác với các chú bác lớn tuổi choáng váng trước những đổi thay trong cách sống, phần lớn chúng tôi mới ngoài 20 tuổi, đã học xong hay gần xong các chương trình đại học ở bên nhà, có ít vốn liếng ngoại ngữ, dễ thích nghi và có khả năng đối phó với hoàn cảnh khó khăn. Chúng tôi ghi danh vào các trường đại học công trong thành phố. Hầu hết theo học các ngành kỹ thuật. Ngồi trong lớp học nhìn ra biển mà buồn lo trăm thứ, thi cử rớt lên rớt xuống, nhưng tôi không có chọn lựa nào khác. Tôi biết mình đang đứng ngọn núi cuộc đời đầy chông gai thử thách. Nếu vượt không qua được, đời tôi sẽ coi

như bỏ đi. Đi học là con đường duy nhất để có thể tồn tại và vươn lên trong xã hội Mỹ còn đầy tệ nạn phân biệt màu da sắc tộc.

Nhưng cũng từ những khó khăn vất vả đó, những người tị nạn như tôi đã tìm đến nhau, giúp đỡ nhau và xây dựng nên một tập thể được gọi là Cộng đồng Việt Nam.

Không giống như cộng đồng các sắc dân khác tại Mỹ, cộng đồng Việt Nam được ra đời sau một cuộc chiến tranh dài với quá nhiều đau thương và chịu đựng. Đọc lịch sử nước Mỹ, chúng ta biết rằng những người Đức, người Ý, người Ba Lan khi đặt chân đến Mỹ, họ chỉ mang trên vai gánh nặng của tương lai. Khi còi tàu rú lên báo hiệu giờ vào cảng Boston, New York, San Francisco, cuộc đời họ được lật sang một chương khác. Họ dễ dàng hội nhập vào xã hội kỹ nghệ Hoa Kỳ bởi họ đã đến từ một quốc gia kỹ nghệ. Họ dễ dàng hội nhập vào lối sống, tập tục, văn hóa Mỹ bởi vì chính họ cũng từ phong tục tập quán Châu Âu.

Cộng đồng Việt Nam thì khác. Đa số người Việt đến đây từ một nền văn hóa phương Đông khép kín, với những phong tục tập quán hoàn toàn khác với các sinh hoạt trong xã hội Tây phương. Người Việt ra đi mang trên hai vai cả quá khứ đầy u uất và một tương lai còn nhiều bất định. Trong hàng triệu người Việt vượt biên bằng đường biển, bao nhiêu người khi ngồi trên ghe biết mình sẽ trôi dạt về đâu? Tôi tin không ai biết chắc. Nhiều trong số họ đến được bến bờ tự do khi chiếc áo chưa phai mùi khói súng và những vết thương trên da thịt vẫn còn đang mưng mủ. Bom đạn đã thôi rơi nhưng sức chấn động như vẫn còn nghe trong giấc ngủ quê người.

Dù sao, sau vài năm vất vả, chúng tôi ra trường, có công ăn việc làm, lập gia đình, sinh con cái, mua nhà cửa và như ông bà chúng ta thường nói "sau cơn mưa trời lại sáng". Vâng, nhưng cái ánh sáng soi vào căn nhà của tôi ở Boston vẫn không làm tôi quên những căn nhà đầy bóng tối ở Việt Nam. Ngồi trên bậc thềm của tòa nhà lịch sử Fanueil Hall ở Boston sau khi tuyên thệ trở thành công dân Mỹ tôi có làm bốn câu thơ để tự nhắc nhở mình:

Mặt mày hớn hở vui tươi

Sao lòng nghe thẹn làm người tự do

Của nầy là của trời cho

Của ta đánh mất không lo đi tìm.

Sau nhiều năm, đội ngũ người Việt như tôi đến trước hay đến sau thuộc nhiều diện khác nhau sống rải rác trên hàng trăm quốc gia, từ Brazil đến Morocco, từ Cộng Hòa Nam Phi đến Do Thái. Họ đã góp phần làm thay đổi khuôn mặt của những nơi họ ở, biến những khu thải phế liệu thành những trung tâm thương mại khang trang, biến những con đường vốn đầy tội ác thành những khu phố sầm uất. Họ đứng trước những hàng rào về ngôn ngữ, văn hóa, thói quen, tập quán nhưng đa số đã vượt qua. Họ tận dụng mọi cơ hội trong xã hội mới, đi làm hai ba việc một ngày để lo cho con cái ăn học thành tài. Người Việt hải ngoại thành công bởi vì họ biết rõ một điều rằng không ai có thể thay đổi quá khứ nhưng chắc chắn sẽ làm chủ được tương lai.

Dù thành công ở xứ người, nhưng tình yêu quê hương trong lòng người Việt bao giờ cũng thể hiện rất rõ nét và sâu đậm. Những ngày mới ra đi nhớ quê hương là chuyện đã đành,

nhưng càng đi xa, càng sống lâu trong êm ấm càng thấy thương những người còn chịu đựng gian nan. Nơi tôi làm việc quy tụ dân tứ xứ, không ít cũng đến từ các nước nghèo và chiến tranh như tôi nhưng hiếm khi nghe họ nói về những gì xảy ra trên đất nước họ. Người Việt thì khác, một cơn bão, một cơn lụt xảy ra ở bên nhà cũng làm cho bà con bên này lo lắng, bàn tán, họp hành tổ chức lạc quyên cứu trợ. Cộng đồng người Việt hải ngoại là một tiềm năng vô cùng to lớn đối với tương lai thịnh vượng của đất nước Việt Nam. Rất tiếc tiềm năng to lớn đó vẫn chưa tạo thành sức mạnh tổng hợp để xây dựng và phát triển kinh tế xã hội Việt Nam.

Nếu chỉ nhìn vào việc bà con về thăm nhà hay gởi tiền về cho thân nhân mà gọi đó là "đóng góp vào sự nghiệp xây dựng đất nước" hay chấp nhận chế độ chính trị tại Việt Nam thì quả thật là những đánh giá hời hợt. Bầy cá hồi bơi bao xa cũng nhớ đường về sông cũ và những chiếc lá rơi hướng nào rồi cũng tụ về cội. Dòng sông và nguồn cội của người Việt về thăm quê là gia đình cha mẹ, mồ mả tổ tiên, thân bằng quyến thuộc và tình nghĩa đồng bào. Người Do Thái có khẩu hiệu "Người Do Thái mua hàng Do Thái" để khuyến khích sản xuất cho nước họ, nhưng tôi tin không bao nhiêu người Việt đi chợ ở Mỹ có được tinh thần đó. Chẳng những thế, cái gì có bàn tay nhà nước Việt Nam dính vào là họ không ưa. Thái độ "giận cá chém thớt" đó chưa hẳn đúng, nhưng lỗi không phải bắt nguồn từ người dân. Cái hố sâu hoài nghi ngăn cách do Đảng đào ra thì chính Đảng phải là người lấp lại.

Thật đáng đau buồn cho một dân tộc với hơn bốn ngàn năm văn hiến, đã giữ được nền văn hóa riêng sau một ngàn năm Bắc thuộc, đã giành được quyền tự chủ sau gần trăm năm trong

bàn tay sắt của thực dân nhưng lại không vượt qua được sự lạc hậu chậm tiến của chính mình. Sức cản chủ yếu trên con đường phát triển Việt Nam về mọi lãnh vực cho đến nay vẫn là cơ chế chính trị độc tài lạc hậu và tư duy hẹp hòi thiển cận của giới lãnh đạo Đảng CSVN.

Giới lãnh đạo Đảng đã đặt quyền lợi của Đảng lên trên quyền lợi dân tộc. Với họ, độc quyền lãnh đạo là ưu tiên tối thượng, và tất cả chính sách, dù đổi mới kinh tế hay cải cách văn hóa xã hội, đều nhằm phục vụ cho quyền cai trị hay ít ra không đi ngược với quyền lợi của Đảng.

Họ thà để cho đất nước lạc hậu hay tiến chậm còn hơn thực hiện các cải cách chính trị căn bản có thể đe dọa cho quyền lãnh đạo của họ. Đảng chăn dân như chăn một bầy cừu, cho ăn tạm đủ no, cho uống bớt khát, nhưng đàn cừu tội nghiệp bao nhiêu năm qua vẫn chưa thấy một thảo nguyên xanh tươi hay một dòng suối mát.

Sống như thế không phải là sống trong "yên vui hưởng phúc thái bình" và "ổn định" như một vài người nhắm mắt bưng tai biện minh cho Đảng.

Kết luận như thế là khinh thường nhận thức chính trị của người dân Việt Nam. Người dân trong nước không có điều kiện thực thi nhân quyền và dân chủ chứ không phải họ không hiểu thế nào là nhân quyền và dân chủ.

Không phải đợi đọc xong Jean-Jacques Rousseau, Alexis Tocqueville, John Locke, John Stuart Mill mới hiểu rằng con người có quyền phát biểu những gì họ nghĩ, có quyền sống nơi họ chọn lựa, có quyền bầu ra người đại diện cho mình trong chính phủ và quốc hội.

Nhân quyền là quyền bẩm sinh của con người chứ không phải do ai ban phát. Việc cho rằng người dân trong nước đang "yên vui hưởng phúc thái bình" là lặp lại giọng điệu tuyên truyền của cha con Kim Nhật Thành lừa dối người dân Bắc Hàn rằng họ đang sống trong thiên đường trên mặt đất chứ không phải địa ngục giữa trần gian.

Một dân tộc bốn ngàn năm không ngừng tranh đấu nhưng cho đến hôm nay, ngoại trừ một thời gian ngắn ở miền Nam, đại bộ phận dân tộc vẫn chưa có được những quyền tự do chính trị căn bản mà các bộ lạc ở Ghana, Congo đang có.

Một dân tộc như thế đang "hưởng phúc" hay đang cắn răng chịu đựng thiệt thòi?

Đó là nói về nhận thức, còn trong thực tế thì sao? Nhân dân Việt Nam có thật sự "yên vui hưởng phúc thái bình" không?

Đánh tư sản mại bản chưa xong là cải tạo công thương nghiệp, rồi kinh tế mới, trại tập trung cải tạo, chiến tranh Kampuchia 1979, chiến tranh với Trung Cộng lần thứ nhất 1979, nạn đói từ 1976 đến 1981, đụng độ với Trung Cộng lần nữa và mất một phần lãnh thổ phía Bắc trong trận Lão Sơn 1984, bị hải quân Trung Cộng đánh bại tại Trường Sa 1988. Dân tộc Việt như một đàn chim bay tán loạn bốn phương trời.

Và khi nội lực tiêu tan, khả năng kiệt quệ, cố mở mắt nhìn ra bên ngoài thì than ôi nhân loại đã bỏ xa mình hàng thế kỷ. Giang sơn gấm vóc nhuộm bằng mồ hôi nước mắt của tổ tiên, từ biên giới phía Bắc đến các hải đảo thân yêu, đang từng mảnh rơi vào tay Trung Cộng.

Sở dĩ đến hôm nay Việt Nam còn giữ được vài đảo trong quần đảo Trường Sa bởi vì cuộc tranh chấp chủ quyền của

quần đảo liên quan đến nhiều nước, nếu đó chỉ là cuộc tranh chấp giữa Trung Cộng và Việt Nam thôi thì Trường Sa đã mất lâu rồi.

Làm người Việt Nam mà không biết cái nhục yếu hèn, không lo cái họa mất nước, mà còn gọi đó là "thái bình" và "ổn định" sao?

Với chủ trương bảo vệ quyền cai trị bằng mọi giá nên mặc dù ngoài miệng hô hào hòa giải để cùng nhau xây dựng đất nước, trong tư duy của giới lãnh đạo Đảng, khối người Việt nước ngoài vẫn là những kẻ đáng nghi ngờ, vẫn là lực lượng phản động đang chờ cơ hội lật đổ quyền lãnh đạo của Đảng.

Cuộc cách mạng dân tộc dân chủ toàn diện và triệt để là một tiến trình không thể nào tránh khỏi tại Việt Nam. Nỗ lực của những người Việt yêu nước, dù trong hay ngoài nước, dù tạm thời còn trong Đảng hay đang trực diện đấu tranh chống Đảng, không phải là ngăn cản hay đẩy lùi tiến trình đó, nhưng nên chung lưng góp sức với nhau để cách mạng được diễn ra trong hòa bình, thuận lợi và ít lãng phí tài nguyên dân tộc.

•• BÀN VỀ
"HÒA GIẢI VÀ HÒA HỢP DÂN TỘC"

GÓP Ý VỚI ÔNG VÕ VĂN KIỆT VỀ HÒA GIẢI DÂN TỘC VÀ KHÉP LẠI QUÁ KHỨ

Trong khoảng thời gian 2 năm trở lại đây, các ý kiến của ông Võ Văn Kiệt, thông qua các bài viết nhân dịp ba mươi năm nhìn lại cuộc chiến, trước ngày đại hội đảng CSVN lần thứ mười, những lời phát biểu, những câu trả lời phỏng vấn dành cho các đài phát thanh và báo chí trong cũng như ngoài nước đã tạo ra nhiều chú ý trong số những người quan tâm đến vận mệnh đất nước. Trong đêm tối trời oi bức của lịch sử dân tộc đã có những ngọn gió tư duy tương đối cởi mở thổi từ hướng những người đã từng đóng vai trò quan trọng trong chính trường Việt Nam sau 1975. Đó là một điều tốt. Rất tốt. Không giống như các bài diễn văn dài lòng thòng chứa toàn những lời tuyên truyền sáo rỗng của các lãnh đạo đảng, qua tuổi tác, văn phong và thái độ của ông Võ Văn Kiệt, tôi tin những bài viết, những lời phát biểu của ông thể hiện sự chân thành nhất định và là kết quả của nhiều đêm trăn trở.

Tôi vui mừng bởi vì ông đã góp phần tạo nên một môi trường thảo luận những vấn đề sinh tử của đất nước mà trước đây không có được. Các thế hệ trẻ Việt Nam, qua những lời

phát biểu của ông, có cơ hội biết đến một quãng lịch sử dân tộc đen tối do chính một trong những người chịu trách nhiệm lớn nhất của đảng và nhà nước trong giai đoạn đó kể ra. Con đường mà dân tộc đã trải qua trong suốt hơn 30 năm không phải là "con đường vinh quang" như các em đang học ở trường, những ngày mà cha chú các em đã sống không phải là "những ngày đẹp nhất dù mai sau đời vạn lần hơn", nhưng là con đường nhuộm bằng máu và nước mắt, trong đó, "có hàng triệu người vui, mà cũng có hàng triệu người buồn" như ông Võ Văn Kiệt đã nhắc lại.

Dân tộc Việt Nam là một dân tộc nhân hậu và đầy lòng tha thứ. Câu nói của ông, tuy muộn màng nhưng còn hơn là không nói. Tôi tin nhiều người dân Sài Gòn nhìn ông Võ Văn Việt hôm nay khác nhiều so với một ông Võ Văn Kiệt bí thư thành ủy trước đây, người đã đày một triệu người dân Sài Gòn đến các vùng rừng núi miền Đông hoang vu chưa ai từng đặt chân đến trước. Tôi tin trong mắt nhiều người dân Sài Gòn, hình ảnh ông Võ Văn Kiệt hôm nay khác với ông Võ Văn Kiệt, người thay mặt đảng chủ trì hàng loạt các chính sách kinh tế, xã hội, văn hóa vô cùng tàn bạo đối với người dân miền Nam ngay những ngày sau 30 tháng 4, bao gồm các chiến dịch "bài trừ tư sản mại bản", "cải tạo công thương nghiệp", "bài trừ văn hóa đồi trụy".

Tôi vui mừng vì một số bài viết phê bình các cấp lãnh đạo đảng, dù để cứu đảng, đã được đăng trên một số báo chí tại Việt Nam. Hẳn nhiên không phải ai viết, ai phát biểu cũng được đăng báo. Có những bài phê bình khá gay gắt, thậm chí châm biếm các cấp lãnh đạo như của ông Lê Đăng Doanh, Nguyễn Trung, Võ Văn Kiệt được phổ biến trong lúc những những đề

nghị khác mang một tinh thần xây dựng thì chẳng những không được phổ biến mà tác giả của chúng còn bị cô lập, bị "mời làm việc" ngày này sang ngày khác. Tóm lại, vấn đề không phải chỉ là nội dung bài viết mà còn tác giả của chúng là ai. Cuốn tự điển mà đảng phát cho mỗi người dân tại Việt Nam, từ một em sinh viên 20 tuổi đang ngồi trong trường luật cho đến cựu thủ tướng 80 tuổi, có độ dày mỏng khác nhau. Dù sao, không khí sinh hoạt chính trị tại Việt Nam đã khác nhiều so với 30 năm trước. Những khái niệm "dân chủ", "nhân quyền" không còn là ngôn ngữ quốc cấm hay độc quyền của đảng, và trong chừng mực nào đó đảng đã chấp nhận "chịu đấm ăn xôi". Vấn đề là các tầng lớp nhân dân có dám đấm hay không.

Tôi vui mừng bởi vì các lời phát biểu của ông Võ Văn Kiệt nhắm đến một hướng đi chung: con đường dân tộc là lối thoát cho đất nước. Trong phần trả lời phỏng vấn dành cho báo Viet Weekly ở Mỹ, ông Võ Văn Kiệt nói rằng: "Chúng ta phải hết sức quan tâm đến sự hòa hợp, chúng ta phải đặt dân tộc là tối thượng. Cho dù chính kiến, tôn giáo, quan điểm có khác nhau, nhưng lợi ích dân tộc phải được đặt lên trên hết", và ông cũng nhìn nhận những phân chia, ngăn cách sau chiến tranh như "là vết thương chung của dân tộc cần được giữ lành thay vì lại tiếp tục làm cho nó thêm rỉ máu."

Những điều ông nói về mặt tình cảm không sai chút nào cả. Truyền thống của dân tộc Việt Nam là "nhiễu điều phủ lấy giá gương", là "lá lành đùm lá rách", là "một giọt máu đào hơn ao nước lã" chứ không phải độc tài hay thù hận. Ngày tổ tiên chúng ta vượt sông Dương Tử cho đến bây giờ đã hơn bốn ngàn năm. Thân hình nhỏ nhoi, mái tóc đen, chiếc mũi tẹt, màu da vàng mỗi người Việt đang có là sự tích lũy của bao nhiêu máu

xương, mồ hôi, nước mắt trong suốt bốn ngàn năm di truyền của giòng giống Lạc Long. Thế hệ của cha chú chúng tôi, của tôi, các em tôi, đã không chỉ vượt qua sông mà còn vượt qua cả một Thái Bình Dương bao la sóng gió để tìm đất sống. Nhưng dù ở lại hay ra đi, rồi chúng ta cũng sẽ trở về với sông Dương Tử, về với quê hương Việt Nam thân yêu. Dân tộc Việt Nam, bao gồm các giá trị vật chất và tinh thần, là một thực thể thống nhất và không một thế lực nào, một ý thức hệ ngoại lai vong bản nào có thể làm phân ly chia cách. Tiếc thay, sau 32 năm, ý nghĩa của khái niệm dân tộc vô cùng thiêng liêng quý giá đó vẫn chưa là thực tế. Dân tộc Việt Nam đến nay vẫn còn một đoàn người nối đuôi nhau làm nô lệ cho đảng CS, nhận sự ban phát từ chức tước bổng lộc đến chén cơm manh áo từ tay giới lãnh đạo đảng không khác gì thời vua chúa phong kiến. Sinh mệnh của họ và tương lai của con cháu họ vẫn còn trong tay một nhóm người rất nhỏ nhen, ích kỷ và vô cùng lạc hậu.

Nhắc đến đoàn kết dân tộc, tôi còn nhớ khoảng tháng 6 năm 2006, nhà sử học Dương Trung Quốc viết một bài gợi ý trên báo Thanh Niên "Nước Việt Nam ta nhỏ hay không nhỏ?", trong đó ông nhấn mạnh đến năm thách thức lớn cho đất nước từ bang giao quốc tế đến tình trạng phụ nữ Việt Nam làm dâu xứ người và đề nghị "phải tìm cho ra những lý do của sự tụt hậu mới mong thoát được nguy cơ tụt hậu." Ông Dương Trung Quốc cũng tế nhị chỉ nhắc đến 100 năm chống thực dân Pháp mà không đụng đến cuộc chiến tranh gọi là "chống đế quốc Mỹ" vừa qua. Báo Thanh Niên đã dùng tựa bài viết để phát động một diễn đàn thảo luận công khai. Thế nhưng trong suốt hội nghị tổng kết, các tham luận viên đã không hiểu hay cố tình không hiểu các gợi ý của ông Dương Trung Quốc. Các ông

bà hoặc đã lặp lại những lời tuyên truyền sáo rỗng như trường hợp bà Nguyễn Thị Bình "nhân dân ta phải phấn đấu rất nhiều nữa, phải có quyết tâm lớn, đồng thời có trí tuệ cao mới có thể khắc phục những yếu kém và khó khăn, tận dụng cơ hội đưa đất nước tiếp tục đi lên để 'Nước Việt Nam ta không nhỏ' và có vị trí xứng đáng trên thế giới" hoặc nói đến những hiện tượng quá tiểu tiết như trường hợp ông Bộ trưởng Giáo dục Nguyễn Thiện Nhân cho rằng "điều đầu tiên chúng ta có thể làm vào lúc này là tuyên chiến với gian lận thi cử, bệnh thành tích." Nếu để vượt qua nguy cơ tụt hậu mà bắt đầu bằng chống gian lận thi cử thì bốn ngàn năm nữa Việt Nam cũng chưa trở thành nước lớn được. Cũng trong hội nghị này, tiến sĩ Nguyễn Trí Dũng, một Việt kiều Nhật, hỏi ông Bộ trưởng Bộ thương mại Trương Đình Tuyển một câu mà báo Thanh Niên gọi là "hóc búa": "Trong khi đi tìm kiếm nhân tài, người Việt đang bỏ lỡ một nguồn nhân tài đáng quý là 3 triệu kiều bào sống khắp nơi trên thế giới, mà nguồn thu nhập của họ ngang ngửa với tổng số GDP của cả nước", ông Bộ trưởng trả lời như học thuộc từ một nghị quyết nào đó: "Tư duy của những người Việt Nam sống trong nước, từ tầng lớp mang tính nhạy cảm cao nhất đến người dân bình thường là: người Việt Nam sống ở nước ngoài là một bộ phận không thể tách rời của dân tộc Việt Nam. Điểm thứ hai là bất cứ một chính sách nào, dù hay đến bao nhiêu, muốn vào cuộc sống cũng phải có thời gian. Chúng tôi tin tưởng rằng, với tinh thần đổi mới, đặc biệt là tinh thần của Đại hội Đảng lần thứ X, thì những chính sách của Đảng và Nhà nước ta đối với cộng đồng người VN ở nước ngoài sẽ được triển khai một cách hiệu quả." Tôi không hiểu "cũng phải có thời gian" đối với ông Trương Đình Tuyển là bao lâu? 32 năm chịu đựng của cả dân tộc chưa đủ dài sao?

Giống như trường hợp một con người bình thường phải vượt qua những hoàn cảnh khắc nghiệt để tiến thân, một dân tộc chỉ có thể đuổi kịp đà tiến của nhân loại nếu dân tộc đó vượt qua được những bất hạnh của chính mình và vận động được sức mạnh tổng hợp của dân tộc. Do Thái chỉ vỏn vẹn hơn 6 triệu dân, sống trong một diện tích 20 ngàn cây số vuông, và bị các quốc gia thù địch bao vây ngay từ ngày lập quốc, nhưng họ đã tồn tại và vươn lên nhờ sự vận dụng sức mạnh dân tộc rộng lớn khắp thế giới. Trong nhiệm kỳ quốc hội thứ 101 của Mỹ đầu năm nay đã có tới 30 nghị sĩ và dân biểu là gốc Do Thái mặc dù tổng số người Mỹ gốc Do Thái chỉ chiếm hai phần trăm dân số Mỹ. Thượng nghị sĩ Joe Lieberman chống lại tổng thống George W. Bush gần như tất cả mọi chính sách ngoại trừ việc xâm lăng Iraq đơn giản bởi vì ông là người Mỹ gốc Do Thái. Vì điều kiện lịch sử, chất xám Việt Nam cũng trải rộng khắp năm châu, tinh hoa Việt Nam có mặt trong mọi ngành khoa học kỹ thuật của nhân loại và đang dấn bước vào chính trường của các quốc gia họ định cư. Thế nhưng cho đến nay, tuyệt đại đa số trong số 300 ngàn trí thức Việt Nam hải ngoại, như nhiều nguồn ước lượng, vẫn không hợp tác với đảng và nhà nước CSVN. Họ chẳng phải thuộc thành phần "bám theo chân đế quốc" hay "chống Cộng tới cùng" gì đâu, mà là những người thật sự quan tâm cho tương lai dân tộc. Ngọn núi cách ngăn giữa họ và quê cha đất tổ chính là cơ chế chính trị tại Việt Nam. Việc bất hợp tác của họ với nhà nước Việt Nam không phải phát xuất từ những cách ngăn quá khứ, mà là vì những dị biệt khi nhìn về tương lai dân tộc. Mối lo mất quyền lực đã làm cho giới lãnh đạo đảng hoài nghi trước mọi đóng góp của trí thức hải ngoại dù là những đề án hoàn toàn không liên hệ gì đến chính trị. Không một người Việt Nam có lương tâm nào mà

không khỏi đau lòng khi nhìn lại đất nước sau 32 năm chấm dứt chiến tranh nhưng lòng người vẫn còn ngăn cách, anh em nhìn nhau thù hằn xa lạ. Một ông thủ tướng đi thăm nước ngoài mà bị chính dân nước mình biểu tình phản đối, phải đi vào cửa trước và đi ra cửa sau thì có gì để đáng hãnh diện. Phân tích điều đó để thấy nước mình chẳng những nhỏ mà còn bị phân hóa đến dường nào. Bất hạnh hay tụt hậu, nói theo ngôn ngữ của ông Dương Trung Quốc, của Việt Nam hôm nay dĩ nhiên có nguyên nhân sâu xa của nó, nhưng nguyên nhân đó là gì thì không ai trong hội nghị tổng kết dám nói đến.

Ông Võ Văn Kiệt nói nhiều về hòa giải, hòa hợp dân tộc: "Nếu đặt lợi ích dân tộc lên trên hết, dẫu trước đây là kẻ thù của nhau vẫn có thể khép lại quá khứ để hoà bình hữu nghị, để cùng phát triển. Bởi vậy không lý nào người Việt Nam với nhau lại không thể khép lại quá khứ. Đây là vận hội, cơ hội cho sự hòa thuận. Đối với người ngoài còn bỏ qua được không lẽ người Việt Nam với nhau không bỏ qua được hay sao! Nếu cứ cố chấp với nhau, dân tộc không lớn mạnh lên được."

Tôi xin chia sẻ tâm tình của ông. Đúng vậy, dù bị lợi dụng hay xuyên tạc, vo tròn hay bóp méo bao nhiêu thì hòa hợp hòa giải vẫn là khát vọng của dân tộc.

Lịch sử nhân loại đã để lại nhiều bài học quý giá về hòa giải.

Hãy tưởng tượng nếu tổng thống Abraham Lincoln thay vì nói "không ác tâm nhắm vào ai, với lòng nhân ái dành cho mọi người" (With malice toward none, with charity for all) trong phần kết luận diễn văn nhậm chức tổng thống nhiệm kỳ thứ hai vào những ngày cuối của nội chiến Mỹ, mà kêu gọi "máu kêu trả máu đầu kêu trả đầu" thì nước Mỹ liệu có là một cường

quốc hàng đầu thế giới và có diện tích trải rộng trên 9 triệu cây số vuông như ngày nay không? Câu trả lời hiển nhiên là không. Hãy tưởng tượng khi Nelson Mandela, người bị tù suốt 27 năm ngoài hoang đảo và đã có thời gian nghiêng về phương pháp đấu tranh bằng võ lực, không chủ trương hòa giải mà nhất định trả thù cho bằng được thiểu số da trắng đã một thời đã áp đặt những đối xử bất công, phân biệt chủng tộc lên trên số phận của đa số người da đen thì nước Cộng hòa Nam Phi ngày nay liệu có còn là quốc gia ổn định và phát triển nhất Châu Phi với lợi tức bình quân đầu người 12 nghìn Mỹ kim một năm không? Câu trả lời hiển nhiên là không. Hai nhà lãnh đạo quốc gia, tuy sinh ra và lớn lên trong những thời điểm lịch sử và hoàn cảnh bản thân khác nhau, nhưng đều sở hữu giống nhau ba đặc tính mà một lãnh tụ sáng suốt nào cũng cần phải có: kiên nhẫn, khôn ngoan và biết nhìn xa trông rộng.

Đất nước Việt Nam thời buổi này không có may mắn đó. Một trong những điều bất hạnh dễ nhận ra nhất là các nhà lãnh đạo Việt Nam không những thiếu ba đặc tính kiên nhẫn, khôn ngoan và nhìn xa thấy rộng đó, nhưng đáng buồn hơn họ lại mang trong người ba căn bịnh trái ngược với các đặc tính vừa nêu. Thay vì kiên nhẫn trong từng bước đổi thay của đất nước bằng tinh thần hòa giải bao dung dân tộc, họ đã bắt nhân dân thắt lưng buộc bụng để "tiến nhanh, tiến mạnh" lên chế độ xã hội mà chính họ cũng chỉ mới được nghe qua hay đọc đâu đó trong các tài liệu tuyên truyền của đảng; thay vì áp dụng một cách khôn ngoan các chính sách đối ngoại thận trọng với những người từng là bạn cũng như rộng lượng ngay cả với những kẻ vốn là thù, họ đã chứng tỏ vô cùng thiếu khôn ngoan, kiêu căng vô lối trong bang giao quốc tế, để rồi dẫn đất nước vào vòng cô

lập trong nghèo nàn lạc hậu suốt mấy mươi năm; thay vì nối lại nhịp cầu dân tộc mà trước đây các dã tâm thực dân đế quốc đã làm ngăn cách tình đồng bào ruột thịt, hay lót những viên gạch rắn chắc trên con đường dẫn đến tương lai hạnh phúc cho con cháu khi còn có quyền lực trong tay thì họ chỉ biết đợi đến cuối đời để ngậm ngùi nhìn lại.

Ông Võ Văn Kiệt nhấn mạnh "Đã đến lúc mọi người Việt Nam gạt bỏ những phân biệt, chia rẽ do quá khứ để lại", nhưng ông quên rằng "gạt bỏ những phân biệt, chia rẽ quá khứ" là khái niệm cụ thể chứ không chỉ là khẩu hiệu. Thủ tướng Konrad Adenauer, chính trị gia thân Mỹ hàng đầu tại Châu Âu sau thế chiến thứ hai, mặc dù lo tái thiết Tây Đức hoang tàn đổ nát bằng tiền của Mỹ, nhưng cũng không quên kín đáo tiếp xúc với Stalin để cứu những tù binh Đức bị tù trên lãnh thổ Liên Xô dù trước đây chế độ Đức Quốc Xã đã từng bỏ tù ông ta. Tương tự, những gì Nelson Mandela đã cống hiến cho đất nước ông không phải vì nhờ ông đã quên quá khứ hay gác quá khứ qua một bên, nhưng nhờ ông đã sống rất trọn vẹn trong quá khứ, đã chiêm nghiệm và chuyển hóa những những vinh quang và chịu đựng, thành công và thất bại, hy vọng và tuyệt vọng của quá khứ thành nhựa nguyên, nhựa luyện cho những hàng cây xanh tốt tươi và hy vọng ở tương lai. Nelson Mandela là tổng thống da đen đầu tiên của Cộng hòa Nam Phi, nhưng không ít phụ tá của ông, chuyên viên cao cấp trong chính phủ là những người da trắng. Họ không phải chỉ được dựng lên để làm cảnh như Mặt trận Giải phóng, Liên minh Dân tộc Dân chủ và Hòa bình tại Việt Nam trước đây, nhưng là những người có thực quyền. Ngoài ra, một trong những ưu tiên hàng đầu của chính phủ Nelson Mandela là thành lập ủy ban Sự thật và Hòa giải để

điều tra các tội ác của chế độ phân biệt chủng tộc Nam Phi và thực thi chính sách hòa giải của ông.

Hòa giải chỉ có giá trị vĩnh cửu nếu hòa giải đó dựa trên sự thật và sự thật chỉ là viên ngọc quý khi nào nó được dùng để soi sáng công lý, xoa dịu khổ đau, chứ không phải để đào sâu thêm thù hận.

Các lãnh đạo đảng nói về hòa giải chắc là nhiều hơn cả Abraham Lincoln, Nelson Mandela và Konrad Adenauer cộng lại. Nhưng trong suốt 32 năm cai trị đất nước bằng nhà tù và súng đạn, họ chưa làm được một điều gì căn bản để thể hiện tinh thần đó. Tệ hại hơn nữa, họ đã sử dụng hòa giải như là chiếc bẫy để lừa gạt những người dễ tin hay quá thật tâm đi tìm một con đường sống cho dân tộc. Đừng nói gì đến các chính sách đất nước đa màu (Rainbow Nation) nhìn xa thấy rộng như Nelson Mandela, hay hành động can đảm cứu người như của Konrad Adenauer, chỉ đơn giản sửa sang, tu bổ các ngôi mộ của những người lính miền Nam ở nghĩa trang quân đội Việt Nam Cộng Hòa ngoại ô Sài Gòn, giúp đỡ các thương phế binh miền Nam đang lây lất trên đường phố, họ cũng không làm.

Có nhiều lý do đã làm cho giới lãnh đạo đảng không thực tâm hòa giải và một trong những lý do đó là vì họ sợ sự thật. Nhiều người cho rằng nhân dân Việt Nam quá sợ đảng CS, nhưng đừng quên giới lãnh đạo đảng cũng luôn bị ám ảnh bởi sự thật. Trong hơn ba chục năm qua, họ đã làm tất cả những gì có thể làm được để che giấu sự thật. Một tấm bia nhỏ để tưởng nhớ những đồng bào bỏ thây trên biển cả cũng làm họ run sợ. Một bức tượng người lính Việt Nam Cộng Hòa tuy gãy đổ cũng làm họ ăn ngủ không yên. Các lãnh đạo đảng hẳn đang trách nhau tại sao ba mươi năm trước họ đã không san bằng nghĩa

trang quân đội Biên Hòa cho rồi, để đến hôm nay, khi con dao chuyên chính vô sản không còn bén nữa, và trước mắt của cả thế giới khi vừa bước chân vào ngưỡng cửa WTO, họ không thể ra tay được.

Cũng trong bài trả lời phỏng vấn dành cho Viet Weekly, ông Võ Văn kiệt nói về vai trò lãnh đạo của đảng, "Nói công bằng, cuộc chiến đấu của Việt Nam do Đảng CS, do Chủ tịch Hồ Chí Minh lãnh đạo, vì lợi ích của dân tộc nhiều hơn hay vì thiên hạ nhiều hơn? Họ đã hy sinh cho đất nước, cho dân tộc này chứ! Vậy thì ít nhất phải để cho ba triệu đảng viên phải có chỗ đứng yêu nước trong dân tộc chứ, nếu phủ nhận, thật là quá đáng."

Sinh viên Việt Nam nào cũng được dạy đảng là tổ chức anh minh, sáng suốt và lãnh đạo thành công mọi cuộc cách mạng, từ cách mạng dân tộc dân chủ trước đây cho đến cách mạng xã hội chủ nghĩa hiện nay. Nếu các em chịu khó vào trang mạng của đảng CSVN để đọc mục đích của đảng là gì, các em sẽ nhận thức ngay được tính mâu thuẫn đối kháng giữa nhu cầu của đất nước Việt Nam và quyền lợi của đảng. Như một sinh viên, em muốn gì cho đất nước? Phải chăng đó là một Việt Nam hội nhập vào dòng thác cách mạng dân chủ, khoa học kỹ thuật, văn minh hiện đại của nhân loại bằng sức mạnh tổng hợp và đa diện của người Việt, không chỉ người Việt trong nước, mà cho dù họ đang định cư bất cứ nơi nào trên thế giới? Vâng, nhưng điều đó sẽ không thể thành sự thật khi đảng CSVN cho đến hôm nay vẫn bám vào hệ thống giáo điều lạc hậu, cơ chế độc tài mà hầu hết các quốc gia, từ dân chủ Tây phương cho đến các nước chậm tiến ở núi rừng Châu Phi khinh rẻ. Thế giới đã bước vào thiên niên kỷ thứ ba rồi mà ngay trong trang mạng chính thức

của đảng vẫn còn viết được những câu đầy tính lừa bịp như thế này: "Lý luận tập trung dân chủ là một bộ phận quan trọng của học thuyết Mác-Lênin về Đảng CS, là cơ sở lý luận và kim chỉ nam cho các chính đảng của giai cấp công nhân thực hiện phát huy dân chủ và sự lãnh đạo tập trung thống nhất trong Đảng."

Ông Võ Văn Kiệt lo lắng cho chỗ đứng của ba triệu đảng viên vì theo ông "nếu phủ nhận, thật là quá đáng", thế nhưng 80 triệu người còn lại không có chỗ đứng ông có lo giùm không? Nhiều người chủ thật sự của đất nước hôm nay là những kẻ sống không nhà để ở, chết không có đất để chôn, tha phương cầu thực trên chính nơi chôn nhau cắt rốn của mình, ông có gọi đó là "quá đáng" hay không? Nếu ba triệu đảng viên CS, mặc dù phần lớn trong số này cũng là nạn nhân của thiểu số có quyền lực, chịu đứng đúng chỗ dành cho họ trong xã hội, trong cộng đồng dân tộc thì đất nước đâu đến nỗi tụt hậu như hôm nay. Không ai giành giật chỗ đứng của đảng CS cả. Ngày nay, tại Nga và các nước Đông Âu vẫn còn đảng CS. Mỗi năm nhân dịp đánh dấu Cách mạng tháng Mười vẫn còn nhiều cụ già 70, 80 tuổi, những ông cựu ủy viên trung ương, cựu bí thư đảng, bí thư đoàn, ngực đeo rủng rỉnh huân chương tuần hành trên đường phố Moscow. Họ hô lớn "Chủ nghĩa CS muôn năm", "Vladimir Lênin muôn năm", "Nguyên soái Stalin vĩ đại muôn năm", nhưng không ai đàn áp, bắt bớ hay bỏ tù họ, đơn giản vì họ không còn khả năng tác hại cho người khác nữa. Giống như con rắn độc, đảng CS chỉ có khả năng giết người khi còn nọc độc, lấy nọc độc ra, con rắn cũng bình thường như hàng nghìn con vật khác. Nọc độc đó chính là cơ chế chính trị đang khống chế đất nước hiện nay.

Ông Võ Văn Kiệt tin rằng đảng đã đóng vai trò lãnh đạo và do đó họ sẽ tiếp tục lãnh đạo đất nước như trong bài trả lời tạp chí CS: "Đảng sẽ tăng cường sự lãnh đạo của mình bằng quyền lực hiện có hay bằng khả năng thể hiện vai trò tiên phong của chính mình vì lợi ích tối cao của dân tộc."

Giả thiết cho dù đảng CS đã đóng vai trò lãnh đạo trong chiến tranh đi nữa, sau 32 năm đưa đất nước vào con đường tụt hậu so với đà tiến văn minh của nhân loại hôm nay thì theo ông Võ Văn Kiệt, liệu họ có xứng đáng tiếp tục lãnh đạo đất nước hay phải bước xuống trả lại quyền quyết định tương lai đất nước cho nhân dân Việt Nam?

Giả thiết cho dù chuyện công hay tội của đảng CS trong chiến tranh có thể còn là vấn đề đang tranh luận, thì trong 32 năm cầm quyền với những tộc ác không thể nào chối cãi khiến hàng triệu gia đình ly tán, hàng trăm ngàn đồng bào chết thảm thương trong rừng sâu nước độc, ngoài biển khơi, trong trại tập trung, thì theo ông Võ Văn Kiệt, nhân dân Việt Nam có nên để đảng CS tiếp tục đè đầu cưỡi cổ nữa hay không?

Ông Võ Văn Kiệt nhắc đến ba triệu đảng viên yêu nước, tôi nghĩ điều đó [cả ba triệu đảng viên đều yêu nước] chắc chắn là không có. Nhưng, như một lần đã viết, tôi tin trong hàng ngũ những người CS trước 1954 có rất nhiều người yêu nước. Họ gia nhập đảng CS chỉ vì nhu cầu đoàn ngũ hóa, tổ chức hóa và hợp đồng chiến đấu trước một kẻ thù hung bạo và vượt trội về võ khí như thực dân Pháp. Nếu sinh ra ở Quảng Trị, họ sẽ tham gia Đại Việt Cách mạng Đảng; sinh ra tại Quảng Nam họ sẽ tham gia Việt Nam Quốc dân Đảng; sinh ra ở An Giang họ sẽ tham gia Dân xã Đảng; và tương tự, sinh ra ở Nghệ An, Thanh Hóa họ có nhiều khả năng tham gia đảng CS. Đó là điều

tự nhiên và dễ hiểu, vì không ai có thể đánh thực dân Pháp một cách đơn độc. Từ khi viên đại bác đầu tiên do thực dân bắn vào cửa biển Đà Nẵng năm 1847 cho đến năm 1954, máu của hàng triệu người Việt yêu nước đã đổ xuống vì độc lập, tự do của tổ quốc. Dân tộc Việt Nam nhớ ơn họ và các thế hệ Việt Nam tương lai sẽ cúi đầu mỗi khi nghĩ về họ. Mặc dù trong hàng ngũ đảng CS có những người bắt đầu hành trình bằng lòng yêu nước, bản thân đảng CS, ngay từ ngày thành lập cho đến nay chưa bao giờ là một đảng yêu nước.

Qua các bài viết, phát biểu, nhất là bài trả lời phỏng vấn của tạp chí CS, ông Võ Văn Kiệt trong lúc phác họa hình ảnh một căn nhà chung đoàn kết dân tộc, cũng đã vẽ thêm bên cạnh một con đường thoát cho đảng. Trong tác phẩm hội họa đó của ông, những hung thần đã và đang đày đọa dân tộc Việt Nam bỗng biến thành những thiên thần hiền hòa nhân hậu "biết vì lợi ích của dân tộc mà dám nhìn thẳng vào sự thật, nhận lấy khuyết điểm, bắt đúng thời cơ, nắm lấy cơ hội, đưa đất nước thoát dần ra khỏi nghèo đói, lạc hậu và bắt đầu phát triển." Ông Võ Văn Kiệt quên rằng thời điểm mà ông đang nói là 2007, và đa số người trong tập thể ông đang nói đến không phải là những người "gác bút nghiên lên đường tranh đấu", mà là những kẻ gia nhập đảng chỉ vì danh lợi và quyền lực. Đảng CS đối với họ không phải là lý tưởng của đời người, không phải là nơi họ hợp đồng chiến đấu chống nghèo nàn lạc hậu, mà là chiếc thang xã hội họ phải leo, càng cao càng tốt và nếu cần đạp nhau, giết nhau, để trèo lên, họ cũng không ngần ngại như ông đã nhiều lần chứng kiến. Những thiên thần mà ông nói đến là những "đồng chí chưa bị lộ" đang nắm trong tay các ngân sách lớn, những đề án kinh tế quan trọng của nhà nước, toa rập nhau

để làm giàu trên xương máu nhân dân, và năm 2006 đã giúp cho Việt Nam được tổ chức Minh bạch Quốc tế xếp hạng 113 (trong tổng số 163 nước được khảo sát) về tham nhũng nhất thế giới. Ông thật sự tin rằng những người như thế có khả năng xây dựng một hệ thống chính trị dựa "trên cơ sở phát huy tối đa mọi nguồn lực của dân tộc, của người Việt cho một mục tiêu duy nhất là phát triển"?

Tôi chia sẻ với ông Võ Văn Kiệt nhiều điểm, nhưng chỉ mong ông Võ Văn Kiệt chia sẻ với tôi một điểm rất hiển nhiên rằng Đảng CS đã thống trị dân tộc Việt Nam 32 năm và có thể còn thống trị một thời gian ngắn nữa, nhưng không thể thống trị dân tộc này mãi mãi. Sự thật rồi sẽ trả về cho lịch sử.

Tôi tin sẽ có một ngày các sinh viên học sinh Việt Nam ngồi đọc lại những chương buồn của lịch sử dân tộc với Nhân văn-Giai phẩm, với Cải cách ruộng đất ở miền Bắc, với Tết Mậu Thân ở Huế, với Cải tạo công thương nghiệp ở miền Nam, với Trại cải tạo khắp ba miền, với Kinh tế mới, với Thảm cảnh biển Đông, và hẳn họ sẽ rơi nước mắt cảm thông cho sự chịu đựng vô bờ bến của ông bà mình.

NHÌN TẤM BIA TƯỞNG NIỆM Ở GALANG SUY NGHĨ VỀ HÒA GIẢI

Dấu tích của con người trên địa cầu không chỉ là Kim Tự Tháp, Angkor Wat, Mona Lisa hay những bản giao hưởng bất tử mà còn là Auschwitz, Armenia, Rwanda và nhiều hành động diệt chủng tàn bạo và bất nhân khác. Thật vậy, bên cạnh những bậc thánh nhân mang lại an lạc và giải thoát cho con người, những nhà khoa học có khả năng sáng chế những cái hay cái đẹp để làm thăng hoa cho cuộc sống, cũng có những ác nhân như Hitler, Pol Pot, Stalin, Bin Laden lại có thể nghĩ ra những cách giết người vô cùng dã man, tàn độc.

Nhắc đến Bin Laden, tôi lại nhớ đến biến cố 11 tháng 9 năm 2001. Tôi làm việc trong ngành tài chánh và nơi tôi làm

việc cũng có tên là World Trade Center, mặc dù không phải là World Trade Center New York. Đồng nghiệp của tôi, trong đó nhiều người tôi quen biết, làm trong tòa nhà ngay bên kia đường của World Trade Center. Nơi tôi làm, giống như hầu hết các công ty tài chánh khác, dọc bốn bức tường và các cột chính thường treo nhiều máy truyền hình để nhân viên có thể trực tiếp theo dõi biến động của thị trường đang diễn ra nhiều nơi trên thế giới. Buổi sáng ngày 11 tháng 9 năm 2001, thay vì nghe tin tức thị trường, tôi bàng hoàng nhìn cảnh khói lửa mịt mù đang trực tiếp chiếu trên hàng chục máy truyền hình. Hình ảnh chiếc máy bay thứ hai cất cánh từ thành phố tôi đang sống, lao vào tòa nhà phía nam của khu thương mại World Trade Center sẽ không bao giờ phai đi trong trí nhớ của tôi. Đứng nhìn cột khói bốc cao, tôi xúc động như đang đứng nhìn chính căn nhà mình đang cháy, và tương tự nhìn cảnh những người nhảy xuống trong tuyệt vọng từ những tầng lầu cao, tôi cảm tưởng những người thân yêu của mình lao vào cõi chết. Mỗi khi nhìn lại Ground Zero trơ trụi, từng là World Trade Center New York sầm uất, tôi lại chạnh lòng nghĩ đến những người dân vô tội đã chết. Tại sao những thành viên của tổ chức Al-Qaeda lại có thể làm công việc giết người tàn nhẫn như thế? Họ nhân danh ai và họ thật sự vì ai?

Thời gian qua đi, cuộc sống đã dần dần trở lại bình thường. Những chuyến bay cất cánh từ phi trường quốc tế Logan bên kia cửa sổ của phòng làm việc không còn làm tôi nghĩ ngợi xa xôi. Thế nhưng, tuần trước, khi nhìn vết tích của tấm bia tưởng niệm thuyền nhân chết trên đường vượt biển ở Galang bị nhà nước Việt Nam yêu cầu chính phủ Nam Dương đập bỏ, cơn xúc động khi nhìn cảnh Ground Zero, tưởng chừng như lắng

xuống lại lần nữa nhói lên. Hai sự việc thoạt nhìn không dính líu gì nhau. Hai tòa nhà ở New York không phải là bia tưởng niệm; tổn thất vật chất ở New York lên đến hàng trăm tỷ đô-la trong lúc tấm bia tưởng niệm đồng bào bạc phước ở Galang nhiều lắm là vài ngàn đô-la; số người chết ở hai tòa nhà thương mại New York là 2986 người trong lúc bia tưởng niệm ở Galang chỉ là một tấm đá đơn sơ. Có liên hệ gì chăng giữa hai di tích? Có chứ. Điều giống nhau không phải ở chỗ người chết mà là người sống, không phải từ phía nạn nhân mà ở kẻ gây ra tội ác, không phải thiệt hại về vật chất mà là những tác hại tinh thần, không phải ở hành động mà là suy nghĩ. Và quan trọng nhất, cả hai sự tàn phá đều phát xuất từ những kẻ có cùng một tâm thức, mang cùng một não trạng, đó là tính cực đoan, hận thù và sợ hãi còn ám ảnh và đè nặng trong tư duy họ.

Tôi nghĩ đến nỗi bất hạnh của nạn nhận bởi vì tôi đã từng ở trại tị nạn và đã một lần phó thác cuộc đời mình cho may rủi trên vùng biển đó. Những ngày ở Palawan, tôi thường ngồi nhìn mặt trời lặn, tự hỏi phải chăng phía sau vầng ráng đỏ cuối chân trời kia là quê hương tôi, là Hội An, là Đà Nẵng thân yêu. Những hình ảnh mẹ lạc cha, vợ xa chồng, anh mất em, đứa bé bị bỏ quên đứng khóc trên đường ra bãi, chuyến hải hành vô định trên biển Đông trùng trùng gió bão, đói khát, lo âu, tuyệt vọng vẫn nhiều đêm trở về trong giấc ngủ tôi. Tôi vẫn nhớ phía cuối trại Palawan là một căn nhà nhỏ, lúc nào dường như cũng tối. Người đến trước bảo đó là chỗ ở của ba thuyền nhân còn may mắn sống sót từ chuyến ghe của gần một trăm người. Sau hai tháng trời chết máy trôi bềnh bồng trên biển, một trăm người khi ra đi đến nơi chỉ còn lại ba người. Ngoại trừ phái đoàn cao ủy tị nạn, ba người kia không tiếp xúc với ai, không tâm sự với

ai, không chia sẻ với ai làm cách nào họ đã không chết đói, chết khát. Họ giữ cho riêng họ nỗi đau thầm kín, và tôi tin có thể sẽ không bao giờ ai biết. Phía sau trại là căn nhà của những người phụ nữ bị hải tặc hiếp dâm. Những phụ nữ bất hạnh kia lẩn tránh trong nhà, ít khi ra ngoài để khỏi nghe những lời hỏi han, dù chỉ để an ủi cho số phận hẩm hiu của họ. Nhiều trong số những người đi cùng ghe với các chị đã gởi thây trên biển, bỏ xác trên các đảo san hô sau những lần bị hiếp dâm tập thể. Trên bờ cát Palawan, có một em bé chừng năm, sáu tuổi, mỗi chiều vẫn ngồi nhìn ra ngoài khơi như thói quen chờ mẹ đi chợ về, khác chăng, mẹ của em sẽ không bao giờ về nữa. Cha, mẹ, chị và em của em đã chết trong chuyến hải hành dài cả tháng trời. Không ai biết rõ em từ đâu ra đi. Nếu có người nào hỏi, em chỉ vỏn vẹn trả lời rằng em đến từ Việt Nam, và đó cũng là tất cả những gì em biết về gia đình bạc phước và đất nước đầy bất hạnh của em.

Hoàn cảnh tương tự như thế cũng đã xảy ra trong các trại tị nạn khác trong vùng Đông Nam Á như Galang, Bidong, Leamsing, Sungei Besi, Bataan, White Head, Panat Nikhom và hàng chục trại tị nạn khác, nơi nhiều trăm ngàn người Việt Nam đã một lần tá túc để chờ ngày định cư. Phần đông đồng bào đến trại sau khi đã trải qua một cuộc hải hành nhuộm đầy máu và nước mắt. Họ cố nuốt đau thương đưa tay cầm chén gạo tình người. Những tiếng *thank you, merci, danke, gracias* vụng về, ngượng ngập từ cửa miệng của những người ở tuổi ba mươi, và ngay cả năm mươi, bảy mươi nhưng chỉ mới bắt đầu tập nói.

Trong những đợt sóng người vượt biển từ sau mùa bão lửa 1975, bao nhiêu người đã ở lại trong lòng biển? Một trăm ngàn, hai trăm ngàn hay năm trăm ngàn như Liên Hiệp Quốc thống

kê? Những con số mà chúng ta thường nghe, thường đọc, thật ra chỉ là những phỏng đoán để điền vào khoảng trống cần thiết cho một bản thống kê. Con số thật đã vĩnh viễn nằm yên trong lòng biển. Sáng nay, trên đất nước Việt Nam, có những bà mẹ già ba mươi năm sau vẫn còn nuôi hy vọng người phát thư buổi sáng sẽ trao cho mẹ lá thư đầu của đứa con ra đi từ nhiều năm trước. Đêm nay, có những người vợ nằm nghe tiếng lá rơi bên thềm mà ngỡ tiếng chân chồng mình trở về bên căn nhà cũ. Lịch sử rồi sẽ sang trang nhưng cái chết đau thương của hàng triệu người Việt Nam sẽ còn ở lại rất lâu trong lòng dân tộc như máu người Việt Nam sẽ không bao giờ phai đi trong màu nước Thái Bình Dương.

Ngày trước ở miền Nam, tuy khói lửa chiến tranh đang phủ một màu đen trên đất nước nhưng không một giáo trình tiểu học nào dạy trẻ em để thù ghét nhau, chém giết nhau. Mỗi sáng thứ hai trên tấm bảng đen của lớp học bao giờ cũng có một câu châm ngôn đầu tuần thấm đượm tình dân tộc, lòng kính nhớ tổ tiên, ơn cha mẹ sinh thành dưỡng dục. Câu cách ngôn đầu tiên một học sinh tiểu học miền Nam được dạy nếu không là "một giọt máu đào hơn ao nước lã" thì cũng "nhiễu điều phủ lấy giá gương, người trong một nước phải thương nhau cùng." Giống những người lính ngoài mặt trận đang ráng bảo vệ từng tấc đất, từng con sông, các thầy các cô trong ngành giáo dục cũng đã cố gắng giữ lại những đức tính nhân bản, dân tộc trong tâm hồn các thế hệ măng non miền Nam. Dân tộc Việt Nam là một dân tộc có đạo, có truyền thống kính trọng anh linh những người đã chết. Tình ruột thịt nghĩa đồng bào được hun đúc nhiều năm trong tâm thức đã thôi thúc những người còn sống sót dựng lên những tấm bia tưởng niệm đồng bào ở Galang, Bidong và những nơi có dấu chân của người Việt tị nạn.

Một mặt của tấm bia ở Galang viết: "*Tưởng nhớ hàng trăm ngàn người Việt Nam đã thiệt mạng trên đường tìm tự do (1975-1996). Dù họ đã chết vì đói, khát, bị hãm hiếp, bị kiệt sức hoặc vì một nguyên nhân nào khác, chúng ta cầu xin rằng họ bây giờ được hưởng yên bình vĩnh cửu. Sự hy sinh của họ không bao giờ bị quên lãng. Các cộng đồng người Việt hải ngoại, 2005.*" Tại sao những người lãnh đạo Đảng CSVN, vốn thích nhân danh những điều tốt đẹp nhất trên đời, những lý tưởng cao thượng và vĩ đại nhất của nhân loại, lại có thể yêu cầu chính phủ Nam Dương, Mã Lai đập phá những tấm bia tưởng nhớ những người đã chết? Có gì trong những dòng chữ đó vi phạm đến an ninh quốc gia của nước Cộng hòa Xã hội Chủ nghĩa Việt Nam? Có gì trong những dòng chữ đó xúc phạm đến các lãnh tụ CS đã chết hay còn sống? Không. Nếu có chăng, trong tấm bia đá đơn sơ kia có dấu vết của những bào thai bị chết ngộp khi còn trong bụng mẹ, có tiếng khóc của những trẻ thơ đang đói khát, có giọt máu của người phụ nữ Việt Nam đau đớn trong bàn tay hải tặc, có tiếng gào tuyệt vọng của bà mẹ giữa cơn bão lớn ngoài khơi.

Chưa bao giờ trong ba chục năm qua, cụm từ "hòa giải dân tộc, xóa bỏ quá khứ" lại được nhắc đi nhắc lại nhiều như trong những ngày này. Các lãnh đạo Đảng và nhà nước chủ trương hòa giải. Nhiều trí thức, học giả hô hào hòa giải. Nhiều nhà văn, nhà thơ cổ võ cho tinh thần hòa giải. Nhiều vị lãnh đạo tôn giáo kêu gọi lấy tình thương xóa bỏ hận thù.

Thật ra, bản thân của cụm từ hòa giải không có gì sai trái, và tương tự, đem tình thương xóa bỏ hận thù là một tư tưởng vô cùng cao quý. Từ kinh nghiệm sống đầy thăng trầm và trắc trở của mình, tôi tin rằng tình thương là cứu cánh của mọi nỗi khổ đau, và tôi cũng tin rằng nỗi đau trong trái tim dân tộc hơn

nửa thế kỷ qua, phải được hóa giải, không phải bằng "ai thắng ai" nhưng bằng tinh thần cảm thông, tình thương, bao dung và hướng thiện. Vâng, nhưng trước khi vượt qua quá khứ, mỗi người Việt Nam, từ cấp lãnh đạo đảng, nhà nước cho đến một người dân thường đang ở trong hay ngoài nước, phải can đảm nhìn vào sự thật, và những ai có trách nhiệm cho những tang thương đổ vỡ của đất nước phải biết thừa nhận những sai lầm và thực hiện các biện pháp căn bản để thay đổi đất nước. Con đường hòa giải là đại lộ hai chiều và là chiếc cầu nhiều nhịp. Không ai có thể đứng bên này sông ra lệnh người khác bơi qua để hòa giải với mình. Tôi tin rằng khi nhìn vào sự khổ đau phải nhìn vào nguyên nhân của nó hơn là chỉ nhìn vào sự lở lói bên ngoài. Những lở lói hôm nay của đất nước bắt nguồn từ ba mươi năm đầy lầm lỗi của giới lãnh đạo Đảng CSVN.

Nếu thực tâm hòa giải, giới lãnh đạo đảng và nhà nước CSVN lẽ ra phải là những người dựng lên tấm bia tưởng niệm đó; lẽ ra họ là người phải lo chăm nom hương khói những phần mộ, hồi hương hài cốt những người đồng bào không may mắn bỏ thây trên xứ lạ quê người. Quá khứ tuy khó có thể quên ngay nhưng tôi tin dù nói gì đi nữa trong lòng con người Việt Nam cũng còn nhiều bao dung, tha thứ. Người dân Việt Nam dù bị lừa gạt năm lần bảy lượt nhưng trong trái tim của họ màu độ lượng vẫn đậm hơn màu thù hận. Chịu đựng trong cơn mưa dài nửa thế kỷ, dân tộc Việt Nam đang quá cần một ngày nắng đẹp. Hòa Thượng Thích Huyền Quang, một trong những nhà lãnh đạo tôn giáo bị tù đày, hành hạ nhiều nhất sau 1975, nhưng trong buổi tiếp xúc với ông Phan Văn Khải tại Hà Nội ngày 2 tháng 4 năm 2003, cũng đã nhấn mạnh đến tinh thần hòa giải và sẵn sàng gác qua quá khứ đầy khắc nghiệt mà bản thân ngài

và Giáo hội Phật giáo Việt Nam Thống nhất gánh chịu suốt gần ba mươi năm để cùng góp tay nhau xây dựng đất nước nếu đảng và nhà nước thành thật hối cải những sai lầm. Tiếc thay bao nhiêu cơ hội đã đến và đi trước thái độ thờ ơ của đảng và nhà nước CSVN.

Đối với những người lãnh đạo CS, phương pháp truyền thống để gọi là "xóa bỏ quá khứ," không chỉ ở Việt Nam mà nhiều nơi trên thế giới trước đây, đơn giản là đập bỏ, phá hủy. Những tội ác như Goulag và thanh trừng ở Liên Xô, Cách mạng Văn hóa và Công xã Nhân dân ở Trung Cộng, chính sách Năm Số không (Year Zero) của Pol Pot ở Campuchia, tư tưởng Juche của Kim Nhật Thành ở Bắc Hàn, Cải cách Ruộng đất ở Việt Nam,v.v..., tuy khác nhau về hình thức, mức độ nhưng đều bắt nguồn sâu xa từ lý thuyết CS, đúng như Mác khẳng định trong *Tuyên ngôn CS*: "Những người vô sản chẳng có gì là của mình để bảo vệ cả, họ phải phá hủy hết thảy những cái gì, từ trước đến nay, vẫn bảo đảm và bảo vệ chế độ tư hữu."

Tôi biết điều đó và nhiều độc giả biết điều đó, nhưng đồng bào chúng ta với bản chất nhân hậu, thường có thói quen nghĩ rằng, dù sao những người lãnh đạo Đảng CSVN cũng sinh ra từ một đất nước có truyền thống văn hóa bốn ngàn năm. Dân tộc Việt Nam là một trong số rất ít quốc gia, ở đó người dân đã gọi nhau bằng hai tiếng đồng bào thiết tha trìu mến. Tiếc thay, những gì vừa xảy ra ở Galang đã giết đi chút hy vọng cuối cùng ngay cả trong những người ôn hòa và kiên nhẫn nhất. Việc xúc phạm đến anh linh những đồng bào đã qua đời trong hoàn cảnh vô cùng thương tâm trên biển, không những xát muối vào vết thương vẫn còn đang mưng mủ mà còn đào sâu thêm sự rẽ chia, phân hóa hôm nay và nhiều thế hệ Việt Nam mai sau.

Hành động đập bia để phi tang còn là lời tự thú của giới lãnh đạo Đảng CSVN đối với đồng bào Việt Nam nói chung và miền Nam nói riêng. Nói rõ hơn, họ công khai thú nhận rằng nếu không có Kinh tế Mới, không có những trại tập trung, không có kiểm kê tài sản, không có đổi tiền năm lần bảy lượt, không có lý lịch ba đời và hàng chục chính sách bất nhân hà khắc hơn cả thời thực dân thì em Hoàng Thị Thu Cúc đã không treo cổ ở Thái Lan, đồng bào tị nạn đã không tự thiêu, tự sát tập thể ở Sungei Besi, Galang, Bidong mười năm trước, không có thảm cảnh cha bị cọp tha trong rừng già và mẹ xác trôi bồng bềnh trên biển. Các chính sách trả thù tàn nhẫn, tiêu diệt mọi mầm mống chống đối đã đẩy hàng triệu người dân Việt không còn chọn lựa nào khác hơn là ra biển để tìm đường sống trong con đường chết.

Trái với thái độ rụt rè đến mức chỉ dăm câu chào hỏi xã giao tổng thống Bush mà phải cầm giấy đọc như trường hợp ông Phan Văn Khải trong chuyến Mỹ du vừa rồi và sự hạ mình thần phục thiên triều Trung Cộng qua việc ông Lê Khả Phiêu ký hiệp ước biên giới lén lút năm 1999, đảng và nhà nước CSVN lại không có một hành động thành thật và cụ thể nào để chứng tỏ tinh thần hòa giải với những người cùng máu mủ với mình. Tại sao? Họ lấy lòng các nước lớn vì họ biết rằng các hình thức lật đổ chính quyền, các âm mưu đảo chánh, ám sát, vốn quen thuộc trong thời kỳ chiến tranh lạnh, đã trở thành lỗi thời trong thời đại kinh tế toàn cầu ngày nay. Mối quan tâm hàng đầu của chính quyền Mỹ không phải ai là người lãnh đạo Việt Nam hay đảng nào lãnh đạo Việt Nam nhưng ai đáp ứng nhiều nhất, phục vụ tốt nhất cho chính sách đối ngoại, đem lại nhiều mối lợi và tạo sự ổn định cho thị trường kinh tế thương mại của

họ. Chính quyền Mỹ không quan tâm tài sản của ông Lê Khả Phiêu, ông Lê Đức Anh trị giá bao nhiêu, ông Đỗ Mười sở hữu bao nhiêu biệt thự, ông Phan Văn Khải có bao nhiêu triệu đô-la, và họ cũng không cần nghe, cần biết, cần thấy tuyệt đại đa số người dân Việt Nam đang sống những tháng ngày cơ cực ra sao trên vỉa hè góc phố.

Lịch sử bang giao quốc tế cho thấy rằng những khái niệm hận thù, thương ghét chỉ tồn tại trong con người chứ không bao giờ là những phạm trù quốc gia. Quốc gia chỉ có quyền lợi chứ không có bạn hay thù. Cuộc chiến tranh lạnh giữa tư bản và CS đã tàn và các liên minh quân sự đang chuyển sang liên minh kinh tế. Do đó, những ai chỉ nghe câu kết luận của Tổng thống Bush trong diễn văn nhậm chức: «Tất cả những ai đang sống dưới chế độ độc tài bạo ngược và trong sự tuyệt vọng có thể biết là, Hoa Kỳ sẽ không làm ngơ trước tình trạng bị áp bức của các bạn, hoặc tha thứ cho những kẻ áp bức. Khi mà các bạn đứng lên vì tự do của mình, chúng tôi sẽ đứng về phía các bạn» mà vội tin rằng vị tổng thống thứ 43 của Mỹ sẽ công khai và tích cực ủng hộ các phong trào dân chủ Việt Nam, có thể chỉ là một giấc mơ quá sớm. Với tổng sản lượng nội địa (GDP) vỏn vẹn 45 tỷ đô-la, không bằng hai phần ba GDP của thành phố Thượng Hải, Việt Nam còn quá xa, quá nhỏ để trở thành một hấp lực cho đầu tư quốc tế đừng nói chi đến việc cạnh tranh với thị trường Trung Cộng.

Dân chủ là lý tưởng cao đẹp, là nếp sống văn minh nhưng đồng thời cũng là món hàng vô cùng đắt giá. Bằng chứng, Anh, Mỹ, Đức, Pháp, Nga giành nhau để đem lại dân chủ cho Iran, Iraq trong lúc ba phần tư các quốc gia châu Phi hàng trăm năm nay vẫn còn chịu đựng dưới ách độc tài nghèo đói. Tại sao họ

không giúp lật đổ các chế độ độc tài tại Congo, Gabon, Chad? Đơn giản vì các quốc gia đó quá nghèo, không có tài nguyên gì quý giá để đổi lấy món hàng dân chủ. Tháng 6 năm 1989, để bày tỏ thái độ ủng hộ phong trào dân chủ tại Trung Cộng và phản đối việc nhà cầm quyền đàn áp sinh viên một cách đẫm máu trong biến cố Thiên An Môn, các quốc gia Mỹ, Nhật, Pháp, Đức đồng thanh lên án, các công ty lớn đe dọa ngưng đầu tư, hủy bỏ hợp đồng, nhưng không bao lâu, đâu cũng vào đó. Một mặt, các tổng thống Clinton, rồi Bush tiếp tục chỉ trích tình trạng nhân quyền tại Trung Cộng, trong khi một mặt khác, mười hai năm qua các công ty Mỹ đã đầu tư 450 tỷ đô-la vào Trung Cộng. Thị trường Trung Cộng với lao động rẻ mạt và sức mua lớn vẫn là miếng mỡ béo cho các con mèo tư bản. Vận dụng mọi điều kiện chính trị thế giới vào công cuộc phục hưng dân tộc là một điều cần thiết, tuy nhiên, trách nhiệm chính vẫn nằm trên vai của các thế hệ Việt Nam yêu nước chứ không thể trông chờ vào ai khác.

Một lý do khác khiến giới lãnh đạo Đảng CSVN không thực tâm hòa giải với nhân dân Việt Nam vì họ rất sợ sức mạnh tổng hợp của dân tộc Việt Nam. Trung Cộng và Mỹ, vì quyền lợi kinh tế, có thể không quan tâm đến chuyện thay đổi lãnh đạo tại Việt Nam, nhưng nhân dân Việt Nam, nếu có cơ hội chắc chắn sẽ làm ngay. Các lãnh đạo Đảng biết rằng ngày nào dân tộc Việt Nam có cơ hội để đoàn kết nhau thành một khối thì đó cũng là ngày đánh dấu sự cáo chung của chế độ độc tài toàn trị tại Việt Nam. Bao nhiêu năm qua, cơ chế độc tài tồn tại nhờ vào sự hoài nghi Nam Bắc, sự phân hóa xã hội, sự chia rẽ trong cộng đồng dân tộc và họ luôn luôn tìm mọi cách để duy trì sự phân hóa, chia rẽ đó. Hành động yêu cầu đập bỏ những

tấm bia tưởng niệm ở Galang là một phản ứng tuyệt vọng trước ánh sáng của sự thật. Sau ba mươi năm, đồng bào Việt Nam đã hiểu ra ai là nạn nhân và ai là những kẻ sống bám vào máu, mồ hôi và nước mắt của bao nhiêu thế hệ Việt Nam đã và đang đổ xuống.

Câu chuyện những sĩ quan và viên chức miền Nam bị tù ra miền Bắc trước đây là một bằng chứng. Khi đi ra họ đã bị dân chúng hai bên đường chửi bới, mắng nhiếc, thậm chí còn có kẻ ném đất, ném bùn vào họ, nhưng mười năm sau trên chuyến tàu vào Nam, chính những người từng tin rằng lính miền Nam thích ăn thịt người, đã nhét vội vào bàn tay tù xanh xao những điếu thuốc lá, những củ khoai mì. Món quà nhỏ nhoi không đáng giá bao nhiêu nhưng mang theo hơi ấm của tình dân tộc. Đồng bào miền Bắc cảm thông, thương xót người tù miền Nam không phải chỉ vì tình đồng bào ruột thịt mà thôi, nhưng quan trọng hơn vì họ đã thấy được sự thật. Thấy được sự thật, hòa giải sẽ tự nhiên đến mà không cần ai phải hô hào kêu gọi, và có thể lúc đó chuyện hòa giải sẽ không còn cần thiết. Tôi tin một ngày khi chế độc độc tài tàn lụi, những người lính cũ Nam Bắc gặp nhau, sẽ không ai còn hứng thú nói về những ngày ở Khe Sanh, An Lộc, Bình Long hay trong các trại tù Hàm Tân, Thanh Phong, Thanh Hóa, và cũng không thích nghe những lời xin lỗi nhau đã trở thành thừa thãi, mà sẽ nói nhiều về các con, các cháu của họ. Niềm hãnh diện của họ không phải là những tấm huy chương mà là công trình, dự án mà con cháu đang theo đuổi cho đất nước mình. Ngày đó, nhiều lắm, những ông già còn sống sót sẽ cùng uống với nhau một chén rượu nếp than, và như thơ Tô Thùy Yên, để gọi là "*giải oan cho cuộc biển dâu này.*"

Phân tích như thế để cùng thấy rằng, khi nhìn lại chặng đường dài đầy bi tráng của dân tộc, tất cả chúng ta, dù Nam hay Bắc, cầm súng hay không cầm súng, dù trực tiếp hay gián tiếp tham dự cuộc chiến, vượt biên ra đi hay ở lại chịu đựng, nói cho cùng, đều là nạn nhân của phong kiến, thực dân và độc tài lạc hậu. Nỗi đau của ngư dân Thanh Hóa bị hải quân Trung Cộng giết mới đây hay thảm cảnh người vượt biển chết chìm trên biển Đông ba mươi năm trước đều là nỗi đau chung của dân tộc. Trách nhiệm đưa đất nước vượt qua hố thẳm độc tài lạc hậu để vươn lên cùng thời đại là trách nhiệm của mọi người Việt quan tâm đến số phận dân tộc mình. Một dòng sông không ra biển không còn là dòng sông nữa và dù rộng lớn bao nhiêu cũng chỉ là ao tù nước đọng. Dân tộc Việt Nam như một dòng sông lớn, phải vận hành theo luật tuần hoàn, tụ thành mây để làm nên những cơn mưa lớn và bay ra khơi để sớm trở về nguồn. Chúng ta đã từng chịu đựng như một dân tộc, và tôi tin chúng ta sẽ vượt qua như một dân tộc.

Trong ý nghĩa đó, tấm bia tưởng niệm ở đảo Galang không chỉ để tưởng nhớ đồng bào đã hy sinh trên đường tìm tự do, mà quan trọng hơn, đó là một phần của lịch sử Việt Nam. Một trăm năm sau, hai trăm năm sau, các thế hệ Việt Nam sẽ tìm đến Bidong, Galang, Palawan, Sungei Besi, White Head, Panat Nikhom... để dò lại dấu chân của những người đi trước và lắng nghe tiếng biển thì thầm về một chặng đường bi tráng đã qua. Đập đổ tấm bia là một trọng tội với lịch sử, và giống như số phận của tập đoàn Taliban khi bắn sập các tượng Phật ngàn năm ở Afghanistan, không có đất sống cho những kẻ từ chối, khinh bỉ và hủy diệt các giá trị văn hóa thiêng liêng của dân tộc mình.

SÔNG GIANH
CHẢY GIỮA LÒNG HÀ NỘI

Sau loạt bài nhân dịp đánh dấu 30 năm kể từ mùa bão lửa 1975, tôi tự nhủ, từ nay nếu có viết, nên viết về tương lai hơn là quá khứ. Tuy nhiên khi đọc hai bài viết " 'Gọi tên cuộc chiến' hay xuyên tạc sự thật?" trên báo *Nhân Dân* được nối qua mạng talawas và sau đó "Đất nước mình đã khác nhiều lắm so với những ngày tôi từ chiến trường trở về" trên talawas của anh Nguyễn Hòa trong loạt bài tranh luận đặt tên cho cuộc chiến giữa anh và giáo sư Lê Xuân Khoa, tôi lại không thể cầm lòng.

Và cũng để đáp lại lời mời của anh "tôi mong bạn đọc nào đó đã dành thời gian theo dõi cuộc trao đổi này hãy "thử" đánh giá điều tôi nhận ra có chính xác hay không?", tôi xin mạo muội đóng góp vài ý kiến chung quanh hai bài viết của anh chứ không dám gọi là "đánh giá". Bài viết của tôi không nhằm xen vào cuộc tranh luận giữa anh và giáo sư Lê Xuân Khoa, tuy nhiên, để tôn trọng quyền trả lời trước của giáo sư, tôi chỉ gởi bài này cho talawas sau khi bài của Giáo sư Lê Xuân Khoa được công bố.

Anh Nguyễn Hòa viết:"Một người nghiên cứu nghiêm cẩn sẽ không bao giờ lấy thâm niên làm việc ở thời quá khứ ra "bảo lãnh" cho hoạt động nghiên cứu ở thời hiện tại?"

Kinh nghiệm bao giờ cũng là vốn quý, chỉ có chủ nghĩa kinh nghiệm mới sai. Hệ quả tiêu cực của chủ nghĩa kinh nghiệm là tính chủ quan, và chủ quan nào cũng dẫn đến bảo thủ, hẹp hòi.

Anh viết "sai lầm luôn luôn là khả năng có thể xảy ra, nếu người nghiên cứu lấy "cái" chủ quan của mình để luận chứng cho "cái" khách quan của sự vật - hiện tượng?"

Tôi là dân kỹ thuật chứ không học trường lý luận hay theo một "phương pháp luận" nào nhưng tôi cũng nghĩ cuộc vận hành của mọi sự vật và hiện tượng là một cuộc vận hành mang tính biến diệt, từ dạng này sang dạng khác, từ trạng thái này sang trạng thái khác. Không ai có thể dùng cái chủ quan tĩnh của mình để đánh giá một cái khách quan động của sự vật và hiện tượng. Và nếu có, đó chính là một sai lầm nghiêm trọng cần phải thay đổi.

Áp dụng lý luận đó vào điều kiện chính trị Việt Nam, việc duy trì cơ chế chính trị độc đảng (chủ quan) lỗi thời là một cản trở lớn đối với nhu cầu phát triển (khách quan) của đất nước. Cố bám vào đường lối chủ quan lạc hậu và sai lầm, giới lãnh đạo đảng và nhà nước CSVN đã và đang dẫn đất nước đi vòng quanh trong ngõ cụt tối tăm nhưng vẫn tự dối lòng và lừa dối nhân dân đó chính là con đường thời đại.

So với sự phát triển của nhân loại trong mọi lãnh vực, sau 30 năm, Việt Nam chẳng những không bước thêm bao nhiêu bước; trái lại, về kinh tế, nhiều nơi trên đất nước vẫn "con trâu đi trước cái cày đi sau" và đạo đức thì đang trở về gần với thời sơ khai nô lệ, nghĩa là thời kỳ mọi của cải đều có thể mua bán, trao đổi, kể cả mua bán, trao đổi chính con người như trường hợp của hàng ngàn cô gái Việt đang làm tôi mọi tình dục ở Đài Loan.

"Đất nước mình đã khác nhiều lắm" so với những ngày anh từ chiến trường trở về, nhưng anh về 30 năm rồi chứ đâu phải mới về năm ngoái, năm kia?

Những đổi thay mà anh thấy chỉ là phên giậu bên ngoài thoạt trông có vẻ trang nhã hơn, sáng sủa hơn nhưng không làm cho căn nhà Việt Nam bền vững với thời gian và vươn cao theo thời đại. Những đổi mới có tính cách vá víu, nói theo kiểu đá banh là "câu giờ" đó không phải là những đổi thay cơ bản để đẩy nền kinh tế ra khỏi quỹ đạo lạc hậu. Con số 410 đô-la lợi tức tính theo đầu người hàng năm, chẳng những thấp mà còn không nói lên một cách trung thực đời sống của đại đa số người dân Việt Nam vì mức sống chênh lệch quá xa giữa giàu và nghèo, giữa thành phố và thôn quê, giữa trong đảng và ngoài đảng, giữa cán bộ biết móc ngoặc và công nhân viên lương thiện.

Trong lúc một thiểu số đảng viên cao cấp và gia đình họ sống trong biệt thự có máy điều hòa, nghỉ ngơi trong các khách sạn bốn sao, năm sao, ăn uống trong nhà hàng đắt tiền, con cái họ đang ngồi trong các giảng đường đại học tư ở Mỹ với học phí trung bình 40 ngàn đô-la một năm chưa kể tiêu dùng cá nhân, tuyệt đại đa số nhân dân Việt Nam chưa hề được đặt chân đến khách sạn Sofitel Plaza, Caravelle, con cái họ vẫn thất học và nhiều nơi trên đất nước, sau gần 30 năm vẫn chưa có điện để thắp sáng những căn nhà tối tăm heo hút. Mức lợi tức cá nhân 410 đô-la một năm đã bị xếp vào hạng nghèo nhất thế giới, nhưng bao nhiêu phần trăm trong 80 triệu dân Việt Nam có cái may mắn được nghèo như thế, thưa anh Hòa? Anh không cần phải vào viện thống kê để tìm câu trả lời, chỉ cần bước xuống chân cầu Long Biên, hỏi những người dân đang sống chui rúc dưới gầm cầu kia lợi tức hàng năm của họ là bao nhiêu.

Không cần phải là một nhà phân tích chính trị hay một giáo sư kinh tế học, bất cứ ai với những hiểu biết căn bản đều có thể nhận ra rằng ngọn núi đang chắn ngang con đường tiến hóa của dân tộc Việt Nam không có tên nào khác hơn là ngọn núi độc tài, độc đảng. Nói một cách tương tự, ngày nào cơ chế chính trị độc đảng, độc tài, độc quyền như hiện nay tại Việt Nam chưa được thay đổi ngày đó sẽ không có một hướng đi đích thực nào dành cho dân tộc Việt Nam. Điều anh nhấn mạnh "sai lầm luôn luôn là khả năng có thể xảy ra" đã và đang xảy ra từng ngày, từng đêm trên đất nước mình đấy anh Hòa ạ.

Anh viết: "Thiết nghĩ trong xu thế khép lại quá khứ, hướng về tương lai như hôm nay, nhắc lại quá khứ không phải nhằm khơi dậy lòng hận thù, nhưng khi vấn đề đã được đặt ra thì cần phải được xem xét cẩn trọng."

Vâng, phải "xem xét cẩn trọng", phải "khép lại quá khứ", phải "hướng về tương lai". Nếu thế xin anh cùng tôi hô lớn, một: hủy bỏ điều 4 hiến pháp, hai: giải tán quốc hội bù nhìn, ba: ứng cử và bầu cử tự do không phải thông qua Mặt trận Tổ quốc, bốn: tôn trọng các quyền tự do căn bản của con người đã được minh định trong Tuyên ngôn Quốc tế về Nhân quyền, năm, sáu, bảy, tám... và nhiều nữa anh Hòa ạ.

Nói tóm lại, cả thượng tầng kiến trúc tồn tại từ thời Stalin còn sống, phải hủy bỏ mới đúng là "khép lại quá khứ, hướng về tương lai". Giới lãnh đạo đảng không ngớt kêu gọi xóa bỏ quá khứ nhưng họ chưa làm một điều gì cụ thể và căn bản để chứng minh sự thành thật của họ muốn hướng đến tương lai chung cho các thế hệ Việt Nam mai sau.

Trong lúc tôi vô cùng kính trọng những tiếng nói dân chủ vọng lên từ miền Bắc, những bản án dài hạn hơn nhiều mà

đảng CS đã dành cho những nhà đấu tranh cho tự do tôn giáo và nhân quyền phát xuất miền Nam cho thấy rằng, ba trăm năm sau, con sông Gianh cách ngăn dân tộc từ thời Trịnh Nguyễn vẫn còn chảy, không phải ở Quảng Bình mà chảy ngay giữa lòng Hà Nội, chảy trong tư duy của những người lãnh đạo đảng CSVN. Tương tự, những phân chia ngăn cách Bắc Trung Nam từ thời thực dân chẳng những không được lấp lại, trái lại mỗi ngày bị đảng đào sâu thêm.

Chính sách trả thù đã thể hiện không những đối với những người cầm súng, những viên chức chính quyền cũ mà còn áp dụng một cách tàn nhẫn đối với gia đình họ, con cái họ và thậm chí còn mở rộng đến nhiều triệu người dân vô tội chỉ vì họ sống bên này sông Bến Hải. Sau 1975, trong lúc hàng trăm ngàn sĩ quan và viên chức Việt Nam Cộng Hòa bị tù đày trong rừng sâu nước độc, hàng triệu thân nhân họ cũng đã gánh chịu nhiều cực hình không kém phần độc ác. Tôi đã gặp những đứa bé miền Nam có cha mà như không cha, có mẹ mà như mất mẹ, sống lang thang đầu đường cuối chợ. Tôi đã gặp những đứa bé miền Nam thông minh nhưng không có một cơ hội đến trường, chỉ biết đứng bên ngoài cổng trường mà khóc. Đảng nói gì chưa với những mái tóc xanh kia?

Anh viết: "Đối với tôi, lòng yêu nước không phải là một khái niệm mơ hồ, chung chung, mà là một khái niệm cụ thể, thiết thực. Bởi thực tế cho thấy, người ta có thể hô hào và quảng bá rùm beng cho "lòng yêu nước nồng nàn" của bản thân, nhưng hành động thực tế lại chứng minh ngược lại"

Vâng, lòng yêu nước của dân tộc Việt Nam rất cụ thể, được tính bằng xương, đong bằng máu chứ không phải mơ hồ. Dân tộc Việt Nam là một dân tộc đã phải không ngừng chiến đấu để

bảo vệ quyền tồn tại trong suốt chiều dài thời gian lịch sử, ở đó, mỗi ngọn núi, mỗi con sông đã mang đầy chứng tích của những cuộc chiến tranh tự vệ khốc liệt, nơi tổ tiên chúng ta đã phải đổ quá nhiều máu xương và nước mắt để có được. Nếu không nhờ tinh thần tự chủ đó, ngày nay Việt Nam không phải là nước Việt Nam mà là tỉnh Việt Nam, giống như tỉnh Quảng Đông, Quảng Tây hay đã chịu chung số phận của Mãn Châu, Nội Mông, Tây Tạng. Nhưng yêu nước là một tình yêu cần được soi sáng và hướng dẫn bằng trí tuệ chứ không phải là một thứ tình yêu cực đoan và mù quáng. Yêu nước cũng chẳng phải là một độc quyền dành cho ai và cũng không ai có quyền định nghĩa yêu nước theo kiểu của mình.

Trong cuộc đấu tranh tranh chống thực dân Pháp nhiều gian khổ của dân tộc Việt Nam, không phải chỉ miền Bắc chống Pháp còn miền Nam thì theo Pháp, không phải chỉ những người theo CS mới gọi là đánh Pháp và người không chiến đấu trong hàng ngũ CS là ôm chân Pháp. Không, từ sông lạch miền Nam đến núi rừng Việt Bắc, nhân dân Việt Nam đã tùy theo điều kiện địa lý, hoàn cảnh chính trị của mỗi miền, và cả của mỗi người để đánh đuổi thực dân. Có vị chủ trương cứng rắn, có vị chủ xướng ôn hòa, có vị chủ trương võ lực, có vị chủ xướng Duy Tân. Nhưng nếu họ cùng có một tấm lòng vì nước, có một đức tính trung thành và chung thủy với quê hương, nhân dân Việt Nam vẫn biết ơn họ và lịch sử Việt Nam sẽ ghi công họ.

Giới lãnh đạo CSVN thì khác, chưa đánh đuổi được ngoại xâm đã tàn sát không nương tay những người Việt Nam yêu nước mà họ nghĩ sẽ tranh quyền đoạt lợi với họ sau này. Từ 1954, họ lại một lần nữa lợi dụng lòng yêu nước của nhân dân Việt Nam, đẩy hàng triệu thanh niên Việt Nam vào chỗ chết

cho các mục tiêu bành trướng ý thức hệ CS, cho quyền lợi của đàn anh Trung Cộng, Liên Xô dưới hình thức cuộc chiến tranh gọi là "Chống Mỹ cứu nước" lầm lạc vô cùng.

Anh ca ngợi lòng yêu nước của Nguyễn Thái Học chỉ vì ông đã hy sinh, tuy nhiên, nếu ông còn sống và tiếp tục lãnh đạo Việt Nam Quốc Dân Đảng trong giai đoạn 1945, đảng CS cũng chẳng buông tha cho ông đâu. Số phận của Nguyễn Thái Học có thể cũng giống như Trương Tử Anh, Khái Hưng, Phạm Quỳnh, Tạ Thu Thâu, Phan Văn Hùm và hàng ngàn người Việt Nam yêu nước khác mà thôi.

Anh kết án những người lãnh đạo các đảng phái không CS là "những kẻ sau này phải sinh tồn dưới cái ô che chở của người Pháp và người Mỹ", thế ngoài tài liệu tuyên truyền của đảng, anh đã gặp các vị đó chưa? Anh đã đọc các sách vở tài liệu của họ viết chưa? Tôi đã gặp các vị đó, đã lắng nghe họ trang trải nỗi lòng, đã đọc sách vở của họ, qua đó, tôi hiểu tại sao họ không thắng được CS.

Anh biết tại sao không?

Họ nhân hậu quá, họ yêu nước chân thành quá, họ Việt Nam quá. Muốn chiến thắng CS họ phải giết chết cái Việt Nam tính trong con người họ. Họ đã không làm được điều đó, và kết quả, họ thua.

Thật đúng như anh viết: "Bởi thực tế cho thấy, người ta có thể hô hào và quảng bá rùm beng cho "lòng yêu nước nồng nàn" của bản thân, nhưng hành động thực tế lại chứng minh ngược lại".

Trong suốt hai cuộc chiến, những người lãnh đạo đảng CSVN đã chứng minh ngược lại như thế đấy anh ạ. Họ khai

thác triệt để những khái niệm thiêng liêng về quê hương, đất nước bởi vì họ biết đó là những điểm yếu, những đặc điểm tâm lý dễ bị khích động, rất nhạy cảm trong tâm hồn của con người Việt Nam. Họ đã lợi dụng xương máu của hàng triệu đồng bào để biến mơ ước tươi đẹp của những người đã chết thành cơn ác mộng hãi hùng phủ trùm lên cả dân tộc. Họ đã biến dải non sông đầy tình đồng bào ruột thịt thành một nhà tù mênh mông, lấy thể chế chính trị độc tài thay cho hiến pháp, lấy đấu tranh tiêu diệt lẫn nhau làm thước đo của mức độ phát triển xã hội. Họ đối xử với những người cùng chung huyết thống còn tệ bạc hơn các dân tộc văn minh đối xử với thú vật.

Anh viết: "...tôi liên tưởng tới lời một nhân vật người Mỹ trong bộ phim truyền hình Việt Nam - cuộc chiến tranh 10.000 ngày đã ví chính quyền Sài Gòn giống như một "bộ áo giáp" trong viện bảo tàng, chỉ cần động vào là đổ".

Thưa anh, không đợi nhân vật người Mỹ trong bộ phim Việt Nam - cuộc chiến tranh 10.000 ngày ví von so sánh, chính tôi cũng đã nhiều lần nói thế. Tôi sinh ra và lớn lên ở miền Nam. Miền Nam của tôi và hy vọng cũng là của anh, không phải là miền Nam hoàn toàn trong sạch. Miền Nam có những cấp lãnh đạo mang quốc tịch Pháp, mang tên André, Pierre, thích gọi nhau bằng "toa, moa" hơn là tiếng "mày, tao" thân thương quen thuộc. Miền Nam có những người lính Mỹ mắt xanh, da trắng đến từ bên kia địa cầu nhưng không mang theo tư tưởng dân chủ của Thomas Jefferson hay tinh thần cách mạng của Thomas Pain, trái lại mang theo rất nhiều đô-la và súng đạn. Thế hệ chúng tôi đứng trước ngã năm, ngã bảy nhiễu nhương phân hóa đó, cũng đã nhiều đêm không ngủ được khi nghĩ về tương lai đất nước. Chúng tôi đã từng giận dữ hét lên phải làm

gì và làm gì! Sự tham nhũng, lộng quyền, lệ thuộc quá nhiều vào Mỹ của một số lãnh đạo miền Nam chính là "bộ áo giáp" mà nhân vật trong phim Việt Nam - cuộc chiến tranh 10.000 ngày ám chỉ. Chiếc áo đó đã làm tôi đau nhức mỗi khi nghĩ đến.

Thế nhưng đó cũng chỉ là chiếc áo thôi anh ạ, dù là áo giáp, chứ không phải da thịt, không phải trái tim, không phải hơi thở, không phải máu xương của miền Nam. Một nhà lãnh đạo chính phủ có thể hư hỏng, tham ô, lộng quyền trong giai đoạn nào đó nhưng thể chế dân chủ thì không. Miền Nam có tất cả những cơ cấu, nhân tố cần thiết để xây dựng căn nhà dân chủ. Anh hãy hỏi các đảng viên CS đã một thời biểu tình, gây sách động, tranh đấu công khai trong các đô thị miền Nam sẽ biết ai đã từng bảo vệ và che chở họ, không phải "Bác và Đảng" đâu anh, chính các cơ cấu dân chủ pháp trị ở miền Nam đã bảo vệ quyền tự do ngôn luận và an ninh cho cá nhân họ. Nếu họ đấu tranh với những hành động tương tự ở miền Bắc thì họ đã về cõi âm từ lâu rồi.

Trên con đường miền Nam tuy đầy ổ đạn nhưng đã có những bóng cây xanh của hy vọng, có những hạt mầm dân chủ được gieo trồng và hàng triệu người đã dùng máu mình tưới lên những hạt mầm dân chủ đó như tôi có lần đã viết trên talawas trong bài "Ba mươi năm nhìn lại chiến tranh". Ý thức dân chủ đó chính là linh hồn, là trái tim, là hơi thở của một đất nước đang cố gắng vươn lên trong mưa sa bão táp. Hẳn nhiên những hạt mầm xanh non, mong manh mới nhú lên trên dải đất vừa thoát ra khỏi ách thực dân làm sao chịu đựng nổi vòng xích T54 hay sức công phá của B40, của đại pháo 130 ly do Liên Xô, Trung Cộng cung cấp dồi dào, phải không anh?

Anh viết: "Sự sống còn của chính quyền Việt Nam Cộng hòa cũng hoàn toàn lệ thuộc vào người Mỹ mà bằng chứng là ngay đầu những năm 60 của thế kỷ 20, nó đã rệu rã đến mức không có khả năng chống lại phong trào giải phóng, buộc Mỹ phải lộ diện với một đạo quân viễn chinh khổng lồ và những phương tiện chiến tranh hiện đại nhất lúc bấy giờ. Vũ khí Mỹ, đô-la Mỹ, hàng hóa Mỹ đã nuôi sống một bộ máy chính quyền trong vài chục năm, và cuối cùng, nó không thể tránh khỏi sự sụp đổ tất yếu"

Xin anh đừng quên tổng số viện trợ quân sự mà Liên Xô, Trung Cộng và các nước xã hội chủ nghĩa khác giúp cho Hà Nội là 2 triệu 362 ngàn 581 tấn, bao gồm một danh sách dài của các loại vũ khí, từ 3 triệu 600 ngàn khẩu súng cá nhân cho đến 458 máy bay chiến đấu và hàng vạn đại pháo, tên lửa nhiều loại.

Họ không phải là "lực lượng tiến bộ, yêu hòa bình trên thế giới" đâu anh. Liên Xô cung cấp súng đạn cho đảng CSVN chỉ vì chiến tranh Việt Nam đã giúp làm chậm lại cuộc chạy đua vũ khí với Mỹ mà chính họ đang dần dần kiệt quệ. Trung Cộng cung cấp súng đạn cho đảng CSVN chỉ vì nhân dân Việt Nam đã chết thay cho họ để bảo vệ và bành trướng biên giới về phía nam. Nhận viện trợ của họ chẳng khác gì nhận cái vòng kim cô chứ chẳng vinh dự gì đâu anh Hòa ạ.

Bằng chứng, 30 năm sau khi chiến tranh chấm dứt, các lãnh đạo đảng vẫn loay hoay không biết làm sao tháo được cái vòng kim cô Trung Cộng ra. Trong ly rượu sâm-banh của các tên lái buôn chiến tranh chúc tụng nhau ở Nhân dân đại sảnh Bắc Kinh, ở điện Kremlin tối 30 tháng 4 năm 1975, có máu của đồng bào Việt Nam đổ xuống khắp ba miền. Trong tiếng cười rạng rỡ của các chủ tịch nhà nước, các tổng bí thư trong đêm

liên hoan mừng chiến thắng tối 30 tháng 4 năm 1975, có nước mắt của hàng triệu bà mẹ Việt Nam khóc cho những đứa con của mẹ đã gởi xác ở Trường Sơn, Khe Sanh, Bình Long, Trị Thiên, An Lộc.

Hôm nay, cơn lũ chiến tranh tuy đã qua đi nhưng trên cánh đồng Việt Nam vẫn còn phơi đầy thân xác anh em, thịt xương của đồng bào ruột thịt. Non sông liền một dải nhưng lòng người còn vạn nẻo phân ly.

Như tôi đã viết trong vài bài trước, số phận các quốc gia nhược tiểu thì ở đâu và thời nào cũng vậy, nếu tương hợp với quyền lợi của đế quốc thì sống và ngược lại thì chết. Bởi vì mục đích của Đảng CSVN rất tương hợp với quyền lợi của Liên Xô và Trung Cộng nên đảng CSVN thắng, trong lúc nhiều cấp lãnh đạo miền Nam phải tự sát hay sắp hàng đi vào tù bởi vì quyền lợi của nhân dân miền Nam không còn tương hợp với sách lược thế giới của Mỹ sau cuộc viếng thăm Bắc Kinh của tổng thống Nixon.

Tuy nhiên, miền Nam sụp đổ không chỉ vì thiếu vũ khí Mỹ hay đô-la Mỹ như anh nói thôi đâu mà vì không có nhà thơ nào sáng tác nổi những câu thơ như thế này:

Chúng ta đang ở trên đầu chúng nó

Đại bác ta sau rèm tre ngảnh cổ

Trông xuống khoanh đồi nọ

Ngon như một đĩa thịt bò tươi

Ở dưới kia chúng nó đang cười

Cười đi nhé các con ơi rồi chết...

("*Bắn đi*", Tố Hữu)

Khi ví những người bên kia chiến tuyến, dù người đó là Pháp, Mỹ hay đồng bào cùng máu mủ với mình, như một đĩa thịt bò tươi, quả thật trong người tác giả không còn một chút gì để gọi là nhân tính. Có những "nhà thơ cũng phải biết xung phong" và không nhân tính như thế trong hàng ngũ, chủ nghĩa CS chiến thắng là phải và miền Nam sụp đổ là chuyện không thể nào tránh khỏi.

Không giống như tuổi trẻ trong quân đội miền Nam, các thế hệ thanh niên miền Bắc bị đánh bùa mê đến nỗi chỉ biết hận thù, đấu tranh, giết chóc. Suốt đời họ được huấn luyện để thừa hành chứ không phải để đặt vấn đề hay để chọn một hướng đi đích thực cho đời mình. Khái niệm về sự chọn lựa gần như không có trong chương trình giáo dục. Nếu họ biết thế nào là ý nghĩa của hai chữ chọn lựa và có quyền chọn lựa một cuộc đời riêng, họ không dại gì chọn để chết. Nếu họ có cơ hội thấy được cái sai và mặt trái của chế độ mà họ đã lớn lên và có quyền lực để chống lại những cái sai trái đó, tuổi trẻ miền Bắc đã không cảm thấy "lòng phơi phới dậy tương lai" khi phải "xẻ dọc Trường Sơn đi cứu nước" đâu anh ạ.

Thanh niên miền Bắc bị tuyên truyền rằng đồng bào miền Nam đang rên xiết, đói khát dưới gót giày đế quốc Mỹ và ngày đêm chờ đợi họ vào để "giải phóng khỏi xích xiềng đế quốc." Thế nhưng thực tế đã trái ngược. Đồng bào miền Nam đã bỏ cả làng mạc, ruộng vườn, nhà cửa, lưng cõng mẹ già, tay bế con thơ để tìm đường lánh nạn, và khi không còn đất để chạy họ phải ôm nhau mà ra biển. Họ không theo chân đế quốc đâu anh. Nếu anh hỏi tôi vào sáng ngày 12 tháng 6 năm 1981, lúc còn lênh đênh trên biển, muốn đi về đâu, tôi sẽ trả lời anh, tôi

muốn đi đến bất cứ nơi nào trên trái đất miễn nơi đó không phải là quê hương tôi.

Một nhà văn Tây phương đã viết "người ta chỉ yêu quê hương khi nào quê hương còn đáng để được yêu", đó là trường hợp của quê hương Việt Nam sau 1975. Quê hương không bao giờ là chùm khế ngọt nếu sống ở đó con người bị đối xử như con vật, nếu sống ở đó con người không có quyền nói những điều họ muốn nói, hát những bài hát họ yêu thích, viết những dòng thơ họ muốn viết.

Với cách tư duy theo định hướng xã hội chủ nghĩa, anh có thể kết án tôi phản bội nơi chôn nhau cắt rốn của mình. Không anh ạ. Tôi yêu nước tôi. Tôi yêu đồng bào tôi. Tôi đã đau lòng đến độ rơi nước mắt khi xem đoạn phim phóng sự của đài MSNBC chiếu cảnh những bé gái Việt Nam chỉ 8 tuổi, ra giá bán dâm bằng tiếng lóng "yum yum", "bom bom" với những người ngoại quốc bằng tuổi ông nội mình ở Campuchia. Chúng không phải Miên, Lào gì đâu, chúng nói tiếng Việt và được xuất khẩu từ Cộng hòa Xã hội Chủ nghĩa Việt Nam sang đấy anh Hòa ạ.

Tôi có thể ngồi đây đem từng câu, từng ý, từng lời của anh ra phân tích. Nhưng rồi để làm gì?

Tôi không tin là anh không thấy sự thật, nhưng nghĩ rằng anh đã cố tình biện hộ cho một chế độ đã gây ra quá nhiều đau thương tang tóc cho dân tộc Việt Nam. Có lần tôi đã viết, một băng cướp ngân hàng không thể di chuyển hàng tỷ đô-la ra khỏi nhà băng nếu không có kẻ đưa đường, người dẫn lối, không có tay trong, tay ngoài, bao che, thờ ơ, dung túng. Tương tự, đảng CSVN sau 30 năm vẫn còn tiếp tục trấn áp nhân dân Việt Nam

bởi vì, ngoài nhà tù và sân bắn, họ cũng đã được dung túng, bao che, thờ ơ và thỏa hiệp. Và những người đã thờ ơ, thỏa hiệp cho họ trong 30 năm qua không ai khác hơn là những người Việt Nam có quyền hạn tinh thần, có trách nhiệm xã hội, có kiến thức văn hóa nhưng đã vì chút địa vị cá nhân, miếng cơm manh áo mà binh vực, bao che cho họ.

Mặc dù tôi dùng ngôi thứ nhất và thứ hai trong suốt bài viết, nhưng nếu anh đọc kỹ, sẽ thấy trọng tâm nhắm vào chế độ chứ không phải vào anh. Anh đã chiến đấu trong chiến tranh và tôi chưa hề cầm súng nhưng chúng ta vẫn cùng một thế hệ. Anh sống sót trong chiến tranh, tôi sống sót trong hòa bình. Bom đạn không rơi trúng anh, sóng lớn không đánh tôi văng xuống biển. Trong số 5 triệu người đã chết trong cuộc chiến không có tên anh và tên tôi.

Tôi luôn giữ trong lòng niềm cảm thông chân thành dành cho đồng bào tôi nói chung và tuổi trẻ nói riêng sinh ra và lớn lên ở miền Bắc. Tôi luôn tự nhủ nếu xưa kia ông tổ tôi không vào Nam rồi tôi cũng sinh ra ở miền Bắc và cũng chưa chắc làm gì hơn các anh ngoài việc mang súng lên đường. Trong chiến tranh, viên đạn không chờ anh hỏi từ đâu tới trước khi ghim vào tim anh, các anh phải bắn hay bị bắn, nhưng tôi cũng nghĩ rằng 30 năm là một thời gian quá đủ, quá dài để suy nghĩ, để đánh giá lại quá khứ, để thấy ai là người chung thủy và ai là kẻ vong ơn. Sống sót sau chiến tranh là một điều may mắn, nhưng nhiều khi tôi nghĩ, sống sót để làm gì mới là điều đáng nói, phải không anh?

ÔNG THIỆN, ÔNG ÁC

Hai bên chánh điện của các chùa Phật Giáo thường có thờ ông Thiện và ông Ác. Ông Thiện là ngài Hộ Pháp và Ông Ác là ngài Tiêu Diện Đại Sỹ. Những ngày thơ ấu, khi còn ở chùa Viên Giác, những đêm nóng nực tôi thường ôm chiếu ra ngoài hiên chùa nằm ngủ. Có khi ngủ dưới chân ngài Hộ Pháp nhưng cũng có khi nằm dưới chân ngài Tiêu Diện. Nhiều đêm bị đánh thức bởi tiếng lá đa xào xạc, tôi ngước nhìn lên bàn thờ và bắt gặp đôi mắt của ngài Tiêu Diện Đại Sỹ đang trừng trừng nhìn xuống. Dù chẳng can tội gì, tay chân cũng cảm thấy run run. Khuôn mặt của ngài hung dữ quá, nhất là hai hàng lông mày xếch đến tận mang tai và chiếc lưỡi như có thể giãn dài tới tận chỗ tôi nằm.

Mỗi khi nhìn tượng ngài Tiêu Diện, tôi tự hỏi tại sao nơi cửa thiền từ bi thanh tịnh lại thờ một vị có khuôn mặt hung dữ lúc nào cũng sẵn sàng gây hấn như thế. Tôi đem thắc mắc bạch với thầy trụ trì. Thầy bảo Phật Giáo Bắc Tông ngoài Phật Thích Ca Mâu Ni, còn thờ rất nhiều hình tượng của chư Phật và Bồ Tát. Mỗi vị tùy theo hạnh nguyện cứu người và cũng phát xuất từ căn cơ và hoàn cảnh của chúng sinh mà hóa thân trong một ngoại hình thích hợp. Ngài Tiêu Diện hàng phục ma vương, ác quỷ và hướng dẫn chúng đến nghe pháp mỗi ngày, trong lúc

ngài hộ pháp lãnh đạo những người lương thiện. Và cũng để tôi khỏi bị chấp vào hình tướng khi hành xử ngoài xã hội, thầy dặn dò, Phật tính có trong mọi người, dù người thiện hay người ác.

Lớn lên bước vào đời, tôi gặp rất nhiều ông Thiện và ông Ác. Tuy nhiên khác với trong chùa, ngoài xã hội, ông Thiện và ông Ác trong nhiều trường hợp chỉ là một ông.

Gần 30 năm trước, sáng ngày 2 tháng 5 năm 1975, tôi đến viếng thăm bác Lê Đình Duyên. Bác không phải là họ hàng ruột thịt của tôi nhưng là cha của người bạn thân và là nhà yêu nước lớn mà tôi luôn kính trọng. Căn nhà có giàn hoa giấy đỏ trên đường Cống Quỳnh là nơi tôi thường đến. Bác rất nghiêm nghị nhưng không coi chúng tôi như con nít. Có việc gì cần chúng tôi đều thỉnh ý bác và luôn được bác ân cần chỉ bảo. Hôm đó, khi tôi đến thăm cũng là lúc chiếc xe Command car màu xanh lá cây của Ủy ban Quân quản Sài Gòn-Gia Định vừa rời khỏi nhà bác Duyên. Hỏi ra tôi biết đó là xe đưa bác Duyên từ Phủ Tổng thống về. Bác Duyên là Dân biểu Quốc hội Đệ nhị Cộng hòa ở miền Nam, đảng viên cao cấp của một hệ phái Việt Nam Quốc dân Đảng miền Trung và là một trong 16 viên chức của Chính phủ Việt Nam Cộng Hòa có mặt tại Dinh Độc Lập trong buổi sáng ngày 30 tháng 4 năm 1975.

Khi hỏi thăm bác về thái độ và cách đối xử của chính quyền mới đối vớc các bác, tôi được biết chính quyền cách mạng tỏ ra rất tử tế. Trước khi được đưa ra xe, tướng Trần Văn Trà, chủ tịch Ủy ban Quân quản Sài Gòn-Gia Định, đích thân đến thăm và trấn an các nhà chính trị miền Nam. Trong buổi tiếp xúc, tướng Trần Văn Trà nói với bác: "Cuộc chiến chống Mỹ cứu nước đã hoàn tất. Giữa chúng tôi và các anh không có người thắng hay kẻ bại. Trong cuộc chiến đấu thần thánh này, nhân

dân Việt Nam chính là người chiến thắng và chỉ đế quốc Mỹ mới thật sự là kẻ bại trận mà thôi. Chính sách bảy và mười điểm của Ủy ban Quân quản phản ánh tinh thần hòa giải và hòa hợp dân tộc và là cơ hội để nhân dân Việt Nam không phân biệt tôn giáo, quá khứ, quan điểm chính trị cùng bắt tay nhau xây dựng và đưa đất nước ra khỏi vùng nghèo nàn lạc hậu".

Nghe tướng Trà nói, những bác trước đó vài giờ đã nghĩ đến bản án tử hình có thể đang chờ đợi họ, chắc thở ra một hơi dài nhẹ nhõm. Trước khi rời Dinh Độc lập, các bác còn được phóng viên cách mạng cho phép họ chụp với nhau một tấm hình kỷ niệm.

Bác Lê Đình Duyên không trả lời câu hỏi của tôi làm thế nào các bác có thể tin được những điều ông Trần Văn Trà nói là thành thật, thay vì, chỉ nói như an ủi chính mình: "Chiến tranh đã gây ra quá nhiều tổn thất đau thương cho dân tộc." Nói xong bác đứng dậy khoác chiếc áo tràng màu xám vẫn thường treo trên vách và thắp một nén hương trên bàn thờ ông bà. Thân phụ của bác là bác sĩ Tâm Minh Lê Đình Thám, một cư sĩ Phật giáo nổi tiếng, một học giả uyên thâm cả Nho học lẫn Tây học và giống như bào huynh Lê Đình Dương của ông, cả hai là những nhà cách mạng đã có những đóng góp lớn trong chiến tranh chống Pháp. Bác sĩ Lê Đình Thám ở lại miền Bắc sau Hiệp định Genève. Ngày bác sĩ Lê Đình Thám qua đời, báo Le Monde đăng tin và dành trọn một trang để đăng tấm hình màu của ông. Trang báo đó được bác Duyên chụp lại và treo trang trọng trong phòng khách.

Lời nói của tướng Trần Văn Trà, nếu thành thật, đã đáp ứng sự chờ đợi gần như mỏi mòn của cả dân tộc. Những ai quan tâm đến tương lai đất nước phải công nhận rằng trong giai đoạn

lịch sử mới và đầy thử thách đó, những câu hỏi ai thắng, ai bại, ai đúng, ai sai, ai Quốc gia, ai CS không còn cần thiết hay ít ra không quan trọng bằng mối lo đất nước rồi sẽ đi về đâu khi ngọn lửa chiến tranh vừa tàn lụi. Trong lòng mỗi người Việt Nam còn sống sót không có mơ ước nào khác hơn là được thấy một Việt Nam hòa bình, no ấm, được nhìn quê hương Việt Nam như là căn nhà chung của người Việt, dù một thời vì định mệnh lịch sử đầy khắc nghiệt, đã phải đứng bên này hay bên kia chiến tuyến.

Với kiến thức chính trị rộng rãi của một nhà hoạt động cách mạng, hơn ai hết bác Lê Đình Duyên biết rằng vào thời điểm bác đang ngồi đối diện với tướng Trần Văn Trà, hàng ngàn đảng viên Quốc dân Đảng Trung Quốc bị bắt từ năm 1949 vẫn đang đếm ngày tàn của đời họ trong nhà tù Trung Cộng. Với kinh nghiệm dạn dày về chính trị, hơn ai hết bác Lê Đình Duyên biết rằng, người đang nói chuyện với bác không phải là một bậc chân tu mà là Ủy viên Trung ương Đảng Lao động Việt Nam. Thế nhưng, bác Duyên còn một hy vọng, một chỗ dựa cuối cùng, dù sao họ cũng là người Việt Nam. Lần cuối dân tộc Việt Nam có một ngày tạm gọi thanh bình đã hơn một thế kỷ. Thật quá xa và quá dài cho mọi cuộc đợi chờ nhưng cũng không đến nỗi quá trễ để xây dựng lại đất nước vì con cháu mai sau.

Những ai quan tâm đến hướng đi của đất nước cũng mong rằng những thảm cảnh lưu đày trong vùng băng tuyết Siberia, cảnh đàn áp đẫm máu trong mùa thu Hungary, mùa xuân Tiệp Khắc... chỉ là những chuyện nước ngoài. Dân tộc Việt Nam là dân tộc duy nhất trên thế giới gọi nhau bằng hai chữ đồng bào thân thương, trìu mến. "Một con ngựa đau cả tàu không ăn cỏ", "một giọt máu đào hơn ao nước lã" là những câu châm ngôn

đượm tình dân tộc mà người Việt Nam nào cũng thuộc lòng từ khi biết tự ôm cặp đến trường. Vở bi kịch Việt Nam đã chấm dứt, màn sân khấu đã hạ xuống, khán giả đã ra về, đạo diễn đã bỏ đi và diễn viên cũng đã lau xong son phấn một thời đã làm anh em nhìn nhau bằng ánh mắt hận thù xa lạ. Cuối cùng, không ai thương dân tộc Việt Nam bằng chính người Việt Nam, bởi vì bên trong những vòng hoa chiến thắng, mặt trái của những tấm huân chương bằng đồng kia là máu thịt của hàng triệu người Việt Nam đổ xuống, là đói nghèo lạc hậu. Nhân dân Việt Nam sẽ vịn vai nhau đứng dậy và vươn lên bằng sức mạnh tổng hợp của chính mình. Ai mà chẳng mong như thế nhỉ.

Tiếc thay, chỉ một thời gian ngắn sau, chính bàn tay trước đó không lâu vỗ vai an ủi các nhà chính trị miền Nam, chính từ cửa miệng từng phát ra những lời đượm tình anh em ruột thịt, tướng Trần Văn Trà đã ra lệnh sĩ quan và công nhân viên chức miền Nam tập trung học tập. Trong quán nước nhỏ trước trường Nữ Trung học Trưng Vương trong một buổi sáng tháng Năm, tôi theo người bạn đến tiễn bác Duyên lên đường. Và kết quả là những năm dài lao lung, đói khát, bệnh tật trong các trại tập trung rải rác khắp ba miền. Tấm hình bác Duyên chụp chung với 15 viên chức Việt Nam Cộng Hòa khác ở Dinh Độc Lập được đem trưng bày trong phòng triển lãm gọi là "Tội ác Mỹ ngụy" trên đường Trần Quý Cáp, Sài Gòn. Sau gần mười năm tù, bác Lê Đình Duyên trở về trong một thân thể đầy bịnh hoạn. Bác được sang Mỹ đoàn tụ với gia đình theo diện HO. Không lâu sau đó bác qua đời mang theo niềm u uất của một người Việt yêu nước với giấc mơ Việt Nam hòa bình, tự do, dân chủ và nhân bản vẫn chưa thành sự thật. Câu chuyện tôi học từ bác Duyên tưởng như đã đi vào dĩ vãng. Các thế hệ trẻ

Việt Nam được sinh ra và lớn lên giữa một đất nước vẫn còn nhiều trăn trở, vẫn đang đi tìm một lối thoát ra khỏi nghèo nàn lạc hậu và vẫn bị lãnh đạo bởi những người mang não trạng chiến tranh.

Tôi thường nghe các nhà lãnh đạo Việt Nam khoe khoang Việt Nam ngày nay không còn đói nghèo như 30 năm trước, người dân Việt Nam ngày nay đa số có nhà để ở không phải còn lây lất bụi bờ. Vâng, trong một mức độ nào đó, những thành quả vừa nêu là những điều đáng khích lệ. Nhưng trong nền kinh tế toàn cầu, chúng ta không thể đơn giản so sánh với chính mình vào 30 năm trước, không thể chỉ cần thoát ra khỏi tình trạng thiếu thốn thời chiến tranh, không thể so sánh Việt Nam ngày nay với Việt Nam khi còn chia đôi đất nước. Không. Chúng ta phải so sánh Việt Nam với Singapore, với Đài Loan, với Nam Hàn, với Thái Lan, với Trung Quốc. Chúng ta phải chạy đua với thời đại chứ không phải chạy đua với chiếc bóng của chính mình.

Ba mươi năm sau, tôi tình cờ đọc trên báo Thanh Niên, trong buổi gặp mặt Việt kiều nhân dịp năm mới Ất Dậu, tổ chức tối 30 tháng Giêng tại Sài Gòn, ông Thủ tướng Phan Văn Khải đã phát biểu gần như nguyên văn lời phát biểu của ông chủ tịch Ủy ban Quân quản Trần Văn Trà 30 năm trước: "Đồng bào ta, không phân biệt trong hay ngoài nước, không phân biệt chính kiến, tôn giáo, hãy đồng tâm hiệp lực, đóng góp công sức vào trận chiến mới đưa đất nước ta ra khỏi nỗi nhục đói nghèo và lạc hậu, tiến tới xây dựng một đất nước giàu mạnh, độc lập, chủ quyền và toàn vẹn lãnh thổ, đạt mục tiêu phấn đấu đến năm 2010 nước ta thoát khỏi tình trạng nghèo nàn và lạc hậu. Một nhân tố bất biến làm nên những thắng lợi của dân tộc ta là khối

đại đoàn kết dân tộc. Bà con, dù có ra nước ngoài sinh sống vì bất cứ lý do gì thì vẫn là máu của người Việt Nam, thịt của người Việt Nam."

Ôi, "máu của người Việt Nam, thịt của người Việt Nam", "không phân biệt trong hay ngoài nước", "không phân biệt chính kiến", những cụm từ tuyệt vời và cảm động biết bao. Ngôn ngữ Việt Nam là ngôn ngữ của thi ca, tượng hình và vô cùng gợi cảm. Những em bé Việt Nam sinh ra trên chiến hạm, sinh ra trong trại tị nạn, sinh ra dưới cánh phi cơ, sinh ra trên đường tháo chạy, lần đầu tiên nghe được những lời chia sẻ của ông thủ tướng chắc phải rơi nước mắt.

Thế nhưng, ngay trong thời điểm ông Thủ tướng nói những lời dường như phát xuất từ trái tim chân thành và tha thiết của mình, ông Phan Văn Khải đồng thời cũng là người cầm đầu một chính phủ với trách nhiệm thực thi nghiêm chỉnh một hiến pháp trong đó điều 4 ghi rõ: "Đảng CSVN, đội tiên phong của giai cấp công nhân Việt Nam, đại biểu trung thành quyền lợi của giai cấp công nhân, nhân dân lao động và của cả dân tộc, theo chủ nghĩa Mác-Lênin và tư tưởng Hồ Chí Minh, là lực lượng lãnh đạo Nhà nước và xã hội".

Muốn biết chủ nghĩa Mác-Lênin có thật sự là ngọn hải đăng của thời đại hay không, không cần phải sang Nga, sang Đức, không cần phải tìm trong các văn khố, sử liệu mà hãy hỏi các thầy cô dạy triết học Mác-Lênin ở các trường trung và đại học Việt Nam để chia sẻ với nỗi khổ tâm của họ khi phải dạy môn học buồn bã nhất của một trong những ngành nghề bạc bẽo nhất nước.

Cho dù chiếc ghe ý thức hệ Mác-Lênin một thời đã giúp các ông bà qua sông, cũng không nên bắt 60 triệu tuổi trẻ Việt

Nam, những người sinh ra sau cuộc chiến, phải tiếp tục cong lưng cõng chiếc ghe quá khứ, già nua lỗi thời đó để đi vào thời đại toàn cầu?

Cho dù cha chú của các em sinh ra ở miền Nam, đã một thời can dự vào cuộc chiến, họ cũng đã trả giá cho sự can dự đó bằng hàng chục năm dài trong các nhà tù từ Bắc đến Nam, tại sao lại bắt con cháu họ phải tiếp tục bị tẩy não bằng những tư tưởng mà tuyệt đại đa số nhân loại đã xếp vào trong ngăn tủ?

Quả thật những nhận thức mâu thuẫn và vô cùng nghịch lý đã cùng tồn tại trong chính một người. Ông Thủ tướng thử đặt ông vào vị trí của một người Việt tị nạn hay con cháu của thế hệ tị nạn ở nước ngoài.

Với tất cả những khổ đau và kinh nghiệm hai triệu người Việt nước ngoài đã trải qua, làm thế nào họ có thể hợp tác một cách chân thành và tin tưởng vào sự lãnh đạo của Đảng CSVN?

Với những máu xương, đày ải hai triệu người Việt nước ngoài đã chịu đựng, làm thế nào những người mà ông gọi là khác chính kiến lại có thể đóng góp hữu hiệu để xây dựng đất nước dưới sự lãnh đạo của Đảng CSVN? Không. Của cải có thể làm lại được nhưng niềm tin không thể đơn giản phục hồi bằng dăm ba lời đường mật.

Cộng đồng người Việt nước ngoài không chỉ là vài khuôn mặt dù một thời có chút tên tuổi, địa vị nhưng tuổi tác đã xế chiều, mệt mỏi, về nước tìm vui trong những ngày còn lại cuối đời. Cộng đồng người Việt nước ngoài không chỉ là những Việt kiều về nước mua nhà hưu trí, khoe khoang tiền của trên sự nghèo đói tủi thân của bà con thân thuộc. Cộng đồng người Việt nước ngoài không chỉ là những người vì tình thương gia

đình, gởi nhiều tỷ Mỹ kim về hàng năm để nuôi sống người thân còn ở lại. Cộng đồng người Việt nước ngoài cũng không chỉ là mấy trăm ngàn Việt kiều về quê ăn Tết rồi vội vã ra đi không để lại một đóng góp, một hứa hẹn gì cụ thể cho tương lai đất nước.

Không, không phải chỉ đơn giản có thế. Cộng đồng người Việt nước ngoài là tổng hợp của tư duy, trí tuệ, kinh nghiệm, kiến thức, vốn liếng mà các thế hệ Việt Nam tại nước ngoài đã học hỏi, thu thập, tích lũy trong gần 30 năm qua và nhiều năm nữa. Khả năng to lớn đó đang chờ một cơ hội để cùng với đồng bào trong nước bắt tay vào việc biến Việt Nam nghèo nàn thành một một con rồng Á Châu vững mạnh và thăng tiến.

Cơ hội đó bắt đầu từ điểm nào và điều kiện gì có lẽ tôi không cần phải viết ra đây.

NELSON MANDELA
VÀ TIẾN TRÌNH HÒA GIẢI TẠI NAM PHI

Một câu hỏi mà Mandela, lãnh tụ của Nghị Hội Toàn Quốc Nam Phi (African National Congress) gọi tắt là ANC, trăn trở suốt gần mười ngàn đêm trong tù từ đảo Robben đến Pollsmoor, và cũng là câu hỏi cho bất cứ ai mang lý tưởng cứu đời, rằng ông ta thật sự muốn gì và sẽ làm gì sau khi bước ra khỏi cánh cửa sắt nhà tù. Tiếp tục cuộc đấu tranh một mất một còn với chính quyền da trắng? Tiếp tục đi xin súng đạn ngoại bang như ông đã từng làm trong thập niên 1960 về tàn sát người dân Nam Phi? Tiếp tục cuộc khởi nghĩa võ trang để mong có ngày thu lại cả vốn lẫn lời bằng cách trả thù nặng nề và thảm khốc hơn những kẻ đã từng bỏ tù ông, hành hạ ông?

Và mỗi lần suy nghĩ về những câu hỏi như thế, trong nhận thức của Mandela lại vọng lên câu nói cuối cùng vào buổi sáng ngày 11 tháng Sáu 1964 tại phiên tòa Rivonia "Tôi cống hiến cuộc đời cho cuộc tranh đấu của nhân dân Nam Phi. Tôi đấu tranh chống sự thống trị da trắng và cũng đấu tranh chống sự thống trị da đen. Tôi ôm ấp lý tưởng về một xã hội tự do và dân chủ trong đó con người sống hòa thuận và có cơ hội bình đẳng. Đó là lý tưởng tôi hy vọng sống và hoàn thành. Nhưng nếu cần, tôi cũng chuẩn bị để chết vì lý tưởng của mình".

Câu nói đó suốt mấy mươi năm đã hòa trong tiếng sóng bên bờ Cape Town vọng về mỗi đêm như một lời nhắc nhở để rồi Mandela, dù trong lưu đày, bị khổ sai hay làm tổng thống, giải Nobel Hòa Bình, lý tưởng của ông như ngọn hải đăng trên đảo Robben vẫn rực sáng một màu hy vọng. Không ai khuyên ông, không ai dạy ông, chính ước mơ được thấy "một xã hội tự do và dân chủ trong đó con người sống hòa thuận và có cơ hội bình đẳng" giúp ông có được những chọn lựa chính trị vượt qua tầm thời đại và vượt qua những khổ đau chịu đựng của riêng ông.

Nhắc lại, buổi trưa ngày 12 tháng Sáu năm 1964, chánh án De Wet kết tội Mandela và các bạn chiến đấu của ông trong phong trào Umkhonto we Sizwe, cánh võ trang của ANC gọi tắt là MK hơn 200 tội trong đó có "phá hoại, phát động chiến tranh, tấn công Cộng hòa Nam Phi bằng các phương tiện võ trang, âm mưu lật đổ chính phủ" và nhận án tù chung thân khổ sai. Trong thời gian tòa luận án, biện lý chính phủ có nghĩ đến việc đề nghị án tử hình nhưng rút lại vì phản ứng quốc tế.

Mandela đến đảo Robben vào mùa đông 1964 và sống ở đó trong điều kiện vô cùng khắc khổ. Ban ngày phải đục đá làm cầu tàu, ban đêm nằm trên sàn xi măng ẩm thấp. Mỗi năm chỉ được một lần thăm nuôi và kéo dài vỏn vẹn 30 phút. Sáu tháng mới được phép viết một lá thư và cũng sáu tháng mới được phép nhận một lá thư. Mandela bị cai ngục và tù nhân da trắng hiếp đáp và hành hung. Những sự phản đối của ông và các bạn tù chỉ là những viên sỏi ném vào biển Nam Đại Tây Dương không vang vọng được đâu xa. Nelson Mandela đã chịu đựng suốt 17 năm và nhiễm vi trùng lao phổi trong thời gian này. Trong nỗi cô đơn tận cùng, người bạn đường thân thiết

nhất của ông chính là lý tưởng "tự do, dân chủ và bình đẳng" mà ông ôm ấp.

Nam Phi trong thập niên 1980 là những năm đầy bạo động. Mặc dù bản thân Mandela và nhiều cấp chỉ huy MK bị tù hay lưu đày nhưng cuộc đấu tranh bằng các phương tiện vũ trang chẳng những không giảm bớt mà ngày càng tăng. Năm 1981, các lực lượng chính phủ tấn công các căn cứ của ANC ở Maputo, Mozambique giết nhiều trẻ em và phụ nữ. Để trả thù, đầu tháng Chạp 1982, MK đặt chất nổ tại căn cứ nguyên tử Nam Phi trong vùng ngoại ô Cape Town. Cuối tháng Chạp cùng năm, chính phủ Botha tung hàng loạt các cuộc tấn công vào các căn cứ tiền phương của MK tại Maseru, Lesotho làm thiệt mạng 42 người, trong đó có hàng tá phụ nữ và trẻ em. Tháng Năm 1983, MK trả đũa bằng cách đặt bom tại một căn cứ không quân Nam Phi ngay trung tâm thành phố làm mười chín người chết và hàng trăm, trong đó rất đông thường dân vô tội bị thương. Và như thế, MK đặt bom và chính phủ lùng diệt, chính phủ tấn công và MK trả đũa, máu của nhân dân Nam Phi dù chiến đấu cho bên nào, đã đổ quá nhiều trong suốt hai mươi năm bạo động.

Năm 1982, Nelson Mandela được di chuyển từ đảo Robben đến nhà tù Pollsmoor, nơi ông có thể tiếp cận nhiều hơn với tin tức bên ngoài. Mandela viết trong hồi ký "Giết chết thường dân vô tội là một thảm kịch. Đọc con số người chết tôi cảm thấy vô cùng khủng khiếp". Ông nhận thức rằng trước khi bàn chuyện đúng hay sai, chính nghĩa hay phi nghĩa, dù đang ở trong tù, ông cũng là người chịu trách nhiệm cho những cái chết của thường dân vì cánh võ trang của ANC do chính ông chủ trương.

Trong giai đoạn này, chính phủ da trắng Nam Phi áp dụng chính sách "chia để trị" nhằm cô lập và phân hóa nội bộ các

phong trào chống phân biệt chủng tộc tại Nam Phi bắt đầu từ cấp lãnh đạo các đảng phái, tổ chức, bộ lạc xuống tận các địa phương. Chính sách này là một con dao hai lưỡi không chỉ áp dụng đối với các thành phần da màu đang chống chính phủ bên ngoài nhà tù mà cũng áp dụng cho cả Mandela và các bạn đang ở tù cùng với ông. Từ năm 1973, ngay trong thời gian Mandela còn bị giam trên đảo Robben, Bộ trưởng đặc trách nhà tù Nam Phi Jimmy Kruger đã tìm cách thuyết phục Mandela để phủ nhận phương pháp bạo động, hứa sẽ giảm án và thậm chí được trả tự do với điều kiện ông chịu định cư luôn tại quê hương Transkei. Mandela không chấp nhận. Năm 1985, Tổng thống Nam Phi P. W. Botha lần nữa đề nghị trả tự do cho Mandela chỉ cần ông "phủ nhận một cách không điều kiện việc dùng bạo động như võ khí chính trị". Mandela lại lần nữa từ chối bởi vì tự do của ông phải gắn liền với tự do của đất nước.

Trong một lá thư gởi đến nhân dân Nam Phi qua trung gian con gái Zindzi Mandela đọc trong buổi mít tinh của ANC tại Soweto, Mandela viết "Tôi luôn ấp ủ giấc mơ được trả tự do cho cá nhân tôi, nhưng tôi quan tâm hơn là tự do của nhân dân Nam Phi... Tự do đem lại cho riêng tôi có nghĩa gì một khi ANC, tổ chức của nhân dân vẫn còn bị ngăn cấm? Tự do đem lại cho riêng tôi có nghĩa gì một khi vợ con tôi phải sống lưu đày tại Branfort? Tự do đem lại cho riêng tôi có nghĩa gì một khi quyền công dân của nhân dân Nam Phi không được tôn trọng? Chỉ có con người tự do mới có thể đàm phán. Tù nhân không thể ký kết một hợp đồng nào. Tôi không thể và sẽ không quyết định gì một khi nhân dân Nam Phi và bản thân tôi chưa được tự do. Tự do của tôi không thể tách biệt khỏi quyền tự do của nhân dân Nam Phi".

Như đã viết trong bài trước, trong suốt cuộc đời tranh đấu từ khi gia nhập ANC, Nelson Mandela đã chọn nhiều phương pháp đấu tranh, trong đó có bất bạo động và cả bạo động. Tuy nhiên, sau nhiều năm suy tư về con đường đất nước đã trải qua và hy vọng nào đang chờ trước mặt, Mandela đã thay đổi phương pháp đấu tranh. Nelson Mandela viết trong hồi ký "Sự thay đổi, tôi quyết định, không phải chỉ là trách nhiệm mà còn là cơ hội... Tôi đắn đo từ lâu về việc bắt đầu nói chuyện với phía chính phủ. Tôi kết luận thời gian đã đến và cuộc đấu tranh sẽ thuận lợi hơn khi cần được đẩy mạnh qua đàm phán. Nếu chúng ta không bắt đầu đàm phán sớm, cả hai bên phải lao vào đêm tối của áp bức, bạo động và chiến tranh".

Sau ba năm đàm phán ngay từ trong nhà tù giữa Mandela và ủy ban bí mật do chính Tổng thống Pieter Willem Botha lập ra, lúc 3:30 chiều ngày 11 tháng Giêng năm 1990, Nelson Mandela bước ra khỏi cổng nhà tù thứ tư và cuối cùng Victor Verster. Đây là một chiến thắng lớn nhưng chỉ là bước đầu tiên trong hành trình hòa giải quốc gia đầy gian nan mà Nelson Mandela vừa mới lên đường.

Ngày 12 tháng Giêng, Nelson Mandela họp báo để giải thích quan điểm của ông về tương lai Nam Phi. Dù sau 27 năm bị khổ sai, Mandela không chôn giấu trong lòng sự oán hận nào đối với thiểu số da trắng cai trị đất nước nhưng nhấn mạnh đến mục tiêu thay đổi cơ chế chính trị. Ông khẳng định "chúng tôi không muốn tàn phá đất nước trước khi giải phóng đất nước, và loại bỏ da trắng cũng có nghĩa là tàn phá đất nước". Tương lai của Nam Phi không đặt trên tiêu chuẩn màu da hay sắc tộc mà là tiêu chuẩn công dân.

Dù nhượng bộ, chính phủ của Tổng thống de Klerk vẫn còn nắm trong tay bộ máy công an, tình báo và lực lượng quân đội hùng mạnh nhất châu Phi. De Klerk không có ý định đầu hàng quyền lực trừ phi có một áp lực mạnh mẽ từ nhân dân và quốc tế. Sau một vòng thăm viếng các quốc gia Phi Châu để gây cảm tình trong vùng và gây áp lực quốc tế đối với chính phủ de Klerk, tháng Ba 1990, ANC và de Klerk bắt đầu vòng đầu đàm phán chính thức. Trước ngày họp, hai bên có lập trường khác biệt. Phía chính phủ de Klerk không muốn áp dụng phương pháp bầu cử kiểu Anh, theo đó đảng nào chiếm đa số ghế trong quốc hội sẽ là đảng cầm quyền. Ông ta muốn duy trì quyền thiểu số bằng cách tạo ra một hệ thống lãnh đạo quốc gia theo dạng san sẻ quyền lực.

Phái đoàn đại diện ANC trong cuộc đàm phán lịch sử gồm phần lớn là những người đã dâng hiến cả cuộc đời cho lý tưởng tự do chủng tộc Nam Phi, gồm Walter Sisulu, Joe Slovo, Alfred Nzo, Thabo Mbeki, Ahmed Kathrada, Joe Modise, Ruth Mompati, Archie Gumede, Reverend Beyers Naude, Cheryl Carolus, và Nelson Mandela.

Buổi đàm phán đầu tiên trái với lo lắng của cả hai bên. Thay vì với không khí nặng nề và thái độ quyết liệt, phiên họp diễn ra trong vòng thân mật và vui vẻ không ngờ. Đại biểu hai phái đoàn mừng rỡ bắt tay như gặp lại người thân quen sau nhiều năm xa cách chứ không phải những người cách đó vài hôm đã không đội trời chung. Tổng thống de Klerk làm mọi người ngạc nhiên khi tuyên bố bản chất của chế độ phân biệt chủng tộc vốn đã mang mầm xấu và thành thật xin lỗi. Tuy không phải là lời tuyên bố chính thức trước nhân dân, đó là những điều mà các đại biểu phái đoàn ANC chưa bao giờ nghe. Đại biểu

ANC Thabo Mbeki, tổng thống Nam Phi dân chủ thứ hai sau Mandela, trả lời báo chí với giọng hài hước chiều hôm đó "Hai bên đã khám xét nhau và đồng ý là không bên nào có sừng".

Mơ ước riêng tư nhất của Nelson Mandela sau ngày được trả tự do là được đi thăm mộ mẹ nhưng mãi tới tháng Tư ông mới có chút thời gian để về cố quận Qunu, quê hương của tuổi thơ và nơi mẹ ông, bà Noqaphi Nosekeni, yên nghỉ. Mẹ ông qua đời vào năm 1968 khi ông còn ở trong tù và nhà cầm quyền da trắng không cho phép ông về đưa tang mẹ. Mấy chục năm sau, quê hương Qunu vẫn nghèo nếu không muốn nói là nghèo hơn trước. Qunu là nơi chôn giấu kho tàng của tuổi hoa niên tươi đẹp của Nelson Mandela, nơi ông lớn lên và nơi ông chọn để an nghỉ sau khi chết.

Một biến cố khác là việc vợ ông, bà Winnie Mandela, bị đưa ra tòa về tội bắt cóc và đánh đập bốn thanh niên tại nhà bà vào năm 1988. Một thiếu niên 14 tuổi chết và ba thanh niên còn lại tố cáo nhóm cận vệ của bà Winnie Madikizela Mandela đã khủng bố cả thành phố Soweto. Trước ngày tòa nghe nhân chứng, Gabriel Mekgwe, 22 tuổi và là một trong ba thanh niên sống sót bị mất tích. Hai nhân chứng còn lại từ chối cung khai. Sau ba tháng rưỡi, tòa kết tội bà Winnie đã có liên hệ đến việc bắt cóc và là tòng phạm đối với việc đánh đập các thanh thiếu niên. Nelson Mandela tuy bên ngoài ủng hộ vợ nhưng rất đau lòng trước sự thật được phô bày.

Nelson Mandela còn chịu đựng một vết thương riêng tư khác trong cuộc đời vốn đã đầy gian nan thương khó. Khi còn ở trong tù, Nelson Mandela đã biết vợ mình đang ngoại tình với Dali Mpofu, một luật sư nhỏ hơn bà 27 tuổi. Việc ngoại tình giữa Winnie Mandela và Dali Mpofu còn lén lút kéo dài ngay

cả sau khi Mandela được tự do. Bà Winnie gặp Nelson Mandela khi chỉ mới 23 tuổi và Mandela đã gần 40 tuổi. Họ yêu nhau và cưới nhau trong vội vàng. Ba năm sau, Mandela rút vào hoạt động bí mật cho đến ngày bị bắt và vào tù. Winnie Mandela viết trong hồi ký "Tôi có rất ít thời gian để yêu chồng". Khi biết vợ ngoại tình, Mandela dĩ nhiên đau xót nhưng cảm thông và tha thứ. Ông chỉ viết thư yêu cầu bà Winnie đưa tình nhân ra khỏi nhà. Trong thời gian đó, sự chung thủy của Winnie đối với chồng chỉ còn trong lý tưởng đấu tranh chính trị, tình yêu nam nữ đã tàn phai. Tình cảm trong người phụ nữ này đã bị xói mòn và cạn kiệt theo năm tháng đợi chờ. Tuy nhiên về mặt hình thức, bà Winnie vẫn tiếp tục đóng trọn vai trò người phụ nữ can đảm, anh hùng, vợ của Nelson Mandela.

Sau khi Mandela ra tù, hai vợ chồng mới khám phá ra họ còn cách nhau xa hơn khi Mandela còn ở trong tù. Năm 1990, Mandela không còn là lực sĩ quyền Anh, một luật sư xông xáo và một thanh niên lãng mạn mà là một cụ già 72 tuổi, ốm yếu, bịnh hoạn. Ngay cả trong sinh hoạt hàng ngày hai người cũng khác. Mandela theo thói quen vẫn ăn ngủ đúng giờ giấc của nhà tù từng quy định trong khi bà Winnie, trẻ hơn chồng 17 tuổi, còn sung sức, thức khuya và dậy trễ. Những ngôn ngữ tình yêu chất chứa trong những lá thư chỉ còn là kỷ niệm. Trong phòng ngủ của hai vợ chồng, tấm thiệp Giáng Sinh cuối cùng Nelson Mandela gởi bà Winnie vào tháng Chạp 1989 với hàng chữ "Darling, I love you" được treo trịnh trọng nhưng cũng thật mỉa mai với thực tế lạnh lùng chăn gối giữa hai người. Về mặt hình thức, Mandela và Winnie vẫn tay trong tay xuất hiện trước công chúng nhưng họ không có ngay cả một đêm gần gũi nhau như Mandela tiết lộ với tòa án khi thỉnh nguyện được ly dị vợ "Winne chưa bao giờ vào phòng ngủ khi tôi còn thức".

Hai mươi bảy năm sống ngoài mọi sinh hoạt xã hội bình thường đã làm ông trở thành lạc lõng, cô độc giữa vinh quang của Nam Phi và nhân loại dành cho ông. Tuy nhiên, khi lá thư đánh ghen của bà Winnie viết gởi người yêu Dali Mpofu với những lời dâm ô hạ cấp như việc tố cáo Mpofu suốt ngày chỉ biết "chạy vòng vòng để làm tình với phụ nữ" đã bị báo *The Johannesburg Sunday Times* đăng tải nguyên văn vào tháng 9 1992 là nhát búa đập vào trái tim rạn nứt. Chưa đầy tháng sau, Nelson Mandela ly thân với bà Winnie và ngày 20 tháng Ba 1996 tòa án cho phép Tổng thống Nelson Mandela chính thức được ly dị bà ta.

Mặc dù hạnh phúc gia đình tan nát, trong cuộc đấu tranh chống chính quyền phân biệt chủng tộc da trắng, Nelson Mandela chứng tỏ vô cùng sáng suốt, minh mẫn và cương quyết. Báo chí Nam Phi gọi Mandela là "con người sắt" trong tiến trình đàm phán. Cuộc đàm phán vòng đầu giữa ANC và chính phủ de Klerk chấm dứt với nhiều tiến bộ. Hai bên cam kết theo đuổi tiến trình giải thể chế độ phân biệt chủng tộc, hủy bỏ Tình Trạng Khẩn Cấp Quốc Gia, soạn thảo hiến pháp mới, thành lập chính phủ chuyển tiếp gồm đại diện các đảng phái. Tuy nhiên trong thời gian sau đàm phán, bạo động lại tiếp tục tại nhiều nơi nhưng chính phủ de Klerk đã không có những biện pháp ngăn chặn hữu hiệu. ANC tuyên bố đình hoãn đàm phán với chính phủ.

Tháng Bảy 1991, Nelson Mandela được chính thức bầu vào chức vụ Chủ tịch ANC tại đại hội toàn quốc được tổ chức lần đầu tiên trong lãnh thổ Nam Phi. Trong chức vụ mới, Nelson Mandela quyết tâm theo đuổi mục tiêu dân chủ Nam Phi bằng cách tái lập đàm phán với chính phủ de Klerk và cơ hội đầu tiên

đã diễn ra tại CODESA gồm đại diện 18 đảng phái hoạt động tại Nam Phi để thảo luận về giải pháp dân chủ cho Nam Phi với sự quan sát của Liên Hiệp Quốc, Liên Hiệp Anh, Cộng Đồng Âu Châu và Tổ Chức Đoàn Kết Phi Châu. Tuy nhiên, đại hội đã không diễn ra như Mandela mong muốn, Tổng thống de Klerk dùng diễn văn bế mạc để tấn công vào uy tín của ANC. Mandela trả đũa bằng cách phê bình Tổng thống de Klerk che dấu nghị trình riêng, không thành thật và tìm cách để duy trì chế độ phân biệt chủng tộc dưới một hình thức khác. ANC tẩy chay cuộc đàm phán.

Sau bốn tháng ngưng trệ, tháng Năm 1992, cuộc đàm phán lại tiếp tục, gọi là CODESA 2 được khai mạc ngày 17 tháng Sáu 1992. Qua cuộc đàm phán lần này, hai bên đồng ý việc chuyển tiếp dân chủ sẽ được tiến hành qua hai giai đoạn. Giai đoạn thứ nhất là thành lập một Hội đồng Chấp hành Chuyển tiếp đa đảng đại diện cho các thành phần tham dự CODESA 2 để hoạt động như một chính phủ lâm thời và soạn thảo hiến pháp. Giai đoạn hai là tổng tuyển cử. Tuy nhiên khi đi vào chi tiết của các điểm đã được thỏa thuận như tỉ lệ số phiếu cần thiết trong quốc hội để thông qua các đạo luật, ANC và chính phủ của Tổng thống de Klerk lần nữa rơi vào bế tắc.

Bên cạnh sự bế tắc liên quan đến nội dung của đàm phán, các thành thần cực hữu da trắng võ trang mà Mandela gọi là lực lượng thứ ba, cũng tìm mọi cách để phá hoại tiến trình đàm phán, đưa đất nước vào vòng nội chiến trong đó có cả việc ám sát các thành viên uy tín và ưu tú của ANC như trường hợp Chris Hani, cựu Tham mưu trưởng của MK bị bắn ngay tại nhà.

Tháng Chín 1992, Mandela và Tổng thống de Klerk họp riêng và ký kết một văn thư thỏa thuận làm tiêu chuẩn chỉ nam

cho các cuộc đàm phán theo sau. Vào tháng Chạp 1992, hai bên ANC và chính phủ lại ngồi vào bàn hội nghị lần nữa. Tổng thống de Klerk đồng ý thành lập Hội đồng Chấp hành Chuyển tiếp để chuẩn bị cho tổng tuyển cử và đồng ý với nội dung của hiến pháp tạm thời. Điểm quan trọng nhất đối với Tổng thống de Klerk là việc quy định thế nào là đa số và sự an toàn của thiểu số da trắng sau tổng tuyển cử. De Klerk đòi hỏi bên thắng phải nhận được hai phần ba tổng số phiếu bầu. ANC không đồng ý và đặt tỉ lệ đa số tại 60 phần trăm. Ngày hôm sau de Klerk đồng ý.

Mặc dù 85 phần trăm dân số Nam Phi là da đen, không phải người da đen nào cũng ủng hộ ANC. Các thành phần dân chúng rất ô hợp và phân tán theo từng địa phượng, bộ lạc, tôn giáo và thậm chí có nhiều đảng tuyên bố tẩy chay bầu cử, do đó, muốn thắng số phiếu trên 60 phần trăm không phải chuyện dễ dàng. ANC đã phát động một chiến dịch vận động quy mô mới với hơn một trăm văn phòng do các lãnh đạo dày kinh nghiệm phụ trách.

Nelson Mandela không phải là nhà hùng biện nên dù với sự giúp đỡ của một nhóm chuyên viên viết diễn văn xuất sắc, ông vẫn không thành công trong những buổi diễn thuyết như chính ông thú nhận trong hồi ký. Patti Waldmeir của báo The Financial Times nhận xét Mandela như "là một trong những nhà diễn thuyết buồn chán nhất Nam Phi". Những nơi ông dừng lại, hàng ngàn người tập trung chào đón nhưng sau khi ông nói nửa chừng, một phần hai dân chúng đã ra về. Dân chúng đến để được nhìn tận mắt một Nelson Mandela huyền thoại chứ không hẳn để nghe ông diễn thuyết. Khi tranh luận với de Klerk trước hệ thống truyền hình, ANC đã phải mời

Frank Greer, cựu cố vấn của Tổng thống Bill Clinton sang để chỉ dẫn cách ăn nói. Nelson Mandela vận động tranh cử với quan điểm hòa giải và hứa bảo đảm quyền của mọi người không phân biệt màu da. Ông dành thời gian để thăm viếng xã giao Tổng Giám đốc Cảnh sát, Tham mưu trưởng Quân đội và yêu cầu họ tiếp tục chức vụ trong trường hợp ANC thắng cử.

Quốc kỳ của Cộng hòa Nam Phi cũng là một vấn đề. Ngay khi ra khỏi tù, Nelson Mandela đã đề nghị Nam Phi phải có một lá cờ mới thật sự đại diện cho toàn dân chứ không phải chỉ đại diện cho thiểu số cai trị. Quốc hội lâm thời được trao trách nhiệm công bố một quốc kỳ mới trước ngày bầu cử tổng thống nhưng không một mẫu cờ nào trong số 7,000 phác họa được quốc hội lâm thời thông qua. Mãi cho tới 15 tháng Ba 1994, mẫu quốc kỳ do Frederick Brownell vẽ mới được công nhận. Quốc kỳ này cũng chỉ được gọi là quốc kỳ lâm thời và cần năm năm thử nghiệm trước khi quốc hội thông qua lần nữa. Và năm năm sau đó, quốc hội Nam Phi đã đồng ý mẫu cờ do Frederick Brownell vẽ là quốc kỳ Cộng Hòa Nam Phi như đang bay hôm nay. Ngày 26 tháng 4 1993 là một ngày đáng nhớ trong lịch sử Nam Phi vì hôm đó nhân dân Nam Phi tham dự tổng tuyển cử để chọn đảng lãnh đạo, thực tế là chọn tổng thống. Đối với đại đa số cử tri da đen, đây là lần đầu tiên trong đời họ được cầm lá phiếu trong tay. Cuộc bỏ phiếu diễn ra suốt 4 ngày và trong không khí tương đối êm đẹp.

Mandela bỏ phiếu vào ngày thứ hai một địa điểm gần ngôi mộ của John Dube, người sáng lập ra tổ chức ANC như một cách để biết ơn người đã dâng hiến đời mình cho cách mạng. Tại đây với John Dube như điểm bắt đầu và cũng tại đây với Nelson Mandela như điểm kết thúc của chu kỳ tranh đấu cho

quyền con người. Lý tưởng của John Dube cuối cùng đã đạt được nhưng phải cần đến 82 năm gian khổ máu xương. Nelson Mandela viết trong hồi ký "Khi tôi đứng bên mộ John Dube, được xây gần một ngôi trường nhỏ, tôi không nghĩ đến hiện tại mà nghĩ về quá khứ... Tôi nghĩ đến bao anh hùng Nam Phi vĩ đại, những người đã cống hiến cuộc đời để cho nhiều triệu dân Nam Phi có quyền bỏ phiếu hôm nay. Tôi không đi bầu một mình mà cùng đi với những người đã hy sinh".

ANC nhận được 62. 3 tổng số phiếu bầu, cao hơn mức đa số quy định và Nelson Mandela trở thành tổng thống da đen đầu tiên. Buổi tối ngày 2 tháng Năm 1994, Tổng thống de Klerk đọc diễn văn công nhận thất bại. Chế độ phân biệt chủng tộc Nam Phi chính thức cáo chung.

Tổng thống Nelson Mandela, ngoại trừ việc thích thay đồ nhiều lần trong ngày, sống một cuộc sống rất đạm bạc. Như đối thủ de Klerk nhắc lại "Mandela có một khả năng đặc biệt. Ông làm mọi người ông tiếp xúc cảm thấy rất thân tình". Thật vậy, mỗi lần đi xa về, Mandela không quên ra bắt tay thăm hỏi mọi người trong dinh tổng thống, từ các phụ tá, cận vệ cho đến các bác làm vườn. Khi đi kinh lý bằng trực thăng, Mandela thường ngồi gần phi công để bắt chuyện gia đình, đời sống và lương bổng. Ở tù quá lâu nên nhiều khi hành vi của Nelson Mandela chẳng khác gì còn đang ở trong tù. Một bạn tù của Mandela thú nhận "thật khó để lấy Robben ra khỏi tâm hồn họ". Ông dành một phần ba số lương tổng thống hàng năm cho quỹ từ thiện Nelson Mandela Children's Fund do chính ông sáng lập vào năm 1995. Là con người, ai không cảm thấy sung sướng khi được tôn vinh, ca ngợi, Nelson Mandela cũng vậy nhưng ông không bị chói mắt bởi hào quang danh vọng và quyền lực. Ông

tiếp đón những nông dân và công nhân nghèo không khác gì khi tiếp đón các chủ tịch công ty lớn. Thỉnh thoảng Mandela vẫn về quê tham dự phiên họp của bộ lạc ông. Một lần đoàn làm phim Anh đến quay phim, Tổng thống Nelson Mandela làm hư cả đoạn phim vì trong lúc đang phỏng vấn nửa chừng ông sực nhớ quên bắt tay người quay phim nên bước xuống bắt tay anh ta. Khi Tổng thống Mandela đi công vụ, ngoài đoàn tùy tùng, dĩ nhiên có rất nhiều phóng viên truyền hình đi theo, khi nhìn các phóng viên mang máy quay phim với chân cẳng nặng nề, ông thường dừng lại để chờ.

Sau khi chính thức ly dị với bà Winnie Mandela, Nelson Mandela quan hệ tình cảm với bà Graça Machel, nhà hoạt động chính trị Mozambique, góa phụ của cố Tổng thống Mozambique Samora Machel và trẻ hơn Mandela 27 tuổi. Bà Graça Machel là người phụ nữ Phi Châu đầu tiên làm vợ của hai tổng thống châu Phi.

Thái độ hòa giải của Nelson Mandela thể hiện ở những việc nhỏ như đã không vội vã đổi ngay tên đường từ các tổng thống, tướng lãnh từng là hung thần của chế độ phân biệt chủng tộc như Botha hay Malan sang tên của các anh hùng trong chiến tranh giành độc lập của Nam Phi. Ông muốn sự thay đổi diễn ra trong tuần tự, bình thường và ổn định tinh thần dân chúng. Trong mọi buổi nói chuyện, Nelson Mandela nhấn mạnh đến ba nguyên tắc ảnh hưởng cả đời ông gồm hòa giải, nhân cách và tình thương.

Tinh thần hòa giải của Mandela thể hiện ngay trong thành phần lãnh đạo quốc gia. Ngoài việc ông là tổng thống, chức vụ Phụ tá Tổng thống Thứ nhất được trao cho cựu Tổng thống de

Klerk và lãnh tụ ANC Thabo Mbeki được mời giữ chức Phụ tá Tổng thống Thứ hai. Nội các Đoàn kết Quốc gia của Tổng thống Nelson Madela bao gồm nhiều thành phần, sắc tộc. Ngoài Phụ tá Thứ nhất de Klerk, các chuyên viên da trắng nắm giữ các bộ quan trọng gồm cả bộ Nội vụ. Không ít viên chức chính phủ là những người bàn tay chưa khô máu da đen nhưng Nelson Mandela làm hòa với họ để họ cảm thấy thật sự là thành viên của một đại gia đình Nam Phi mới như khi ông ta phát biểu về khái niệm Quốc gia Cầu Vồng (Rainbow Nation) "Nam Phi là một Quốc gia cầu vồng, hòa bình với chính mình và với thế giới".

Sau khi đắc cử, Tổng thống Nelson Mandela đến chào hỏi xã giao cựu tổng thống da trắng bảo thủ Pieter Willem Botha. Y chưa nguôi giận và Mandela lại phải lần nữa lắng nghe những lời hằn học của ông ta. Nelson đáp lại bằng nụ cười tha thứ. Khi Tổng giám đốc cơ quan tình báo thời phân biệt chủng tộc Niel Barnard về hưu Mandela tổ chức một tiệc tiễn đưa trịnh trọng và trong dịp đó ông còn mời cả Tướng Willemse, cựu chỉ huy trưởng nhà tù Robben và là người chịu trách nhiệm cho những cực hình ông đã chịu đựng suốt hơn 20 năm dài, đến tham dự. Tướng Willemse xúc động phát biểu "những cơ hội như thế này không diễn ra nhiều lần trong suốt một đời người".

Nelson Madela cũng tế nhị ngay cả trong việc chọn nơi làm dinh tổng thống bằng cách để de Klerk ở lại tư dinh tổng thống tại Groote Schuur trước đây còn ông dời sang một khu nhà khác ở Cape Town và đặt tên cho căn nhà mới là Thung Lũng Khoan Dung. Ông quan tâm đến việc chuyển tiếp quyền lực một cách ổn định đến nỗi bà Winnie, vợ cũ của ông, công khai phê bình Mandela quan tâm đến dân da trắng nhiều hơn dân da đen Nam Phi. Nelson Mandela tổ chức buổi gặp gỡ của những

góa phụ có chồng bị giết trong cuộc phân tranh chủng tộc của cả hai bên để họ cảm thông nhau.

Tháng 8 1995, Mandela đến viếng thăm góa phụ của cố tổng thống Nam Phi Dr. Hendrik Verwoerd, người được xem là kiến trúc sư của chế độ phân biệt chủng tộc Nam Phi vô cùng tàn ác mà Mandela đã trực tiếp đương đầu trong giai đoạn 1960. Ba tháng sau đó, Nelson Mandela mời ông Percy Yutar, 84 tuổi, nguyên là biện lý chính phủ tại phiên tòa Rivonia đã xử Mandela chung thân, đi ăn trưa. Mandela còn đi xa hơn khi cử cựu giám đốc nhà tù Robben làm đại sứ Nam Phi tại Áo. Nhiều bạn tù lên tiếng phản đối nhưng Mandela trả lời "Người can đảm không ngại tha thứ vì mục đích hòa bình".

Nhưng tha thứ không đồng nghĩa với lãng quên. Mandela và ANC đơn giản không thể tha thứ cho chủ nghĩa phân biệt chủng tộc và xếp tất cả tội ác của chúng vào ngăn kéo lịch sử. Sự thật cần phải được kể lại. Tháng Giêng 1996, Ủy ban Sự thật và Hòa giải (TRC) ra đời và Mandela đề cử Giám mục Anh giáo Desmond Tutu làm chủ tịch. Lễ khai mạc TRC được tổ chức tại nhà thờ Anh giáo. Bộ trưởng Tư pháp Nam Phi nhấn mạnh trong diễn văn khai mạc "Tôi mời quý vị cùng chúng tôi tìm hiểu sự thật, bởi vì không có sự thật, sẽ không có hòa giải thật sự". Các đại diện tôn giáo trong đó có cả đạo Do Thái và Phật Giáo được mời lên đọc lời cầu nguyện và chúc lành cho TRC thành công.

Thật ra, không phải đợi đến 1996 mới có TRC mà ngay trong thời gian đàm phán giữa Mandela và de Klerk vấn đề hòa giải đã được đưa ra. Cựu Tổng thống de Klerk đòi hỏi, dù bên nào thắng trong cuộc tổng tuyển cử, một cuộc đại ân xá cũng phải được thực hiện. ANC không thể để chế độ phân biệt

chủng tộc tự ân xá một cách dễ dàng. Cuối cùng hai bên đồng ý, sự ân xá đặt trên cơ sở cá nhân nếu đương sự trình bày hết sự thật và có thể chứng minh hành động của họ do các mục tiêu chính trị thúc đẩy chứ không phải hận thù cá nhân. Những tướng lãnh hay chính trị gia từ chối cung khai có thể bị truy tố theo thủ tục hình sự như trường hợp của cựu Bộ trưởng Quốc phòng Magnus Malan.

Đa số tướng lãnh và các bộ trưởng trong nội các đều quy trách nhiệm cuối cùng lên cựu Tổng thống de Klerk. Đến phiên de Klerk, ông thay mặt chế độ thừa nhận sai lầm nhưng lại từ chối việc chính phủ chủ trương tra tấn, ám sát, hiếp dâm và các hành động tương tự. Tuy cho rằng phương cách "một lần kể lại để rồi thôi" là quá rộng lượng nhưng ANC không muốn tạo ra các thánh tử đạo cho cánh cực hữu đang còn khá mạnh nếu tổ chức phiên tòa xử tội phạm chiến tranh theo kiểu Nuremberg.

Nhân loại từng lên án chế độ phân biệt chủng tộc Nam Phi, các cơ quan truyền thông quốc tế đã làm nhiều phim tài liệu về sự chịu đựng của người da đen tại Nam Phi nhưng không ai, kể cả Nelson Mandela có thể hình dung ra tội ác trầm trọng đến mức nào cho đến khi chính kẻ gây ra tội ác cung khai và nạn nhân chịu đựng kể lại. Vô cùng khủng khiếp. Những chiến dịch "giới hạn", "trung lập hóa", "loại khỏi xã hội" là tên gọi khác của việc chặt nhỏ thân thể nạn nhân hay đốt thành tro các xác chết. Cựu Tổng thống Pieter Willem Botha từ chối ra cung khai mặc dù Nelson Mandela hứa sẽ tháp tùng ông ta ra trước ủy ban. Tội ác không chỉ gây ra từ phía chính phủ da trắng mà cả ANC cũng là thủ phạm của những vụ tàn sát như đã từng xử tử một loạt 22 người vì tội phản bội. Chủ tịch ANC Thabo Mbeki phản bác những tội lỗi do ANC gây ra nhưng

chính Mandela không đồng ý và cho rằng ANC cũng đã phải chịu trách nhiệm một phần. Sau hai năm lắng nghe trong nỗi đau nhức chung của đất nước, TRC hoàn thành nhiệm vụ, một tổng kết dày năm chương được công bố.

Dĩ nhiên Nelson Mandela không phải là thánh. Ông có nhiều khuyết điểm về cá nhân cũng như về các chính sách đối nội và đối ngoại trong nhiệm kỳ duy nhất làm tổng thống. Tổng thống Nelson Mandela không theo đuổi một chính sách đối ngoại phù hợp với quan điểm hòa bình, công lý như ông từng nhấn mạnh. Tình cảm "chống chủ nghĩa đế quốc" khi hoạt động trong ANC bên cạnh đảng CS Nam Phi trong thập niên 1950, 1960 còn rất sâu đậm trong ý thức của Mandela. Ông thường lớn tiếng phê bình các yếu tố tiêu cực trong các xã hội dân chủ tây phương nhưng lại im lặng trước sự chà đạp nhân quyền của những tên độc tài bị nhân loại rẻ khinh như Fidel Castro, Muammar Gaddafi, Saddam Hussein. Lý do vì những tên độc tài này tích cực ủng hộ ANC về mọi mặt trong khi các quốc gia dân chủ cũng lên án chủ nghĩa phân biệt chủng tộc nhưng lại không ủng hộ tranh đấu võ trang. Nelson Mandela đấu tranh chống chế độ phân biệt chủng tộc tại Nam Phi nhưng làm ngơ trước chính sách diệt chủng của Suharto tại Nam Dương đối với thiểu số Đông Timor. Thậm chí, kiểu áo Batik mà Mandela ưa thích và thường mặc trong các dịp lễ và các buổi tiếp tân quốc tế cũng do Suharto tặng. Trong thời gian Nelson Mandela làm tổng thống 11.7 phần trăm thanh niên Nam Phi bị mắc HIV/AIDS nhưng ông không có biện pháp nào hữu hiệu để ngăn chặn mãi cho đến khi chính con trai ông ta chết vì bịnh AIDS năm 2005 ông mới nhiệt tình ủng hộ các chiến dịch ngăn ngừa AIDS.

Dù sao, với chỉ một nhiệm kỳ tổng thống trong đó dành phần lớn thời gian để hòa giải và ổn định đất nước thật khó có thể ưu tiên hóa mọi kế hoạch. Khi nhận chức tổng thống, Nelson Mandela thừa hưởng một đất nước phân cực đen trắng trầm trọng. Trong tổng số dân số 40 triệu, 23 triệu sống không có điện nước và hệ thống vệ sinh, 2 triệu trẻ em không có trường học và một phần ba dân số không biết chữ. Tỉ lệ thất nghiệp lên đến 33%. Năm 1994, chính phủ Mandela công bố chính sách y tế miễn phí cho trẻ em dưới 6 tuổi và phụ nữ có thai. Vào năm 1999, ANC thông báo 3 triệu người đã có đường dây điện thoại, 1.5 triệu trẻ em có trường học, 500 bịnh viện được xây. Đạo luật cải cách ruộng đất 1994 cho phép người dân đòi lại quyền sở hữu đất đai bị tước đoạt dưới thời phân biệt chủng tộc. Từ ngay giai đoạn đầu của nhiệm kỳ tổng thống, Nelson Mandela đã chuẩn bị cho giai đoạn sau Mandela, một sự kiện hiếm thấy trong chính trị Phi Châu. Mandela khẳng định dù dân chúng có đòi hỏi, ông cũng sẽ không tái cử.

Như bà Graça, hiện nay là vợ của Nelson Madela, kết luận dựa theo kinh nghiệm của bà tại Mozambique, không có Nelson Mandela, Nam Phi đã là một hỏa diệm sơn. Tổng thư ký Liên hiệp quốc Ban Ki-moon phát biểu "Nelson Mandela là biểu hiện sống của giá trị cao cả nhất của Liên hiệp quốc. Qua những năm trong tù ông đã duy trì được niềm tin kiên định vào công lý và bình đẳng. Sau khi được tự do, ông đã hòa giải trước hết với những người đã truy tố ông, và dẫn đường hướng đến một Nam Phi đa chủng, dân chủ". Đại hội đồng Liên hiệp quốc biểu quyết chọn ngày 18 tháng Bảy, sinh nhật ông làm Ngày Quốc Tế Nelson Mandela.

Giữa một xã hội đầy những hố sâu ngăn cách, mục tiêu hòa giải mà Mandela chủ trương và thành công như nhân loại biết hôm nay không phải là con đường tráng nhựa rộng thênh thang nhưng đã trải qua nhiều khó khăn, chướng ngại đến nỗi đã phải bị gián đoạn nhiều lần. Chữa một vết thương trên da thịt đã khó nói chi chữa lành một căn bịnh tinh thần thấm sâu vào trong máu hơn nửa thế kỷ, như trường hợp của Nelson Mandela, hẳn còn khó hơn nhiều. Nelson Mandela chịu đựng cả hai, thân thể và tinh thần, nhưng ông đã tự chữa lành bịnh của mình và dùng phương thuốc bao dung như hành trang lên đường chữa trị căn bịnh của đất nước ông. Tiến trình hòa giải đầy thử thách đó bắt đầu từ chính Nelson Mandela.

Người kêu gọi hòa giải trước hết phải hòa giải được với chính mình, nếu không, đó chỉ là khẩu hiệu tuyên truyền chính trị được dùng để lừa gạt người khác.

Nelson Mandela đã hòa giải được với một Nelson Mandela trong lòng chất chứa hận thù chủng tộc, với một Nelson Mandela từng chủ trương khởi nghĩa võ trang như con đường duy nhất để xóa bỏ ách thống trị của thiểu số da trắng, với một Nelson Mandela 27 năm sống trong xà lim chật hẹp đầy bóng tối, với một Nelson Mandela đang bị vi trùng lao đục phá hai lá phổi, với một Nelson Mandela thân CS, trước khi hòa giải cả đất nước Nam Phi.

Một đức tính của Mandela có lẽ sẽ mãi mãi gắn liền với lịch sử nhân loại là đức tính khoan dung. Khi còn trẻ Mandela là một thanh niên rất hiếu động đã từng là võ sĩ quyền Anh, luôn phát biểu với giọng sách động nhưng những suy nghiệm trong 27 năm tù đã làm ông thay đổi. Nelson Mandela là người sáng lập quốc gia Nam Phi dân chủ, giống như George Washington

của Mỹ, Giuseppe Garibaldi của Ý hay Símon Bolívar của châu Mỹ La Tinh, nhưng khác họ, Nelson Mandela đạt đến dân chủ không bằng những cuộc chiến tranh đẫm máu.

Các cựu tù nhân khi nắm được quyền lực thường đi tìm những kẻ đã từng hại mình, Mandela cũng đi tìm nhưng khác ở điểm không phải để kể tội, trả thù mà để tha thứ.

Cuộc đời rất mong manh và ngắn ngủi, những ai đang sống hôm nay, dù quyền uy hay hèn yếu, dù giàu sang hay nghèo khó, rồi sẽ chết nhưng đất nước sẽ phải còn và mãi mãi còn cho các thế hệ mai sau. Nelson Mandela, vì thế, mãi mãi là ngọn hải đăng của lương tri nhân loại và tấm gương sáng cho lãnh đạo các quốc gia đang chìm đắm trong hận thù phân hóa để mưu cầu một nền hòa bình thịnh vượng lâu dài cho đất nước.

TỪ TÔ ĐỊNH ĐẾN NGUYỄN PHÚ TRỌNG, NĂM 43 TRONG LỊCH SỬ

Lê Duẩn ví năm 1975 như là bắt đầu một "kỷ nguyên mới" đưa cả nước "tiến nhanh tiến mạnh tiến vững chắc lên chủ nghĩa xã hội". Nếu gọi thời điểm 1975 là Sản Lịch năm thứ nhất trên phạm vi cả nước chắc không sai lắm. Bắc Hàn cũng có lịch riêng gọi là Juche Lịch lấy ngày sinh của Kim Nhật Thành, 1912, làm năm thứ nhất. Dù nhân loại đang ở giữa năm 2018, Bắc Hàn chỉ mới là năm thứ 107.

Gần hai ngàn năm trước, cũng năm thứ 43 nhưng sau công nguyên trong lịch sử Việt Nam, cũng là một năm đầy chịu đựng vì trong giai đoạn lịch sử này nhà Đông Hán Trung Hoa chủ trương Hán hóa Giao Chỉ.

Thử xem hai âm mưu Hán hóa giống và khác nhau sao.

Hán hóa thời Lưu Tú (Hán Quang Vũ Đế 5 TCN-57)

Đồng hóa dân tộc là tiến trình từng bước cưỡng chế để thay đổi bản sắc của một dân tộc bị trị sang dân tộc cai trị.

Theo *Hậu Hán Thư* "Thái thú Giao Chỉ là Tô Định đã dùng luật pháp trói buộc nên [Bà Trưng] Trắc tức giận làm phản". Pháp không chỉ là luật lệ mà pháp chế, tổ chức hành chánh,

chính trị, kinh tế, văn hóa, phong tục. Nói chung đó là chính sách đồng hóa. (Gs Trần Gia Phụng, *Những Câu Chuyện Việt Sử, Tập* 3, nxb Non Nước, Toronto 2002).

Cũng theo Hậu Hán Thư "Xưa ở thời Bình đế, người Hán Trung là Tích Quang làm thái thú Giao Chỉ dạy dỗ dân Di dần dần hóa theo lễ nghĩa." Không phải chỉ hà khắc, chính chủ trương đồng hóa của nhà Tây Hán là lý do sâu xa cho cuộc khởi nghĩa của Hai Bà Trưng. (Ts Lê Mạnh Hùng, *Nhìn lại Sử Việt từ tiền sử đến tự chủ*, Nxb Tổ Hợp Xuất Bản Miền Đông Hoa Kỳ, 2011).

Năm 40, Trưng Trắc, người huyện Mê Linh cùng em là Trưng Nhị đánh đuổi Thái thú Tô Định chạy về Trung Hoa. Bà là người đầu tiên gióng lên sức mạnh của quyền tự chủ của một dân tộc khát khao có được chủ quyền độc lập từ Trung Hoa đông hơn và mạnh hơn nhiều.

Năm 41, nhà Đông Hán sai danh tướng Mã Viện, tước Phục Ba Tướng Quân đưa quân tiến đánh Mê Linh. Sau trận Lãng Bạc, hai bà quân ít thế cô đã bị đánh bại.

Năm 43, theo Hậu Hán thư, hai bà bị Mã Viện chém và gởi đầu về Lạc Dương. Theo *Đại Nam Quốc Sử Diễn Ca* thời Tự Đức, hai bà đã gieo mình xuống sông tự vẫn.

Dù hy sinh như thế nào cũng đều chứng tỏ hai bà đã chiến đấu tới hơi thở cuối cùng và là hai phụ nữ đầu tiên trong lịch sử nhân loại đã anh dũng chống ngoại xâm, giành độc lập và xưng vương.

Hán hóa thời Tập Cận Bình

Năm 43 Sản lịch tức 2018 Dương lịch, Việt Nam lần nữa đối diện với âm mưu đồng hóa của Hán Cộng. Khác với thời

Đông Hán, chính sách đồng hóa của Hán Cộng lần này thâm độc hơn nhiều.

Về đối ngoại, các chính sách của CSVN không được tách rời khỏi toàn bộ chiến lược an ninh châu Á của Trung Cộng.

Để che mắt dư luận quốc tế và dịu lòng công phẫn của nhân dân, Trung Cộng làm ngơ nếu CSVN chỉ giới hạn trong việc bày tỏ "mối quan ngại" hay tiếp đón nguyên thủ các quốc gia nhưng tuyệt đối không được có một hành động nào đi ngược hay vượt qua giới hạn của tổng thể chiến lược của Trung Cộng.

Về hóa văn hóa xã hội thể hiện qua báo cáo của Hồng Tiểu Dũng, đại sứ Tàu Cộng tại CSVN trong bài viết đăng trên *Nhân Dân Nhật* Báo Trung Cộng nhân chuyến viếng thăm của Tập Cận Bình năm 2015 được dịch sang Việt ngữ.

Theo đó, Hồng Tiểu Dũng khoe khoang "tứ đại danh tác cổ điển của Trung Quốc được lưu truyền rộng rãi ở Việt Nam. Hình tượng Tôn Ngộ Không trong Tây Du Ký được sự đón nhận nồng nhiệt của nhi đồng Việt Nam... Rất nhiều thanh niên Việt Nam thuộc làu ca khúc "Ánh trăng nói hộ lòng tôi" và nhiều bài hát tiếng Hoa khác... Trên thực tế, trong quan hệ đối ngoại của Trung Quốc, những quốc gia có nhiều yếu tố tương đồng với Trung Quốc giống như Việt Nam không nhiều. Hai nước có vận mệnh chung mang ý nghĩa chiến lược." (Đại sứ TQ: "Nhiều thanh niên Việt Nam thuộc làu các bài hát TQ", Soha.vn, 05/11/2015)

Không giống các lãnh vực chính trị, quân sự, xâm thực văn hóa như Hồng Tiểu Dũng tường trình là một tiến trình nhỏ giọt và thấm dần vào thói quen, thị hiếu, đam mê của con người.

Thật khó biết một cách chính xác ngân sách Trung Cộng dành cho xâm thực văn hóa, nhưng theo Giáo sư David Shambaugh thuộc đại học George Washington University trong một nghiên cứu dành cho Hội Đồng Về Quan Hệ Ngoại Giao (Council On Foreign Relations) tại Mỹ ước đoán Trung Cộng dành khoảng 10 tỷ đô la mỗi năm cho mục đích tuyên truyền quốc tế. (David Shambaugh, China's Big Bet on Soft Power, Council On Foreign Relations, February 9, 2018)

Nguyễn Phú Trọng ngày nay chính là Tô Định ngày xưa.

Những gì đang xảy ra tại Việt Nam cho thấy kẻ đầy tớ trung thành này đang thực hiện một cách nghiêm túc và hoàn hảo các chính sách do Tập đưa ra trong mọi lãnh vực, kể cả bịt miệng, trấn áp, tù đày đồng bào mình.

Trong quan hệ quốc tế, những cái bắt tay thật chặt, những nụ cười rạng rỡ, những lời xã giao, chúc tụng, những tuyên bố với nội dung ngọt ngào cũng chỉ là ngôn ngữ ngoại giao. Chỉ có hiệp ước, hiệp định được ký kết ở cấp lãnh đạo cao nhất quốc gia mới đáng kể.

Nhìn lại các chính sách của CSVN trong vòng mười năm nóng bỏng của thế giới vừa qua, Nguyễn Phú Trọng đã làm gì, một điểm thôi, để gọi là bảo vệ được chủ quyền lãnh thổ Việt Nam?

Những người Việt quan tâm hãy vào google đánh hai chữ "Phú Lâm" để thấy trên hòn đảo thân yêu của tổ tiên Việt Nam để lại nay đã có phi trường quân sự Trung Cộng với phi đạo dài 3.000 mét, các tàu chiến, giàn phóng hỏa tiễn và cũng là bản doanh của bộ chỉ huy quân sự Trung Cộng tại Hoàng Sa.

Không cần phải đợi một trăm năm hay một ngàn năm nữa mà ngay hôm nay những tên tuổi địa danh vô cùng thân thiết, đẹp như thơ và cách Đà Nẵng chỉ 170 hải lý như Nguyệt Thiềm, Duy Mộng, Tri Tôn, Bãi Ngự Bình, Quang Hòa, Tri Tôn... xa xôi tưởng chừng như cổ tích.

Về phương tiện và kỹ thuật chiến tranh, điều kiện quốc phòng của CSVN ngày nay không hơn gì Việt Nam thời Tự Đức khi liên quân Pháp-Tây Ban Nha đánh thành Đà Nẵng lần thứ nhất năm 1858.

Những lạc hậu kỹ thuật ngày đó, dù sao cũng phát xuất từ các lý do khách quan. Nhận thức của triều đình nhà Nguyễn không vượt qua khỏi bốn bức tường thành bao bọc bởi tứ thư ngũ kinh. Các ngài không đi đâu, không học cái hay cái mới nên không có tầm nhìn xa, nhìn rộng. Ngày nay khác, các giới cầm quyền và gia đình của các chóp bu CSVN ăn ở, học hành, du lịch và ngay cả chữa bệnh ở Mỹ, ở Pháp nhưng nhận thức vẫn đui mù.

Thời Tự Đức, Nguyễn Trường Tộ sau khi du học ở Pháp trở về đã hiến dâng trí tuệ để bảo vệ đất nước qua 58 bản điều trần. Thời CS, có hàng ngàn, hàng vạn người có dịp du học khắp nơi trên thế giới nhưng ngoài việc trở về làm phên giậu che chở cho tội ác, gần như không ai có một cống hiến nào đáng kể để thay đổi và đưa đất nước hội nhập vào dòng tiến của văn minh thời đại.

Việt Nam, điểm nóng trong Chiến lược Ấn Độ Dương-Thái Bình Dương (Indo-Pacific strategy).

Giống như tình trạng chạy đua của các nước châu Âu trước thế chiến thứ nhất, nguyên thủ các quốc gia Á Châu hiện đang

như thoi đưa để liên minh với các khối, tạo các tuyến phòng thủ, liên kết với các láng giềng cùng vị trí chiến lược thì CSVN bị chiếc vòng kim cô "Ba không" siết chặt trên đầu và ngồi im như pho tượng.

Dưới thời TT Donald Trump chính sách của Mỹ tại Thái Bình Dương không chỉ năng động hơn mà còn mở rộng hơn cho cả Thái Bình Dương và Ấn Độ Dương (Indo-Pacific strategy) như một phương pháp đối ứng với tham vọng Một Vòng Đai Một Con Đường của Tập Cận Bình.

Chính sách của Mỹ có lợi cho các quốc gia nhỏ đang tranh chấp chủ quyền với Trung Cộng, nhưng từng cơ hội đến và đi, giới cầm quyền CSVN uống phải "quyền lực não thần đan" của Tập nên im lặng và im lặng.

Việt Nam hiện nay vẫn còn đang giữ một vị trí chiến lược quan trọng tại Biển Đông nhưng nếu không vận dụng các điều kiện quốc tế, một khi tranh chấp mở rộng và mâu thuẫn trở nên quá sâu sắc, các tình trạng đang hiện hữu (status quo) thay đổi, Việt Nam có thể không còn quan trọng nữa vì bị các liên minh và cường quốc xem như đã nằm hẳn trong vòng đai an ninh sinh tồn của Trung Cộng.

Dân tộc Việt Nam thật bất hạnh. Trong cuộc Chiến tranh Lạnh trước, đâu cũng lạnh chỉ Việt Nam là nóng. Cuộc Chiến tranh Lạnh lần này cũng không khác, cả vùng Ấn Độ - Thái Bình Dương đều lạnh ngoại trừ Việt Nam sắp bị ném vào chảo dầu Đại Hán mà có thể quốc tế chẳng quan tâm.

Đền Hát Môn, một Massada của dân tộc Việt

Cố linh mục Trần Cao Tường đã viết về tinh thần và giá trị lịch sử cuộc khởi nghĩa của Hai Bà Trưng: "Để gầy dựng tinh

thần, người Do Thái đã làm lễ nghi tuyên thệ tại Bức Tường Than Khóc, tại đồi Massada nơi cha ông họ đã tử thủ và thà chết tập thể chứ không chịu đầu hàng. Chỉ khi biết cùng khóc với nhau, cùng nhục với nhau, người dân một nước mới thực quyết tâm nắm tay nhau mà cùng cố ngóc đầu lên. Mong rằng một ngày nào đó người dân Việt cũng sẽ biến Đền Hát Môn thành nơi tuyên thệ như vậy mà phục sinh hồn Việt thay vì những phóng chiếu mặc cảm khác."

Cuối cùng, như lời nhà văn hóa Trần Cao Tường để lại, chỉ còn dân tộc Việt Nam và sẽ không còn ai khác sống thay hay chết thế cho mình. Vậy, hãy "cùng khóc với nhau, cùng nhục với nhau" nhưng cũng đừng quên "cùng nắm tay nhau để cố ngóc đầu lên".

BỆNH MAU QUÊN CỦA CON NGƯỜI

Chiều thứ bảy tuần trước đi với các bạn ghé thăm nhà sách Powell nổi tiếng ở Portland, Oregon. Trong thời buổi Internet chế ngự các sinh hoạt thông tin, một tiệm sách độc lập tồn tại được là một việc khó khăn. Không những thế, duy trì một nhà sách rất lớn, nhiều tầng, đầy đủ thể loại, khách ra vào tấp nập như nhà sách Powell là một thành tựu hiếm hoi.

Như thường lệ, nếu không có mục đích nhất định, khi vào một nhà sách tôi thường ghé lại các gian sách về lịch sử và chính trị thế giới để xem có sách nào mới.

Nhà sách Powell có một ô lớn dành cho sách về Bắc Hàn. Nói rõ hơn sách về tội ác của ba đời họ Kim đối với người dân Bắc Hàn. Có một vài cuốn đã đọc và khá nhiều chưa đọc. Tôi chụp một bức hình giá sách để về Boston tìm đọc.

Trong các chế độ độc tài, chế độ độc tài CS cai trị người dân bất nhân nhất, và trong các chế độ CS, CS Bắc Hàn đày đọa con người dã man nhất về cả thể xác lẫn tinh thần.

Bắc Hàn không thừa nhận mình là CS, nhưng thực chất chế độ Bắc Hàn chỉ là CS biến thể với sự pha trộn thêm cái gọi là "tư

tưởng Kim Nhật Thành". Các đặc tính độc tài toàn trị, tẩy não, khủng bố vẫn là CS.

David Hawk, thuộc Ủy ban Nhân Quyền Bắc Hàn, trưng bày các bằng chứng phim ảnh chụp bằng vệ tinh để chứng minh sự tồn tại của các nhà tù chính trị tại Bắc Hàn. Không chỉ cá nhân người bị bắt mà cả gia đình gồm vợ hay chồng và con cái của người đó cũng bị bắt và giam giữ suốt đời trong các nhà tù với điều kiện vô cùng tệ hại.

Tại Bắc Hàn, tội "thù địch chống lại đảng và nhà nước" không phải vì lập đảng, lập tổ chức mà bất cứ một hành động hay cử chỉ nào dù nói chuyện riêng tư với bạn bè, tin đồn, có thái độ nghi ngờ, vẽ một bức tranh không thích hợp với chủ trương nghệ thuật của đảng đều bị kết tội tù chính trị.

Tại Bắc Hàn, mỗi gia đình đều có những bức ảnh của Kim Nhật Thành, Kim Chính Nhật và Kim Jong-un. Ban kiểm tra hình lãnh tụ theo định kỳ đến khám xét từng nhà. Chủ nhà sẽ bị phạt nếu hình của ba đời họ Kim không được lau chùi đúng tiêu chuẩn. Bệnh tôn thờ lãnh tụ tại Bắc Hàn trầm trọng đến nỗi người dân có thể chết chỉ để bảo vệ bức ảnh của "cha già dân tộc" Kim Nhật Thành.

Nhiều năm quá đói, người dân Bắc Hàn phải ra đồng đào rễ, cắt cỏ và hái lá để ăn trong khi gia đình họ Kim sống như một đế vương.

Mồ hôi nước mắt của nhân dân Bắc Hàn được dùng để chế bom nguyên tử, mua súng đạn và xây tượng đài. Hiện có 34 ngàn tượng đài của ba đời họ Kim tại Bắc Hàn. Trung bình, một tượng đài dành cho 750 người dân Bắc Hàn.

Theo tường trình của Liên Hiệp Quốc năm 2014, tại Bắc Hàn có tới 120 ngàn tù chính trị bị giam giữ tập trung, chưa kể con số khoảng 70 ngàn người khác bị giam rải rác khắp nước.

Đời sống của tù chính trị tại Bắc Hàn vượt qua sự tưởng tượng của một người có khả năng tưởng tượng phong phú nhất. Ủy Ban Tội Ác Chiến Tranh thuộc Luật Sư Đoàn Quốc Tế (IBA) kết tội gia đình họ Kim vào 10 tội ác chống lại nhân loại gồm ám sát, tra tấn, bắt làm nô lệ tình dục, bỏ tù và các tội ác trầm trọng khác.

Luật sư Thomas Buergenthal, một luật sư nổi tiếng và cũng là người sống sót trại tù Auschwitz đang làm việc tại IBA cho biết "các trại tù ở Bắc Hàn còn khủng khiếp hơn, tệ hại hơn" các trại tù Đức Quốc Xã.

Các tù nhân trốn thoát tường trình với Ủy ban Nhân Quyền trường hợp một em bé vừa ra đời bị ném vào chậu thức ăn cho chó của an ninh coi tù hay bị xử bắn chỉ vì nhổ các cây cỏ ăn được để ăn. Có người bị bắn chỉ vì ăn cắp thức ăn để sống mà giá trị còn rẻ hơn giá một viên đạn. An ninh nhà tù xử bắn công khai để đe dọa tinh thần tù nhân.

Nhưng từ khi Kim Jong-un thay đổi chính sách đối ngoại và tỏ ra hòa hoãn với Nam Hàn, thái độ của con người dành cho y cũng thay đổi theo.

Họ Kim từ một nhân vật bị khinh bỉ, bị nguyền rủa đang trở thành một biểu tượng sáng ngời.

Tại Việt Nam, y nhận được nhiều ca ngợi ngay cả trong những người từng hay đang là nạn nhân của chế độ CSVN. Từ dáng đi, cách bắt tay của y cũng được mô tả như "tự tin", "bệ vệ", "khí phách"...

Một ngày không xa, các sách bày trên giá ở nhà sách Powell ở Portland có thể sẽ bị lấy xuống vì không còn ai đọc nữa.

Các sách vở, tài liệu, chuyện kể, tường trình phơi bày tội ác mà 25 triệu dân Bắc Hàn chịu đựng qua bao nhiêu thế hệ từ 1949 đến nay sẽ bị chính con người quên lãng như họ đang quên lãng Mao Trạch Đông, Stalin, Pol Pot, Hồ Chí Minh, Nicolae Ceaușescu, Erich Honecker, Fidel Castro, Mengistu Haile Mariam…

Bệnh mau quên của con người là một trong những lý do giúp các chế độ CS, trong đó có CSVN, tồn tại.

MỘT THÁI ĐỘ CHỐNG "LUẬT AN NINH MẠNG"

Dưới chế độ CS, hai lý do chính làm cho con người luôn phải sống trong sợ hãi, một là do khủng bố CS và hai là do trình độ nhận thức của người dân chưa được nâng cao đủ để có thể vượt qua sự sợ hãi.

Một câu danh ngôn quen thuộc nhưng không để tác giả: "Sự sợ hãi luôn gây ảnh hưởng vào dân chúng khi dân chúng thiếu học." (Fear always works to influence the population, when the population is uneducated.)

Tiến sĩ Archie Brown, giáo sư chính trị học đại học Oxford, Anh quốc, trong tác phẩm *Sự Vươn Lên Và Sụp Đổ Của Chủ Nghĩa CS* (The Rise And Fall Of Communism) nêu ra 8 lý do khiến chủ nghĩa CS sụp đổ, trong đó lý do hàng đầu không phải là kinh tế hay quân sự mà là sự thay đổi xã hội (social change). Sự chuyển hóa tri thức là một tiến trình không thể bị ngăn chặn bởi bất cứ một cơ chế độc tài nào.

Tại Việt Nam, trong lúc những người muốn đem lại sự thay đổi cần thiết cho đất nước chưa đủ sức chống lại bộ máy khủng bố công an trị của CS, chắc chắn họ sẽ thắng trong mặt trận thứ

hai: nâng cao nhận thức về quyền lợi và trách nhiệm của mỗi con người trong xã hội và đất nước.

Những kẻ cai trị bằng nhà tù và tẩy não tại Việt Nam hiện nay dù đui mù câm điếc cũng biết "ngày tàn của bạo chúa" sẽ diễn ra theo quy luật xã hội và hình phạt dành cho họ sẽ tương xứng với tội ác mà họ gây ra cho đất nước.

János Kádár, nguyên tổng bí thư đảng CS Hungary và là một kẻ phản quốc theo Liên Xô để tàn sát đồng bào mình sau Cách mạng Hungary 1956. Sau 1960, János Kádár thay đổi đường lối cai trị bằng các chính sách ôn hòa hơn nhưng tội ác do y gây ra không vì thế mà được quên đi. János Kádár chết ngày 6 tháng Bảy, 1989, ba tháng trước khi chế độ CS tại Hungary sụp đổ. Ngày 2 tháng Năm, 2007, mộ của János Kádár đã bị đào lên, nhiều xương cốt kể cả xương sọ của y bị lấy đi và một dòng chữ trích từ một bản nhạc Rock như một bản án được để lại bên cạnh mộ y: "Những kẻ sát nhân và phản bội không nên để nằm yên trong vùng đất thánh 1956-2006".

Những kẻ sát nhân và phản bội tại Việt Nam nên học kỹ bài học János Kádár để qua đó đọc trước bản án mà dân tộc Việt sẽ dành cho họ.

Như Karl Marx có lần định nghĩa "tự do là thấy được tính tất yếu trong xã hội", một trong những mục đích của bộ máy tuyên truyền CS là trồng cấy trong nhận thức con người niềm tin vào số phận.

Trong thời kỳ nô lệ tại Mỹ, không phải người nô lệ da đen nào cũng oán ghét, căm thù chủ nô da trắng. Không ít trong số họ chấp nhận cuộc đời nô lệ như số phận an bài. Họ không mơ ước giàu sang phú quý, xe hơi nhà lầu, những thứ họ cho rằng

đã nằm ngoài số phận mà chỉ mơ có chiếc giường cũ trong góc vườn để nằm xem trời sao như Clara Davis, một tác giả da đen, kể lại trong hồi ức của bà.

Không ít người Việt cũng thế. Họ chấp nhận cuộc đời như số phận. Mơ ước và nỗ lực của đời họ chỉ để đủ ngày ba bữa cơm ăn, lo cho con học hành để mai mốt kiếm một công ăn việc làm ổn định còn chuyện xe hơi nhà lầu vượt qua số phận dành cho họ. Nhận thức đó cần phải thay đổi và sẽ được thay đổi.

Mục đích của đảng qua cái gọi là "Luật An Ninh Mạng" vừa rồi là để người dân tiếp tục chấp nhận số phận dành cho họ.

Nhưng thực tế sẽ không diễn ra như ý đảng muốn.

Để duy trì quyền cai trị, từ năm 1983, CSVN đã chọn con đường "tự diễn biến" qua các chương trình "đổi mới". Ánh sáng tin học và luồng gió văn minh qua các kẽ hở "đổi mới" thổi vào Việt Nam. Ngày nay, đứng trước khả năng "tức nước vỡ bờ", đảng không dám và không thể đưa dân tộc trở lại thời kỳ trước năm 1983. Trình độ nhận thức của người dân Việt hôm nay có thể kém hơn so với người dân Nga hay người dân Tiệp năm 1990 nhưng không còn là người dân Việt của giai đoạn 1954.

Khi phê phán xã hội, một người thường có khuynh hướng nhìn vào các mặt tiêu cực. Nhưng đừng quên, cạnh những đám thanh niên nam nữ cởi truồng ngoài phố để mừng một trận đá banh cũng đang có hàng ngàn thanh niên khác đang âm thầm học hỏi và tham gia vào tiến trình cách mạng xã hội trong điều kiện và hoàn cảnh của mình. Một cô giáo dạy học sinh sống theo tinh thần chân thiện mỹ. Một anh đi xe thồ biết dừng lại để hô "đả đảo Trung Quốc xâm lược" với Võ Hồng Ly. Họ không để

lại tên tuổi trên báo, trên đài nhưng chính là những người đang góp phần viết nên chương mới của lịch sử Việt Nam.

Trên con đường đầy gai góc, lấp một miệng hố rộng hay nhặt một cây đinh nhỏ cũng đóng góp vào cách mạng dân chủ. Thái độ chống "luật an ninh mạng" tích cực nhất, vì thế, là coi như nó không có và tiếp tục đẩy mạnh các hoạt động nâng cao ý thức về quyền và trách nhiệm của người dân.

Người Việt dấn thân hiện diện trên khắp các nẻo đường đất nước. Họ không sợ và thậm chí không thèm để ý đến cái gọi là "luật an ninh mạng". Họ vẫn nói, vẫn viết như đã nói và viết vào ngày 31 tháng 12 năm ngoái. Họ vẫn tiếp tục theo đuổi các dự án đã được phác họa trước ngày 31 tháng 12 năm ngoái.

Cái thúng "an ninh mạng" chẳng thể nào che được mặt trời sự thật sáng ngời trong đôi mắt họ, chẳng thể nào đậy kín được niềm tin vào tương lai rực rỡ trong tâm hồn họ và chẳng thể nào ngăn được bước đi của thời đại họ. Dòng chảy văn minh đang chảy về phía trước và ngày tự do cho quê hương sẽ đến không xa.

THÁI ĐỘ CHÍNH TRỊ CỦA ANDREI SAKHAROV SAU KHI RA KHỎI NHÀ TÙ

Đầu tháng 12, 1986, một nhân viên KGB vào căn phòng nhỏ ở thành phố Gorky, nơi nhà vật lý nguyên tử Andrei Sakharov và vợ đang bị giam giữ từ 1980 để nối lại đường dây điện thoại.

Tiến sĩ Sakharov bị bắt sáng ngày 22 tháng Giêng 1980 khi đang trên đường đến sở làm ở Moscow và bị đưa đi biệt giam trong một căn phòng nhỏ, thực chất là một nhà tù, ở Gorky, vì tội phê bình cuộc chiến tranh xâm lược Afghanistan của LX và kêu gọi thế giới lên án cuộc chiến tranh xâm lược này.

Suốt gần bảy năm bị giam giữ, ông bà Sakharov phải sống trong điều kiện tệ hại. Máy nghe lén đặt trong phòng 24 giờ mỗi ngày. Mọi tin tức từ thế giới bên ngoài bị ngăn chặn. Theo lời ông kể trong hồi ký, trước phòng bao giờ cũng có một công an ngồi ngay trước cửa ra vào suốt bảy năm. Chỗ ở bị lục soát thường xuyên đến nỗi ông bà để sẵn chìa trong ổ khóa bên ngoài để khỏi bị công an đập ổ khóa. Sakharov tuyệt thực đến chết hai lần, nhưng được đưa vào bệnh viện để cưỡng bách tiêm thức ăn vào người.

Nhân viên an ninh bắt điện thoại xong, hôm sau, 19 tháng 12, 1986 một người gọi đến. Người đó là Tổng Bí Thư đảng CSLX Mikhail Gorbachev.

Dưới chế độ CS, việc tổng bí thư đảng đích thân gọi điện thoại để trả tự do cho một tù nhân chính trị là việc khó tin. Nhưng đó là tin thật. Andrei Sakharov không phải là một tù nhân chính trị bình thường. Ông là một nhà vật lý nguyên tử nổi tiếng của LX và là một nhà tranh đấu vì hòa bình, tự do, nhân quyền được cả thế giới kính trọng với bề dày gần 30 năm từ thời Leonid Brezhnev. Sakharov là một trong những người thành lập nhóm quan sát Thỏa Hiệp Helsinki về nhân quyền 1975 và là công dân LX đầu tiên được trao tặng giải Nobel Hòa Bình.

Mikhail Gorbachev vừa phát động chính sách Công khai hóa (Glasnost) và Cải cách (Perestroika) và muốn chứng minh ông đang theo đuổi hai chính sách đó một cách nghiêm túc, nhưng quan trọng hơn muốn lôi kéo Sakharov một lãnh tụ đấu tranh có ảnh hưởng quốc tế đứng về phía mình. Tên tuổi của Sakharov được biết bên ngoài LX còn nhiều hơn tại Liên Xô. Không chỉ nhiều giải thưởng khoa học và nhân quyền mang tên Sakharov mà tại Mỹ cả phim ảnh cũng được dựng để vinh danh ông.

Nhưng Sakharov không phải là con chốt trong bàn cờ chính trị của Gorbachev. Andrei Sakharov biết hành động của Mikhail Gorbachev không phải vì lòng tốt mà thuần túy chính trị. Mikhail Gorbachev nắm chức tổng bí thư đảng CSLX gần hai năm chứ không phải mới lên tháng này hay tháng trước. Khi nhậm chức tổng bí thư Gorbachev vẫn giữ Sakharov ở Gorky vì lúc đó chưa có nhu cầu thả.

Năm 1986 Gorbachev đang gặp khó khăn và cần Sakharov để giúp mở rộng vây cánh trong giới trí thức ngoài đảng. Viện Hàn Lâm Khoa Học vẫn dành cho Sakharov một chỗ ngồi đầy trọng vọng với tất cả đặc quyền mà ông được hưởng trước ngày bị bắt. Nhắc lại, tiến sĩ Andrei Sakharov từng được tưởng thưởng ba lần danh hiệu "Anh hùng Lao Động", bốn lần "Huân Chương Lenin", "Giải thưởng Lenin", "Giải thưởng Stalin". Mỗi giải thưởng đều kèm theo các giá trị vật chất lớn hàng năm. Tuy nhiên, khi về lại Moscow, ngoài tư cách hội viên Viện Hàn Lâm Khoa Học, ông đã từ chối nhận lại các giải thưởng hay huy chương CS.

Trước khi gọi phone, Gorbachev hẳn đã nghĩ tiến sĩ Sakharov sẽ vui mừng xúc động khi được một lãnh đạo cao cấp nhất trong đảng gọi để báo tin ông được trả tự do. Không. Giống như Nelson Mandela ở Nam Phi sau đó, Sakharov đòi hỏi Gorbachev phải cam kết thả hết tù chính trị đang bị giam giữ mà ông đã nêu trong lá thư gởi Gorbachev trước đó. Gorbachev trả lời là ông đã trả tự do cho một số người trong danh sách và còn đang tiếp tục. Như Sakharov nhắc lại trong hồi ký, họ tranh luận về các bản án phi lý mà nhà nước CS dành cho tù nhân chính trị. Sakharov cũng là người "Goodbye" trước để chấm dứt buổi điện đàm chứ không phải Gorbachev. (Andrei Sakharov, *Memoirs*, First American Edition, First Printing 1990)

Điều đó cho thấy tù đày không làm ông suy chuyển ý chí, bổng lộc không mua được ông và danh vọng không làm ông thay đổi.

Dù sao, lúc gần nửa khuya ngày 22 tháng 12, 1986 ông bà Andrei Sakharov đáp chuyến tàu đêm khởi hành từ ga Gorky đi Moscow. Đoạn đường chỉ dài 250 cây số và dù rời Gorky 11

giờ đêm, bảy giờ sáng hôm sau tàu mới đến Moscow. Chuyến tàu đêm phải dừng lại ở nhiều ga nên chắc là Sakharov không ngủ được. Nhiều câu hỏi dội lại trong ý thức ông và nhắc nhở ông chặng đường còn lại của đời mình. Con đường của ông hơn hai mươi năm qua, hôm nay và ngày mai vẫn là con đường dân chủ hóa nước Nga.

Trước đó hai mươi năm, trong lá thư Kêu Gọi Dân Chủ Hóa Tuần Tự (Appeal for Gradual Democratization), ba trí thức LX trong đó có tiến sĩ Andrei D. Sakharov, đã kêu gọi đảng CSLX, đứng đầu là Leonid Brezhnev, thực hiện các cải cách kinh tế chính trị. Theo nhóm ba trí thức này, nếu LX không đem lại cho người dân các quyền tự do chính trị, Nga sẽ trở thành một "quyền lực cấp tỉnh hạng hai". (James F. Clarity, Appeal in Soviet Asks for Gradual Democratization, The New York Times, April 3, 1970)

Trong thời điểm 1986, dù hình thức nào chưa biết, các điều kiện chính trị đã chín muồi cho một cuộc cách mạng dân chủ. Hung thần Leonid Brezhnev đã qua đời. "Đao thủ phủ Hungary" Yuri Andropov, người chịu trách nhiệm cho việc đàn áp cuộc nổi dậy của người dân Hungary 1856, bị đột quỵ và chết sau khi ngồi trên ghế tổng bí thư chỉ hơn một năm. Khuôn mặt mới Mikhail Gorbachev có khuynh hướng cải cách vì đó là chọn lựa thích hợp nhất với dòng chảy của văn minh nhân loại.

Sakharov không chủ trương cải cách hay đổi mới. Xã hội LX đang cần một cuộc thay đổi tận căn bản.

Các nhà quan sát kinh tế chính trị LX đều thấy các mâu thuẫn đối kháng giữa hạ tầng cơ sở kinh tế và thượng tầng kiến trúc chính trị phát xuất từ bản chất của chế độ CS đang dần dần hiện rõ.

Năm 1986, LX có kho nguyên tử gồm 45 ngàn đầu đạn nhưng cũng năm 1986 người dân LX phải sắp hàng dài cả cây số để mua một cuộn giấy vệ sinh. Nhà máy đúc tượng các lãnh tụ CS nhằm mục đích tuyên truyền tẩy não được thành lập từ 1922 khi Lenin còn sống nhưng mãi tới năm 1969 LX mới có nhà máy sản xuất giấy toilet đầu tiên và với số lượng rất hạn chế. Trước đó nhà nước CS phải nhập cảng giấy toilet từ các nước Châu Âu nhưng chỉ ưu tiên dành cho cán bộ ưu tú của đảng. Hàng hóa sang và hiếm tại LX không phải vàng bạc hay xe hơi mà cả chuối, cam, quýt và dưa hấu. Năm 1990, sau thỏa hiệp kinh tế với Gorbachev được ký kết, TT George H. W. Bush cho phép xuất cảng ồ ạt đùi gà đông lạnh sang LX. Mặc dù đây là một món thịt dư thừa và rất rẻ tại Mỹ, đùi gà lại rất hiếm tại LX. Dân LX rất thích và đặt tên cho những đùi thịt gà này là "đùi Bush". Đó không phải là chuyện cười trong các quán nhậu ở Moscow mà là chuyện thật. (Kirill Tšernov, Back in the USSR: The Art of Soviet Queues)

Tháng 4, 1989 Andrei Sakharov được bầu vào Đại hội Đại biểu Nhân dân Nga Khóa I (the First Congress of People's Deputies), danh xưng của Quốc hội Nga.

Là một người dấn thân tranh đấu cho các quyền sống căn bản của con người, hơn ai hết Andrei Sakharov chứng kiến thực tế băng hoại và tham nhũng mục nát của chế độ CSLX. Đồng thời, ông cũng nhận ra bức tường độc tài chuyên chính thời Gorbachev đã mỏng nhiều so với thời Stalin và nếu những người tâm huyết không cần nhiều mà chỉ cần tập trung ý chí để xô bức tường sẽ đổ. Do đó thay vì tiếp tay với Gorbachev để kéo dài sự sống của chế độ CS ông đã tiếp tay với những người chống Gorbachev để thay đổi nó.

Sakharov không dùng thời gian để viết bài cổ võ các chính sách kinh tế và văn hóa xã hội của Gorbachev. Ông, bằng hành động, đã hợp tác tích cực với những người đang đối lập với Gorbachev như cựu ủy viên Bộ Chính Trị Boris Yeltsin, sử gia Yuri Afanasyev, Thị trưởng Moscow Gavril Popov, học giả Viktor Palm để thành lập một liên minh đối lập. Năm người này có quá khứ, nghề nghiệp, tham vọng và ngay cả cá tính khác nhau. Chẳng hạn Yuri Afanasyev là nhà nghiên cứu sử, Boris Yeltsin là cựu đảng viên CS cao cấp, Viktor Palm là học giả người Estonia và Sakharov là nhà vật lý nguyên tử. Họ lãnh đạo khối chống độc tài CS gồm 566 đại biểu gồm nhiều thành phần trong Đại hội Đại biểu Nhân dân Nga vừa được bầu.

Mục tiêu duy nhất, trước mắt và cụ thể của nhóm năm người này là giới hạn độc quyền lãnh đạo đất nước của đảng CS Liên Xô bắt đầu bằng việc xóa bỏ Điều 6 Hiến Pháp (Điều 4 trong hiến pháp CHXHCNVN). Sau đó nhóm lãnh đạo cánh đối lập với đảng CS có thể lập đảng chính trị riêng và thậm chí chống nhau nhưng trong thời điểm 1988, họ rất đoàn kết. Họ biết rằng chỉ có đoàn kết và dứt khoát bám lấy những mục tiêu cụ thể mới thắng được bộ máy cai trị CS được tổ chức tinh vi với hàng ngũ cán bộ đầy kinh nghiệm sau bảy chục năm cầm quyền.

Ngày 9 tháng 6, 1989, Đại biểu Nhân Dân Andrei Sakharov đọc diễn văn nổi tiếng Nghị định về Quyền lực (Decree on Power) kêu gọi hủy bỏ Điều 6 Hiến Pháp.

Mặc dù chỉ được phát biểu 5 phút, Andrei Sakharov nói lớn: "Tôi đề xuất thành lập một hệ thống hiến pháp mới dựa trên chế độ liên bang theo chiều ngang." Một trong những người phản đối diễn văn của Sakharov là Gorbachev và cũng chính Gorbachev đã tắt "micro" của Sakharov với lý do "hết giờ phát

biểu". (Katerina Belenkina, Remembering Andrei Sakharov: The Truth of One Man, 13-12-2022)

Công bằng mà nói Gorbachev cũng muốn cải tổ nhưng không muốn xóa bỏ hẳn chế độ CSLX.

Khác Gorbachev, Andrei Sakharov, với tư cách đồng chủ tịch của Khối Liên Vùng (the Interregional Deputies' Group (IDG)) gồm 388 đại biểu trong Quốc hội Nga chủ trương thực hiện dân chủ hóa cấp bách. Ngày 12 tháng 12, 1989, trong phiên họp của Quốc hội Nga lần thứ hai, Andrei Sakharov lần nữa đề nghị xóa bỏ Điều 6 Hiến Pháp. Đề nghị của ông chưa được biểu quyết thông qua vì cánh cực đoan CS bảo thủ và cánh chủ trương thay đổi từng bước còn chiếm số đông.

Cuộc đấu tranh trong giai đoạn cam go, tiếc thay, hai ngày sau tiến sĩ Andrei Sakharov qua đời.

Nhà vật lý nguyên tử và nhà tranh đấu cho quyền làm người Andrei Sakharov qua đời tối ngày 14 tháng 12, 1989 thọ 68 tuổi nhưng tiếng nói của ông vẫn tiếp tục vang lên trong các cuộc biểu tình đòi dân chủ tại các thành phố lớn nổ ra sau đó. Cuối cùng, các nguyên tắc đa nguyên chính trị một thời cấm kỵ đã xuất hiện trong hiến pháp Nga. Điều Một "Liên bang Nga là một nhà nước liên bang dân chủ, cộng hòa" trong Hiến Pháp Nga 1993 có được là nhờ công lớn của Đại biểu Quốc Hội Andrei Sakharov. Hàng trăm ngàn người dân Nga đã đến tiễn đưa ông. Mikhail Gorbachev và toàn bộ Bộ Chính Trị đảng CS Liên Xô đến cúi đầu trước linh cữu ông.

Andrei D. Sakharov ra đi nhưng để lại cho các phong trào dân chủ tại các nước độc tài CS còn lại nhiều bài học lớn về thái độ và phương pháp đấu tranh. Các thế hệ sau ông có thể rút ra

bốn bài học: (1) đoàn kết qua hành động, (2) có thái độ chính trị dứt khoát, (3) có mục đích đấu tranh cụ thể và (4) theo đuổi lý tưởng phụng sự nhân quyền.

Không phải dưới thời Gorbachev khi chế độ đang trên đà tan vỡ mà hơn 20 năm trước đó dưới thời hung thần Leonid Brezhnev Sakharov đã nghĩ chỉ có dân chủ mới thật sự là lối thoát của LX.

Chọn lựa của Andrei Sakharov là chọn lựa con đường dân chủ hóa và thái độ của Andrei Sakharov là thái độ dứt khoát không khoan nhượng với thế lực cầm quyền, bởi vì thỏa hiệp với tội ác là một tội ác.

HÃY ĐỒNG TÂM VÌ MỘT ĐỒNG TÂM

Vai trò của nông dân rất quan trọng trong các xã hội nông nghiệp. Người nông dân rất yêu nước, gắn bó với bờ dâu ruộng lúa nhưng thường thiếu tầm nhìn qua khỏi con đê, bờ ao, thửa ruộng của họ.

CS Trung Quốc và Việt Nam giành được chính quyền nhờ khai thác được lòng yêu nước của người nông dân. Marx viết, nếu không có sự liên minh với giai cấp nông dân thì "bài đơn ca của cách mạng vô sản sẽ trở thành bài ai điếu."

Nói một cách dễ hiểu nếu không lợi dụng được sức mạnh của nông dân những cuộc nổi loạn do đảng CS nhân danh giai cấp công nhân chủ mưu sẽ thất bại.

Hiểu được sức mạnh nông dân, ngay từ đầu Lenin đã khai triển lý luận liên minh công nông của Marx thành "chiến lược cách mạng" và là một bộ phận quan trọng cấu thành chủ nghĩa mang tên y.

Để tận dụng giới nông dân trong việc thực hiện thành công các mục tiêu kinh tế của đảng, lãnh đạo CS cũng bẻ gãy và tận diệt không thương tiếc mọi chống đối phát xuất từ giới này.

Nhiều cuộc nổi dậy của nông dân Nga đã bị đàn áp đẫm máu, nhất là cuộc nổi dậy của nông dân Tambov.

Tháng 8, 1920, Lenin xua 10,000 quân với xe tăng và võ khí hạng nặng đến để trấn áp lực lượng nông dân Tambov tự trang bị với vũ khí thô sơ. Hầu hết các lãnh tụ phong trào bị bắt, sau đó bị xử bắn hay bị lưu đày sang Siberia cho đến chết.

Biện minh cho hành động tàn ác của đảng, bộ máy tuyên truyền của Lenin đã liên tục bôi đen hình ảnh các lãnh đạo nông dân bằng cách chụp lên họ những nhãn hiệu như "thành phần phá hoại", "trục lợi", "bị xúi giục và mua chuộc bởi các lực lượng phản cách mạng"...

Những gì vừa xảy ra tại xã Đồng Tâm, huyện Mỹ Đức, Hà Nội cho thấy Lenin không chỉ để lại cho đảng CSVN một gia tài lý luận mà còn cả những phương cách thực hiện.

Một trăm năm kể từ vụ đàn áp ở Tambov và chế độ CS tại Liên Xô đã thành đám bèo trôi tan tác trên dòng Volga nhưng tại Việt Nam cách thức đàn áp nông dân vẫn còn được áp dụng đúng từng lời, từng chữ.

Ngoại trừ tự nhận là kẻ cướp, đảng CSVN không thể giải thích lý do đã chọn 3 giờ sáng để tung một đại đơn vị nhiều ngàn người với "cảnh sát cơ động, cầm theo gậy gộc, dùi cui, súng, khiên" tấn công vào một xã chỉ hơn 2,500 gia đình.

Đừng nói chi các tổ chức nhân quyền, một người có nhận thức căn bản cũng biết hành động lén lút của đảng là bản tự thú cho sự sai trái của đảng.

Nhân loại đang sống trong thời kỳ mở, nơi các tranh chấp trong xã hội được minh bạch hóa thay vì đọc, nghe hay thấy trên màn ảnh truyền hình từ một phía.

Đảng CSVN là chiếc máy "nổ" và liên tục "nổ" những câu khoe khoang bệnh hoạn làm trò cười cho cả nước. Từ là một "trung tâm hòa giải quốc tế", tới "mặt trời tỏa sáng" và mới đây lại phải "đóng vai trò giải quyết khủng hoảng vùng Vịnh" giữa Mỹ và Iran... Nhưng bản chất của con người không thể hiện ở lời nói mà ở tư cách, hành vi, cách giải quyết một vấn đề. Sự kiện Đồng Tâm cho thấy sự lạc hậu và tham vọng quyền lực đã đóng thành băng dày hơn cả tảng băng ở phía đông Nam Cực trong đầu của bộ chính trị và trung ương đảng CSVN.

Bao nhiêu cơ hội đã đến và đi. Những tiến bộ không ngừng về khoa học kỹ thuật và điều kiện kinh tế thế giới đã đem lại cho Việt Nam. Nhưng giống như kẻ lười trong chuyện cổ tích, đảng CSVN cầm chiếc chìa khóa trong tay loay hoay suốt 44 năm không mở được cửa kho tàng. Để rồi hôm nay, Việt Nam là một đất nước thối nát từ bên trong và xâm thực từ bên ngoài. Nếu không có đám "trí thức đỏ" và "tư bản đỏ" làm phên giậu chế độ CSVN đã sụp lâu rồi.

Nhưng khác với giới lãnh đạo đảng, không ít người Việt ngày nay đã trưởng thành hơn những người Nga ở Tambov 1920, Pitelinskii 1930 hay người Việt ở Quỳnh Lưu 1956.

Cuộc đấu tranh của nông dân nói riêng và dân tộc Việt nói chung chống độc tài CS không còn là một trận banh chỉ đá nửa sân, phần thắng nghiêng hẳn về phía CSVN như trước nữa mà đã có tấn công và có phản công, có che đậy và có lột trần sự che đậy.

Thành viên của các mạng xã hội trên Facebook đăng những hình ảnh đã thật sự diễn ra. Những bài viết, những bản tin được ghi nhận tại hiện trường. Các cơ quan thông tin quốc tế phỏng

vấn trực tiếp người chứng kiến. Đường còn xa nhưng người Việt đã bước đi những bước khá dài.

Nhiều người trẻ hôm nay đã can đảm hơn và bớt vô cảm hơn trước những đau thương mà đồng bào họ đang chịu đựng.

Con số những người dấn thân còn ít nhưng đó là những mầm xanh hy vọng, những cánh én mùa xuân dân tộc sẽ về.

Cụ Lê Đình Kình, 84 tuổi, bị thiệt mạng khi lực lượng công an tấn công vào xã Đồng Tâm. Cái chết của cụ đã làm xúc động không chỉ đồng bào trong nước mà cả ngoài nước.

Đảng đang tìm cách đổ thừa và chạy tội. Nhưng rõ ràng nếu giới lãnh đạo đảng hành xử như những con người trong thời đại văn minh, phù hợp với luật pháp dù là luật rừng do đảng viết ra, cụ Lê Đình Kình đã không chết.

Nhiều đồng bào hai ngày trước đó không biết cụ Lê Đình Kình là ai đã khóc tiếc thương cụ. Những giọt nước mắt chưa đủ thấm cánh đồng đại hạn lâu năm nhưng sẽ thấm. Kiên nhẫn và lòng yêu nước sẽ cứu Việt Nam.

Hình ảnh của cụ Lê Đình Kình trở thành biểu tượng cho cuộc đấu tranh không chỉ của nông dân Đồng Tâm, không chỉ của nông dân Việt Nam mà của những ai muốn vượt qua những hàng rào, những ngăn cách của hoài nghi và định kiến để cùng hướng tới một tương lai tốt đẹp cho dân tộc Việt.

Không bao giờ thắng được CS nếu mỗi người Việt yêu nước không vượt qua được những chiếc bẫy Bắc Nam, chiếc bẫy quá khứ, chiếc bẫy tôn giáo do CS gài đặt trên đường tranh đấu.

Tiến trình dẫn tới dân chủ của Hungrary từng bước giới hạn và loại bỏ quyền cai trị của đảng CS là một kinh nghiệm lớn cần phải học.

Hãy bào mòn chế độ, chà xát vỏ sắt dày CS, tập hợp những người yêu nước thành một khối, tách những thành phần có mâu thuẫn về quyền lợi kinh tế chính trị với cơ chế ra khỏi cơ chế, nhưng trước hết và quan trọng nhất, hãy đồng tâm vì một Đồng Tâm.

NỬA THẾ KỶ MỘT DÒNG SÔNG

Trong bài thơ *Giấc Mơ Nhỏ Của Tôi*, có một đoạn tôi viết về sông Bến Hải:

Chào anh công nhân dệt từng tấm vải

Cho tôi làm con thoi nhỏ trên tay

Để tôi nối hai bờ sông Bến Hải

Nối lòng người vời vợi cách xa nhau.

Trong suốt 21 năm dài đầy máu và nước mắt, từ 1954 đến 1975, Bến Hải không phải là tên của một dòng sông, Hiền Lương không phải tên của một chiếc cầu nhưng là bức màn sắt ngăn đôi căn nhà dân tộc, môt vết dao cắt ngang lòng đất nước. Dù với ước mơ chân thành, được ôm ấp trong lòng từ khi còn bé cho đến bây giờ, mong được làm một con thoi nhân ái để nối hai bờ sông Bến Hải, tôi vẫn chưa một lần đặt chân lên chiếc cầu định mệnh này.

Nhớ lại những ngày còn là học sinh trung học, với đám bạn bè cùng lớp, thêu dệt ước mơ. Một ngày kia, khi đất nước không còn tiếng súng, chúng tôi sẽ đạp xe xuyên suốt ba miền. Chúng tôi sẽ bắt đầu từ Mũi Cà Mau, vùng đất cuối cùng của tổ quốc và đạp thẳng đến tận Ải Nam Quan.

Chúng tôi sẽ ghé thăm núi Mã Yên, Tụy Động, Chúc Động, nơi các tướng Lý Triện và Đinh Lễ đã từng tử chiến với đại quân của Vương Thông, Phương Chính, Mã Kỳ. Chúng tôi sẽ ghé thăm Thiên Trường, nơi Trần Bình Trọng mắng vào mặt kẻ thù trước khi bị chém.

Đêm đêm nằm nghe tiếng súng vọng về bên kia sông Thu Bồn, lòng chợt đau khi nghĩ đến những người đang chết. Dù nhân danh bất cứ lý do gì, cái chết của một người Việt Nam vẫn là một điều đáng tiếc. Đất nước sẽ phải hết chiến tranh. Quê hương rồi phải có hòa bình. Dân tộc Việt Nam phải đi lên.

Những thôn làng tối tăm phải được thắp sáng bằng những nhà máy điện hiện đại. Ước mơ của tuổi học trò bao giờ cũng dễ thương và trong sáng như mối tình đầu của hai kẻ yêu nhau mà không hề lo nghĩ đến chuyện nợ nần, cơm áo ngày mai.

Trong khao khát của những đứa bé lớn lên trong chiến tranh như đàn nai tơ khát nước, chẳng thể nào phát họa nổi bức tranh về ngày hòa bình rồi sẽ ra sao.

Chiến tranh cũng lớn nhanh cùng với tuổi đời chúng tôi.

Khi bước vào đại học, cũng là lúc chúng tôi hiểu rằng nguyên nhân và kết quả của cuộc chiến không đơn giản như chúng tôi từng nghĩ. Nền hòa bình Việt Nam có thể sẽ không đẹp như một bức tranh vân thủy, có cánh đồng xanh, có suối nước trong, có đàn nai tơ quây quần bên nai mẹ. Viễn ảnh đen tối của một xã hội bị cai trị bởi một đảng duy nhất, một nền kinh tế tập trung, các tôn giáo được xem như là thuốc phiện, mọi quyền tư hữu sẽ bị tước đoạt, các sáng tác không được phép xuất bản sẽ trở thành phản động, dần dần hiện rõ ra.

Những hình ảnh và tài liệu về Tết Mậu Thân, cuộc cải cách ruộng đất tại miền Bắc, Nhân Văn Giai Phẩm, mùa xuân Prague, mùa thu Hungary, mùa đông Siberia, Công Xã Nhân Dân, nạn đói Trung Quốc, cuộc thanh trừng đẫm máu của Stalin v.v... mà chúng tôi đã đọc, bỗng dưng trở thành quan trọng.

Là những học trò chân thành của lịch sử Việt Nam, chúng tôi cảm nhận rằng, chỉ có sức mạnh dân tộc mới hy vọng cản ngăn nổi thảm họa diệt vong đang đổ xuống sinh mệnh Việt Nam, chỉ có ý chí của Mê Linh, Bạch Đằng, Chí Linh, Vạn Kiếp mới mong giúp dân tộc Việt Nam vượt qua sức càn quét của dòng tư tưởng ngoại lai đang xâm chiếm miền Nam. Nhưng sức mạnh đó đang tiềm ẩn nơi đâu trong buổi nhiễu nhương tang tóc của miền Nam. Và giữa hố thẳm của hoài nghi ngăn cách này, ai sẽ là người dẫn dắt chúng tôi trên con đường gian nan tìm về lịch sử. Nhìn quanh không một bóng người.

Thế hệ chúng tôi lớn lên sau hiệp định Geneve. Chúng tôi bước vào đời như những khán giả bước vào rạp hát khi vở thảm kịch Việt Nam đã mở màn từ nhiều năm trước.

Chúng tôi sờ soạng trong bóng đêm dày đặc để tìm một chỗ đứng, tìm một hướng đi, tìm một câu trả lời cho những cảnh máu đổ đầu rơi đang diễn ra trên sân khấu. Không có tiếng trả lời. Chung quanh chúng tôi chỉ có tiếng súng nổ vang và thây người đổ xuống. Chung quanh chúng tôi chỉ có máu và nước mắt.

Chúng tôi mò mẫm đi tìm cội nguồn dân tộc trong điêu tàn đổ nát của quê hương như những đứa con lạc mẹ. Chúng tôi gõ cửa mọi căn nhà, hỏi thăm từng thầy dạy học, kính viếng các Cha, đảnh lễ các Thầy. Nhưng tại mỗi nơi, mỗi người, dân

tộc mang một vóc dáng khác nhau, một định nghĩa khác nhau và được hiểu một cách khác nhau. Chúng tôi có cảm tưởng dân tộc của Cha không phải là dân tộc của Thầy, dân tộc của những người sống nhờ vào chiến tranh không phải là dân tộc của người đang chịu đựng chiến tranh.

Mặc dù kiến thức về lịch sử còn nông cạn, xã hội chúng tôi lớn lên còn đầy bất công sai trái, sau những năm học hỏi, tìm tòi, chúng tôi hiểu được một điều vô cùng hệ trọng và căn bản, rằng để có hòa bình trước hết phải bảo vệ được miền Nam.

Giữa giờ phút gần như tuyệt vọng đó, giữa lúc tiếng kêu bi thảm của nhân dân miền Nam tưởng như đang vỡ tung cả thượng tầng khí quyển, tôi đã tìm thấy dân tộc mình.

Dân tộc tôi là đoàn người vừa di tản từ ngoài Trung đang sống lay lắt dọc bờ biển Vũng Tàu; là những đứa bé đang bơ vơ trên đường phố Sài Gòn; là những người lính đang đứng chờ địch với những viên đạn cuối cùng bên này cầu Tân Thuận; là những chiến binh đang đếm những bước đau thương tủi nhục trở về quê quán chờ đợi gông xiềng tù tội; là những người đã chết trên những chuyến hải hành tuyệt vọng giữa biển Đông; là những anh hùng đã chọn cho mình cách chết vinh quang hơn là rơi vào tay CS. Và dân tộc tôi là giọt nước mắt của bà mẹ nhỏ xuống trong đêm 30 tháng Tư khi biết đứa con trai duy nhất của mình vừa hy sinh trong giờ phút cuối cùng của cuộc chiến Việt Nam.

Với chúng tôi, những thanh niên tròn tuổi hai mươi, giấc mơ đạp xe xuyên suốt ba miền ôm ấp từ thời trung học cũng đã chết non ngay sau ngày 30 tháng Tư năm 1975. Thành phố, con đường, ngôi trường vẫn còn đó nhưng tất cả đã bị đổi họ thay tên. Ngày xưa, ánh trăng chảy vào tâm hồn tôi những dòng thơ

yêu người và yêu đời. Sau 1975, nằm trong căn nhà không vách trên vùng Kinh Tế Mới, ánh trăng vàng như những vết dao đâm vào lòng tôi bao tủi buồn, đau xót. Trong sáu năm ở lại Sài Gòn, tôi sống trong tâm trạng chờ đợi một điều gì sắp xảy ra cho mình và cho đất nước. Tôi đã sống như một người sống tạm trên quê hương cho đến ngày vượt biển ra đi.

Về mặt khách quan, Việt Nam Cộng Hòa có một quân lực hùng hậu, tinh nhuệ nhất Đông Nam Á đã được chứng minh qua những chiến tích lẫy lừng trong việc bảo vệ An Lộc, tái chiếm Cổ Thành, trấn giữ Bồng Sơn, Thường Đức... Vâng, nhưng một đạo quân, dù tinh nhuệ bao nhiêu, các tướng lãnh dù tài ba thao lược bao nhiêu, trong một cuộc chiến chỉ nhằm mục đích tự vệ và kéo dài quá lâu, cũng không thể thắng một đạo quân xâm lược, cuồng tín và không từ chối bất cứ một phương tiện gì để đạt được mục đích thôn tính miền Nam. Những ai còn ở lại Sài Gòn sau 1975 chắc đã có nhiều cơ hội để thấy được sự khác nhau giữa hai người lính.

Hãy xem hình ảnh một người lính miền Nam đầy nhân ái bao dung và rất là con người như nhà thơ Nguyễn Bắc Sơn nhắn gởi mấy anh du kích:

ta vốn hiền khô, ta là lính cậu

đi hành quân rượu đế vẫn mang theo

mang trong đầu những ý nghĩ trong veo

xem chiến cuộc như tai trời ách nước

ta bắn trúng ngươi vì ngươi bạc phước

vì căn phần ngươi xui khiến đó thôi.

(*Chiến Tranh và Tôi*, Thơ Nguyễn Bắc Sơn)

Hay nhà thơ Trần Hoài Thư đối xử với tù binh CS:

Trong túi ta một gói thuốc chuồn

Bắt tù binh mời điếu thuốc thơm

Để thấy miền Nam lính hiền ghê gớm

Mấy năm trời giày da bẹt gót

Ngày lãnh lương về chợ dưỡng quân.

(*Ta Lính Miền Nam*, Thơ Trần Hoài Thư)

Những hình ảnh dễ thương đó tương phản biết bao nhiêu khi so với thơ Tố Hữu dùng để đầu độc những người lính CS:

Chúng ta đang ở trên đầu chúng nó

Đại bác ta sau rèm tre ngảnh cổ

Trông xuống khoanh đồi nọ

Ngon như một đĩa thịt bò tươi

Ở dưới kia chúng nó đang cười

Cười đi nhé các con ơi rồi chết...

(*Bắn Đi*, thơ Tố Hữu)

Khi ví những người bên kia chiến tuyến, dù người đó là Pháp, Mỹ hay đồng bào cùng máu mủ với mình, như một đĩa thịt bò tươi, quả thật trong người Tố Hữu đã không còn một chút gì để gọi là nhân tính.

Người lính CS bị mê hoặc bởi một ý thức hệ vong bản khủng khiếp đến nỗi chỉ biết hận thù, đấu tranh, giết chóc. Suốt đời họ được huấn luyện để nói dối, dối có hệ thống, dối một cách hồn nhiên và dối trong cả những chuyện hiển nhiên

nhất. Nhiều người nghiên cứu cuộc chiến Việt Nam cho đến nay vẫn thắc mắc rằng, làm thế nào một miền Nam hùng mạnh lại dễ dàng mất về tay những anh chàng khờ khạo từ trong rừng xuất hiện.

Đơn giản bởi vì nếu các anh không khờ khạo thì đã không chiếm được miền Nam. Nếu các anh biết thế nào là ý nghĩa của hai chữ chọn lựa và có quyền chọn lựa một cuộc đời để sống, thì các anh không dại gì chọn để chết. Thanh niên miền Bắc bị đầu độc rằng đồng bào miền Nam đang đói khát và ngày đêm chờ đợi họ vào để "giải phóng khỏi xích xiềng đế quốc." Thế nhưng thực tế đã trái ngược. Đồng bào miền Nam đã bỏ cả làng mạc, ruộng vườn, nhà cửa, lưng cõng mẹ già, tay bế con thơ để tìm đường vào Nam lánh nạn.

Cuối thế kỷ 20 nhưng thanh niên miền Bắc vẫn còn được dạy để tin rằng "Trăng Trung Quốc tròn hơn trăng nước Mỹ và đồng hồ Liên-xô tốt hơn đồng hồ Thụy Sỹ." Một đoạn trong bài thơ Địa Ngục Không Cửa Sổ của Việt Phương, thư ký riêng của Phạm Văn Đồng viết tại Hà Nội năm 1972 sau một chuyến được xuất ngoại với phái đoàn ngoại giao CS:

Tôi đã đến Paris phồn hoa tráng lệ

Đi dưới trời tuyết lạnh

Tôi ngẩn ngơ từng góc phố con đường

Sao tôi thấy cảnh thanh bình xa lạ

Từng đàn chim quanh quẩn dưới chân người

Cuộc sống nơi đây tôi nào có biết

Nhưng nhận ra ngay qua những nụ cười

Ở nơi đó tôi thấy rất nhiều khác lạ

So với điều người ta dạy cho tôi

Và từ đó hồn tôi bỗng "CỬA MỞ"

Tôi khóc thầm cho dân tộc của tôi

Hỡi Nhân Loại! Hãy giùm tôi mở cửa

Bao nhiêu người đang ngu muội lầm than

Trong địa ngục khổng lồ không cửa sổ.

(*Địa Ngục Không Cửa Sổ*,Việt Phương)

Thật vậy, từ sau 1954, miền Bắc Việt Nam chìm trong bóng đêm dài không một ánh trăng sao. Nửa đất nước là một địa ngục lầm than không cửa sổ.

Theo hãng thông tấn AP, ngày 4 tháng 4 năm 1995, nhà cầm quyền CSVN đã ước lượng số người Việt Nam, trong đó có quân đội hai bên, đã chết trong 21 năm chiến tranh là năm triệu một trăm ngàn người (hai triệu thường dân miền Bắc, hai triệu thường dân miền Nam và một triệu một trăm ngàn quân đội hai miền). Con số đó đại diện cho 12 phần trăm của toàn bộ dân số Việt Nam trung bình trong giai đoạn 1954-1975.

Dù sai số bao nhiêu, năm triệu một trăm ngàn người chết và mất tích quả thật quá lớn trong một cuộc chiến địa phương trên một vùng đất nhỏ hẹp về địa lý và về dân số như Việt Nam.

Câu nói "Miền Nam trong trái tim tôi" của Hồ Chí Minh đã phải đổi bằng năm triệu mạng sống của nhân dân Việt Nam vô tội ở hai miền. Số lượng người Việt đã chết trong chiến tranh Việt Nam còn cao hơn cả tổng số bốn triệu sáu trăm ngàn người Do Thái bị giết trong thế chiến thứ hai.

Đó là chưa kể hàng trăm ngàn thương binh đang đếm những ngày tàn trên đường phố Hải Phòng, Hà Nội.

Đó là chưa kể tội ác của giới lãnh đạo CS đối với hàng trăm ngàn sĩ quan và viên chức Việt Nam Cộng Hòa bị đày ải trong những trại tập trung dã man rải rác khắp ba miền.

Đó là chưa kể số phận của một trăm năm chục ngàn cô gái vót chông tải đạn" đã đánh mất tuổi thanh xuân trong rừng sâu nước độc Trường Sơn. Một đoạn trong bài thơ viết về nỗi đau của một người đàn bà hai đời làm mẹ, chăm sóc cho đứa con gái đã gởi lại Trường Sơn đôi chân ngà ngọc:

Con trở về sau cuộc chiến tranh

Không chàng trai nào đưa tiễn

Không còn nữa lời thề non hẹn biển

Mẹ là người duy nhứt đón đưa con

Ừ, thì con về với mẹ

Ngôi nhà ta bao năm rồi đơn lẻ...

Mẹ hái hoa bưởi về gội tóc cho con đây

Ôi mái tóc xanh dài dưới bàn tay nhăn của mẹ

Vòm ngực con vẫn căng tràn sức trẻ

Mẹ run lên khi chạm vào đôi chân ngà ngọc của con

Gửi lại chiến trường

Sự im lặng còn đau đớn hơn ngàn lần tiếng nấc

Con ơi, làm sao mẹ quen được nỗi mất mát này !...

(Hai Đời Làm Mẹ, Trầm Hương)

Dù bên này hay bên kia Bến Hải, nỗi đau của bà mẹ Việt Nam nào cũng giống như nhau. Bao nhiêu máu Việt Nam đã đổ? Bao nhiêu xương Việt Nam đã rơi? Bao nhiêu thế hệ Việt Nam đã bị ném vào lò lửa của bạo tàn và tham vọng? Bao nhiêu tài nguyên đã bị tàn phá? Con số thật sự sẽ không bao giờ được biết.

Nỗi khổ đau của dân tộc Việt Nam sẽ không một ngôn ngữ nào tả được. Giới lãnh đạo CS mỗi khi cất tiếng là nói về tổ quốc, nói về nhân dân nhưng họ đã làm gì cho đất nước Việt Nam ngoài tội ác diệt chủng đối với nhân dân Việt Nam?

Nhà cách mạng Nguyễn An Ninh đã nói trong buổi diễn thuyết đầu tiên của ông tại Sài Gòn năm 1923: "Dân tộc nào để cho nền văn hóa ngoại bang ngự trị thì không thể độc lập thật sự vì văn hóa là tâm hồn của dân tộc." (Lê Tùng Minh, *Nguyễn An Ninh Nhà Cách Mạng Dân Chủ Tiền Phong Trong Lịch Sử Hiện Đại Việt Nam*)

Lời nói của nhà cách mạng Nguyễn An Ninh 80 năm trước đến hôm nay vẫn còn là tiếng kêu trầm thống. Năm mươi năm qua, nền trời văn hóa Việt Nam đã và đang bị che khuất bởi những đám mây đen, từ Nho Giáo lạc hậu đến Thực Dân bóc lột và hôm nay CS độc tài.

Câu nói của chàng thanh niên Việt Nam 23 tuổi Nguyễn An Ninh, vì thế, xứng đáng là kim chỉ nam cho thế hệ trẻ Việt Nam ngày nay.

Câu ngạn ngữ Đông phương nhưng rất phổ biến ở Tây phương: "Đừng nguyền rủa bóng tối mà hãy thắp lên ngọn nến" chưa bao giờ ý nghĩa hơn hôm nay. Việt Nam sẽ có tự do và no ấm. Đêm dài độc tài CS sẽ tan đi trong bình minh dân

chủ. Nhưng để đạt được các mục tiêu đó, trước hết, mỗi người Việt, dù ở đâu, hãy thắp lên trong lòng mình ngọn nến được làm bằng chất liệu thuần túy Việt Nam. Đừng đổ thừa ai và cũng không nên hoàn toàn trông cậy vào ai khác để mang cơm no áo ấm đến cho dân tộc mình.

Nhà cách mạng Phan Chu Trinh phát biểu khi Thống Đốc Pháp thăm ông tại Côn Đảo 1908: "Người nước Nam chui núp dưới chính thể chuyên chế trên ngàn năm, chưa có tư cách quốc dân độc lập, dầu có nhờ cậy sức nước ngoài thì chỉ diễn cái trò "dịch chủ tái nô" không có ích gì." (Vọng Đông, Danh Nhân Cách Mạng Việt Nam).

Năm mươi năm là một quãng đường dài. Chúng ta đã hơn một lần trễ hẹn với non sông, nhưng không phải vì thế mà không còn cơ hội nào khác. Cơ hội vẫn còn đó nếu chúng ta biết đoàn kết, thấy được hướng đi chung của dân tộc và thời đại. Chúng ta có nhiều quá khứ nhưng đất nước chỉ có một tương lai, đó là tương lai tự do, dân chủ, nhân bản và khai phóng cho những ai, sau những điêu tàn đổ vỡ, còn biết nhận ra nhau, còn biết yêu thương mảnh đất thiêng liêng, vinh quang và thống khổ Việt Nam.

BA CÂU HỎI CỦA BAN BIÊN TẬP TALAWAS
(Trần Trung Đạo trả lời phỏng vấn của talawas)

27/10/2010 | 6:52 chiều |

talawas - Ngày 03/11/2010 sắp tới, talawas sẽ tròn 9 tuổi và xin nói lời chia tay độc giả. Chúng tôi sẽ nhìn lại chặng đường 9 năm qua và trình bày nguyên nhân kết thúc hoạt động. Nhân dịp này, chúng tôi cũng mời các cộng tác viên tham gia trả lời 3 câu hỏi của talawas sau đây:

1. Theo anh, 5 vấn đề hệ trọng nhất của Việt Nam hiện nay là gì?

2. Nếu được cầm quyền tuyệt đối tại Việt Nam trong vòng 24 tiếng đồng hồ, anh sẽ làm gì?

3. Hình dung của anh về Việt Nam năm 2010, 2020 và 2030.

Trần Trung Đạo

1.

Việt Nam giống như con lạc đà cõng trên lưng một cơ chế chính trị độc tài, lạc hậu, cồng kềnh đừng nói gì là 5 mà vài

chục vấn đề hệ trọng cũng có thể viết được: (1) Sự phân hóa vô cùng trầm trọng trong lòng dân tộc, (2) sự lạc hậu về mọi mặt so với đà tiến của văn minh nhân loại, (3) một nền giáo dục hủy diệt mọi khả năng sáng tạo, (4) một xã hội tham nhũng thối nát, trong đó giới lãnh đạo thờ ơ trước đòi hỏi của nhân dân và nhân dân không có niềm tin nơi giới lãnh đạo. Tuy nhiên một vấn đề hệ trọng thứ (5) có tính thời sự, tôi muốn viết ra ở đây, là Việt Nam hoàn toàn không sẵn sàng cho một cuộc xung đột võ trang trong vùng Đông Nam Á.

Sau cuộc chiến biên giới Việt Trung 1979, một bài bình luận có tựa là "Ai đã học bài học?" của tạp chí *Time*, trong đó tác giả (quá lâu nên tôi không còn nhớ tên và truy cập được) nhận xét rằng không phải Việt Nam mà là Đặng Tiểu Bình và giới lãnh đạo Trung Quốc mới chính là những người đã học bài học cay đắng. Với võ khí quá lạc hậu và chiến thuật biển người phi nhân cố hữu như họ đã từng sử dụng trong chiến tranh Triều Tiên, trong tuần lễ đầu phía Trung Quốc đã chịu đựng các thiệt hại nhân mạng nặng nề. Hàng chục ngàn lính Trung Quốc gục xuống như rơm rạ trước hỏa lực ngày đó còn vượt trội của phía Việt Nam. Nhưng cũng từ bài học đó, họ Đặng đã thúc đẩy nhanh hơn chính sách hiện đại hóa hải, lục, không quân để ba chục năm sau công khai bày tỏ ý định thống trị Biển Đông.

Việt Nam thì không. Hơn 30 năm sau chiến tranh biên giới, Việt Nam vẫn "tiếp tục canh giữ nền hòa bình thế giới" bằng một cơ chế chính trị độc tài, bằng một nền kinh tế lạc hậu, bằng một chính sách giáo dục ngu dân. Nếu gọi cái học là những gì còn lại sau khi quên hết thì cái còn lại trong các thế hệ trẻ là những bài học tuyên tuyền rẻ tiền phản văn minh, phản khoa học và phản dân tộc.

Việt Nam, hơn 30 năm, vẫn chưa được trang bị một hệ thống phòng thủ có khả năng bảo vệ tổ quốc. Cái duy nhất mà các lãnh đạo đảng và nhà nước Việt Nam bảo vệ được, đó là quyền thống trị trên đầu trên cổ nhân dân, phó mặc cho đất nước đang rơi vào thảm họa diệt vong. Phần lớn tiền của, mồ hôi nước mắt của 80 triệu dân đã đổ trong một phần ba thế kỷ, nếu không bị thất thoát do quản lý tồi tệ thì cũng rơi vào túi của tập đoàn lãnh đạo Đảng. Những gì gọi là thành tựu tại Việt Nam ngày nay thật quá nhỏ nhoi so với sự chịu đựng triền miên của đồng bào cả nước.

Một số nhà đấu tranh trong và cả ngoài nước thường mô tả vị trí chính trị Việt Nam qua câu nói quen thuộc "đi với Tàu thì mất nước, đi với Mỹ thì mất đảng", và có người còn đề cao Việt Nam khi cho rằng mối quan hệ giữa Trung Quốc, Mỹ và Việt Nam là quan hệ chân vạc. Tôi cho rằng đánh giá Việt Nam như thế là quá cao và không phản ảnh thực tế kinh tế chính trị của Việt Nam trong bang giao quốc tế. Việt Nam không có được vị trí của một chân kiềng hay chân vạc gì cả, và Việt Nam có muốn "đi theo Tàu" cũng chưa chắc được nhận mà "đi theo Mỹ" cũng chưa hẳn được cho đi. Trung Quốc và Mỹ đều muốn làm thầy, làm chủ để sai khiến giới lãnh đạo đảng CSVN hơn là một đồng minh thân cận, và cả hai, dù tuyên bố hùng hổ, cứng rắn bao nhiêu, cũng đều không muốn vì một Việt Nam nghèo nàn lạc hậu mà phải đụng độ nhau trong giai đoạn chưa cần thiết.

Tuy nhiên, chiến tranh là giải pháp cuối cùng của một xung đột chính trị. Những mâu thuẫn quyền lợi tại biển Đông giữa các cường quốc ngày càng gay gắt. Đối với Trung Quốc, mọi hòa hoãn nếu có chỉ là tạm thời bởi vì họ không sẽ bao giờ chấp nhận chủ trương xem biển Đông là chiếc ao nuôi cá chung của

các quốc gia trong vùng, và không bao giờ chịu phân chia quyền lợi đồng đều với một quốc gia nhỏ cỡ Brunei. Chiến tranh tại Á Châu nếu không trong mười năm, thì hai chục năm nữa sẽ phải xảy ra. Và nếu đúng như vậy, Việt Nam sẽ xuất hiện sau chiến tranh như một quốc gia có nhiều lợi nhất như trường hợp Thụy Sĩ, Thổ Nhĩ Kỳ sau thế chiến thứ hai, hay mảnh giang sơn gấm vóc của tổ tiên để lại sẽ trở thành một biển máu đào, một rừng xương trắng? Đó là câu hỏi không phải chỉ dành cho giới lãnh đạo Đảng mà nhiều hơn cho những ai đang thao thức với tiền đồ dân tộc.

2.

24 giờ có thể quá ngắn để thực hiện bất cứ một thay đổi có tầm vóc quốc gia nào, tuy nhiên giống như trong quân sự, đó là thời gian cực kỳ quan trọng của người lãnh đạo. Và những việc phải thực hiện trong 24 giờ đầu:

- Long trọng thưa với nhân dân Việt Nam rằng từ thời điểm lịch sử đó, chế độc độc tài CS đã chính thức cáo chung, dân tộc Việt Nam đang bước vào một thời đại tự do, dân chủ qua ngưỡng cửa của một cuộc cách mạng dân tộc dân chủ toàn diện và triệt để.

- Trả tự do cho tất cả tù chính trị. Sau bao nhiêu chịu đựng, dân tộc Việt Nam có một ngày đoàn viên thật sự để cùng bắt tay nhau xây dựng quê hương. Con đường dân chủ hóa đất nước sẽ còn đầy gai góc và đạt đến nhanh hay chậm tùy thuộc vào sự đóng góp của từng con tim, từng khối óc của mỗi người Việt Nam trong cũng như ngoài nước.

- Một số bộ phận nhà nước vẫn tiếp tục hoạt động theo các chức năng chuyên môn để duy trì sự ổn định xã hội cần thiết

trong giai đoạn chuyển tiếp, nhưng trong 24 giờ đầu tất cả các cơ chế đảng CS trong hệ thống hành chánh công quyền (đảng ủy, đảng đoàn) và quân đội (chính ủy) sẽ bị giải tán.

- Thành lập hội đồng chuyển tiếp dân chủ bao gồm nhiều ủy ban chuyên môn như tuyển cử, kinh tế, ngoại giao, giáo dục, quốc phòng, an ninh… để chuyển hóa bộ máy nhà nước từ độc tài đảng trị sang dân chủ pháp trị.

- Trong lúc chờ đợi một quốc hội lập hiến được bầu và soạn thảo hiến pháp mới, hội đồng chuyển tiếp dân chủ sẽ lãnh đạo đất nước bằng sắc lệnh và một trong những sắc lệnh ban hành ngay trong 24 giờ đầu tiên là tuyệt đối ngăn cấm việc trả thù dưới bất cứ hình thức nào và vì bất cứ một lý do gì, mọi tội trạng hình sự sẽ được xét xử theo đúng thủ tục được quy định trong hiến pháp Việt Nam dân chủ.

3.

Năm 2010: Ngoại trừ các biến cố quốc tế khách quan hay thiên tai trầm trọng, Việt Nam sẽ không có thay đổi gì trong hai tháng nữa.

Năm 2020: Khi nghĩ đến chuyện 5 năm, 10 năm chúng ta thường nghĩ như khoảng thời gian dài. Thật ra 10 năm là thời gian tương đối ngắn. Diễn đàn talawas là một ví dụ, mặc dù những vấn đề thảo luận trong những ngày đầu vẫn còn đang nóng hổi cũng có một lịch sử 9 năm rồi.

Trong vòng 10 năm, các yếu tố đang có tác dụng sẽ trở nên hữu hiệu và ảnh hưởng rộng lớn hơn:

- Việt Nam có thể vẫn còn phải tiếp tục chịu đựng dưới ách độc tài nhưng các phong trào dân chủ không còn là các nhóm

nhỏ hoạt động rải rác mà sẽ phối hợp chặt chẽ và thách thức chế độ một cách công khai bằng nhiều hành động cụ thể.

- Tranh đấu cho dân chủ là khẩu hiệu của thời đại, là niềm vui chứ không còn là nỗi sợ nữa.

- Các thế hệ trẻ tại Việt Nam trưởng thành về nhận thức các quyền căn bản của con người.

- Mạng lưới internet là nguồn tư liệu và cũng là phương tiện thông tin hữu hiệu hơn của các phong trào dân chủ.

- Nhiều trí thức và văn nghệ sĩ ý thức được viễn ảnh một Việt Nam tai họa trong xung đột quốc tế sẽ tích cực gióng lên tiếng nói đối lập với Đảng.

- Ngay trong nội bộ lãnh đạo Đảng CS cũng có những người chọn đứng về phía dân tộc vì họ ý thức được dân chủ không chỉ là đôi cánh của dân tộc mà còn là lối thoát cho chính họ.

Năm 2030: Với các điều kiện chính trị quốc tế khách quan tác động từ bên ngoài và sự lớn mạnh không ngừng của lực lượng dân chủ tại Việt Nam, 20 năm nữa Việt Nam sẽ là một quốc gia dân chủ. Tất cả cố gắng của người Việt Nam từ nhiều ngả, nhiều giới, nhiều thế hệ cuối cùng sẽ dẫn tới một điểm hẹn huy hoàng của lịch sử: cuộc cách mạng dân tộc và dân chủ tại Việt Nam.

Phi trường Dallas 24 tháng 10 2010.

VOA: 30 THÁNG TƯ VÀ HÒA GIẢI DÂN TỘC

Tháng Tư năm nay, cũng như những tháng Tư của hơn 30 năm qua, giới hữu trách Việt Nam đã tưng bừng tổ chức ngày kỷ niệm mà họ gọi là "chiến thắng vĩ đại ngày 30-4-1975." Họ cũng không quên nhắc tới sự kiện mà họ mô tả là "ở một số nơi trên thế giới, đặc biệt là ở Mỹ, một số nhóm phản động cực đoan thường tổ chức 'ngày quốc hận' để hoài niệm một chế độ tàn bạo ở miền nam Việt Nam đã sụp đổ, hoài niệm thời kỳ đất nước bị chia cắt, tìm cách bôi nhọ những gì tốt đẹp đang diễn ra ở Việt Nam". (*Quân Đội Nhân Dân*, 18-04-2010) Trong khi đó, một số văn nghệ sĩ ở Việt Nam mới đây đã cho đăng tải trên mạng internet những bài viết kêu gọi mọi người hãy có một cái nhìn mới về biến cố lịch sử này để tạo điều kiện thuận lợi cho công cuộc hòa giải dân tộc, nổi bật là bài "Tùy Bút Tháng Tư" của nhà văn Vũ Ngọc Tiến được phổ biến rộng rãi trên mạng. Ban Việt Ngữ VOA đã tiếp xúc với nhà thơ Trần Trung Đạo, một blogger ở Mỹ (trantrungdao.com) có nhiều bài bình luận về văn học và chính trị Việt Nam được nhiều người ưa thích, để tìm hiểu thêm về vấn đề đáng chú ý này. Mời quí vị theo dõi cuộc phỏng vấn do Duy Ái thực hiện sau đây.

VOA: *Thưa anh Trần Trung Đạo, là người theo dõi sát tình hình Việt Nam, đặc biệt trong các lãnh vực văn hóa xã hội, chắc anh cũng biết là trong vài tuần nay, các tờ báo do nhà nước kiểm soát đã cho đăng nhiều bài viết dưới dạng "nhìn lại 35 năm" và hô hào cho việc "hòa hợp dân tộc, hàn gắn lòng người". Trước hết, xin anh chia sẻ với thính giả và độc giả đài Tiếng Nói Hoa Kỳ quan điểm của anh về "hòa giải hòa hợp dân tộc"?*

Trần Trung Đạo: Tuần trước tôi có dịp đến thăm viện bảo tàng lịch sử Mỹ tại Washington DC, trong đó có một khu dành riêng cho tổng thống thứ 16 của Mỹ, Tổng Thống Abraham Lincoln. Ngay trước cổng của khu tưởng niệm TT Lincoln, có treo một tấm bảng nhỏ, trong đó ghi một câu trong Tân Ước mà ông yêu thích và thường hay trích dẫn "A house divided against itself cannot stand", nghĩa là "Một căn nhà phân hóa chống lại chính nó, căn nhà đó không thể đứng vững".

Tổng Thống Lincoln quan niệm tinh thần đoàn kết, hòa giải giữa các thành phần quốc gia là điều kiện quyết định giúp quốc gia vượt qua những khó khăn, cũng như dẫn đến sự vững mạnh, thăng tiến lâu dài. Sự phát triển vượt bực của Hoa Kỳ, từ thuộc địa của Anh trở thành cường quốc hàng đầu thế giới đã chứng minh câu Tổng Thống Lincoln trích dẫn là một chân lý. Chân lý đó cũng đã được thử nghiệm và xác định tại nhiều quốc gia khác như Nam Phi, Cộng Hòa Đức...

Tổng thống Lincoln nhấn mạnh đến tinh thần hòa giải trong diễn văn nhậm chức tổng thống nhiệm kỳ 2, 1865, nghĩa là sau khi quân đội miền bắc đã kết thúc cuộc nội chiến bằng chiến thắng, và TT Nelson Mandela cũng chỉ lập Ủy Ban Sự Thật Và Hòa Giải Quốc Gia sau khi đã đắc cử Tổng Thống Cộng Hòa Nam Phi. Nếu TT Lincoln bỏ tù hết các cấp sĩ quan, viên chức

chính quyền miền nam, chắc chắn quân đội của tướng Robert Lee đã không buông súng dễ dàng, và nước Mỹ có thể không có ngày hôm nay. Tương tự, nếu TT Nelson Mandela bắt thiểu số da trắng phải trả giá bằng những cực hình đầy đọa giống như dân da đen đã từng chịu đựng dưới ách phân biệt chủng tộc Nam Phi thì hòa hợp hòa giải đã không đến cho quốc gia này.

Từ những bài học quý giá đó, tôi quan niệm hòa giải không chỉ là một tình cảm mà phải dựa trên các nền tảng chính trị, kinh tế, xã hội cần thiết, và các nền tảng đó chính là sự thật, tự do, dân chủ và bình đẳng giữa những con người cũng như giữa các thành phần trong xã hội.

Giới lãnh đạo CSVN có tất cả những phương tiện để thực thi hòa giải hòa hợp dân tộc nhưng họ đã không làm. Lý do, nếu làm thì họ đã không phải là CS. Hòa giải hòa hợp dân tộc đặt cơ sở trên sự bao dung, bình đẳng vốn đi ngược lại mục tiêu CS hóa Việt Nam bằng các phương tiện bạo lực mà đảng đã và đang dùng.

Do đó, ngày nào chế độc độc tài đảng trị, dù tồn tại dưới bất cứ hình thức nào tại Việt Nam, ngày đó chuyện hòa giải chỉ là một chuyện để bàn cho có và cũng sẽ qua đi theo mỗi tháng Tư.

VOA: *Thưa anh Trần Trung Đạo, một câu nói của ông Võ Văn Kiệt liên quan đến vấn đề "hòa giải hòa hợp" được các bên trích dẫn khá nhiều là "một triệu người vui, một triệu người buồn". Xin anh chia sẻ về câu nói này của ông Võ Văn Kiệt cũng như các ý kiến tương tự khác mà anh đọc trong dịp 30 tháng 4 năm nay?*

Trần Trung Đạo: Câu nói của ông Võ Văn Kiệt, ngày 30 tháng 4 "có hàng triệu người vui, mà cũng có hàng triệu người buồn" có lẽ là câu nói tích cực nhất mà chúng ta được nghe từ

một người từng đóng vai trò lãnh đạo đảng và nhà nước CSVN trong một thời gian dài sau 1975.

Như tôi đã có lần viết trong một tiểu luận về những lời phát biểu của ông Võ Văn Kiệt, tôi tin đó là một câu nói chân thành, kết quả của nhiều đêm trăn trở.

Tôi vui mừng bởi vì ông đã góp phần tạo nên một môi trường thảo luận những vấn đề sinh tử của đất nước mà trước đây không có được. Các thế hệ trẻ Việt Nam, qua những lời phát biểu của ông, có cơ hội biết đến một quãng lịch sử dân tộc đen tối do chính một trong những người chịu trách nhiệm lớn nhất của đảng và nhà nước trong giai đoạn đó kể ra. Con đường mà dân tộc đã trải qua trong suốt hơn 30 năm không phải là "con đường vinh quang" như các em đang học ở trường, những ngày mà cha chú các em đã sống không phải là "những ngày đẹp nhất dù mai sau đời vạn lần hơn", nhưng là con đường nhuộm bằng máu và nước mắt, trong đó, "có hàng triệu người vui, mà cũng có hàng triệu người buồn" như ông Võ Văn Kiệt đã nhắc lại.

Ngoài ông Võ Văn Kiệt đã qua đời, một số cán bộ CS nổi bật trong giai đoạn chiến tranh như cựu đại sứ CSVN tại Pháp Võ Văn Sung trong buổi phỏng vấn dành cho VietNamNet mới đây cũng nhấn mạnh đến tinh thần hòa giải bằng những câu phát biểu thật "thấm thía": "Lúc này nếu ai đó trong chúng ta dù từng đứng từ phía nào mà vẫn nuôi lòng thù hận, cản trở hòa hợp dân tộc thì sẽ dần trở nên lạc lõng và thật sự có lỗi với tương lai của chính con cháu mình."

Thế nhưng cả ông Võ Văn Kiệt lẫn ông Võ Văn Sung, về khái niệm, đều lầm lẫn giữa hòa giải và đầu hàng, giữa hòa hợp

và phục tùng, giữa bao dung dân tộc và thương xót người chiến bại. Hòa giải hòa hợp là con đường hai chiều, là chiếc cầu nhiều nhịp. Và như tôi đã phát biểu ở trên, phải dựa trên nền tảng bình đẳng, tự do, dân chủ. Không ai có quyền bắt người khác phải bơi qua sông để hòa giải với mình. Những người lính miền nam cần công lý chứ không cần thương xót.

VOA: *Trong hai tuần qua, nhiều độc giả của các trang blog không do nhà nước kiểm soát đã xôn xao bàn tán về bài viết "Tùy Bút Tháng Tư" của nhà văn Vũ Ngọc Tiến, cũng như mới đây bài viết của nhà văn Nguyễn Trọng Tạo "Đừng Thêm Những Tháng Tư". Xin anh cho biết ý kiến của anh về hai bài viết này?*

Trần Trung Đạo: Trong lúc tôn trọng sự khác biệt về cách giải thích nguyên nhân của cuộc chiến Việt Nam, tôi thông cảm những trăn trở của nhà văn Vũ Ngọc Tiến trong bài viết mới đây "Tùy Bút Tháng Tư": "Trong số 3,2 triệu người Việt định cư ở hải ngoại hiện nay, số ra đi trước ngày 30/4/1975, kể cả số di cư từ thời thuộc Pháp chỉ khoảng 1 triệu, số còn lại hơn 2 triệu người chủ yếu rời bỏ đất nước từ nửa cuối thập niên 70 và cả thập niên 80 của thế kỷ trước. Thế hệ chúng tôi "xẻ dọc Trường Sơn đi cứu nước", giải phóng miền Nam, thống nhất Tổ quốc, sao những người được chúng tôi giải phóng lại ào ào bỏ nước mà đi đông đến vậy?"

Tôi nghĩ câu hỏi này nhà văn đặt ra cho giới lãnh đạo đảng chứ không phải cho độc giả của ông. Tuy nhiên, với tư cách là một trong số hơn hai triệu người ra đi sau 1975, tôi nghĩ, lý do cũng rất là đơn giản. Họ ra đi sau 1975 là vì tự do. Nếu Liên Hiệp Quốc và các quốc gia Đông Nam Á không đóng cửa các trại tỵ nạn đầu thập niên 90 thì không chỉ 2 triệu mà có thể 4 triệu, 6 triệu hay nhiều hơn nữa đã bỏ xứ ra đi.

Quê hương Việt Nam sau 1975 là quê hương để nhớ, để thương nhưng không phải để sống.

Và sau 35 năm, ngoài trừ một số rất ít, 300 ngàn người thành đạt như nhiều nguồn ước tính và nhà văn Vũ Ngọc Tiến có trích dẫn trong bài viết của ông, đã không về phục vụ đất nước. Nhà văn thắc mắc tại sao họ lại không về. Câu trả lời cũng không khó lắm. Thứ nhất, dù chia rẽ, kèn cựa, chống đối lẫn nhau, về căn bản họ vẫn là những người chống lại chế độ độc tài CS, và thứ hai, họ không muốn thấy những đóng góp của họ chỉ để làm giàu thêm giai cấp tư sản đỏ đang như dòi bọ sinh sôi từ xương máu nhân dân chứ không đem lại lợi ích gì cụ thể cho đại đa số đồng bào đang sống trong nghèo khó.

Tôi cũng rất tâm đắc với suy nghĩ của nhà văn Nguyễn Trọng Tạo trong bài viết Đừng Thêm Những Tháng Tư: "Một dân tộc mà lũ trẻ không biết mơ mộng và người già không biết sám hối, đó là một dân tộc bất hạnh. Hãy trân trọng sự sám hối." và "Hòa giải là nguyện vọng cấp thiết của người Việt Nam dù trong hay ngoài nước".

Đúng vậy, những ai có trách nhiệm cho điêu tàn, đổ nát, đói nghèo, lạc hậu, mất đất, mất biển phải sám hối trước tiên linh ông bà và xin lỗi trước nhân dân.

Về hòa hợp hòa giải. Trải qua một cuộc chiến dài với quá nhiều những hy sinh xương máu, tôi tin, không một người Việt Nam yêu nước nào không muốn sống trong cảnh hòa bình, không mong đất nước mình cường thịnh, hội nhập vào dòng phát triển của cộng đồng nhân loại. Không chỉ những người lính miền nam, người dân miền nam mà ngay cả những người lính miền bắc, người dân miền bắc, cũng chỉ mong có cơ hội

được trở về căn nhà xưa, với ruộng lúa nương dâu, với cha mẹ già đang chờ đợi.

Cuối cùng, như các chúng ta thấy, không ai thương dân tộc Việt Nam bằng chính người Việt Nam. Bên trong những vòng hoa chiến thắng, mặt trái của những tấm huân chương là máu thịt của hàng triệu người Việt Nam đổ xuống, là đói nghèo lạc hậu.

Việt Nam phải vượt qua. Việt Nam phải thăng tiến. Nhưng chướng ngại lớn nhất trên con đường dẫn tới một tương tốt đẹp, tự do, dân chủ, giàu mạnh không phải vì thiếu hòa giải, hòa hợp mà quan trọng hơn vì cơ chế độc tài đảng trị như một bức tường đang chắn ngay trước lối đi lên. Một khi cơ chế độc tài sụp đổ, hòa giải hòa hợp tự nhiên sẽ đến dù lúc đó chưa chắc còn cần thiết nữa.

VOA: *Xin cám ơn anh Trần Trung Đạo*

MỤC LỤC

•• BÀN VỀ "HÒA GIẢI VÀ HÒA HỢP DÂN TỘC"

INDEX

D

E

G

H

J

K

L

M

N

O

P

Q

R

S

T

U

V

W

Y

Z